பகவான் ஸ்ரீ ரமணரின் முக்கிய சீடரான

ஸ்ரீ அண்ணாமலை சுவாமிகளின்

மலரும் நினைவுகள்

By

S. சுந்தரம்

ஸ்ரீ அண்ணாமலை சுவாமிகளின்

சீடர், பராமரிப்பாளர்

தொகுத்தவர்

டேவிட் காட்மன்

பதிப்பாளர்

ஸ்ரீ சத்குரு அண்ணாமலை ஸ்வாமிகள் ஸ்பிரிச்சுவல் டிரஸ்ட்

Copyright

பகவான் ஸ்ரீ ரமண மகரிஷி

ஸ்ரீ அண்ணாமலை சுவாமி

பொருளடக்கம்

முன்னுரை

பகவான் ஸ்ரீ ரமண மகரிஷிகள், ஸ்ரீ அண்ணாமலை சுவாமிகள் மற்றும் ஸ்ரீ மகாபிரபு ஆகியோரின் அருளாசிகளைக் கொண்டு 'ஸ்ரீ அண்ணாமலை சுவாமிகளின் வாழ்க்கை வரலாறு' நூலின் இந்தப் புதிய பதிப்பை எங்களால் வெளியிட முடிகிறது. ஸ்ரீ அண்ணாமலை சுவாமி மற்றும் ஸ்ரீ பகவான் ஆகியோரின் வரலாறு குரு சிஷ்ய உறவுக்கு தலை சிறந்த எடுத்துக்காட்டாகத் திகழ்வதாகும். அத்தகைய உறவில், சீடர் முழுமையான அன்போடு குருவினிடம் நிபந்தனையின்றிச் சரணடைகிறார். குருவும் சீடரின் தனித்தன்மை/அகந்தை முற்றாகக் கரைந்து அவர் தன் மெய்யியல்பை உணரும் வரை அதைவிட மிகுதியாக அன்பு செலுத்தி சீடரைப் பாதுகாத்துப் பராமரிக்கிறார்.

சத்தியத்தை உணர்ந்தாக வேண்டும் என்ற ஒரு ஆசையைத் தவிர வேறு எதையும் வைத்துக்கொள்ளாத இளைஞர் செல்லப்பெருமாள் (விரைவில் பகவானால் அண்ணாமலை சுவாமி என்று பெயரிடப்பட இருப்பவர்) பகவானிடம் வந்தடைந்த போது பகவான், "உனக்காகத் தான் நான் காத்திருந்தேன். நீ எப்போது வருவாய் என்று எதிர்பார்த்துக்கொண்டு இருந்தேன்" என்று கூறினார்.

அடுத்து வந்த 14 ஆண்டு காலம், அண்ணாமலை சுவாமிகள் தமது மனம், உடல், உயிர் மூன்றையும் சமர்ப்பித்து பகவானுக்கு உண்மையோடு சேவை செய்தார். பகவானும் முதல் நாளிலிருந்தே சீடருக்காக, தாம் கவனமாக வகுத்தளித்த பாதையிலிருந்து விலகாமல் கவனம் சிதையாமல் இருக்குமாறு உறுதி செய்ய சீடரை கண்ணும் கருத்துமாகக் கவனித்துக்கொண்டார். இந்த சிறப்பு மிக்க குரு-சிஷ்ய உறவுக்கான எண்ணற்ற எடுத்துக்காட்டுகள் இந்நூலின்கண் உள்ளன. அண்ணாமலை சுவாமி எப்போதாவது வேறு பக்தர்களோடு அரட்டை அடித்துக்கொண்டிருப்பதைப் பார்த்தால், பகவான் தாமே அவரை இழுத்து வந்து 'அவர்கள் வெறும் புலவர்களும், பண்டிதர்களுமே; அவர்களோடு பழக வேண்டாம்' என்று எச்சரிப்பார்.

கட்டிட வேலை நடந்துகொண்டிருந்த போது, அண்ணாமலை சுவாமி கிரிவலம் செல்ல முடிவு செய்த சந்தர்ப்பத்தில் பகவான் தமது சத்சங்கத்தை நிறுத்தி விட்டு கட்டிட வேலை நடைபெற்றுக்கொண்டிருந்த இடத்துக்குச் சென்று சீடரின் வேலையை தாமே மேற்கொண்டதன் மூலம், குருவின் கட்டளைகளைப் பின்பற்றுவதுதான் மற்ற அனைத்தையும் விட மிகவும் முக்கியம் என்று உணர்த்தினார்.

கட்டிடப் பணியின் போது, வேறு யாராவது தமது சீடருக்கு வேலை வைத்து அவரை ஏவல் செய்ய முயற்சித்தால், பகவான் சீடருக்கு ஆதரவாக களத்தில் இறங்கி தொந்தரவு செய்தவர்களை சில சமயம் விரட்டி அடித்ததும் உண்டு.

ஒரு முறை பகவானுக்கு சேவை செய்துகொண்டிருக்கையில் அண்ணாமலை சுவாமியின் தலையில் எதிர்பாராத விதமாக காயம் ஏற்பட்ட போது, பகவானே வலி நிவாரண களிம்பு கொண்டு அண்ணாமலை சுவாமியின் தலையை 15 நிமிடங்களுக்குக் குறையாமல் தடவிக்கொடுத்து அன்பைக் குழைத்து ஹஸ்த தீக்ஷை வழங்கினார்.

ஒரு நாள் மாதவ சுவாமி போதை மருந்துகளால் கிடைக்கும் மகிழ்ச்சியைப் பற்றி பகவானிடம் கேள்வி எழுப்பிய போது, பகவான் அந்த வாய்ப்பைப் பயன்படுத்திக்கொண்டு அருகில் இருந்த அண்ணாமலை சுவாமியை சுமார் இரண்டு நிமிட நேரம் கட்டிப்பிடித்துக்கொண்டு, "ஆனந்தம்! ஆனந்தம்!" என்று உரத்த குரலில் மொழிந்தார். இது சீடரை சுமார் 15 நிமிடங்களுக்கு மேல் சமாதி நிலையில் ஆழ்த்தி அவரது வாழ்க்கையில் ஒரு திருப்பு முனையை ஏற்படுத்தியது.

அண்ணாமலை சுவாமி பலாக்கொத்துக்கு தனிமை தியானத்திற்காக குடி பெயர்ந்த பிறகு, பகவான் அவரது குடிலுக்கான தேவைகளை கவனித்துக்கொண்டு அங்கே கட்டிடப் பணி முறையாக நடைபெறுவதை உறுதி செய்தார்.

அண்ணாமலை சுவாமி ஆஸ்ரமத்தை விட்டு வெளியேறிய பிறகும், பகவான் தமது சீடரின் குடிலுக்கு அடிக்கடி சென்று பார்ப்பது வழக்கம், சில சமயம் சீடர் வழங்கும் உணவையும் உண்பார். ஒரு நாள் மாலை அண்ணாமலை சுவாமி ஆஸ்ரமத்திற்கு வந்த போது, அன்று ஆஸ்ரமத்தில் சமைக்கப்பட்டிருந்த அவியல் உணவை அண்ணாமலை சுவாமிக்கு மிகவும் பிரியமான உணவு என்பதை நினைவில் வைத்திருந்த பகவான் அவரை உட்காரச் சொல்லி அதை அவருக்குத் தமது கைகளாலேயே பரிமாறினார் என்றால், அவர் மீது பகவான் கொண்டிருந்த அன்பு எத்தகையது என்பதை உணரலாம். சீடர் அதை உண்டு முடிக்கும் வரை கையில் டார்ச் விளக்கை வைத்து வெளிச்சம் உண்டாக்கிக்கொண்டு அவர் அருகிலேயே நின்றுகொண்டும் இருந்திருக்கிறார்.

சில மாதங்களுக்குப் பிறகு பகவானை தரிசிக்க அண்ணாமலை சுவாமி சத்சங்கத்திற்குச் சென்ற போது, பகவான் திடீரென அவரை நோக்கிக் கூறினார், "உன்னுடைய கர்மங்கள் அனைத்தும் முடிந்து விட்டன, நீ இப்பொழுது ஒரு சுதந்திர புருஷன்." இவ்வாறு பகவான் மூன்று முறை கூறி அருளினார். பகவான் தொடர்ந்து அண்ணாமலை சுவாமிகள் மீது பொழிந்து வந்த அருளாசிகளுக்கு இவை ஒரு சில எடுத்துக்காட்டுகளாகும். இதற்குக் காரணம் சீடர் தூய உள்ளத்தோடு பகவானிடம் முழுமையாக சரணடைந்ததே ஆகும்.

பகவான் அருளால் அண்ணாமலை சுவாமிகள் முக்தி அடைந்ததில் வியப்பதற்கு ஒன்றுமில்லை. ஆயிரக்கணக்கான பக்தர்கள் பகவானிடம் வந்தனர். அவர்களுள் சிலர் பகவானின் சீடர்களாகி அவருக்கு மிகவும் நெருக்கமாகவும் கூட இருந்து சேவை செய்தனர். ஆனால் அண்ணாமலை சுவாமிக்கு கிடைத்தது போன்ற அன்பும் அரவணைப்பும் வேறு யாருக்கும் கிடைத்திருக்குமா என்பது தெரியவில்லை.

1976 முதல் நவம்பர் 1995-இல் அண்ணாமலை சுவாமிகள் மகாசமாதி அடையும் வரை இருபதாண்டு காலம் பலாக்கொத்தில் அவரோடு வாழ்ந்து சேவை செய்வதற்கான மகத்தான அருட்பேறு எனக்குக் கிடைத்தது. 1938 முதல் 57 ஆண்டு காலம் அண்ணாமலை சுவாமிகள் பலாக்கொத்தில் அந்தக் குடிலில் இருந்து ஒரு முறை கூட வேறெங்கும் செல்லாமல் வாழ்ந்திருக்கிறார். காரணம், பகவான் அவருக்கு அப்படி வாழுமாறு அறிவுறுத்தியிருந்தார். 1950-இல் பகவானின் மகாசமாதிக்குப் பிறகு, அண்ணாமலை சுவாமி தம்முடைய வாழ்நாளை மிகவும் அமைதியாக சகஜ சமாதியில் கழித்து வந்தார். அருகிலிருந்த கிராமங்கள் சிலவற்றிலிருந்து அவ்வப்போது சில பக்தர்கள் அவரை தரிசிக்க வருவதுண்டு. 1982-இல் படிப்படியாக பல மேற்கத்திய நாட்டு பக்தர்கள் ஆன்மிக வழிகாட்டுதலுக்காக ஸ்ரீ அண்ணாமலை சுவாமிகளை நாடி வரத்தொடங்கினார்கள்.

ஜப்பானியரான மீரா அவர்களும், பிரெஞ்சு நாட்டைச் சேர்ந்த எலியனோர், சுவிட்சர்லாந்தின் கேப்ரியேல் பேச்லர், கனடாவைச் சேர்ந்த பார்மர் மற்றும் அமெரிக்கரான சத்யா ஆகியோர்

அவர்களுள் குறிப்பிடத்தக்கவர் ஆவர். அதன் பிறகு இந்த பக்தர்களின் எண்ணிக்கை வளரத் தொடங்கியது.

சத்சங்கத்தின் போது பக்தர்கள் அண்ணாமலை சுவாமியிடம் ஆங்கிலத்தில் பல கேள்விகளைக் கேட்பார்கள். அவற்றை தமிழில் மொழிபெயர்த்து சுவாமியிடம் கூறுவதும், சுவாமியின் பதிலை ஆங்கிலத்தில் மொழிபெயர்த்துக் கூறுவதும் என்னுடைய பணியாக இருந்தது. இந்த சத்சங்க உரையாடல்களை முறையாக ஒரு நோட்டுப் புத்தகத்தில் சத்யா எழுதி வைத்து வந்தார். அந்தப் புத்தகத்தை அவர் அண்ணாமலை சுவாமி ஆஸ்ரமத்திற்கே ஒப்படைத்தார்.

அத்துடன் ஸ்ரீ அண்ணாமலை சுவாமிகள் ரமணாஸ்ரமத்தில் சேவை செய்து வந்த (1928-1942) போது பகவானின் சன்னிதானத்தில் நிகழ்ந்த புனிதமான நிகழ்வுகளையும், பகவானின் போதனைகளையும் ஒரு நாட்குறிப்பு புத்தகத்தில் பதிவு செய்து வந்திருக்கிறார். அண்ணாமலை சுவாமிகளின் இந்த அரிய குறிப்புகளை சாது குமாரசாமி ஆங்கிலத்தில் மொழிபெயர்த்து ஸ்ரீ அண்ணாமலை சுவாமி ஆஸ்ரமத்திற்கு அளித்துள்ளார்.

1983 ஆம் ஆண்டு டேவிட் காட்மன் என்ற ஆங்கிலேய பக்தர் ஸ்ரீஅண்ணாமலை சுவாமியை சந்திக்க வந்தார். பக்தர்கள் பலரையும் போலவே சுவாமிகளின் சாந்நித்யமும், போதனைகளும் அவரை வியப்பில் ஆழ்த்தின. அவர் அண்ணாமலை சுவாமியை சில வார காலம் முறையாக நேர்காணல் செய்து சுவாமிகளின் உரையாடல்களை ஒலி நாடாவில் பதிவு செய்ய, நான் அவற்றை ஆங்கிலத்தில் மொழிபெயர்த்தேன். டேவிட் இந்தப் பதிவுகளை எடுத்தெழுதி சத்யாவின் குறிப்புகளோடும், குமாரசாமியின் நாட்குறிப்பு மொழிபெயர்ப்போடும், ரமணாஸ்ரமம் மற்றும் அதன் பணிகள் பற்றி தமக்கிருந்த அறிவின் அடிப்படையிலான தமது சொந்தக் கருத்துக்களையும் இணைத்து அவர் 'Living by the Words of Bhagavan' என்ற தலைப்பில் ஒரு கையெழுத்து நூற்பிரதியை உருவாக்கினார்.

நான் இப்பிரதியை ஸ்ரீ அண்ணாமலை சுவாமிக்குப் படித்துக் காட்ட, அவர் அளித்த ஆலோசனைகளின் அடிப்படையில் அதில் பல்வேறு திருத்தங்கள் செய்யப்பட்டன. ஆனால் அந்த நேரத்தில் சுவாமிகளுக்கு அதை ஒரு நூலாக வெளியிடுவதில் ஆர்வம் இருக்கவில்லை; ஏனெனில் அந்த நூலைப் படித்து விட்டு தன்னைப் பார்ப்பதற்கென்று கூட்டம் கூட்டமாக மக்கள் வருகை புரிவதை அவர் தவிர்க்க விரும்பினார். இப்படி ஏழாண்டுகள் கழிந்தன.

எனினும் 1994-இல் இந்தப் புத்தகம் வெளியிடப்பட்டு தமது சீடரின் பெருமையை உலகம் அறிய வேண்டும் என்பது பகவானின் திருவுள்ளமாக இருந்தது. 1994 ஆம் ஆண்டு, ஸ்ரீ அண்ணாமலை சுவாமிகள் அனுமதி வழங்கியதின் பேரில், அந்நூல் ஸ்ரீ அண்ணாமலை சுவாமி ஆஸ்ரம டிரஸ்டின் முதல் பதிப்பாக வெளியிடப்பட்டது. 1995 ஆம் ஆண்டு டிரஸ்ட் அதன் இரண்டாம் பதிப்பையும் வெளியிட்டது.

'Living by the Words of Bhagavan' நூலின் முதல் பதிப்பில் சில மாற்றங்கள் செய்யப்பட்டுள்ளன. தேவைப்பட்ட இடங்களில் தமிழிலிருந்து ஆங்கிலத்திற்கு மேற்கொள்ளப்பட்ட மொழிபெயர்ப்பில் துல்லியத்தன்மை மேம்படுத்தப்பட்டுள்ளது. அந்நூலின் ஆசிரியர் உரிமை மீண்டும் ஸ்ரீ அண்ணாமலை சுவாமிகளுக்கு வழங்கப்பட்டது. நூல் முழுதும் விரவியிருந்த தொகுப்பாசிரியரின் அரிய குறிப்புகள் எல்லாம் ஸ்ரீ அண்ணாமலை சுவாமிகளின் உரைகளின் தடையற்ற போக்கிற்கு இடையூறாக இல்லாதவாறு நூலின் கடைசிப் பகுதியில், உரிய குறிப்பு உதவி இணைப்புகளுடன் பின் இணைப்பாக சேர்க்கப்பட்டுள்ளன.

ஸ்ரீ அண்ணாமலை சுவாமிகளின் டைரிக் குறிப்புகள் என்ற அத்தியாயம் விடப்பட்டுள்ளது;

ஏனென்றால், 'ஸ்ரீ பகவானும் அடியேனும்' என்ற தலைப்பில் ஸ்ரீ சத்குரு அண்ணாமலை சுவாமிகள் ஸ்பிரிச்சுவல் டிரஸ்டால் கூடுதல் விவரங்களுடன் அது ஏற்கெனவே பதிப்பிக்கப்பட்டுள்ளது. விடப்பட்டுள்ள' உரையாடல்கள்' (Conversations) என்ற அத்தியாயம் விரைவில் புதியதொரு நூலாக வெளிவர உள்ளது.

அண்ணாமலை சுவாமிகளின் மகாசமாதி வரையிலான இறுதி ஆண்டுகளை விவரிக்கும் ஒரு சுருக்கமான புதிய அத்தியாயம் இணைக்கப்பட்டுள்ளது. ஸ்ரீ மகாபிரபு அவர்களை அறிமுகப்படுத்தும் ஒரு சிறிய குறிப்புரை இறுதியில் இணைக்கப்பட்டுள்ளது.

ஸ்ரீ மகாபிரபு அவர்கள் பல ஆண்டுகள் ஸ்ரீ அண்ணாமலை சுவாமிகள் ஆஸ்ரமத்தின் சத்சங்கத்தில் தன்னை பற்றிய உண்மையை உணர வேண்டும் என்ற உன்னதமான லட்சியத்தை நோக்கி தமது இடையறாத உழைப்பை செலுத்திய பின்பே பகவான் ஸ்ரீ ரமணரின் அருளால் சத்தியத்தில் நிலை பெற்றுள்ளார்.

சத்தியத் தேடலில் இருக்கும் உண்மையான சாதகர்கள் அனைவருக்குமே ஸ்ரீ அண்ணாமலை சுவாமிகளின் வாழ்க்கை ஒரு உன்னதமான முன்மாதிரியாகும். பகவானுடனான அவரது வாழ்க்கை பற்றிய அவரது உரையாடல்கள் புத்தக வடிவில் உள்ள ஓர் உயர்ந்த ஆன்மிகப் பொக்கிஷமாகும். இந்நூல் உங்களுக்குக் கிடைக்கப்பெற்றிருந்தால் நீங்கள் உண்மையாகவே ஒரு ஆசிர்வதிக்கப்பட்ட ஆன்மாவே. பகவான் ஸ்ரீ ரமண மகரிஷி, ஸ்ரீ சத்குரு அண்ணாமலை சுவாமி, ஸ்ரீ மகாபிரபு மற்றும் அனைத்து மெய்யொளி பெற்ற மகான்களும் அனைத்து பக்தர்கள் மீதும் தங்களது அருளாசிகளைப் பொழிய வேண்டும் என்பதே எங்களது பிரார்த்தனையாகும்.

இவ்வரிய நூலை மொழிபெயர்ப்பு செய்வதற்கும், தட்டச்சு செய்து அச்சுப்பிழை சரி பார்த்து பேருதவி செய்து நிஷ்காம்ய சேவையாக எவ்வித பிரதிபலனையும் எதிர்பாராது பணி புரிந்த ஸ்ரீ அண்ணாமலை சுவாமிகளின் பக்தர்களான திருவண்ணாமலை ஸ்ரீ சாது குமாரசாமி அவர்களுக்கும், ஸ்ரீ அண்ணாமலை சுவாமிகளிடம் 1980 களிலிருந்து ஞான மார்க்க போதனைகளையும், தீக்ஷையையும் பெறும் பேறு பெற்ற சென்னையைச் சேர்ந்த ஸ்ரீ ஜி.எஸ்.சிவகுமார் அவர்களுக்கும் மற்றும் இவ்வரிய நூலை வாசிக்கின்ற அனைத்து அன்பர்களுக்கும் ஸ்ரீ பகவான், ஸ்ரீ அண்ணாமலை சுவாமிகள், ஸ்ரீ மகாபிரபு மற்றும் அனைத்து பிரம்ம ஞானிகளின் அருளாசிகள் மேன்மேலும் பெருக வேண்டும் என்று பிரார்த்திக்கிறோம்.

சுந்தரம் சுவாமி
ஸ்ரீ அண்ணாமலை சுவாமிகளின் சீடர் மற்றும் அணுக்கத் தொண்டர்
தலைவர்
ஸ்ரீ சத்குரு அண்ணாமலை சுவாமிகள் ஸ்பிரிச்சுவல் டிரஸ்ட்

அறிமுகம்

இந்தியாவின் நவீன காலத்து குருமார்களில் மிகவும் முதன்மையானவராக எல்லோராலும் கருதப் படுபவர் பகவான் ஸ்ரீ ரமண மகரிஷி ஆவார். 1896 ஆம் ஆண்டு 16 வயது பள்ளி மாணவனாக இருந்த போது வெறும் இருபது நிமிடங்களில் நடந்து முடிந்த ஒரு வியத்தகு மரண அனுபவ வாயிலாக ஆன்ம ஞானம் பெற்றார் அவர். அதற்கு முன்பு எந்த வித ஆன்மிகம் குறித்த எண்ணமோ, பயிற்சியோ அவர் பெற்றிராத காரணத்தால் அந்த அனுபவம் அவருக்கு ஒரு குழப்பமான ஒன்றாகவே இருந்தது. அந்த அனுபவம் ஏற்பட்ட முதல் சில வாரங்களுக்கு அது ஏதோ பேய் ஒன்று தன்னைப் பிடித்துகொண்டாதாகவோ அல்லது ஏதோ ஒரு வித இனிமையான நோயாக இருக்கலாம் என்றே அவருக்குத் தோன்றியது. அவர் அதை யாருக்கும் சொல்லவில்லை; ஒரு சாதாரண தென்னிந்திய பள்ளி மாணவனைப் போல வாழ்க்கையை நடத்த முயற்சித்தார். தொடர்ந்த அடுத்த சில நாட்களுக்கு அவர் இந்த நாடகத்தை நடத்துவதில் வெற்றி கண்டாலும் 6 வாரங்களுக்குப் பிறகு இயந்திர கதியில் சென்றுகொண்டிருக்கும் பள்ளி வாழ்க்கையிலும், குடும்ப வாழ்க்கையிலும் அவருக்கு ஏமாற்றம் ஏற்பட அவர் வீட்டை விட்டு ஏதோ ஒரு இடத்தைக் கண்டு பிடித்து எந்த ஒரு தடங்கலோ, கவனச் சிதறலோ இன்றி அங்கே தனது ஆன்ம அனுபவத்தில் அமைதியாக இருந்துகொள்ள முடிவெடுத்தார்.

சென்னையின் தென்மேற்கில் சுமார் 120 மைல்கள் தொலைவில் இருக்கும் புனிதமான திருவண்ணாமலைக்கு செல்வதை அவர் தேர்ந்தெடுத்தார். அந்த முடிவு ஏதோ தீர்மானமின்றி எடுத்த முடிவல்ல. அவரது சிறு வயதில் அருணாசலம் என்ற பெயரைக் கேட்கும் போதே அவரது உள்ளத்தில் ஏதோ ஒருவித பயபக்தி உண்டாவதை அவர் நன்கு உணர்ந்திருந்தார். சொல்லப்போனால் ஒரு உறவினர் வந்து தெளிவாக்கும் வரையில் அவர் அருணாசலம் என்பது ஏதோ வானுலகத்தில் இருக்கும் ஒரு இடம்; நாம் வழக்கமாக பூலோகத்தில் ஏதோ பஸ்ஸிலோ, ரயிலிலோ யாத்திரைக்கு செல்லும் இடமல்ல என்றே அவர் தவறாக நினைத்திருந்தார்.

தனது பிற்கால வாழ்க்கையில் அவர் அருணாசலத்தை தனது குரு என்று கூறுவார். சில சமயங்களில் அந்த அருணாசலத்தின் சக்தியே தனக்கு அந்த ஆன்ம அனுபவத்தைக் கொடுத்து பிற்பாடு அவரை தனது பௌதிக வடிவான அருணாசல மலைக்கு ஈர்த்ததாகவும் அவர் கூறுவார்.

இளம் ரமண மகரிஷி தன் குடும்பத்தினர் ஒருவரும் தான் எங்கு செல்கிறோம் என்பதை அறியாவண்ணம் இருக்க பெரும் முயற்சி செய்தார். ரகசியமாக வீட்டை விட்டுச் சென்று ஒரு சாகசம் நிறைந்த பயணத்தின் நிறைவாக மூன்று நாட்களுக்குப் பின் அருணாசலத்தை அடைந்தார். தனது வாழ்க்கையின் அடுத்த 44 வருடங்களை ஒரு நாள் கூட அதை விட்டுச் செல்ல மறுத்து அந்த மலையின் மீதோ அல்லது அந்த மலையை அடுத்தோ தான் அவர் செலவழித்தார்.

தான் அங்கு வந்த முதல் நாளே ஒரு கோவணத்தைத் தவிர தன்னிடம் இருந்த எல்லா பணத்தையும் உடைமைகளையும் அவர் தூர எறிந்தார்; துறவின் அடையாளமாக முடியை மழித்துக் கொண்டார். தன்னை யாரும் தொந்தரவு செய்யா வண்ணம் தியானத்தில் அமர்ந்திருக்க அண்ணாமலையார் கோவிலின் உட்புறத்தில் ஒரு அமைதியான இடத்தைக் கண்டார். அடுத்த நான்கு, ஐந்து வருடங்கள் அவர் ஏறக்குறைய தமது நேரம் முழுவதையும் வெவ்வேறு

கோவில்களிலும், சன்னதிகளிலும் கண்களை மூடிக்கொண்டு பெரும் ஆன்மிகப் பேரானந்தத்தில் அழுந்தித் திளைத்திருந்தார். எப்பொழுதாவது ஒரு முறை அவரைப் பார்த்து அனுதாபம் கொண்ட பார்வையாளரோ அல்லது யாத்திரிகர் யாரோ ஒருவர் அவருக்கு உணவு கொடுப்பதுண்டு. பிற்பாடு அவரது தொண்டர் அவரைக் கவனித்துக்கொண்டாலும் ஒரு குறிப்பிட்ட குறுகிய காலத்திற்கு அவர் பிச்சை எடுக்க வெளியே சென்ற சமயத்தைத் தவிர அவர் தனது உடல் நலத்தைப் பற்றியோ அல்லது உலக விவகாரங்களைப் பற்றியோ சிறிதளவும் ஆர்வம் காண்பித்ததில்லை.

1901 ஆம் வருடம் அருணாசலேஸ்வரர் கோவிலுக்குப் பின்னால் சுமார் 300 அடி உயரத்தில் இருக்கும் விருபாக்ஷி குகைக்கு அவர் இடம் பெயர்ந்தார். அடுத்த 14 வருடங்களின் பெரும் பகுதியை அவர் அங்கேயே கழித்தார். காலம் செல்லச் செல்ல அவர் தன்னைக் காண வருவோரிடம் சிறிது ஆர்வம் காண்பித்தாலும் மிகவும் அரிதாகவே அவர்களுடன் அவர் உரையாடினார். அவர் அப்பொழுதும் மௌனத்தில் அமர்ந்திருப்பதிலோ அல்லது மலைச் சரிவுகளில் நடப்பதிலோ தனது நேரத்தின் பெரும் பகுதியை கழிப்பதில் திருப்தி அடைந்தார். அவர் கோவிலில் அசையாது அமர்ந்திருக்கும் காலத்திலேயே அன்பர்களை அவர் தன்னிடம் ஈர்க்கத் தொடங்கியிருந்தார். அவர் விருபாக்ஷி குகைக்கு தனது இருப்பிடத்தை மாற்றிக்கொண்ட சமயத்தில் சிறு அன்பர் குழாம் ஒன்றை அவர் பெற்றிருந்தார். அவர்களைத் தவிர அருணாசலத்திற்கு வரும் யாத்திரிகர்களும் எப்பொழுதாவது அந்தக் குழுவில் இணைவதுண்டு.

சம்ஸ்கிருதத்தில் தபஸ் என்றொரு வார்த்தை உண்டு; அது ஒரு தீவிரமான ஆன்மிகப் பயிற்சியைக் குறிப்பதாகும். அது தன் சுயதேவைகளை மறுத்து, இன்னும் சொல்லப் போனால் தனது உடலை கொடுமையான முறையில் வருத்திக்கொண்டு அதன் வாயிலாக ஒருவரது ஆன்மிக மலங்களை முறையாக எரித்து ஒதுக்குவதாகும். சிலர் அவரிடம் ஈர்க்கப்பட்டதன் காரணம் அத்தகைய கடும் தவத்தை செய்பவன் (கோவிலில் அவர் கழித்த ஆரம்ப வருடங்களில் அவர் அசையாது அமர்ந்தவாறே இருந்தார்) மிக அதிகமான ஆன்மிக சக்தியைப் பெற்றிருக்க வேண்டும் என்பதேயாகும். மற்ற சிலர் தாங்கள் தெளிவாக உணரக்கூடிய விதத்தில் அன்பும், ஆனந்தமும் கூடிய ஒரு பிரகாசம் அவரது உடலிலிருந்து வெளிவருவதாக நினைத்ததால் அவரிடம் ஈர்க்கப்பட்டனர்.

பின் வந்த வருடங்களில் ரமண மகரிஷி தான் அத்தகைய எந்த விதமான தவத்தையோ, தியானத்தையோ அருணாசலத்தில் தனது தொடக்க நாட்களில் செய்துகொண்டு இருக்கவில்லை என்பதைத் தெளிவாக்கினார். யாராவது இதைப் பற்றி அவரிடம் கேட்டால் அவர் தனது ஆன்ம உணர்வை அடைந்தது தனது இல்லத்தில் 1896-இல் தனக்கு ஏற்பட்ட இறப்பு அனுபவத்தில் என்றும் அடுத்த வருடங்களில் அமைதியாக ஒரு சலனமும் அற்று அவர் அமர்ந்திருந்ததெல்லாம் தனது உள்ளம் அந்த ஆன்ம அனுபவத்திலேயே முழுவதும் உறைந்திருக்க தூண்டியதன் பொருட்டேயாகும் என்று அவர் உரைத்தார்.

விருபாக்ஷி குக்கையில் வசித்த தமது கடைசி சில வருடங்களில் அவர் தம்மிடம் வந்தவர்களோடு பேசவும், அவர்களது ஆன்மிகம் சம்பந்தமான கேள்விகளுக்கு பதில் அளிக்கவும் ஆரம்பித்தார். அவர் எப்பொழுதுமே மௌனத்தில் ஆழ்ந்திருந்ததில்லை; ஆனால் அருணாசலத்தில் அவர் வசித்த தொடக்க வருடங்களில் அவரிடமிருந்து வார்த்தைகள் வெளி வருவதென்பது மிகவும் அரிதாகவே இருந்தது. அவரது உபதேசமெல்லாம் அவரது உள்ளார்ந்த நேரடி ஆன்ம அனுபவத்தின் பாற்பட்டே இருந்ததே தவிர நமது இந்திய தேசத்தின் மிகப் பழம் பெரும் பெருமை வாய்ந்ததும் ஆன்மா ஒன்றே சத்தியம், மற்ற நிகழ்வுகள் அனைத்தும் அந்த ஆன்மாவிலிருந்து பிரிக்க முடியாத வெளிப்பாடுகள் அல்லது தோற்றங்கள் என்று முழங்கும் அத்வைத தத்துவத்தின் பாற்பட்டல்ல. ஆரம்ப காலத்து அத்வைத ஆச்சாரியர்கள் மற்றும் ரமண மகரிஷி இந்த இருபாலரும் கருதியது

என்னவென்றால் ஒருவன் ஒன்றோடு ஒன்று தொடர்பு கொள்ளும் பொருட்கள் கூடிய உலகத்தில் தன்னை உடலும், மனமும் கொண்ட ஒரு தனி வியக்தியாக கருதும் மாயையை கடக்க வேண்டும் என்பதே. இதை அடைந்துவிட்டால் ஒருவன் உண்மையிலேயே தன்னை அறிந்தவன் ஆகின்றான், அதாவது தன்னை உள்ளார்ந்த உருவமற்ற உணர்வாக அறிந்தவனாகின்றான்.

1890-களில் ரமண மகரிஷியின் குடும்பத்தினர் அவரது இருப்பிடத்தை கண்டுபிடித்து விட்டனர். ஆனால் அவர் தமது இல்லத்திற்கு வர மறுத்து விட்டார். 1914-இல் அவரது தாயார் அருணாசலத்திற்குச் சென்று தமது மகனுடன் தங்கி தமது எஞ்சியிருக்கும் வாழ்நாளைக் கழிக்க முடிவெடுத்தார். 1915-இல் விருபாக்ஷி குகையில் வசித்து வந்த அவரும், அவரது அன்னையாரும் மற்றும் அவரது அன்பர்கள் குழாமும் இன்னமும் மலைக்கு மேற்புறமாகச் சென்று அவரது ஆரம்ப கால அன்பர்களுள் ஒருவரால் மகரிஷிக்கென்றே அமைக்கப்பட்ட கந்தாஸ்ரமம் என்று அழைக்கப்பட்ட ஒரு சிறிய ஆஸ்ரமத்திற்குச் சென்றனர்.

இதற்கு முற்பட்ட காலங்களில் ரமண மகரிஷியுடன் வசித்து வந்த அன்பர்கள் தங்களது உணவை உள்ளூர்வாசிகளிடமிருந்து பிச்சை எடுத்தே பெற்று வந்திருந்தனர். சாதுக்கள் அல்லது சன்னியாசிகள் என்று அழைக்கப்பட்ட இந்துத் துறவிகள் எப்பொழுதும் தம்மை இவ்வாறே பேணி வந்தவாறு இருக்கின்றனர். பிச்சை எடுத்து வாழும் துறவிகள் இந்திய பண்பாட்டின் ஒரு அங்கமாகவே இருந்து வந்ததால் மதத்தின் காரணமாக பிச்சை எடுத்து வாழும் துறவிகளை யாரும் ஒரு களங்கமாக நினைப்பதில்லை. பகவான் (இப்படித் தான் அவர் கிட்டத்தட்ட எல்லா அன்பர்களாலும் அழைக்கப்பட்டார்) கந்தாஸ்ரமத்திற்கு இடம் பெயர்ந்த பின்னர் அவரது அன்னையார் அங்கு வசித்திருந்த அனைவருக்கும் வழக்கமான உணவு தயாரிக்க ஆரம்பித்தார். வெகு சீக்கிரத்தில் அவர் தமது மைந்தனின் தீவிர பக்தை ஆகி அதி வேகமாக ஆன்மிகத்தில் முன்னேறினார் என்பதை பகவானின் அருள் மற்றும் சக்தியின் துணையுடன் 1922-இல் அவர் இறக்கும் தருவாயில் ஆன்ம சாக்ஷாத்காரத்தையே அவரால் பெற முடிந்து விட்டது என்பதிலிருந்து அறிந்துகொள்ள முடிகிறது.

அவரது உடல் அருணாசலத்தின் தென்புறத்தை ஒட்டிய சமவெளியில் அடக்கம் செய்யப்பட்டது. சில மாதங்கள் கழித்து, அவர் பிற்பாடு குறிப்பிட்ட 'தெய்வ சித்தத்தால்' தூண்டப்பட்டு கந்தாஸ்ரமத்தை விட்டு அவரது அன்னையின் சமாதியின் மேல் கட்டப்பட்டிருந்த ஒரு சிறிய சன்னதிக்கு அருகில் வசிக்கத் தொடங்கினார். அடுத்த வருடங்களில் ஒரு பெரிய ஆஸ்ரமம் அவரைச் சுற்றி வளரத் தொடங்கியது. இந்தியா முழுவதிலிருந்தும், பின்னர் உலக நாடுகளில் இருந்தும் அவரது அறிவுரைகளைக் கேட்கவும், அவரது ஆசிகளைப் பெறவும் அல்லது வெறுமனே அவரது அமைதி அலைகள் வீசும் பிரகாசவெள்ளத்தில் குளிப்பதற்கென்றே அன்பர்கள் வருகை புரியத் தொடங்கினர். தமது எழுபதாவது வயதில் அவர் உடலை நீத்த போது அவர் ஒரு தேசிய நிறுவனமாகவே மாறி விட்டிருந்தார். அதாவது இந்து மதத்தின் ஆயிரக்கணக்கான வருட பாரம்பரியத்தைச் சேர்ந்த மிக நுணுக்கமான தத்துவக் கோட்பாடுகளின் பௌதிக உருவகமாகவே அவர் உருவெடுத்து விட்டிருந்தார்.

அவரது புகழும், ஈர்ப்பு சக்தியும் அவர் ஏதோ அற்புதங்களை நிகழ்த்திப் பெற்றவை அல்ல. அவர் அவ்விதம் எந்த ஒரு தனிப்பட்ட சக்தியையும் காண்பித்ததில்லை; அவ்வாறு காண்பிப்பவர்களை கண்டிக்கவும் செய்தார். அவரது புகழ் அவரது உபதேசத்தால் மட்டும் மிக்கவாறு அடையப்பெற்றது என்றும் கூறுவதற்கில்லை. அதற்கு முன்பு மிகச் சிறிதளவிலேயே அறியப்பட்டிருந்த ஆன்மிக பயிற்சியை அவர் தூக்கி நிறுத்தினார் என்பது உண்மைதான் ஆனாலும் அவரது மற்ற பல உபதேசங்களின் சாராம்சங்கள் அவருக்கு முன்பு வழி வழியாக வந்திருந்த பல குருமார்களால் கற்பிக்கப்பட்டிருந்தன என்பதும் உண்மைதான். உண்மையில் வருபவர்களின் உள்ளத்தையும், மனத்தையும் கவர்ந்தது என்னென்வென்றால் அவரது சன்னதியில்

அவர்கள் உடனடியாக உணர்ந்த புனிதத் தன்மையின் உணர்வு தான். அவர் மிக எளிமையான சிக்கனமான வாழ்க்கையை நடத்தினார். தன்னிடம் உதவி கோரி வந்த அனைத்து அன்பர்களிடமும் அவர் சமமாகவே மரியாதையையும் பரிவையும் காட்டினார். இவற்றையெல்லாம் விட, சொல்லப்போனால் மிக முக்கியமாக, அவர் மிக இயல்பாக ஒரு முயற்சியும் இன்றி ஒரு பெரும் சக்தியை வீசியவாறிருந்தார்; அது அவரை அடுத்து இருந்த அனைவராலும் ஒரு ஆழ்ந்த அமைதியான, ஆன்மிக நலத்துக்கானதாக உணரப்பட்டது. பகவானது சன்னதியில் ஒரு தனி மனிதனின் தன்முனைப்பானது முழுமை நிறைந்த ஆன்மிக உள்ளுணர்வாக உருமாற்றம் கண்டது.

பகவான் இத்தகு சக்தியை தோற்றுவிக்க எந்த வித முயற்சியையும் எடுத்ததில்லை; தன்னைச் சுற்றியிருப்பவர்களை மாற்ற எந்த ஒரு தனிப்பட்ட முயற்சியையும் அவர் எடுத்ததில்லை. அவரது சக்தியின் பரிமாற்றம் தன்னிச்சையாக, முயற்சியற்றதாக, தொடர்ச்சியானதாக இருந்தது. அப்படி உண்மையிலேயே மாற்றங்கள் நிகழ்ந்திருந்தால் அவை அவற்றைப் பெற்றவர்களின் மன நிலையைச் சார்ந்தே இருந்தனவே தவிர பகவானது முடிவினாலோ, விருப்பத்தினாலோ அல்லது செயலினாலோ அல்ல.

பகவான் இந்த சக்தியின் வீச்சைப் பற்றி நன்கு அறிந்தவராகவே இருந்தார்; இந்த சக்திப் பரிமாற்றம் என்பது அவரது உபதேசத்தின் மிக முக்கியமானதும், அவரது போதனையின் மிக மிக நேரடி பகுதியாகும் என்று அவர் அடிக்கடி சொன்னார். வாய் வழியாகவும், எழுத்து வடிவத்திலும் அவர் வெளியிட்ட உபதேசங்கள் மற்றும் அவர் ஒப்புதல் அளித்த பல தியான முறைகள் எல்லாமே தம்மிடமிருந்து எப்பொழுதும் வெளிப்பட்டுக்கொண்டிருந்த அருள் வீச்சுக்கு இணக்கமாக தமது உள்ளத்தை இணைக்க இயலாதவர்களுக்கென்றே என்று அவர் கூறினார்.

பலர் பகவானின் வாழ்க்கையைப் பற்றி, அவரது உபதேசங்களைப் பற்றி, அவரிடமிருந்து பற்பல அன்பர்கள் பெற்ற அனுபவங்களைப் பற்றியெல்லாம் எழுதியுள்ளனர். இப்பொழுது பகவான் மறைந்து 70 வருடங்களுக்கு மேல் ஆகிவிட்டது. எனவே அவரைப் பற்றிய முக்கியமான வாழ்க்கைக் குறிப்புகள் அனைத்தும் ஏற்கெனவே ஏதோ ஒரு வடிவத்தில் பதிப்பிக்கப்பட்டு விட்டன என்று நாம் அனுமானிப்பது மன்னிக்கத் தக்கதே. 1987 வரையில், நான் அண்ணாமலை சுவாமி என்று அழைக்கப்பட்ட பகவானது வயது முதிர்ந்த ஒரு அணுக்கத் தொண்டரை நேர்முகம் காணச் சென்றது வரை நான் இந்த கருத்தைத்தான் கொண்டிருந்தேன். வெகு விரைவிலேயே நான் எனது கருத்தை மாற்றிக்கொள்ள வேண்டிய கட்டாயம் ஏற்பட்டது. பல வாரங்களில் அவர் என்னிடம் பல சுவை மிகுந்த, இது வரை பதிப்பிக்கபடாத பகவானைப் பற்றியதும், அவருடன் வசித்து வந்த அன்பர்களைப் பற்றியதுமான நிகழ்ச்சிகளைக் கூறியதைக் கேட்டதும் நான் அவற்றையெல்லாம் தொகுத்து அண்ணாமலை சுவாமியே கூறுவதாக அமைத்து அவற்றைப் பதிப்பிப்பதாக முடிவெடுத்தேன். அவர் கூறியவற்றில் எனது சிறு குறிப்புக்களையும் இணைத்துள்ளேன். இந்தக் குறிப்புகள் முக்கியமாக உரையில் தெளிவற்ற சில பகுதிகளை விளக்கும் பொருட்டு கொடுக்கப்பட்டுள்ளன. சில குறிப்புகள், பின்னணியில் இருந்த சில செய்திகளைத் தெரிவிக்கின்றன. மேலும் சில குறிப்புகள், அண்ணாமலை சுவாமிக்கே தெரியாதிருந்த இவற்றோடு தொடர்புடைய சில கூடுதல் நிகழ்வுகளை அறிவிக்கின்றன.

ஸ்ரீ அண்ணாமலை சுவாமிகளோடு நான் நிகழ்த்திய உரையாடல்களை மொழிபெயர்ப்பு செய்து உதவிய திரு சுந்தரம் அவர்களுக்கு நான் நன்றி நவில விரும்புகின்றேன். தங்களுடைய புகைப்பட காப்பகத்தில் இருந்து புகைப்படங்களை நான் உபயோகிக்க அனுமதித்த ஸ்ரீ ரமணாஸ்ரமத்திற்கும், திருத்தங்களுக்கு உதவி புரிந்த நதியா சுதாராவிற்கும், இவற்றை தட்டெழுத்து வடிவத்தில் ஏற்றி, இறுதி வரைவை உருவாக்கிக் கொடுத்த ஜாக்ருதி மற்றும் சத்சங் பவன், லக்னௌவின் ஏனைய உறுப்பினர்கள் அனைவருக்கும் எனது நன்றிகளைத்

தெரிவித்துக்கொள்கிறேன்.

டேவிட் காட்மன்

பகவானிடம் வருகை

நான் 1906 ஆம் ஆண்டு சுமார் இரு நூறு வீடுகளே கொண்ட தொண்டங்குறிச்சி என்ற ஒரு கிராமத்தில் பிறந்தேன். அந்தக் கிராமத்தில் ஒரு முக்கியப் பிரமுகராக இருந்த என் தந்தையார் பல வகையான திறமைகளைப் பெற்றவராக இருந்தார். ஒரு விவசாயியாகவும், சோதிடராகவும், ஓவியக் கலைஞராகவும், கட்டிடக் கலைஞராகவும் இருந்த அவர் சிலைகளை வடிப்பதிலும், கோவில் கோபுரங்களை அமைப்பதிலும் நிபுணத்துவம் பெற்றவராக இருந்தார். நான் பிறந்த பிறகு என் தந்தையார் விரைவிலேயே மற்றொரு சோதிடரைச் சந்தித்து என் ஜாதகத்தைப் பற்றிக் கலந்து பேசியுள்ளார். இருவருமே நான் ஒரு சன்னியாசியாக ஆகிவிட வாய்ப்பு இருப்பதாக முடிவுக்கு வந்தனர். இந்த கணிப்பில் மகிழ்ச்சி அடையாத என் தந்தையார், அதற்கான வாய்ப்பைத் தவிர்க்கும் முயற்சியாக எனக்கு ஒரு முறையான கல்வி கிடைக்க விடாமல் தடுத்தார். நான் எழுதவும், படிக்கவும் கற்றுக் கொள்ளாமலே இருந்துவிட்டால், நான் ஒருபோதும் சமய நூல்களைப் படித்து கடவுள் மீது பற்றை வளர்த்துக் கொள்ள முடியாது என்ற நம்பிக்கை அவருக்கு ஏற்பட்டிருந்தது. என் தந்தையாரின் இந்த சோதிட நம்பிக்கையால் என்னால் உள்ளூர் கிராமப் பள்ளியில் மிகவும் அடிப்படையான கல்வி மட்டுமே பெற முடிந்தது. ஓரளவுக்கு தமிழ் எழுத்துக்களை எழுதப் படிக்க தெரிந்து கொண்டதுமே, நான் பள்ளிக்குச் செல்வது நிறுத்தப்பட்டு என் தந்தையாரின் நிலத்தில் அவருக்கு உதவியாக வேலை செய்ய ஏற்பாடு செய்யப்பட்டது.

தமக்குத் தெரியாமலோ அல்லது தமது அனுமதி இல்லாமலோ நான் மீண்டும் பள்ளிக்குச் செல்ல முயற்சிக்கலாம் என்று கருதிய என் தந்தையார், நான் ஏறக்குறைய கல்வியறிவு இல்லாதவனாகவே இருப்பதை உறுதி செய்ய என் அம்மாவிடம் "இவன் மீண்டும் பள்ளிக் கூடத்துக்குச் சென்றால், சோறு போடாதே!" என்று சொல்லி வைத்தார்.

நான் பள்ளிக்குச் செல்வதை நிறுத்திய சிறிது காலத்துக்குப் பிறகு, அருகிலிருந்த வேப்பூர் கிராமத்தின் வழியாக சென்று கொண்டிருந்த போது, ஒரு பண்டிதர் சொற்பொழிவாற்றிக் கொண்டிருப்பதைக் கண்டேன்.

"கல்வி கற்பது நல்லது. நீங்கள் பிச்சை எடுத்துப் பிழைக்கவேண்டியதாகவே இருந்தாலும், உங்களால் முடிந்த அளவுக்குக் கல்வி பயிலுங்கள். படிப்பறிவின் மூலமே நாம் வாழ்க்கையின் மர்மங்களை அறிந்துகொள்ள முடியும்" என்று அவர் ஊர் மக்களுக்கு கூறினார். ஊருக்குத் திரும்பியதும் நான் என் தந்தையிடம் சென்று, "நான் இன்று வேப்பூரில் ஒரு பண்டிதர் கல்வியின் மதிப்பைப்பற்றிப் பேசியதைக் கேட்டேன். நீங்களோ என்னைப் பள்ளிக் கூடத்துக்கு அனுப்ப மறுக்கிறீர்கள். அது ஏன்?" என்று முறையிட்டேன்.

"ஓ! நாமெல்லாம் வெறும் விவசாயிகள். நமக்கு கையெழுத்துப் போடும் அளவுக்கு எழுதத் தெரிந்தாலே போதும்" என்று என் தந்தை கூறி என் முறையீட்டைப் புறக்கணித்தார்.

தந்தையாரின் மனப்பாங்கையும், அவர் அளித்த பதிலையும் பார்த்து நான் அதிருப்தியடைந்ததால், நானாகவே படிக்க முயற்சிப்பது என்று முடிவெடுத்தேன்.

'விக்கிரமாதித்தன் கதைகள்' என்ற புத்தகத்தையும், ஒன்பதாம் நூற்றாண்டைச் சேர்ந்த ஞானி 'பட்டினத்தாரின் பாடல்கள்' என்ற நூலையும் எடுத்துக் கொண்டேன். நானாகவே அவற்றை வாசிக்க முயன்றேன். நான் ஒருவழியாக படித்துப் புரிந்துகொண்ட முதற் பாடல் பட்டினத்தார் பாடல்களில் ஒன்றாக இருந்தது. இந்த யதேச்சையான நிகழ்வில் ஆர்வத்தை தூண்டும் விஷயம் என்ன என்றால், அந்தப் பாடல் நான் என் வாழ்க்கையின் மிகப் பெரும் பகுதி முழுவதும் கடைப்பிடிக்க முயன்ற ஆன்மீகப் பாதையை சுருங்கச் சொல்லும் ஒரு முன்னறிவிப்பாக இருந்தது.

> "அறந்தான் இயற்றும் அவனிலுங்கோடி அதிகமில்லம்
> துறந்தான் அவனிற் சதகோடியுள்ளத் துறவுடையோன்
> மறந்தான் அறக்கற்ற றறிவோடிருந்திரு வாதனையற்று
> இருந்தான் பெருமையை என்சொல்லுவேன்? கச்சியேகம்பனே"

இது போன்ற வாசகங்களை நான் அதற்கு முன்பு கேள்விப்பட்டதில்லை என்றாலும் இயல்பாகவே எனக்கு ஆன்மிக வாழ்க்கையின் பால் ஒரு நாட்டம் இருந்து வந்தது. யாரும் என்னோடு ஆன்மிக விஷயங்கள் பற்றி ஒருபோதும் பேசியதுமில்லை; ஆயினும் கடவுள் எனும் ஒரு அதியுன்னதமான சக்தி உண்டு என்றும் அந்தக் கடவுளை அடைவது தான் வாழ்க்கையின் நோக்கம் என்றும் எனக்கு எப்போதும் எப்படியோ தெரிந்தே இருந்தது. நான் பார்த்தவை எல்லாமே ஒரு மாயத் தோற்றம் என்றும் எதுவும் உண்மையல்ல என்றும் என் உள்ளுணர்வு எனக்கு உணர்த்தியது. இந்தச் சிந்தனைகளும் அத்துடன் உலகப் பொருட்கள் எதனோடும் நான் பற்று வைத்துக்கொள்ளக் கூடாது என்பதும் என் சிறு பிராயத்தின் தொடக்கத்தில் இருந்தே என் உணர்வின் ஒரு பகுதியாக இருந்து வந்தது.

எனக்கு ஆறே வயதாகியிருந்த போது நிகழ்ந்த ஒரு சம்பவம் என் நினைவுக்கு வருகிறது. நான் என் அம்மாவோடு கிராமத்திற்கு அருகில் நடந்து சென்றுகொண்டிருந்த போது காவி உடை அணிந்த ஒரு சாதுவும் உடன் நடந்து வந்தார்.

நான் என் அம்மாவைக் கேட்டேன், "நான் எப்போது அவரைப் போல் ஒரு சன்னியாசி ஆவேன்?" பதிலுக்குக் காத்திராமல் நான் சாதுவின் பின்னாலேயே அந்தச் சாலையில் நடக்கத் தொடங்கி விட்டேன்.

நான் நடந்து கொண்டிருந்த போது, என் அம்மா தன் ஆற்றாமையை கிராமத்துப் பெண்களிடம் வெளிப்படுத்தியதைக் கேட்க முடிந்தது. "இந்த உதவாக்கரைப் பையனைப் பார்த்தீர்களா! இந்த வயசிலேயே சாமியார் ஆகப் பார்க்கிறான்!"

துரஷ்டிட்டவசமாக என் தந்தையார் என்னுடைய ஆன்மிக நாட்டத்தில் பங்கேற்கவில்லை.

அவர் நாள் தோறும் சுமார் அரை மணி நேரம் விரிவாக பூஜையும் செய்வார்; ஆனால் அவரது நோக்கம் முற்றிலும் உலகியல் சார்ந்ததாகவே இருந்தது.

நான் சிறுவனாக இருந்த போதே ஒரு முறை அவரைக் கேட்டேன், "நீங்கள் ஏன் தினமும் இந்தப் பூஜையைச் செய்கிறீர்கள்?"

அவர் பதிலளித்தார், "எனக்கு செல்வம் வேண்டும், நிலம் வேண்டும, எனக்குப் பொன் வேண்டும், மற்றும் நிறைய பணம் வேண்டும்."

நான் கூறினேன், "இவை எல்லாம் அழியக் கூடியவை. அழியக் கூடிய இவற்றுக்காக நீங்கள் ஏன் வேண்டிக் கொள்கிறீர்கள்?"

அந்தச் சிறு வயதில் இது போன்ற விஷயங்கள் குறித்து எனக்கு இருந்த புரிதலைப் பார்த்து என் தந்தை வியப்படைந்தார்.

"இவையெல்லாம் அழியக் கூடியவை என்று உனக்கு எப்படித் தெரியும்?" அவர் என்னைக் கேட்டார்.

"எனக்குத் தெரியும். அதனால்தான் சொல்கிறேன்" என்றேன் நான்.

அந்த அறிவு எனக்குள்ளேயே இருந்தது. ஆனால் அதை விளக்கிக் கூறவோ, தர்க்க ரீதியாக நிலை நிறுத்தவோ எனக்கு முடியவில்லை.

நான் ஆன்மிக விஷயங்களில் ஆர்வம் காட்டுவதைத் தெரிந்துகொண்ட என் தந்தையார் என் ஊக்கத்தைக் கெடுக்க முயற்சி செய்தார். அவர் என் வழியில் மிகுந்த பல தடைகளை உண்டாக்கினார்.

பல ஆண்டுகள் கழிந்த பின்னரே அவர் இறுதியாக, சாதுவாக ஆவதே எனக்கு விதித்தப் பட்டிருக்கிறது என்பதை ஒப்புக்கொள்ள முடிந்தது.

நான் சிறுவனாக இருந்த போதே கிராம வாசிகள் என்னை ராசியான அதிர்ஷ்டசாலி என்று கருதி வந்தனர். யாராவது ஒரு புதிய வீடு கட்டத் தொடங்கினால், என்னைத் தான் முதல் கல்லை எடுத்து வைக்கச் சொல்வார்கள். நிலங்களில் களையெடுக்கும் வேலையைத் தொடங்கினால், என்னைத் தான் முதல் களையைப் பிடுங்கும்படி கூறுவார்கள். கல்யாணங்களில் சடங்குகள் தொடங்கும் முன்பாக என்னைத் தான் விநாயகர் சிலையைத் தொடும்படி கேட்டுக் கொள்வார்கள். ஆனாலும் மிட்டாய்களைச் சாப்பிடச் சொல்வது தான் மிகவும் மகிழ்ச்சியான வேலையாக இருந்தது எனக்கு. ஏதேனும் சிறப்பு நிகழ்ச்சிகளை முன்னிட்டு கிராமத்து மக்கள் இனிப்புப் பதார்த்தங்களை தயாரித்தால் அதைப் பகிர்ந்து கொள்ள என்னை அழைப்பார்கள். நான் அவர்களுக்கு அதிர்ஷ்டத்தைக் கொண்டுவரும் ராசியான பையன் என்று எப்போதிலிருந்து கிராமவாசிகள் நம்பத் தொடங்கினார்கள் என்றோ, எப்படி அந்த முடிவுக்கு வந்தார்கள் என்றோ எனக்குத் தெரியாது; ஆனால் அந்தப் பழக்கம் எனது பதிமூன்று வயது வரை நீடித்தது.

சிலர் அசாதாரணமான அதிர்ஷ்ட சாலிகளாக இருப்பார்கள். அவர்கள் எதைச் செய்தாலும் அந்தப் பணி வளர்ந்து சிறக்கும், வெற்றி பெறும். இத்தகையவர்களை தமிழகத்தில் 'தங்கக் கையன்' என்று குறிப்பிடுவதுண்டு. விழாக்களையும், பொது நிகழ்ச்சிகளையும் தொடங்கி வைப்பதற்கு இவர்கள் பெரிதும் தேவைப்படுவார்கள்; ஏனென்றால் இவர்கள் தொடங்கி வைப்பதெல்லாம் வெற்றி பெறும் என்பது நம்பிக்கை.

ரமண மகரிஷிக்கு 'தங்கக் கையன்' என்ற பட்டப் பெயர் உண்டு. அவருடைய இளமையில் அவர் அடிக்கடி தம் நண்பர்களுடன் கால் பந்து விளையாடும் போது அவர் விளையாடிய பக்கமே எப்பொழுதும் வெற்றி பெறும் என்பது விரைவிலேயே தெரிய வந்தது. கிராமத்தில் அதிர்ஷ்டசாலியாக ஏற்றுக்கொள்ளப் படுவதற்கு அண்ணாமலை சுவாமிகளும் இது போன்று அதிர்ஷ்டத்தை வெளிப்படுத்தி இருக்க வேண்டும்.

நான் ஒருபோதும் கூடிப் பழகும் பிள்ளையாக இருந்ததில்லை. கிராமத்தில் மற்றவர்களோடு

கூடிப் பழகுவதற்கு பதிலாக, நான் ஆள் நடமாட்டமில்லாத இடங்களைத் தேடிப் பிடித்து அங்கே அமர்ந்து உள்முக அமைதியை பயிற்சி செய்தேன். கிராமத்திற்கு அருகில் இருந்த காட்டிற்குள் இருந்த ஒரு விநாயகர் ஆலயமே எனக்கு மிகவும் பிடித்த இடமாகும். நான் அடிக்கடி சென்று விநாயகரை வணங்குவேன். அந்த நாட்களில் எனக்கு சமயச் சடங்கு முறைகள் எதுவுமே தெரியாமல் இருந்ததால், சுவாமியின் முன் நெடுஞ்சாண் கிடையாக விழுந்து வணங்குவது எப்படி என்பது கூடத் தெரியாதவனாக இருந்தேன். அங்கு வந்த ஒரு சிறு பெண் மிகவும் விமரிசையாக அந்த ஆலயத்தின் சுவாமி முன்னால் சாஷ்டாங்க நமஸ்காரம் செய்ததைப் பார்த்துத் தான் நான் முறையாக விழுந்து வணங்குவது எப்படி என்று தெரிந்து கொண்டேன்.

என் கிராமத்திற்கு அருகிலிருந்த சைவ வழிபாட்டுத் தலமான விருத்தாசலம் சென்றிருந்த போது தான் எனக்குச் சமயச் சடங்குகள் பற்றித் தெரிய வந்தது. அங்கிருந்த சில பிராம்மணர்கள் அனுஷ்டானங்களைச் செய்வதைப் பார்த்துக் கொண்டிருந்த நான், எனக்கும் அப்பயிற்சி முறைகளைக் கற்றுத் தரும்படி அவர்களைக் கேட்டேன். இந்தச் சடங்குகளை எல்லாம் செய்வதற்கு சூத்திரர்களுக்கு அனுமதியில்லை என்று அவர்கள் மறுத்து விட்டார்கள்.

குறிப்பிட்ட அனுஷ்டானங்கள் வழக்கமாக பிராம்மணர்கள் மட்டுமே கடைபிடிக்கும் விரிவான சமயச் சடங்குகளாகும். அவற்றுள் சில, சமயம் சார்ந்தனவாக இருப்பினும், மற்றவை தனிப்பட்ட உடல் தூய்மைக்காகவே ஏற்பட்டவை ஆகும்.

அதன் பிறகு சில பிராம்மணரல்லாத சைவர்கள் சடங்குகளைச் செய்வதைப் பார்த்தேன். இந்தச் சடங்குகள் பற்றி விரிவாக விளக்கியிருந்த ஒரு நூலிலிருந்து அவர்கள் இவற்றைச் செய்வதற்கு கற்றுக் கொண்டதாகத் தெரிந்தது. நான் இந்தக் குழுவினரிடமிருந்து இந்த அனுஷ்டானங்களைச் செய்யக் கற்றுக் கொண்டு கிராமத்திற்குத் திரும்பிய பிறகு அவற்றை முறையாகச் செய்து வந்தேன்.

சமயத்தைப்பற்றி என் தந்தையார் ஒரு குதர்க்கமான மனப்போக்கைக் கொண்டவராக இருந்த போதிலும், அவர் முன்பே எனக்கு சூரிய நமஸ்காரம் செய்வது எப்படி என்று கற்றுக் கொடுத்திருந்தார். அதில் சூரிய உதயத்தின் போது மந்திரங்களை உச்சரித்துக் கொண்டே ஒருவர் தரையில் விழுந்து வணங்க வேண்டும். என் தந்தையார் எனக்குக் கற்றுக் கொடுத்திருந்த இந்தப் பயிற்சியோடு கூட, நான் இந்தப் புதிய சடங்குகளையும் சேர்த்துக் கொண்டேன்.

நான் மற்றொரு பயிற்சியையும் மேற்கொண்டேன்; அதாவது, மாதம் தோறும் ஏகாதசி அன்று இரவு முழுதும் விழித்திருந்து தியானம் செய்ய முயற்சித்தேன். நான் அமர்ந்த நிலையில் தியானம் செய்ய முயற்சித்தால் எனக்குத் தூக்கம் வந்துவிடுகிறது என்பதை நான் விரைவிலேயே தெரிந்து கொண்டேன். எனவே நடந்துகொண்டே தியானம் செய்ய முயற்சித்தேன்; ஆனால், அதுவும் பலிக்கவில்லை. ஏனென்றால் நடக்கும் போதும் எனக்குத் தூக்கம் வந்துவிட்டது. ஒரு சிறிய பரிசோதனைக்குப் பிறகு உள்ளூர் ஆற்றில் நீராடுவதன் மூலமும், என் தொடைகளில் மணலைக் கொண்டு வலிக்கும் அளவுக்குத் தேய்ப்பதன் மூலமும் தூக்கத்தைத் தோற்கடிக்கலாம் என்று தெரிந்து கொண்டேன். ஒரு சிறு துண்டு புகையிலையை மென்று கொண்டிருக்கும் பழக்கமும் எனக்கிருந்தது; ஏனென்றால் அப்படிச் செய்வது மனதை ரஜோ குணத்தோடு வைத்திருக்க உதவும் என்று எனக்குக் கூறப்பட்டிருந்தது.

இந்து தத்துவக் கோட்பாடுகளின்படி படைக்கப்பட்ட எல்லாவற்றிற்கும் சத்துவம் (ஒழுக்கம் சார்ந்த நல்லிணக்கம்), இராசதம் (படாடோபமான செயல் வீரம்), தாமசம் (செயலற்ற சோம்பேரித்தனம்) எனும் மூன்று குணங்களும் மாறி மாறி இருந்து வரும். மனிதிலும் இம்முக்குணங்களும் மாறிமாறி வரும். புகையிலையை மென்றால் அது ரஜோ குணத்தைத்

தூண்டிவிட்டு மனதை எப்பொழுதும் விழிப்போடும் துடிப்போடும் வைத்திருக்கும் என்று தவறாக நம்பப்பட்டது.

என் இளமைப்பருவத்தில் ஆன்மிக வாழ்க்கையில் நான் ஈடுபாடு கொண்டிருப்பதைக் காட்டிக்கொள்ள பக்திக்கான புறக் கோலத்தைப் பராமரிப்பதில் மிகுந்த அக்கறை கொண்டிருந்தேன். நான் ஒரு வெள்ளை வேட்டியை உடுத்திக்கொண்டு (19 ஆம் நூற்றாண்டில் வாழ்ந்த ஞானி ராமலிங்க சுவாமிகளைப் போல்) தலையில் முக்காடு போட்டுக் கொண்டேன். என் நெற்றியிலும், உடம்பிலும் நிறைய விபூதியைப் பூசிக் கொண்டேன். அப்பொழுது நான் ராமலிங்க சுவாமிகள் மேல் மிகுந்த பற்று வைத்திருந்தேன். கிராமத்தில் அவருடைய புகைப்படத்தைப் பார்த்ததுமே அவரால் மிகவும் ஈர்க்கப்பட்டு அவருடைய சமாதி இருந்த வடலூருக்கும் சென்று வழிபட்டேன்.

என்னுடைய பதின்ம வயதுகளின் ஆரம்பத்தில் 'ஜீவ ப்ரஹ்மைக்ய வேதாந்த ரஹசியம்' என்ற நூலின் பத்தாம் பாகத்தின் ஒரு பிரதி எனக்குக் கிடைத்தது. அந்த நூலிலிருந்து நான் பிராணாயாமப் பயிற்சி முறைகளைக் கற்றுக் கொண்டேன். இந்நூலைப் படித்ததால் எனக்கு சமய நூல்களை முழுமையாகக் கற்க வேண்டும் என்ற ஆர்வம் பிறந்தது. சாதாரணமாக, என்னுடைய நிலையில் இருந்த எந்தச் சிறுவனுக்கும் அது மிகக் கடினமாக இருந்திருக்கும்; ஆனால், ஒரு அசாதாரண சந்தர்ப்ப சூழ்நிலைகளின் சேர்க்கை விரைவிலேயே என் ஆசைகளை நிறைவேற்றி வைத்தது. எங்கள் கிராமத்தின் கர்ணம் பதவியில் இருந்தவரிடம் அவரது தந்தையாரிடமிருந்து கிடைக்கப் பெற்ற பல சமய நூல்கள் இருந்தன. அவற்றைப் படிப்பதற்கு அவருக்கு நேரமில்லை; ஏனென்றால் அவர் ஒரே சமயத்தில் மூன்று வெவ்வேறு கிராமங்களுக்கு கர்ணமாகப் பணியாற்றினார். அவருக்கு வேலைப்பளு மிகுதியாக இருந்ததால் பல நாட்கள் இரவில் கூட வீட்டுக்குத் திரும்ப முடியாதிருந்தது. அவரது மனைவியார் திருவாரூரைச் சார்ந்த ஒரு பக்தி மிகுந்த மாதரசியார், என்னை அவரது வீட்டுக்குச் சென்று அந்த நூல்களை வாசிக்க அனுமதி அளித்தார். ஒவ்வொரு நாளும் அவர் உணவு சமைத்து வீட்டில் இருந்த கணபதி சிலைக்குப் படைத்து விட்டு அதன் பிறகு அந்த பிரசாதத்தை எனக்கு வழங்குவார். அந்தப் பிரசாதத்தை நான் சாப்பிட்ட பிறகு தான் அவர் உணவருந்துவார். இறுதியில் நான் கர்ணம் அவர்கள் வீட்டிலேயே குடியேறி, அம்மாதரசியார் கொடுத்து வந்த பிரசாதத்திலேயே வாழ்ந்து வந்தேன். என் சமய ஆர்வத்தை என் பெற்றோர்கள் அறவே அங்கீகரிக்காத காரணத்தால், நான் என் வீட்டிற்குப் போவதையே முற்றிலும் நிறுத்திக் கொண்டேன். இவ்வாறு நான் பிரிந்திருந்த மூன்றாண்டு காலத்தில் நான் ஒரு முறை கூட அவர்களைச் சென்று பார்க்கவில்லை.

நான் அந்த நூல்களைப் படித்து வந்த போது, அவற்றை உரக்கப் படிக்கும் பழக்கம் எனக்கு ஏற்பட்டு விட்டது. அங்கே நான் தேர்ந்தெடுப்பதற்குப் பல நூல்கள் இருந்தன என்றாலும் நான் விரும்பிப் படித்தவை 'கைவல்ய நவநீதம்' இராமகிருஷ்ண பரமஹம்சர் பற்றிய நூல்கள், அப்பர் மற்றும் திருஞான சம்பந்தரின் தேவாரங்கள், திருவாசகம் மற்றும் பக்த விஜயம் ஆகியனவாகும்.

என்னுடைய வாசிப்பு ஆன்மிக நாட்டமுள்ள கிராமவாசிகளின் கவனத்தை வெகு விரைவிலேயே ஈர்க்கலாயிற்று. சில வாரங்களுக்குள் என் வாசிப்பைக் கேட்பதற்கென்றே சுமார் பத்து பேர் அந்த வீட்டிற்குத் தவறாமல் வரத் தொடங்கினார்கள். ஒவ்வொரு நாள் மாலையும் 6 மணி முதல் 10 மணி வரை நான் அந்த நூல்களிலிருந்து தேர்ந்தெடுத்த பகுதிகளைப் படிப்பேன். ஒவ்வொரு முறையும் படித்த பிறகு அந்தப் பகுதியின் பொருள் பற்றி நாங்கள் எல்லோரும் கலந்துரையாடுவோம்.

கிராமத்திலிருந்து வந்த அவர்களுள் சிலர் என் தந்தையாரிடம் சென்று நான் சமய சாத்திரங்களைப் படித்து மக்களுக்கு விளக்கிக் கூறிக் கொண்டிருப்பதாகத் தெரிவித்திருக்கிறார்கள். இதைக் கேட்டு என் தந்தை அதிர்ச்சியடைந்தார். ஏனென்றால், நான்

இன்னும் முற்றிலும் படிப்பறிவில்லாதவனாகவே இருப்பேன் என்று அவர் எண்ணி வந்திருக்கிறார். இதை நேரில் கண்டறிய வேண்டும் என்று முடிவு செய்து, அவர் ரகசியமாக எங்களுடைய மாலை நேரக்கூட்டங்களில் ஒன்றில் கலந்துகொண்டு கேட்டிருக்கிறார்.

அதன் பிறகு, "அவனை இனிமேல் எனக்குக் கீழ்படியச் செய்ய முடியாது. அதனால் நான் அவனைக் கடவுளுக்குக் கொடுத்து விடுகிறேன்," என்று அவர் வெளிப்படையாகவே கூறி விட்டார்.

எங்களுடைய கூட்டங்களில் கர்ணத்தின் மனைவியார் பெரும்பாலும் கலந்து கொள்வார். நாங்கள் வாசித்துக் கொண்டிருந்த விஷயங்களில் அவருக்கு ஆர்வம் வலுவடைந்து விட்டது; அவர் சைவ உணவுப் பழக்கத்தை மேற்கொண்டதோடு, உலக விவகாரங்களில் முற்றிலும் ஈடுபாடு அற்றவராக ஆகிவிட்டார். துரதிஷ்டவசமாக அவர் தமது கணவரின் மீதே கூட ஆர்வம் இழந்து விட்டார்.

ஒரு நாள் மாலை கர்ணம் அவர்கள் என்னைத் தனியாக அழைத்து சற்றுக் கோபமாகவே, "உன்னோடு சேர்ந்ததால் என் மனைவி ஒரு சாமியார் போலவே ஆகி விட்டாள். அவளுக்கு அறவே ஆசை இல்லாமல் போய்விட்டது. இனிமேலும் உன்னை என் வீட்டில் வைத்திருக்க எனக்கு விருப்பமில்லை. நீ தங்குவதற்கு வேறு இடம் பார்த்துக் கொள்," என்று கூறினார்.

கர்ணம் கூறியது மற்ற பக்தர்களின் காதிலும் விழுந்து விட்டது.

அவர்களுள் ஒருவர், "நாம் இங்கே இருந்து படிக்க வேண்டிய அவசியம் இல்லை. நமக்கு வேறு இடம் எளிதாகவே கிடைக்கும்" என்று கூறினார்.

முதலில் ஒரு எளிமையான கீற்றுக் கொட்டகை அமைத்துக் கொள்ளலாம் என்று தான் நினைத்தோம்; ஆனால், அன்று பொழுது சாய்வதற்குள் ஒரு முறையான மடத்தையே கட்டி விடுவது என்று நாங்கள் முடிவு செய்தோம்.

நாங்கள் ஒவ்வொருவரும் எங்களிடம் இருந்த தொகையை வழங்கினோம். குறுகிய காலத்திற்குள்ளாகவே 'சிவராம பஜனை மடம்' உருவாகி விட்டது. அது கட்டி முடிந்ததுமே நான் அங்கே குடியேறி என் சாதனைகளான பஜனையையும், பல்வேறு மகான்களின் நூல்களை உரத்து வாசிப்பதையும் தொடர்ந்தேன்.

மடம் கட்டி முடிந்த பிறகு, நான் கிராமத்தின் ஊடாகச் சென்ற பிரதான சாலையில் வழிப் போக்கர்களுக்கும், ஏழைகளுக்கும் உணவும், குடிநீரும் வழங்க ஒரு தண்ணீர்ப்பந்தல் அமைத்தேன். நாள்தோறும் கிராமத்தின் வழியாகச் சென்ற வழிப்போக்கர்களுக்கும், சாதுக்களுக்கும் அரிசிக் கஞ்சி வழங்க சில அடியார்களின் உதவியோடு நான் போதிய நிதி திரட்டினேன்.

நான் மடத்தை நிறுவி என்னை அதில் நிலைப்படுத்திக் கொண்ட பின் வெகு விரைவிலேயே என் பெற்றோர்கள் நான் ஆன்மிக வாழ்க்கையை மறந்துவிடும்படிச் செய்வதற்கு ஒரு இறுதி முயற்சியை மேற்கொள்ள முடிவெடுத்தனர்.

அப்பொழுது எனக்கு வயது பதினேழு ஆகி இருந்தது. 'இப்பொழுது நடவடிக்கை எடுக்காவிட்டால், இவன் நிச்சயம் சன்னியாசி ஆகிவிடுவான். யாராவது ஒரு பெண்ணைப் பார்த்து இவனுக்குக் கல்யாணம் பண்ணி வைத்துவிட்டால், இவன் சராசரி மனிதர்களைப் போல இல்லறவாசி ஆகி, இந்த ஆன்மிக நடவடிக்கைகளை எல்லாம் கைவிட்டு விடுவான். அப்புறம் இவன் நம்

எல்லோரையும் போல் ஒருவனாக ஆகிவிடுவான்' என்று அவர்கள் நினைத்தார்கள்.

அதைப் பற்றி என்னுடன் கலந்து பேசக்கூட அக்கறை காட்டாமல், ஒரு பெண்ணைப் பார்த்து, அவளது பெற்றோருடன் எல்லா ஏற்பாடுகளையும் செய்து, பிறகு திருமண விழாவிற்குத் தேவையான பொருட்களையும் வாங்கி வந்து விட்டனர். இந்த நடவடிக்கைகளைப் பற்றி எல்லாம் பஜனை மடத்துக்கு வழக்கமாக வரும் பக்தர்களுள் ஒருவரான ஒரு பெண்மணியின் மூலம் நான் கேள்விப்பட்டேன். என்ன நடக்கிறது என்பதை நான் தெரிந்துகொண்ட உடனேயே 'கல்யாண ஏற்பாடுகளை எல்லாம் நிறுத்துங்கள், ஏனென்றால் யாரையும் திருமணம் செய்துகொள்ளும் எண்ணம் எனக்கில்லை' என்று எனது பெற்றோர்களுக்குத் தெரிவித்து விட்டேன்.

மிகவும் முக்கியமான ஒரு விஷயத்தில் நான் பெற்றோர்களின் செயலுக்கு கீழ்ப்படிய அப்பட்டமாக மறுத்தது கிராமத்தில் மிகப் பெரிய நெருக்கடியை உண்டாக்கி விட்டது. அங்கிருந்த மக்களில் பலரும் எனக்குப் பைத்தியம் பிடித்து விட்டது என்று முடிவு கட்டி விட்டனர்; அதற்குக் காரணம் நான் திருமணம் செய்துகொள்ள மறுத்தது; மற்றொரு காரணம் நான் என் நேரத்தை எல்லாம் கடவுள் சிந்தனையிலும், பஜனை பாடுவதிலும் கழிப்பதில் விடாப்பிடியாய் இருந்தது. அவர்களில் பலர் (இதில் என் பெற்றோர்கள் சேரவில்லை) ஒரு கூட்டம் போட்டு என் பைத்தியத்தை குணப்படுத்த ஒரு கடுமையான முறையைக் கையாள்வது என முடிவெடுத்தனர். அவர்கள் என்னை பஜனை மடத்திலிருந்து அழைத்துக் கொண்டு அருகில் இருந்த ஒரு ஏரிக்கு இட்டுச் சென்று, என் உச்சந்தலையில் ஒரு பெரிய வெட்டு வெட்டி அதில் எலுமிச்சம் சாற்றைக் கொண்டு தேய்க்கத் தொடங்கினர். இது பைத்தியம் தெளிவிக்கும் ஒரு சிகிச்சை முறையாக அவர்களுக்குத் தெரிந்தது. அதன் பிறகு அவர்கள் வாளி வாளியாக குளிர்ந்த நீரை என் தலை மீது கொட்டினர். அவர்கள் ஏறக்குறைய ஒரு ஐம்பது வாளி நீரை என் தலை மீது கொட்டியிருப்பார்கள் என்று நினைக்கிறேன். அவர்கள் இவ்வாறு என்னைக் குளிப்பாட்டிக் கொண்டிருந்த போது, நான் என் மனதை அந்தக் குளிரிலிருந்து விலக்கிக்கொள்ள பிராணாயாமப் பயிற்சி செய்துகொண்டு அமைதியாக இருந்தேன். அவர்களைத் தடுக்க முயல்வது பயன் தராது என்று எனக்குத் தெரிந்தது. நான் அந்த சிகிச்சைக்கு எதிராக எவ்விதத்திலும் முயலாததைக் கண்டு கிராமத்து மக்கள் எனக்குப் பைத்தியம் பிடித்திருப்பதை அது மேலும் உறுதிப் படுத்துவதாகக் கருதினர். இறுதியாக 'சிகிச்சை' முடிவடைந்த பிறகு என்னை அவர்கள் கிராமத்திலிருந்த ஒரு வீட்டிற்கு அழைத்துச் சென்றனர். அங்கே அவர்கள் எனக்குப் பாகற்காய் சாம்பார் சமைத்து என்னை சாப்பிடும்படி செய்தார்கள். பாகற்காய் பைத்தியம் தெளிவிக்கும் இன்னொரு வைத்தியம் என்று அவர்கள் கருதிக் கொண்டிருந்தனர். இதை எல்லாம் வேடிக்கை பார்க்க சுமார் 100 பேர் கூடி விட்டார்கள்.

நான் சாப்பிட்டுக் கொண்டிருந்த போது அவர்களுள் ஒருவர், "நீ நல்ல பையன் தான்; நல்ல குடும்பத்தில் பிறந்தவன். ஆனால் உனக்கு பைத்தியம் பிடித்து விட்டதே!" என்றார்.

அப்பொழுது என்னுடைய பொறுமை இறுதியாக என்னிடம் இருந்து விடைபெற்றுச் சென்றது.

நான் சற்று எரிச்சலோடு "எனக்குப் பைத்தியம் பிடிக்கவில்லை" என பதில் கூறினேன். "தயவு செய்து என்னைத் தனியாக விடுங்கள். இவர்களை எல்லாம் என்னைச் சுற்றிக் கூட்டம் போட வேண்டாம் என்று சொல்லுங்கள், அல்லது நான் தனிமையில் இருக்க ஒரு அறை கொடுங்கள்," என்றேன்.

மேலும் இது போன்ற சிகிச்சைகளைத்தவிர நான் வேறு எந்த விளைவையும் அவர்களிடமிருந்து எதிர்பார்க்கவில்லை; ஆனால், அவர்கள் என் கோரிக்கையை ஏற்று என்னை அந்த வீட்டில் ஒரு அறையில் ஓய்வு எடுத்துக் கொள்ள அனுமதித்தார்கள். அவர்கள் தங்களது மனதை மாற்றிக்

கொள்ள வாய்ப்பளிக்காமல் நான் அந்த அறையின் உள் தாழ்ப்பாளைப் போட்டுக் கொண்டு நான் அனுபவித்த வேதனையிலிருந்து மீள்வதற்காக கீழே தரையில் கால் நீட்டிப் படுத்து ஓய்வெடுத்துக் கொண்டேன்.

சற்று நேரத்துக்குப் பிறகு நான் எழுந்து அமர்ந்து தியானம் செய்ய முயற்சி செய்தேன். நான் உட்கார்ந்திருந்த போது, கதவின் மறுபக்கம் கிராமத் தலைவர் என்னைப் பற்றிப் பேசிக்கொண்டிருந்ததைக் கேட்க முடிந்தது.

"நீங்கள் எனக்கு அனுமதி கொடுத்தால் நான் அந்தப் பையனிடம் திருமணம் செய்துகொண்டு இயல்பான வாழ்க்கை வாழ வாக்குறுதி வாங்கித் தருகிறேன். ஏனென்றால் இந்தச் சிகிச்சையின் பலனாக அவனது பைத்தியம் இப்பொழுது குணமாகியிருக்கும்."

அவர் கதவைத் தட்டியதும், நான் அவரை உள்ளே வர அனுமதித்தேன்.

அவர் என் முன்னால் நின்றுகொண்டு மிகவும் உறுதியாகக் கூறினார், "உனக்கு இப்பொழுது பைத்தியம் இல்லை. அதனால், தயவு செய்து 'நான் எல்லோரையும் போல் திருமணம் செய்துகொண்டு இயல்பான இல்லற வாழ்க்கை நடத்துவேன்' என்று எனக்கு சத்தியம் செய்து கொடு," என்றார்.

அதற்கு மாறாக, 'நான் ஒரு சன்னியாசி ஆவேன்' என்று உங்களுக்கு சத்தியம் செய்கிறேன்,' என்று நான் பதிலளித்தேன்.

நான் எவ்வளவு உறுதியாக இருக்கிறேன் என்பதைக் காட்ட நான் என் கையை பலமாகக் கொட்டி சத்தியம் செய்தேன். மறு பேச்சு பேசாமல் அவர் வெளியேறினார்.

"ஐயோ! ஐயோ! நான் ஒரு விதமாக சத்தியம் செய்யச் சொன்னால், அவன் நேர்மாறாக சத்தியம் செய்கிறான்" என்று அவர் வெளியே புலம்பியது எனக்குக் கேட்டது.

நான் செய்த சத்தியத்தைப் பற்றி என் குடும்பத்தார் கவலைப் பட்டதாகத் தெரியவில்லை. மேலும் என் தந்தையார் கல்யாணத்தை நடத்துவதற்கான திட்டங்களை ரகசியமாக செய்து கொண்டிருப்பதை என்னிடம் வந்த ஒரு பெண்மணி கூறக் கேட்டேன். எனவே, நானும் சில ரகசிய திட்டங்களைச் செயல்படுத்த அதுவே தருணம் என முடிவு செய்தேன். முதலாவதாக, நான் என்னைத் திருமணம் செய்துகொள்ளப் போவதாக இருந்த பெண்ணுக்கு ஒரு குறிப்பு எழுதினேன்.

"சன்னியாசி ஆவதே என் நோக்கம். இல்லற வாழ்க்கையில் சிக்கிக் கொள்ள நான் விரும்பவில்லை. எனவே நீ என்னைத் திருமணம் செய்துகொள்ள நினைக்காதே. இது உனக்கு துன்பத்தையே விளைவிக்கும்" என்று எழுதி அந்தக் குறிப்பை அவளது வீட்டில் கொண்டு சேர்ப்பிக்க நான் ஒரு ஆளை ஏற்பாடு செய்தேன். அதன் பிறகு அன்றே அந்த வீட்டிலிருந்து தப்பித்துக் கொண்டு சிதம்பரத்தை நோக்கிப் பயணமானேன்.

அங்கே சன்னியாசம் வாங்கிக்கொள்வது என்று தீர்மானித்திருந்தேன்; ஆனால், நான் அதை முறையாக செய்துகொள்ளவில்லை. தீக்ஷைக்காக யாரிடமும் செல்ல விரும்பாமல், எல்லாவற்றையும் நானே செய்துகொண்டேன்.

சன்னியாசம் என்பது பழைய இந்து சம்பிரதாயப்படி வாழ்க்கையின் நான்காவதான இறுதிப் படியாகும். இதில் ஒருவர் தன் குடும்பத்தோடும், உலகத்தோடும் உள்ள எல்லாத்

தொடர்புகளையும் அறுத்துக்கொண்டு தம் முழு நேரத்தையும் இறை நாட்டத்திலும், முக்தி நாட்டத்திலுமே செலவிடுவார். கண்டிப்பாகச் சொல்வதானால், ஒருவர் தன் குருவிடமோ அல்லது பல்வேறு துறவியர் மரபுகளின் தலைவர்களுள் யாரிடமாவது தீக்ஷை பெற்றுக்கொள்ளாமல் சன்னியாசி ஆகக் கூடாது. ஆனாலும், இந்த விதி பெரும்பாலும் புறக்கணிக்கப்படுகிறது.

நான் ஆற்றில் நீராடினேன். என் தலையை மொட்டையடித்துக் கொண்டேன். கழுத்தில் ஒரு ருத்திராக்ஷ மாலை அணிந்து கொண்டேன். ஒரு குட்டையான வேட்டியையும், ஒரு துண்டையும் அணிந்துகொண்டேன். நான் இந்தப் புதிய தோற்றத்தில் கிராமத்திற்குத் திரும்பிச் சென்று நான் ஒரு சன்னியாசி ஆகிவிட்டதாக எல்லோரிடமும் அறிவித்தேன். நான் தீவிரமாக இருக்கிறேன் என்பதையும், எனக்குத் திருமணம் செய்துகொள்வதில் சிறிதும் நாட்டமில்லை என்பதையும் என் புதிய தோற்றம் அவர்களை இறுதியாக நம்ப வைத்தது. மிகுந்த தயக்கத்தோடு அவர்கள் திருமண ஏற்பாடுகளைக் கைவிட்டனர். எனென்றால், சன்னியாசியாக மாறியவர்கள் அவர்களது எஞ்சிய வாழ்நாள் முழுவதும் பிரம்மச்சாரியாகவே இருப்பார்கள் என்பது அவர்களுக்குத் தெரிந்திருந்தது.

நான் மீண்டும் என் பழைய பணிகளுக்குத் திரும்பினேன். மடத்திற்குக் கும்பாபிஷேகம் நடத்த வேண்டிய திட்டங்களைத் தொடங்கினேன். சுற்றியிருந்த கிராமங்களின் பல பஜனைக் குழுக்களுக்கு அழைப்பு விடுத்தேன். என் பெற்றோர்களைக் கூட, அவர்கள் திருமணத்திற்காக வாங்கி வைத்திருந்த மளிகைப் பொருட்களை எல்லாம் தானமாகக் கொடுக்க வைத்தேன். அவர்கள் தானம் செய்த உணவுப் பொருட்களைக் கொண்டு சுமார் 400 பேருக்கு என்னால் உணவளிக்க முடிந்தது. பஜனை மடத்தின் கட்டுமானப் பணிக்குப் பங்களித்த மற்ற பக்தர்கள் மோரும், கேழ்வரகு மற்றும் அரிசிக் கஞ்சியை வந்தவர்களுக்கெல்லாம் வழங்கினர். கும்பாபிஷேக தினத்தன்று அழைக்கப்பட்ட பஜனைக் குழுவினர் கிராமம் முழுவதும் ஊர்வலமாக வந்து ஒவ்வொரு தெருவிலும் நிகழ்ச்சிகளை நடத்தினர். கும்பாபிஷேக நிகழ்ச்சிகள் நடந்துகொண்டிருந்த போது நான் ஒரு தனிப்பட்ட முறையிலான என் சொந்தச் சடங்கை மேற்கொண்டேன். என் பெற்றோர்களுக்கு முறைப்படி பாத பூஜை செய்து நான் சாதுவாக ஆவதற்கு அவர்களது அனுமதியை வேண்டினேன்.

என்னுடைய ஆன்மிகப் பணி வெற்றிகரமாக அமைய நான் என் பெற்றோர்களின் நல்லாசியை வேண்டினேன். அவர்கள் இருவருமே தங்கள் அனுமதியை அளித்ததோடு எனக்கு இருவருமே வாழ்த்து வழங்கினர். ஆன்மிக மார்க்கத்திலிருந்து என்னை திசை திருப்ப அவர்கள் இருவருமே அதன் பிறகு மீண்டும் முயற்சி செய்யவில்லை.

சில வாரங்களுக்குப் பிறகு காஞ்சிபுரம் சங்கராச்சாரிய சுவாமிகள் (ஜகத்குரு ஸ்ரீ சந்திரசேகரேந்திர சரஸ்வதி சுவாமிகள்) தமது யாத்திரையின் போது எங்கள் கிராமத்தின் வழியாகக் கடந்து செல்ல இருப்பதாகக் கேள்விப்பட்டேன். பால் பிரண்டனை பகவானிடம் அனுப்பிய அதே சங்கராச்சாரியார் தான் இவர்.

ஆங்கிலேயப் பத்திரிகையாளரான பால் பிரண்டன் அவர்கள் 'மர்மம் நிறைந்த இந்தியாவில் ஒரு தேடல் '(A search in secret India)' என்ற 1930-களில் மிகப் பரபரப்பாக விற்ற ஒரு நூலில் இந்திய மகான்களையும், குருமார்களையும் பற்றி எழுதிய பிறகே ரமண மகரிஷிகள் இந்தியாவிற்கு வெளியே உள்ள நாடுகளில் நன்றாக அறியப்பட்டார். 1930-இல் காஞ்சி சங்கராச்சாரியார் அவர்களின் அறிவுறுத்தலின் பேரிலேயே பால் பிரண்டன் மகரிஷியைப் பார்க்கச் சென்றார். இந்தப் பெரியவர் 1994 ஜனவரியில் தமது நூறாவது வயதில் நான் இந்நூலின் இறுதிப் படிவத்தைத் தயாரித்துக் கொண்டிருந்த போது உடலை நீத்தார்.

அத்வைத தத்துவத்தை மிகவும் பிரபலப் படுத்திய, 8 ஆம் நூற்றாண்டில் வாழ்ந்ததாகக் கருதப்படும் சங்கராச்சாரிய பகவத்பாதர் இந்து சனாதன தர்மத்தை நிலை நிறுத்தவும் தாம் கைக்கொண்ட அத்வைத தத்துவத்தை பரப்பவும் ஐந்து மடங்களை நிறுவினார். அவற்றுள் ஒன்று தென்னிந்தியாவில் காஞ்சிபுரத்தில் அமைந்துள்ளது. இம்மடங்கள் ஒவ்வொன்றுமே ஆதி சங்கரரையே மூலகுருவாகக் கொண்ட குரு பரம்பரையைக் கொண்டு விளங்குகின்றன. இம்மடங்களின் தலைவர்கள் ஒவ்வொருவரும் பீடாதிபதிகளாகப் பொறுப்பேற்றதுமே சங்கராச்சாரியார் என்ற பட்டத்தை ஏற்றுக் கொள்கின்றனர். அண்ணாமலை சுவாமிகள் சந்தித்தவர் நவீன இந்தியாவின் முனிவர்களுள் ஒருவராக பரவலாக மதிக்கப்பட்டவர் ஆவார்.

இந்தத் தகவலைக் கேள்விப்பட்டதுமே, நான் சங்கராச்சாரியாரை தரிசிப்பதற்கு ஏதுவாக அவரை இந்தக் கிராமத்தில் சிறிது தங்கிச் செல்லும்படி செய்ய முயற்சி எடுக்க வேண்டும் என்று முடிவு செய்தேன்.

அவரது பரிவாரங்களில் அடியார்கள் தவிர யானை, குதிரை போன்ற விலங்குகளும் இருக்கும் என்று எனக்குத் தெரிந்திருந்ததனால் அவர்களுக்கெல்லாம் உணவும், நீரும் வழங்க ஏற்பாடு செய்வதே சிறந்த திட்டமாக இருக்கும் என்று நினைத்தேன். நான் அப்படிச் செய்தால் அவர்கள் எல்லோரும் நான் வழங்கும் உணவை உண்பதற்காக சற்று நேரம் அங்கே தங்கியாக வேண்டும்.

குறிப்பிட்ட அந்த நாளில் அவரோடு வரும் பிராம்மணர்களுக்காக பெருமளவு மோரும், கஞ்சியும் தயாரித்தேன். குதிரைகளுக்கும், யானைகளுக்கும் தீனி கொடுக்க பசுந்தழைகளை நிறைய சேகரித்து வைத்தேன். அந்த ஊர்வலக் கூட்டம் கிராமத்தை நெருங்கியதும், நான் அந்த வரிசையில் அங்கும், இங்குமாக ஓடி அவற்றை விநியோகித்தேன். சங்கராச்சாரியார் ஒரு பல்லக்கில் தூக்கி வரப்பட்டார்; ஆனால், அவரை என்னால் பார்க்க முடியவில்லை, ஏனென்றால் அது திரையிடப் பட்டிருந்தது. அவரைத் தூக்கிக் கொண்டு வந்தவர்களுக்கு நான் கஞ்சி வழங்கிய போது அவர்கள் கஞ்சியை உண்பதற்காக நிற்கலாம் என்று முடிவு செய்தார்கள். இதனால், ஏன் இந்தத் தாமதம் என்று தெரிந்துகொள்வதற்காக சங்கராச்சாரியார் திரையை விலக்கினார். நான் உடனே அவருக்கு நெடுஞ்சாண்கிடையாக விழுந்து நமஸ்காரம் செய்தேன்.

அவர் சில வினாடிகள் என்னைப் பார்த்துக்கொண்டு இருந்துவிட்டு "ஒரு மைல் தூரம் கடந்த பிறகு நான் ஓய்வெடுப்பேன். அந்த இடத்திற்கு வந்து நீ என்னைத் தரிசிக்கலாம்" என்றார்.

அந்தக் கிராமத்திலிருந்து ஒரு மைல் தொலைவில் வேப்பூர் என்ற ஒரு சிறிய நகரம் இருந்தது. அவருடைய பரிவாரத்தைச் சேர்ந்த ஒருவரிடமிருந்து அங்கே பிக்ஷைக்கு (அன்ன தானம்) ஏற்பாடு செய்யப்பட்டிருக்கிறது என்பதையும், வேப்பூர் பயணியர் விடுதியில் சங்கராச்சாரியார் தங்குவார் என்பதையும் நான் தெரிந்து கொண்டேன்.

எங்கள் கிராமத்தில் இருந்த ஒரு காவல் துணை ஆய்வாளர் நல்ல பக்தராவார். சங்கராச்சாரியார் பக்கத்திலேயே தங்கியிருக்கிறார் என்று நாங்கள் கேள்விப்பட்டதும் நாங்கள் இருவரும் அவரைத் தரிசிக்க வேப்பூருக்கு நடந்தே சென்றோம். அவரைச் சூழ்ந்து ஒரு பெரிய கூட்டமே திரண்டிருந்தது; இருந்தாலும் நான் அவரது பாதங்களைத் தொடுமளவுக்கு அவரை நெருங்கிவிட்டேன்.

அவரது பிராம்மணத் தொண்டர்கள் அவரைத் தொடக் கூடாது என்று புகார் செய்தனர். ஆனால், அவர் "அவன் ஒரு பிரம்மச்சாரியாகவும், சாதுவாகவும் இருப்பதால் பரவாயில்லை" என்று கூறி அவர்களை அமைதிப்படுத்தினார்.

சங்கராச்சாரியாரின் முக்கியமான கடமைகளுள் ஒன்று சனாதன இந்து தர்மத்தின் கோட்பாடுகளை நிலை நாட்டுவதும், நடைமுறைப் படுத்துவதும் ஆகும். 1920-களில் இதற்காக சாதிக் கட்டுப்பாடுகளை கடுமையாகப் பின்பற்ற வேண்டியதாக இருந்திருக்கும். அதன்படி பிராம்மணர்களுக்கும் கீழ் சாதியினர் மற்றும் சாதியிலிருந்து தள்ளிவைக்கப்பட்டவர்கள் ஆகியோருக்கும் இடையே உடலளவிலான தீண்டுதல் என்பது ஆன்மிகத் தூய்மையைக் கெடுத்துவிடும் எனக் கருதப்பட்டது. சாதுக்களும், சன்னியாசிகளும் இந்தச் சாதிப் படிநிலைகளில் இருந்து தங்களை விலக்கிக் கொண்டவர்கள் என்று பலரும் கருதியதால், இந்தத் தீட்டு விதி அவர்களுக்குப் பொருந்தாது.

இந்நாட்களில் சாதிக் கலப்பு மற்றும் தீட்டு தொடர்பான விதிகள், சில பாரம்பரிய பிராம்மணர்களால் இன்னும் கடைபிடிக்கப்பட்டு வந்த போதிலும், பெரும்பாலும் வழக்கொழிந்துவிட்டன.

சங்கராச்சாரியார் என் பேரில் பரிவு காட்டுவதாகத் தோன்றியதால், எனக்கு உபதேசம் வழங்குமாறு அவரிடம் கேட்டேன். அவர் எனக்கு 'சிவாய நமஹ' என்ற மந்திரத்தை உபதேசித்து அதை ஜபிக்கும்படியும், ஒரு லட்சம் முறை எழுதும்படியும் கூறினார். என் பணியை வெற்றிகரமாக முடித்து ஊர் திரும்பிய நான் அவருடைய அறிவுரைகளைப் பின்பற்றத் தொடங்கினேன். பல நோட்டுப் புத்தகங்களை வாங்கி அவற்றில் மந்திரத்தை எழுதி நிரப்பினேன். அதன் பிறகு நான் அந்த மந்திரத்தை ஜபித்தோடு அதனை தியானிக்கவும் தொடங்கினேன்.

எனக்கு வயது இருபத்து ஒன்றாக இருந்த போது, 1928 ஆம் ஆண்டில் ஒரு சமயம் ஊர் ஊராகச் சென்று தீர்த்தமாடிக் கொண்டிருக்கும் சாது ஒருவர் என் கிராமத்துக்கு வந்தார். அவர் எனக்கு 'உபதேச உந்தியார்' என்ற நூலின் ஒரு பிரதியைக் கொடுத்தார்; அதில் ஸ்ரீ ரமண மகரிஷிகளின் புகைப்படம் இருந்தது. எனக்கு அந்தப் படத்தைப் பார்த்ததுமே இவர் தான் எனது குரு என்ற உணர்வு உதித்தது. அதே சமயம் அவரைப் போய்ப் பார்த்தாக வேண்டும் என்ற ஒரு அதிதீவிர ஆசையும் எழுந்தது.

'உபதேச உந்தியார்' என்பது ரமண மகரிஷிகள் எழுதிய தத்துவக் கருத்துக்களைக் கூறும் முப்பது செய்யுட்களை உள்ளடக்கிய ஒரு தமிழ் நூல். அந்நூல் அண்ணாமலை சுவாமிகள் அதனைக் கண்ணுறுவதற்கு ஓராண்டு முன்னதாக, 1927 ஆம் ஆண்டு முதல் முறையாக வெளியிடப்பட்டதாகும். 'உபதேச சாரம்' என்பது இதையே ஸ்ரீ ரமணர் வடமொழியில் மொழிபெயர்த்த நூலாகும். 'உபதேச சாரம்' என்ற பெயரில் உள்ள சில ஆங்கில மொழிபெயர்ப்புகள் உண்மையில் தமிழ் மூல நூலான உபதேச உந்தியாரின் மொழிபெயர்ப்பே ஆகும்.

அன்றிரவு நான் ஒரு கனவு கண்டேன்; அதில் ரமண மகரிஷி அருணாசலத்தின் அடிவாரத்திலிருந்து பழைய ஹாலை நோக்கி நடந்து கொண்டிருந்தார். பழைய ஹாலின் வாசலில் அவர் தாம் வைத்திருந்த கமண்டலத்திலிருந்த நீரைக் கொண்டு தம் கால்களைக் கழுவிக் கொண்டார். நான் அவரை அணுகி கால்களில் விழுந்து நெடுஞ்சாண்கிடையாக வணங்கியதும், அவரது தரிசனத்தால் ஏற்பட்ட அதிர்வலைகளை என்னால் தாங்க முடியாமல் ஒரு வித மயக்கத்தில் ஆழ்ந்தேன். வாயைத் திறந்தபடி தரையில் விழுந்து கிடந்த என் வாயில் பகவான் தன் கமண்டலத்து நீரை ஊற்றினார். நீரை ஊற்றியவாறே 'மகாதேவா, மகாதேவா' என்ற சொற்களைத் திரும்பத் திரும்பக் கூறியது எனக்கு நினைவிருக்கிறது. ஹாலுக்குத் திரும்பச் செல்வதற்கு முன் பகவான் சில வினாடிகள் என் கண்களை உற்று நோக்கினார்.

'ஹால் ', ' பழைய ஹால்' எனும் சொற்கள் ஸ்ரீ ரமணர் 1928 க்கும் 1940 க்கும் இடைப்பட்ட

காலத்தில் தங்கியிருந்து உபதேசம் அருளிய கட்டிடத்தைக் குறிக்கிறது.

மறுநாள் காலை விழித்தெழுந்ததும் நான் உடனே சென்று பகவானை தரிசிக்க வேண்டும் என்று முடிவு செய்தேன். கிராமத்தை விட்டு வெளியே செல்லப்போகும் என் திட்டத்தை என் பெற்றோர்களிடம் தெரிவித்த பிறகு, நான் பஜனை மடத்திற்குச் சென்று அங்கிருந்த அனைவரிடமும் விடைபெற்றேன். அவர்களுள் பலரும் அழத்தொடங்கிவிட்டார்கள்; ஏனெனில் அவர்களுக்கு நான் திரும்பி வரப்போவதில்லை என்று ஒரு வலுவான உள்ளுணர்வு இருந்தது. நான் வெளியேறுவதற்கு அவர்களிடமிருந்து அனுமதி பெற்றுக்கொண்டு அன்று மாலையே கிராமத்தை விட்டு வெளியேறினேன். அதன் பிறகு நான் ஒரு போதும் அங்கே திரும்பிச் சென்றதில்லை. என்னிடம் செலவுக்குப் பணம் எதுவும் இல்லை என்றறிந்த சில பக்தர்கள் சிறிது பணம் திரட்டி எனக்குப் பிரிவு உபசாரமாக என்னிடம் வழங்கினர்.

இருபத்தைந்து மைல் தொலைவில் இருந்த பக்கத்து ஊரான உளுந்தூர் பேட்டைக்கு நடந்தே செல்ல முடிவு செய்தேன்; ஏனென்றால், ரமண மகரிஷி வாழும் திருவண்ணாமலைக்குச் செல்ல அங்கே ரயில் வண்டி வருமென்று நான் கேள்விப்பட்டிருந்தேன். எனினும், நான் என் பயணத்தைத் தொடங்குவதற்கு முன்பாக அந்த கிராமத்தின் வழியாக பன்னிரண்டு மாட்டு வண்டிகள் கடந்து சென்றுகொண்டிருந்தன. கிராமத்து பக்தர்கள் அந்த வண்டிகளை ஓட்டிக் கொண்டு வந்த ஒருவரிடம் பேசி எனக்கு ஒரு வண்டியில் ஏறிப் பயணம் செய்ய ஏற்பாடு செய்தனர். இரவெல்லாம் சென்ற அந்தப் பயணத்தின் போது உற்சாக மிகுதியால் எனக்குத் தூக்கமே பிடிக்கவில்லை. இரவு முழுவதும் வண்டியில் உட்கார்ந்தவாறே பகவானைப் பற்றி நினைத்துக் கொண்டிருந்தேன்.

உளுந்தூர்பேட்டையில் திருவண்ணாமலைக்கு ரயில் ஏறுவதற்கு முன்பாக நான் எனது உணவை அந்த வண்டியோட்டுபவர்களோடு பகிர்ந்து கொண்டேன். ஆரம்பத்தில் நேராக திருவண்ணாமலைக்கே சென்றுவிட வேண்டும் என்ற நோக்கத்தில் இருந்தேன்; ஆனால், இந்த ரயில் செல்லும் வழியிலேயே உள்ள ஒரு நகரத்திற்கு அருகிலேயே சங்கராச்சாரியார் முகாமிட்டிருந்தார் என்ற தகவலை ஒரு சகபயணி எனக்குத் தெரிவித்தார். ஆகவே, நான் முதலில் அவரைத் தரிசித்து அவரது நல்லாசிகளைப் பெற்றுக்கொள்ளத் தீர்மானித்தேன். திருவண்ணாமலைக்குத் தெற்கே பதினைந்து மைல் தொலைவில் இருக்கும் திருக்கோயிலூரில் இறங்கி சங்கராச்சாரியார் தங்கியிருந்த புதுப்பாளையம் என்ற கிராமத்திற்குச் சென்றேன். சங்கராச்சாரியாரைக் கண்டு அவருக்கு நமஸ்காரம் செய்து அவரை நான் வேப்பூரில் தரிசனம் செய்தது பற்றிக் கூறினேன்.

சங்கராச்சாரியார் சில வினாடிகள் என்னை உற்று நோக்கினார். பிறகு என்னை அடையாளம் கண்டுகொண்டு புன்முறுவலோடு, "ஆம், எனக்கு நினைவிருக்கிறது," என்றார்.

"நான் ரமண பகவானைப் பார்க்கப் போய்க்கொண்டிருக்கிறேன். தயவு செய்து என்னை ஆசிர்வதியுங்கள்," என்று நான் அவரிடம் கூறினேன்.

இந்தச் செய்தியைக் கேட்ட சங்கராச்சாரியார் மிகவும் மகிழ்ச்சி அடைந்தவராய், "ரொம்ப நல்லது" என்று வியந்துரைத்தார்.

பின்பு தம் தொண்டர்களுள் ஒருவரைப்பார்த்து எனக்கு உணவளிக்குமாறு பணித்தார். நான் உண்டு முடித்த பிறகு, சங்கராச்சாரியார் ஒரு தட்டில் சிறிது விபூதியை வைத்து அதன் மீது தம் உள்ளங்கையை வைத்து ஆசிர்வதித்தார். அதன் பிறகு அவர் அந்தத் தட்டின் மீது ஒரு தேங்காய் மூடியையும் பதினோரு வெள்ளி நாணயங்களையும் வைத்து எனக்கு வழங்கினார். நான் அந்தப் பணத்தையும், விபூதியையும், தேங்காயையும் எடுத்துக்கொண்டு தட்டை அவரிடம் திருப்பிக்

கொடுத்தேன். நான் தேடி வந்த ஆசிர்வாதம் எனக்குக் கிடைத்துவிட்டதாக உணர்ந்து, அவரை விழுந்து வணங்கிவிட்டு அந்தக் கிராமத்திலிருந்து புறப்பட்டு என் திருவண்ணாமலைப் பயணத்தைத் தொடர்ந்தேன்.

திருவண்ணாமலையை சென்றடைந்த போது, அங்கே சேஷாத்திரி சுவாமி என்ற மற்றொரு மகான் இருப்பதாகவும், ரமண மகரிஷி வசிக்கும் ஸ்ரீ ரமணாஸ்ரமத்திற்கு போவதற்கு முன்பாக இவருடைய தரிசனத்தைப் பெற்றுக்கொள்வது மிகவும் சிறப்பாகவும் கூறப்பட்டது.

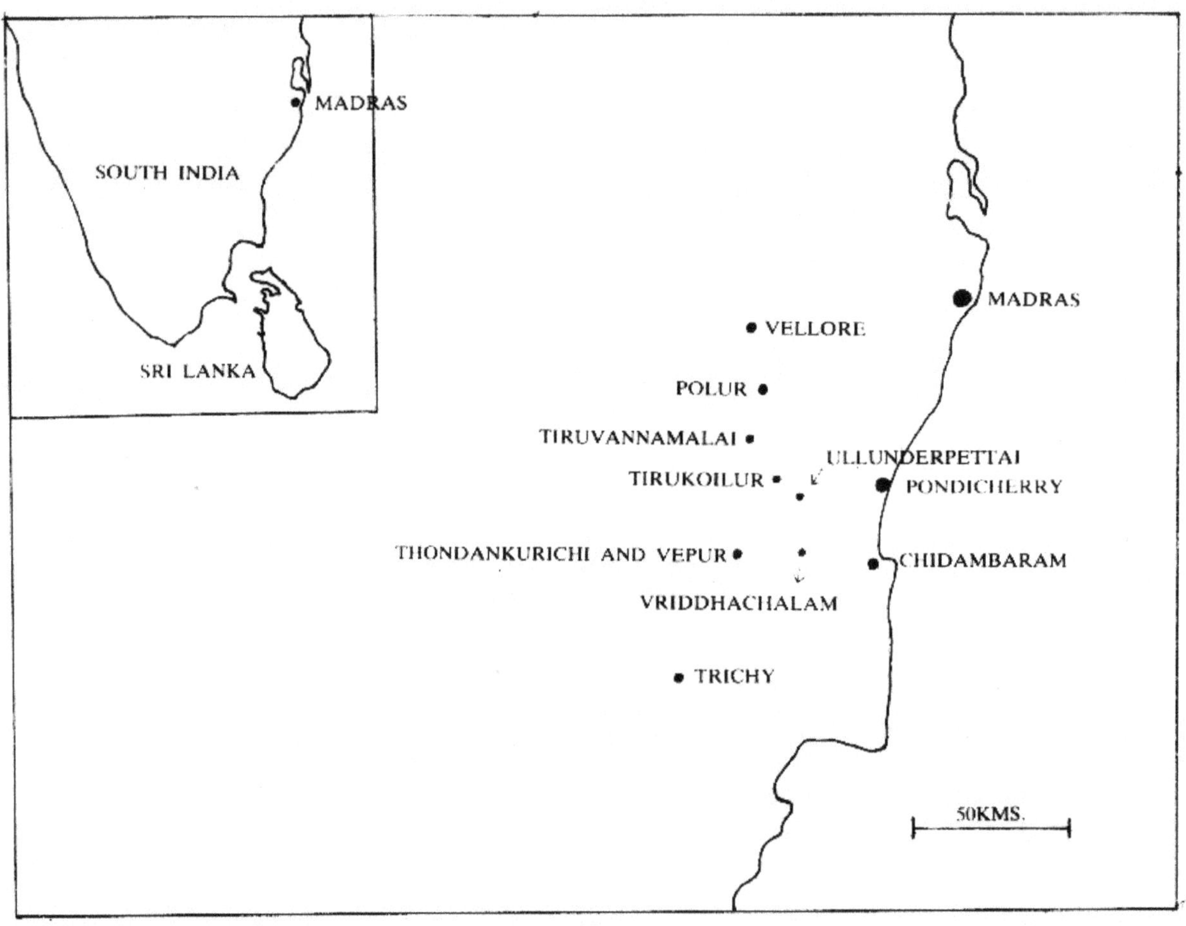

சேஷாத்திரி சுவாமியும் ரமண மகரிஷியைப் போலவே, இளம் வயதிலேயே திருவண்ணாமலைக்கு வந்து தமது சமாதி வரை அங்கேயே தங்கியிருந்தவர் ஆவார். அவர் திருவண்ணாமலையைச் சுற்றித் திரிந்தவாறு செய்த விசித்திரமான நடவடிக்கைகளால் பலரும் அவரைப் பைத்தியம் என்றே கருதினர். என்றாலும், உள்ளூர் மக்களின் பார்வையில் அவர் தான் பெற்றிருந்த பலவிதமான அதிசயிக்கத்தக்க சித்திகளை வெளிப்படையாகவே செய்து காட்டியதன் மூலம் அவர்களிடையே ஒப்பற்ற ஒரு சிறப்பந்தஸ்தைப் பெற்றிருந்தார். அவரது சில சித்திகள் பண்டு தொட்டு மகான்கள் செய்த அற்புதங்களான நோய்களை அதிசயிக்கத் தக்க விதத்தில் குணமாக்குதல் என்பது போல அமைந்திருந்தாலும், அவர் அவற்றை யாரும் எதிர்பாராத வகையில் வினோதமான அமானுஷ்ய முறையில் வெளிப்படுத்துவதிலேயேதான் விருப்பமுள்ளவராக இருந்தார். எடுத்துக்காட்டாக, சில சமயங்களில் அவர் திருவண்ணாமலை தெருக்களிலுள்ள

கடைகளை அவற்றில் இருக்கும் விற்பனைப் பொருட்களைத் தாறுமாறாக வீசியெறிந்து அலங்கோலப்படுத்துவதன் மூலம் ஆசி வழங்குவார். கடைக்காரர்கள் அவரது இத்தகைய தொந்தரவுகளை வரவேற்றார்கள்; ஏனென்றால், இந்த இழப்பை ஈடுகட்டுவதற்கு மேலாகவே அடுத்து வரும் வாரங்களில் அபரிமிதமான லாபங்கள் கொட்டும் அல்லது பழைய வாராக்கடன்கள் என்று தள்ளுபடி செய்தவை எதிர்பாராத விதமாக திரும்ப வந்து சேரும் என்று அவர்கள் அனுபவத்திலிருந்து தெரிந்து வைத்திருந்தார்கள்.

ரமண மகரிஷி 1896-இல் திருவண்ணாமலைக்கு வந்த பொழுது, அவரது மகிமையை முதன் முதலில் உணர்ந்தவர்களுள் சேஷாத்திரி சுவாமிகளும் ஒருவர். அவர் விரும்பத்தகாத தொந்தரவுகளிலிருந்து பகவானை பாதுகாக்க முயற்சித்தார்; சில சமயம் அவரை தமது தம்பி என்றும் குறிப்பிட்டார்.

சேஷாத்திரி சுவாமிகளை பகவான் மிக உயர்வாக மதித்தார். சேஷாத்திரி சுவாமிகளுடனான தமது சந்திப்பைப் பற்றி அண்ணாமலை சுவாமிகள் கூறிய போது (அடுத்த சில பத்திகளில் அண்ணாமலை சுவாமிகளின் கூற்றாக இது விளக்கப்படும்) பகவான் கருத்துரைத்தார், "சேஷாத்திரி சுவாமிகள் காலடி பதிக்காத ஒரு இடமும் திருவண்ணாமலையில் இல்லை; ஆனாலும், அவர் ஒருபோதும் மாயையில் சிக்கிக்கொண்டதில்லை."

அண்ணாமலை சுவாமிகள் திருவண்ணாமலைக்கு வந்து சேர்ந்த சில மாதங்களில், ஜனவரி 1929-இல் சேஷாத்திரி சுவாமிகள் சமாதியடைந்தார். இன்னும் பெருமளவு பக்தர்களை ஈர்த்து வரும் அவருடைய சமாதி ஸ்ரீ ரமணாஸ்ரமத்திலிருந்து சுமார் 400 மீட்டர் தொலைவில் அமைந்துள்ளது.

அவர்கள் சந்தித்துக் கொண்டது பற்றிக் கூறும் அண்ணாமலை சுவாமிகள் அவர் சேஷாத்திரி சுவாமிகளை ஒரு மண்டபத்தில் சந்தித்தாகக் கூறுகிறார்.

சேஷாத்திரி சுவாமிகள் எந்த ஒரு குறிப்பிட்ட இடத்திலும் வசிக்கவில்லை; ஆனால், நான் விரைவிலேயே அவர் பெரிய கோவிலுக்கு அருகில் இருந்த ஒரு மண்டபத்தில் இருந்ததைக் கண்டுபிடித்தேன். அவரைக் கண்டுபிடிப்பது எளிதாகவே இருந்தது; ஏனென்றால், அவர் மண்டபத்தை விட்டு வெளியே வருவதைக் காண வெளியில் 40-50 பேர் கொண்ட ஒரு கூட்டமே காத்திருந்தது. அவர் தன்னைத் தானே உள்ளே அடைத்துப் பூட்டிக்கொண்டது போலத் தோன்றியது. ஒரு சன்னலின் வழியாக நான் உள்ளே பார்த்த போது, அவர் உள்ளேயிருந்த ஒரு தூண இடைவிடாது சுற்றி வந்துகொண்டிருந்தது தெரிந்தது. ஒரு பத்து நிமிடம் அவ்வாறு செய்த பின்பு, அவர் வெளியே வந்து ஒரு பாறை மீது சம்மணம் போட்டுக்கொண்டு உட்கார்ந்தார். அவருக்குக் கொடுப்பதற்காக நான் ஒரு பெரிய லட்டு கொண்டு வந்திருந்தேன். ஆனால் அதை என்ன செய்வது என்று தெரியாமல் திகைத்துக் கொண்டிருந்தேன். நான் ஒரு முடிவுக்கு வரமுடியாமல் இருந்ததை உணர்ந்த சேஷாத்திரி சுவாமிகள் என்னைப் பார்த்து அந்த லட்டை அவருக்கு முன்னால் தரையில் வைக்கும்படி சைகை செய்தார்.

அதற்கு முன்பு அவர் வெற்றிலை பாக்கு போட்டு மென்றிருக்க வேண்டும், அவர் வாயிலிருந்து சிகப்புச் சாறும் எச்சிலும் கலந்த கலவை வெளியே ஒழுகி, அவரது தாடியை நனைத்துக் கொண்டு தரையில் சொட்டியது. அவர் என் லட்டைக் கையில் எடுத்து தமது தாடியில் ஒட்டியிருந்த வெற்றிலை எச்சிலை அதன் மீது பூசி அருகில் இருந்த சாலையில் வீசியெறிந்தார். அது தரையில் விழுந்து நொறுங்கியதும், அந்தத் தூளைப் பிரசாதமாகப் பொறுக்கிக்கொள்ள ஒரு கூட்டமே அதை நோக்கி ஓடியது. நானும் ஒரு துண்டைப் பிரசாதமாக எடுத்துத் தின்றேன்.

உள்ளூர் மக்களில் ஒரு கூட்டம் சேஷாத்திரி சுவாமிகள் மீது கோபத்தில் இருந்தது போலத் தோன்றியது. அவர் கற்களை எடுத்து அவர்கள் இருந்த திசையில் வீசி எறிந்து அவர்கள் வாயை அடக்கினார். இந்தக் கற்கள் வழக்கம் போலக் கீழ் நோக்கி விழாமல் குதித்தெழுந்து அவர்களது தலையை சுற்றி பட்டாம்பூச்சிகளைப் போல வட்டமிட்டு நடனமாடத் தொடங்கின. அவர் யார் மீது கற்களை வீசினாரோ அவர்கள் இதைப் பார்த்து பயந்து ஓடியே போய்விட்டார்கள். இது போன்ற அதிசய சித்திகள் உள்ள ஒருவரிடம் அவர்கள் சிக்கிக்கொள்ள விரும்பவில்லை என்பது தெரிந்தது.

நான் மீண்டும் திரும்பச் சென்று சேஷாத்திரி சுவாமிகளின் முன் நின்ற போது, அவர் என்னைப் பார்த்து மிக மோசமாக திட்ட ஆரம்பித்தார். "இந்த மடையன் திருவண்ணாமலைக்கு வந்திருக்கிறான்! முட்டாள்! அவன் எதுக்காக இங்கே வந்தான்!"

அவர் இப்படியே நான் திருவண்ணாமலைக்கு வந்து நேரத்தை வீணாக்கிக் கொண்டிருக்கிறேன் என்ற ரீதியில் சிறிது நேரம் தொடர்ந்தார். ஒரு மாபெரும் மகான் என்னை இப்படி அவமதிக்க வேண்டுமென்றால், நான் மிகப் பெரியதொரு பாவத்தை செய்திருக்கவேண்டும் என்று நினைத்தேன். நான் அவசரப்பட்டுவிட்டதாக நினைத்து அழத் தொடங்கினேன்.

இறுதியாக, சேஷாத்திரி சுவாமிகளின் அணுக்கத் தொண்டராக இருந்த மாணிக்க சுவாமி என்பவர் என்னிடம் வந்து, "உங்களது திருவண்ணாமலைப் பயணம் வெற்றிகரமாக இருக்கும். நீங்கள் எதற்காக வந்தீர்களோ அது உங்களுக்குக் கிடைக்கும். இது சேஷாத்திரி சுவாமிகள் உங்களை வாழ்த்துகின்ற பாணி. அவர் யாரையாவது இப்படித் திட்டினால் உண்மையில் அது அவர்களை வாழ்த்துவதாகும்," என்று ஆறுதலாகக் கூறினார்.

அதன் பிறகு மாணிக்க சுவாமி என்னை சேஷாத்திரி சுவாமிகளின் பக்தர் ஒருவருக்கு சொந்தமான ஒரு ஹோட்டலுக்கு அழைத்துச் சென்றார்.

அவர் அதன் உரிமையாளரிடம், "சேஷாத்திரி சுவாமிகள் இப்போது தான் இவர் மீது தமது நல்லாசிகளைப் பொழிந்தார். தயவு செய்து இவருக்கு உணவு தாருங்கள்" என்றார்.

எனக்கு அவ்வளவாக பசி இல்லை; என்றாலும் அந்த உரிமையாளர் என்னை உட்காரும்படி வற்புறுத்தியதை என்னால் மறுக்க இயலவில்லை. அவர் திருப்திப்படும்படி நான் சிறிது உணவருந்தினேன், பிறகு ஸ்ரீ ரமணாஸ்ரமத்தை அடைய மீதமுள்ள தூரத்தை நடந்தே கடந்தேன்.

நான் பிற்பகல் சுமார் ஒரு மணியளவில் அங்கு சென்றடைந்தேன். ஹாலை நெருங்கிய போது, நான் கிராமத்தில் கண்ட கனவின் ஒரு பகுதி உண்மை வாழ்க்கையில் மீண்டும் நிகழ்ந்தது. நான் பகவான் மலையிலிருந்து இறங்கி நடந்து வருவதையும், ஆஸ்ரமத்தைக் கடந்து ஹாலுக்கு வெளியே நின்று தமது கமண்டலத்து நீரால் தமது கால்களைக் கழுவிக் கொண்டதையும் பார்த்தேன். பிறகு அவர் உள்ளே சென்றார். நான் இந்த நீரில் சிறிதை என் தலையில் தெளித்துக் கொண்டு சிறிது உட்கொண்டேன். பிறகு அவரை சந்திக்க உள்ளே சென்றேன். பகவான் தமது ஓய்விருக்கையில் அமர்ந்திருந்தார். மாதவ சுவாமி என்ற ஒரு அணுக்கத் தொண்டர் அவரது கால்களை ஒரு துணியால் துடைத்து விட்டார். சில நிமிடங்களுக்குப் பிறகு மாதவ சுவாமி வெளியே சென்றுவிட நானும் பகவானும் மட்டும் ஹாலில் இருந்தோம். நான் அவருக்கு வழங்குவதற்காக ஒரு சிறிய பாக்கெட் உலர்ந்த திராட்சையும், சிறிது கற்கண்டும் கொண்டு வந்திருந்தேன். அவற்றை பகவான் முன் இருந்த ஒரு சிறிய மேஜை மீது வைத்துவிட்டு, அவரை தரையில் விழுந்து நமஸ்கரித்தேன். நான் எழுந்து நின்ற போது, நான் வழங்கிய நிவேதனத்தில் சிறிதை பகவான் உண்டு கொண்டிருப்பதைப் பார்த்தேன். அவர் அதை விழுங்குவதை கவனித்துக் கொண்டிருந்த போது, நான் வழங்கிய நிவேதனம் நேராக சிவபெருமானின்

திருவயிற்றுக்குள் சென்றது என்று எனக்குத் தோன்றியது.

நான் உட்கார்ந்ததும், பகவான் மௌனமாக சுமார் 10-15 நிமிடங்கள் என்னையே பார்த்துக் கொண்டிருந்தார். அவர் என்னை அவ்வாறு பார்த்துக் கொண்டிருந்த போது, எனக்கு உடலளவில் மகத்தான ஓய்வும், விடுதலை உணர்ச்சியும் பொங்கியது. அற்புதமான குளிர்ச்சி என் உடல் முழுதும் பரவிய உணர்வு எனக்கு ஏற்பட்டது. அது வெளியே கொளுத்தும் வெய்யிலில் இருந்துவிட்டு ஒரு குளிர்ந்த தடாகத்தில் என்னை நானே மூழ்கடித்துக் கொண்டதைப் போல் இருந்தது.

நான் அங்கே தங்குவதற்கு அனுமதி கேட்டேன்; அது உடனடியாக வழங்கப்பட்டது. எனக்கு ஒரு சிறு குடில் தரப்பட்டது. முதல் வாரம் ஆஸ்ரமத்தின் விருந்தாளியாக நான் அங்கு தங்கியிருந்தேன். ஆரம்பத்தில் சில நாட்கள் ஆஸ்ரமத்தின் பூஜைப் பணிகளுக்கு மலர்களைப் பறித்துக் கொடுத்தேன், அல்லது பகவானுடன் ஹாலில் அமைதியாக அமர்ந்திருந்தேன்.

நாட்கள் செல்லச் செல்ல பகவான் தான் என் குரு என்று எனக்கு மேன்மேலும் உறுதிப்பட்டது. ஆஸ்ரமத்திலேயே தங்கிவிட வேண்டும் என்ற தீவிர ஆர்வத்தால் பகவானின் தம்பியாகிய சின்னசுவாமியை 'நான் ஆஸ்ரமத்தில் வேலை செய்யலாமா?' என்று கேட்டேன். அவர் என் வேண்டுகோளை ஏற்று நான் பகவானின் அணுக்கத் தொண்டராக சேவை செய்யலாம் என்றார். அந்த நேரத்தில் மாதவ சுவாமி மட்டுமே அந்தப் பணியைச் செய்து கொண்டிருந்தார்.

சின்னசுவாமி என்னிடம், "இப்பொழுது மாதவ சுவாமி மட்டுமே தொண்டாற்றிக் கொண்டிருக்கிறார். அவர் ஹாலை விட்டு வெளியே போகும் போதோ அல்லது அவர் ஓய்வெடுத்துக்கொள்ளச் சென்றாலோ, நீ பகவானின் அணுக்கத் தொண்டராக இருந்து அவரது தேவைகளை எல்லாம் கவனித்துக்கொள்ளும் சேவையைச் செய்யலாம்" என்றார்.

நான் வந்து சேர்ந்து பத்து நாட்களுக்குப் பிறகு, "துன்பத்தைத் தவிர்ப்பது எப்படி?" என்று பகவானைக் கேட்டேன்.

நான் பகவானைக் கேட்ட முதல் ஆன்மிகக் கேள்வி இதுவே ஆகும்.

அதற்கு பகவான், "ஆன்மாவைத் தெரிந்துகொண்டு அதையே பற்றிக்கொண்டு இரு. உடலையும், மனதையும் ஒதுக்கிவிடு. அவற்றோடு அடையாளப் படுத்திக்கொள்வதே துன்பம். இருப்புக்கும், அமைதிக்கும் உதிப்பிடமான இதயத்திற்குள் ஆழ மூழ்கி அங்கேயே உன்னை நிலைப்படுத்திக் கொள்", என பதிலளித்தார்.

பிறகு நான் பகவானிடம், 'ஆத்ம ஞானம் அடைவது எப்படி?' என்று கேட்டேன். அதற்கு அவர் அதே போன்ற ஒரு பதிலை அளித்தார். "'உடலே நான்' என்று அடையாளப்படுத்திக் கொள்வதை விட்டு விட்டு, நீ ஏற்கெனவே எதுவாக இருக்கிறாயோ அந்த ஆன்மாவை தியானித்தால் உனக்கு ஆன்ம ஞானம் கிடைக்கும்" என்றார்.

நான் இந்தக் கருத்துக்களைப் பற்றி சிந்தித்துக் கொண்டிருந்த போது பகவான், "நான் உனக்காக காத்திருந்தேன், நீ எப்போது வருவாய் என்று ஆவலோடு எதிர்பார்த்திருந்தேன்" என்று கூறி என்னை வியப்பில் ஆழ்த்தினார்.

நான் புதிதாக வந்தவன் என்பதால் அவருக்கு அது எப்படித் தெரிந்தது என்றோ அல்லது எவ்வளவு காலமாகக் காத்திருந்தார் என்றோ அவரைக் கேட்பதற்கு எனக்கு அச்சமாக இருந்தது. எனினும்,

அவர் இப்படிப் பேசியதைக் கேட்பதற்கு எனக்கு மகிழ்ச்சியாக இருந்தது. ஏனென்றால், அவரோடு தங்கியிருப்பதே எனது விதி என்று அது சுட்டிக்காட்டுவதாகத் தோன்றியது.

சில நாட்களுக்குப் பிறகு நான் அவரிடம் மற்றொரு கேள்வி கேட்டேன்; "ஆகாயத்தில் வெகு வேகமாகப் பறந்து செல்லக் கூடிய ஆகாய விமானத்தை விஞ்ஞானிகள் கண்டுபிடித்து உற்பத்தி செய்து விட்டார்கள். அது போலவே இந்த சம்சாரக் கடலை விரைவாகவும், எளிதாகவும் தாண்டுவதற்கு நீங்கள் ஏன் ஒரு ஆன்மிக விமானத்தை செய்யக் கூடாது?"

பகவான் பதிலளித்தார், "உனக்குத் தேவைப் படுவது ஆத்ம விசார மார்க்கம் என்னும் ஆகாய விமானமே. அது நேரடியாகவும், விரைவாகவும் இருப்பதோடு பயன்படுத்த எளிதாகவும் இருக்கும். நீ ஏற்கெனவே ஆன்ம ஞானத்தை நோக்கி மிக விரைவாகப் பயணித்துக் கொண்டிருக்கிறாய். உன் மனதின் காரணமாகத் தான் நீ நகராமல் இருப்பது போல் தெரிகிறது. அந்தக் காலத்தில் மக்கள் முதல் முதலாக ரயிலில் பயணித்த போது, அவர்களில் சிலர் வெளியே இருந்த மரங்களும், கிராமப்புறங்களும் நகர்ந்துகொண்டிருப்பதாகவும் ரயில் வண்டி நின்றுகொண்டிருப்பதாகவும் நம்பினார்கள். நீ ஆன்ம ஞானத்தை நோக்கி நகராமல் இருப்பதாக உன் மனம் தான் உன்னை நம்பும்படி செய்கிறது."

தத்வார்த்தத்தில் பகவானின் போதனைகள் இந்திய சித்தாந்த சமயங்களில் ஒன்றான அத்வைதம் எனப்படுவதாகும். (ஆனாலும் அவர் தன்னுடைய போதனைகள் தம்முடைய அனுபவத்திலிருந்து கண்டறிந்து கூறியவையே தவிர மற்றெவரிடமிருந்து கேட்டதோ அல்லது தான் படித்ததிலிருந்தோ அல்ல என்று கூறுவார்.) பகவானும் மற்ற அத்வைத போதகர்களும் ஆன்மா அல்லது பிரம்மம் ஒன்றே இருக்கின்ற மெய்ப்பொருள் என்றும் தோன்றும் பிரபஞ்சக் காட்சிகள் யாவும் அதனிலிருந்து பகுக்கப்பட முடியாத வெளிப்பாடுகள் அல்லது வெறும் தோற்றங்கள் என்றுமே போதிக்கின்றனர். அவர்களது போதனைப்படி, வாழ்க்கையின் உண்மையான குறிக்கோளாவது: ஒருவன் தன்னை உடலும், மனமும் கொண்ட ஒரு தனிப்பட்ட வியக்தியாகவும், தான் இயங்குவது தன்னிடமிருந்து வேறுபட்ட - ஒன்றோடொன்று உறவாடிக்கொண்டிருக்கும் வியக்திகள் சேர்ந்த - உலகம் என்று எண்ணும் இந்தத் தோற்றப் பிழையை, இந்த மாயையை கடந்து செல்வதாகும். ஒருவர் இந்த இலக்கை அடைந்து விட்டாலே அவர் உண்மையில் தான் எதுவாக இருக்கிறார் என்பதை உணர்ந்து கொள்வார். அதாவது, உள்ளார்ந்த உருவமற்ற உணர்வாய் இருப்பதை. பகவானின் கண்ணோட்டத்தில், ஆத்ம விசாரம் என்னும் பயிற்சி முறையைக் கடைபிடித்தால் 'தன்னை உணர்தல்' எனப்படும் இந்த உச்ச நிலை விழிப்புணர்வை அடையலாம்.

இது பற்றி அண்ணாமலை சுவாமிகள் பல முறை குறிப்பிடுவதால் இப்பயிற்சி முறையை சற்று விரிவாக விளக்குவது அவசியம். கீழ் வரும் விளக்கம் இப்பயிற்சி முறையையும், அதன் பின்புலமாக உள்ள தத்துவத்தையும் சுருக்கமாக விளக்குகிறது. 'மனமல்ல – நான் ஆன்மா' (NO MIND – I AM THE SELF) எனும் நூலில் 14-15 பக்கங்களில் இருந்து இது எடுக்கப்பட்டது.

தனிப்பட்ட (ஜீவ) ஆத்மாவாக இருப்பது ஒரு எண்ணம் அல்லது கருத்தேயன்றி வேறல்ல என்பதே பகவானின் அடிப்படைக் கோட்பாடு. இந்த எண்ணம், அதாவது 'நான்' எனும் எண்ணம் என்று அவர் குறிப்பிடுவது - உதிக்கும் இடம் இதய மையம் என்னும் இடத்திலிருந்து என்றும் அது மனித உடலில் மார்பின் வலது பக்கத்தில் உள்ளது என்றும் அவர் கூறினார். அங்கிருந்து 'நான்' எண்ணம் மேலெழுந்து மூளையை அடைந்து 'நான் இந்த உடல்' என்று தன்னை உடலுடன் அடையாளப் படுத்திக்கொள்கிறது. அதன் பிறகு ஒரு மனம் அல்லது ஒரு

தனிப்பட்ட வியக்தி இருப்பதாகவும் அது இந்த உடலில் இருந்துகொண்டு எல்லா எண்ணங்களையும், செயல்களையும் கட்டுப்படுத்துவதாகவும் ஒரு மாயத் தோற்றத்தை உண்டாக்குகிறது. இந்த 'நான்' எனும் எண்ணம் எல்லா எண்ணங்களோடும், உடலின் புலன்கள் வழியாக உணரும் புறக்காட்சிகளோடும் தன்னை அடையாளப்படுத்திக்கொள்வதன் மூலம் இதனை சாதிக்கிறது. எடுத்துக்காட்டாக, 'நான்' (அதாவது 'நான்' எனும் எண்ணம்) இதைச் செய்துகொண்டு இருக்கிறேன், 'நான்' இதை நினைத்துக் கொண்டிருக்கிறேன், 'நான்' மகிழ்ச்சியாக இருக்கிறேன் என்று இப்படிப் படர்கிறது. இவ்வாறாக, 'நான்' எனும் எண்ணமானது, உதித்து எழுகின்ற எல்லா எண்ணங்களோடும் இடையறாது தன்னை இணைத்துக் கொள்ளும் பழக்கத்தால், தான் ஒரு தனி வியக்தி எனும் கருத்தை உருவாக்கித் தக்கவைத்துக் கொண்டிருக்கிறது.

வழக்கமாக தன்னை அடையாளப் படுத்திக்கொள்ளும் எல்லா எண்ணங்கள் மற்றும் புலக்காட்சிகளினால் ஏற்படும் உணர்வுகள் ஆகியவற்றை 'நான்' எண்ணத்திற்கு தீனியாய் இடாமல் இருப்பதன் மூலமாக இந்த தவறான போக்கை நேராக மாற்றலாம் என்பது ஸ்ரீ ரமண பகவானின் கருத்து. பகவானின் போதனையாவது, இந்த 'நான்' – எண்ணம் உண்மையில்லாதது; மற்றும் அது தன்னைத் தானே மற்ற எண்ணங்களோடு அடையாளப்படுத்திக் கொள்ளும் போது மட்டுமே இருப்பது போலத் தோன்றுகிறது என்பதே.

இந்த 'நான்' எண்ணத்திற்கும், இது தன்னை அடையாளப்படுத்திக் கொள்ளும் மற்ற எண்ணங்களுக்கும் இடையிலான தொடர்பை ஒருவர் துண்டிக்க முடிந்தால், அப்பொழுது இந்த 'நான்' எனும் எண்ணம் தானாகவே அடங்கி, ஒடுங்கி இறுதியில் மறைந்தே போகும் என்பார் அவர்.

இதைச் சாதிப்பதற்கு, மற்ற எல்லா எண்ணங்களையும் விலக்கிவிட்டு உள்ளார்ந்ததாக உள்ள 'நான்' அல்லது 'நான் இருக்கிறேன்' எனும் உணர்வைப் பற்றிக்கொண்டே (அதாவது, கவனித்துக் கொண்டே) இருக்கும்படி பரிந்துரை செய்கிறார் ஸ்ரீ ரமணர். ஒருவர் தமது கவனத்தை இந்த உள்ளார்ந்த 'நான்' உணர்வின் மீது வைத்திருக்க உதவியாக "'நான்' யார்?" என்றோ அல்லது "'நான்' எங்கிருந்து உதிக்கிறது?" என்றோ இடைவிடாது விசாரித்துக் கொண்டே இருக்க வேண்டும் என்றும் அவர் பரிந்துரைத்துள்ளார். ஒருவர் எல்லா எண்ணங்களையும் விலக்கிவிட்டு, இந்த உள்ளார்ந்த 'நான்' உணர்வையே கவனித்துக் கொண்டிருக்க முடிந்தால், அப்பொழுது இந்த 'நான்' எண்ணம் இதய மையத்தில் ஒடுங்கத் தொடங்கும் என்று அவர் கூறியுள்ளார்.

ரமண மகரிஷிகளின் கருத்துப்படி, ஒரு சாதகர் தானாக செய்யக்கூடியது இதுவே. 'நான்' எண்ணத்தைத் தவிர பிற எல்லா எண்ணங்களில் இருந்தும் ஒரு சாதகன் தன்னை விடுவித்துக் கொள்ளும் போது, ஆன்மாவின் சக்தி இந்த 'நான்' எண்ணத்தை இதய மையத்திற்குள் மீண்டும் இழுத்துக்கொண்டு இறுதியில் மறுபடியும் தலைதூக்க முடியாதவாறு அதை முற்றாக அழித்துவிடுகிறது. இதுவே ஆன்ம ஞானம் அடையும் கணமாகும். இது நிகழும் போது, மனமும், தன்முனைப்புடன் கூடிய ஜீவ வியக்தியும் (ஸ்ரீ ரமணர் இவ்விரண்டையும் 'நான்' எண்ணத்தையும் சமமாகவே கருதினார்) நிரந்தரமாக அழிக்கப்படுகின்றன, ஆன்மா மட்டுமே அதன் பிறகு எஞ்சி நிற்கும்.

இதை நடைமுறைப் படுத்த பின் வரும் அறிவுரை 1920-இல் பகவானே எழுதியதாகும். 'உள்ளது உள்ளபடி இரு' (*BE AS YOU ARE*, 1992 பதிப்பு பக்கம் 56) என்ற நூலில் இருந்து எடுக்கப்பட்ட இது அவரது அடிப்படை போதனைகளை சுருக்கிக் கூறுகிறது. ஆஸ்ரமத்திற்கு புதிதாக வருகை தரும் அனைவரும் 'நான் யார்?' எனும் கட்டுரையைப் படிக்குமாறு

ஊக்குவிக்கப்பட்டனர். அதிகாரபூர்வமான அவரது போதனைகளின் சுருக்கம் புதிதாக வருவோருக்கு பலமொழிகளிலும் குறு நூலாக அச்சிட்டு அவர்கள் எளிதாக வாங்கக் கூடிய வகையில் மலிவாக விற்கும்படி பகவான் நிர்வாகியை ஊக்குவித்தார். அதிலிருந்து எடுக்கப்பட்ட சாரம் தான் கீழே கொடுக்கப்பட்டுள்ளது.

'நான் யார்?' எனும் விசாரனை மூலமாக மட்டுமே மனம் அடங்கும். 'நான் யார்?' எனும் எண்ணம் மற்ற எண்ணங்களை எல்லாம் அழித்துவிட்டு முடிவில் பிணஞ்சுடு தடி போல் தானும் அழியும். பிற எண்ணங்கள் எழுந்தால் அவற்றைப் பூர்த்தி பண்ணுவதற்கு முயற்சிக்காமல், 'அவை யாருக்கு உண்டாயின?' என்று விசாரிக்க வேண்டும். எத்தனை எண்ணங்கள் எழுந்தால் என்ன? ஒவ்வொரு எண்ணமும் கிளம்பும் போதே 'இது யாருக்கு உண்டாயிற்று' என்று விழிப்புடன் விசாரித்தால் 'எனக்கு' என்று தோன்றும். 'நான் யார்?' என்று விசாரித்தால் மனம் தன் பிறப்பிடத்திற்குத் திரும்பிவிடும்; எழுந்த எண்ணமும் அடங்கிவிடும். இப்படிப் பழகப் பழக, மனதிற்குத் தன் பிறப்பிடத்தில் நிலைத்து நிற்கும் சக்தி அதிகரிக்கின்றது.

அடுத்து வந்த ஆண்டுகளில் நான் பகவானுடன் பன்முறை ஆன்மிகம் பற்றிப் பேசியிருக்கிறேன். ஆனால், அவருடைய அடிப்படை போதனையில் எந்த மாற்றமும் இருந்ததில்லை. அதாவது எப்பொழுதும் அவரது போதனை, "ஆத்ம விசாரம் செய்க, உடலை 'நான்' என்று அடையாளப்படுத்திக்கொள்வதை நிறுத்து. உனது உண்மை இயல்பான ஆன்மாவை உணர முயற்சி செய்," என்பதாகவே இருந்தது.

இந்த ஆரம்ப கால உரையாடல்களுக்கு முன்பெல்லாம் நான் ஒவ்வொரு நாளும் விரிவாக பூஜைகளையும், அனுஷ்டானங்களையும் செய்வதற்கே பல மணி நேரத்தை செலவிட்டு வந்தேன்.

நான் அவற்றைத் தொடர வேண்டுமா என்று பகவானைக் கேட்ட போது, "இனி மேல் நீ இந்த பூஜைகள் எதையும் செய்ய வேண்டிய அவசியம் இல்லை. நீ ஆத்ம விசாரத்தைப் பயின்று வந்தால் அது மட்டுமே போதும்," என்று அவர் பதிலளித்தார்.

அணுக்கத் தொண்டர் என்ற முறையில் என்னுடைய கடமைகள் மிகவும் எளிமையானதாகவே இருந்தன; நான் என்ன செய்ய வேண்டும் என்பதை விரைவாகவே தெரிந்துகொண்டேன். பக்தர்கள் காணிக்கையாகக் கொண்டு வந்து கொடுக்கும் பதார்த்தங்களில், சிறிது பிரசாதமாக அவர்களுக்குத் திருப்பிக் கொடுக்க வேண்டும். ஹாலின் ஒரு பக்கத்தில் ஆண்களும், மறு பக்கத்தில் பெண்களும் உட்காரும்படி நான் பார்த்துக் கொள்ள வேண்டும். பகவான் வெளியே செல்லும் போது ஒரு தொண்டர் அவரோடு உடன் செல்ல வேண்டும்; அப்பொழுது மற்றொருவர் அங்கேயே இருந்து ஹாலைச் சுத்தம் செய்ய வேண்டும். அவரது சோஃபாவின் மீது இருக்கும் அவரது துணிகளை நாங்கள் சுத்தமாக வைத்திருக்க வேண்டும். அவருடைய துணிகளைத் துவைக்க வேண்டும். அதிகாலையில் அவருக்கு குளிக்க வெந்நீர் போட வேண்டும். பகலில் அவர் உலாவச் சென்றால் எங்களில் ஒருவர் எப்பொழுதும் அவருடன் கூடச் செல்வோம்.

கோவணமும், துண்டும் தான் பகவானது உடைகள். பெரும்பாலான நேரம் அவர் கோவணம் தான் அணிந்திருப்பார். எப்பொழுதாவது குளிராக இருந்தால் அவர் வேட்டியைப் போர்த்திக் கொள்வார். துண்டை அவர் தம் கக்கத்திலிருந்து தொடைவரை தொங்குமாறு அணிவது வழக்கம்.

பகவான் 1986-இல் திருவண்ணாமலைக்கு வந்து சேர்ந்த போது, அவர் தம் உடைமைகள் அனைத்தையும் வீசி எறிந்து விட்டார்; அதில் அவரது உடைகளும் அடங்கும். அதன் பிறகு

அவர் சாதாரணமாக நாம் அணியும் உடைகளை ஒரு போதும் அணியவேயில்லை.

பகவான் ஒரு நாளைக்கு மூன்று முறை சிறிது தூரம் உலாவச் செல்வது வழக்கம். சில சமயம் ஸ்ரீ ரமணாஸ்ரமத்தை அடுத்துள்ள, தமது பக்தர்கள் சிலர் வசித்து வரும் பலாக்கொத்துக்குச் செல்வார்; சில சமயம் அருணாசலத்தின் அடிவாரத்துக்குச் செல்வார். கிரி பிரதக்ஷிணம் செய்வதை அவர் 1926-இல் நிறுத்தி விட்டார். ஆனாலும் எப்பொழுதாவது கால் நடையாக வெகுதூரம் சென்று வருவார்.

நான் அவருடன் இரண்டு முறை சமுத்திரம் ஏரி வரை சென்று திரும்பியது எனக்கு நினைவிருக்கிறது. அந்த ஏரி ஆஸ்ரமத்திற்கு தென்மேற்கே சுமார் ஒரு மைல் தொலைவில் உள்ளது. ஒரு முறை அந்த ஏரி நிரம்பி வழிந்தோடிக் கொண்டிருந்த போது சென்றோம்; மற்றொரு முறை அதற்கருகில் கட்டப்பட்ட நீர் இறைக்கும் நிலையம் திறந்து வைக்கப்பட்ட போது அங்கே சென்றோம். அப்பொழுது எங்களோடு கணபதி முனியும் வந்தார்; ஏனென்றால் பகவான் அவருக்கு அங்கே வளர்ந்திருந்த அபூர்வமான மரத்தைக் காட்ட விரும்பினார். அந்தப் பயணத்திற்காக மதியம் எல்லோரும் சாப்பிட்டுவிட்டு உறக்கத்தில் இருந்த போது நாங்கள் ஆஸ்ரமத்தை விட்டு நழுவினோம்; யாராவது எங்களைப் பார்த்துவிட்டால், ஆஸ்ரமத்தில் இருந்த ஒவ்வொருவரும் எங்களோடு வர முயற்சித்திருப்பார்கள். பகவான் எப்பொழுதும் உலாவச் செல்வதை மகிழ்ச்சியாக அனுபவிப்பார். ஒரு நாளைக்கு ஒரு வேளையாவது மலை மீது நடக்காவிட்டால் தமது கால்கள் மரத்துப் போய் வலி எடுப்பதாக அவர் கூறுவதுண்டு.

நாள் தோறும் பகவான் நான்கு அல்லது ஐந்து மணி நேரம் மட்டுமே உறங்குவார். அதனால் அணுக்கத் தொண்டர்களின் பணி நீண்டது; ஏனென்றால், அவர் விழித்திருக்கும் போதெல்லாம் எங்களில் ஒருவராவது பணியில் இருந்தாக வேண்டும். மதிய உணவுக்குப் பின் அவர் உறங்குவதில்லை; ஆனால், அவரது பக்தர்கள் உறங்குவார்கள். பகவான் இந்த நேரத்தை ஆஸ்ரம விலங்குகளுக்கு உணவளிக்கப் பயன்படுத்திக் கொள்வார்; அல்லது ஆஸ்ரமத்தைச் சுற்றி வந்து ஏதேனும் கட்டுமானப் பணிகள் நடந்துகொண்டு இருந்தால் அவற்றை மேற்பார்வை இடுவார்.

பகவான் பொதுவாக இரவு 10 மணிக்கு உறங்கச் செல்வார்; அதிகாலை 1 மணிக்கு விழித்துக் கொண்டு சிறுநீர் கழிக்கச் செல்வது அவர் வழக்கம். திரும்பி வந்து மீண்டும் படுத்துக் கொள்வதற்கு முன் அரை மணி நேரம் அல்லது ஒரு மணி நேரம் உட்கார்ந்திருப்பார். அதன் பிறகு, காலை மூன்று மணிக்கும் நான்கு மணிக்கும் இடைப்பட்ட சமயத்தில் விழித்தெழுந்து சமையலறைக்குச் சென்று காய்கறிகளை நறுக்குவார்.

இந்த இரவு நேர கழிவறைப் பயணங்கள் பகவானுக்கும் தொண்டர்களுக்கும் ஒரு வகைச் சடங்காகவே ஆகி விட்டது. அவர் எழுந்திருக்கும் போது, தொண்டர் பகவானின் கமண்டலத்தில் வெந்நீர் நிரப்பி அவரிடம் தர வேண்டும். அந்தத் தண்ணீர் பகவானின் சோஃபாவுக்கு அருகில் எப்பொழுதும் வைக்கப்பட்டிருக்கும் குமிட்டி அடுப்பில் சூடாக்கப்பட்டதாக இருக்கும். அதன் பிறகு தொண்டர் பகவானிடம் அவரது கைத்தடியையும், டார்ச் விளக்கையும் கொடுத்து, கதவைத் திறந்து விட்டு இருட்டில் அவரைப் பின் தொடர்ந்து செல்ல வேண்டும். அந்த நாட்களில் முறையான கழிவறை வசதிகள் இல்லாததால், பகவான் இப்பொழுது முருகனார் சமாதி இருக்கும் இடத்திற்குச் செல்வார். அவர் திரும்பி வரும் பொழுது, தொண்டர் அவருடைய கழுவப்பட்ட கால்களில் இருக்கும் ஈரத்தை ஒரு துணியால் துடைத்துச் சுத்தம் செய்ய வேண்டும்.

பகவான் ஒரு பொழுதும் தம் தொண்டர்களை எழுப்ப மாட்டார். நள்ளிரவு 1 மணிக்கு விழித்தெழுந்து ஆயத்தமாக இருக்க வேண்டியது அவர்களுடைய கடமை. ஒரு நாள் அவ்வாறு விழித்தெழ நான் தவறி விட்டேன்; ஏனென்றால், அன்று நான் ஒரு கனவு கண்டேன். அந்தக் கனவில்

நான் 1 மணிக்கு எழுந்து மேற்கூறிய எல்லாக் கடமைகளையும் செய்து விட்டு, கனவின் முடிவில் கடமைகளை முடித்து விட்ட மன நிறைவோடு மீண்டும் படுக்கச் சென்றேன். சிறிது நேரம் கழித்து பகவான் தனியாக ஹாலுக்கு திரும்பி வந்த போது நான் விழித்துக் கொண்டேன். நான் நீண்ட நேரம் உறங்கியதற்கு பகவானிடம் மன்னிப்பு கேட்டு விட்டு, நான் ஒரு கனவு கண்டதாகவும், அதில் பகவானுக்குச் செய்யவேண்டிய பணிவிடைகளை எல்லாம் செய்துவிட்டுத் தூங்கச் சென்றதாகவும் பகவானிடம் கூறினேன்.

பகவான் சிரித்துக் கொண்டே, "கனவில் வந்த சாமிக்கு நீ செய்த பணிவிடைகள் எல்லாம் எனக்கு செய்தவை தான்" எனச் சொன்னார்.

நான் முதன் முதலாக ஆஸ்ரமத்திற்கு வந்த நாட்களில் இந்தப் பகுதியில் இன்னும் சில சிறுத்தைகள் இருந்து வந்தன. அவை மிக அரிதாகவே ஆஸ்ரமத்திற்குள் வரும்; ஆனால், இரவில் பகவான் சிறுநீர் கழிக்கச் செல்லும் இடத்திற்கு அடிக்கடி வருவதுண்டு. அவரது இரவு நேரப் பயணங்களின் போது ஒரு முறை அவர் அதைச் சந்தித்தது எனக்கு நினைவிருக்கிறது. அவர் சிறிது கூடப் பயப்படவில்லை. அவர் அந்தச் சிறுத்தையைப் பார்த்து "போடா" என்று மட்டுமே கூறினார். அந்தச் சிறுத்தை திரும்பிச் சென்று விட்டது.

நான் வந்து சேர்ந்த பிறகு விரைவிலேயே பகவான் எனக்கு ஒரு புதிய பெயர் சூட்டினார். பெற்றோர் எனக்கிட்ட பெயர் செல்லப்பெருமாள். ஒரு நாள் பகவான் யதார்த்தமாக அவருக்கு ஸ்கந்தாஸ்ரமத்தில் அணுக்கத் தொண்டராக இருந்த அண்ணாமலை சுவாமியை நான் நினைவூட்டுவதாகக் கூறினார். இந்தப் பெயரையே அவர் எனக்கு செல்லப் பெயராகச் சூட்டி அப்பெயராலேயே என்னைக் கூப்பிடத் தொடங்கினார். பக்தர்கள் இதைப் பார்த்து அவர்களும் என்னை அவ்வாறே அழைக்கத் தொடங்கிவிட்டனர்; சில நாட்களிலேயே என்னுடைய புதிய அடையாளம் நிலைபெற்றுவிட்டது.

1916-இல் இருந்து 1922 வரை பகவான் அருணாசலத்தின் கிழக்குச் சாரலில் இருந்த ஸ்கந்தாஸ்ரமத்தில் வசித்து வந்தார். 1922-இல் பரவிய கொள்ளை நோயில் பகவான் குறிப்பிட்ட அந்த அண்ணாமலை சுவாமி அங்கேயே காலமாகி விட்டார்.

நான் அணுக்கத் தொண்டராகச் சேர்ந்து இரண்டு வாரத்தில் மாவட்ட ஆட்சித் தலைவர் (கலெக்டர்) வேலூரிலிருந்து பகவான் தரிசனத்திற்காக வந்தார். அவரை ரங்கநாதன் என்று அழைத்தனர். அவர் பகவானுக்குக் காணிக்கையாக ஒரு பெரிய தட்டு நிறைய இனிப்பு வகைகளைக் கொண்டு வந்து கொடுத்தார். பகவான் அந்த இனிப்புகளை ஆஸ்ரமத்தில் இருந்த ஒவ்வொருவருக்கும், ஹாலில் இல்லாதவர்களையும் சேர்த்து பகிர்ந்தளிக்கும்படி என்னிடம் சொன்னார். நான் ஹாலுக்கு வெளியில் இருந்தவர்களுக்குக் கொடுத்துக்கொண்டிருந்த போது, யாரும் பார்க்க முடியாத ஒரு ரகசியமான இடத்திற்குச் சென்று ஒவ்வொருவருக்கும் கொடுத்ததைப் போல இரண்டு மடங்கு இனிப்பை நானே சாப்பிட்டுவிட்டேன். எல்லோருக்கும் கொடுத்து முடித்துவிட்டு நான் ஹாலுக்குத் திரும்பிச் சென்று தட்டை பகவானின் சோஃபாவிற்கு அடியில் வைத்தேன்.

பகவான் என்னைப் பார்த்து, "மற்றவர்களுக்குக் கொடுத்ததைப் போல இரண்டு மடங்கு எடுத்துக் கொண்டாயா?" எனக் கேட்டார்.

எனக்கு அதிர்ச்சியாகி விட்டது; ஏனென்றால், நான் அப்படிச் செய்ததை யாரும் பார்க்கவில்லை என்று உறுதியாக இருந்தேன்.

"யாரும் பார்க்காமல் தான் நான் எடுத்துக் கொண்டேன். பகவானுக்கு எப்படித் தெரிந்தது?"

பகவான் பதில் சொல்லவில்லை. பகவானிடமிருந்து எதையும் மறைப்பது முற்றிலும் இயலாத காரியம் என்பதை இந்தச் சம்பவம் எனக்கு உணர்த்தியது. அது முதல், நான் என்ன செய்து கொண்டிருக்கிறேன் என்பது எப்பொழுதும் பகவானுக்குத் தெரியும் என்று நான் தானாகவே அனுமானித்துக் கொண்டேன். இந்தப் புதிய ஞானம் என்னைக் கூடுதல் எச்சரிக்கையோடும் கவனத்தோடும் பணியாற்ற வைத்தது; ஏனென்றால், நான் அது போன்ற தவறை மீண்டும் செய்ய விரும்பவில்லை.

மன நலமில்லாத மற்றும் தவறாக வழி நடத்தப்பட்ட பக்தர்களிடமிருந்து பகவானுக்குப் பாதுகாப்பளிப்பதும் அணுக்கத் தொண்டர்களின் பணியாக இருந்தது. இத்தகைய ஒரு சம்பவம் எனக்குத் தெளிவாக நினைவில் இருக்கிறது. இருபது வயது மதிக்கத்தக்க ஒரு இளைஞன் வெறும் கோவணத்தை மட்டும் உடுத்திக்கொண்டு ஹாலில் நுழைந்தான். தன்னை ஒரு ஞானி என்று அனைவருக்கும் அறிவித்துவிட்டு அவன் பகவானுக்கருகில் சோஃபா மீது சென்றமர்ந்தான். பகவான் அதைப் பற்றி எந்தக் கருத்தும் கூறவில்லை; ஆனால், அவன் வெகுவிரைவிலேயே ஹாலை விட்டு வெளியே சென்றான். அவன் சென்றதும், வாய்ப்பைப் பயன்படுத்திக்கொண்டு நான் அந்த வேஷதாரியை ஆஸ்ரமத்தை விட்டு வெளியேற்றி விட்டேன். ஹாலில் இருந்த நாங்கள் அவனுடைய ஆணவத்தாலும், வேஷத்தாலும் மிகவும் கொதிப்புக்கு ஆளானோம். அதே நேரத்தில் நான் அவனை வெளியேற்றிய போது, அவனை சற்று முரட்டுத் தனமாகவே நடத்தினேன் என்பதை ஒப்புக்கொண்டாக வேண்டும். மீண்டும் ஹாலுக்குள் அவன் நுழையக் கூடாது என்று அவனுக்குத் தடையும் விதித்து விட்டேன். இறுதியாக அமைதி திரும்பிய பிறகு மீண்டும் பகவான் ஹாலுக்குத் திரும்பி வந்து வழக்கம் போல சோஃபாவில் அமர்ந்தார்.

பகவானைப் போன்ற ஒரு மகாகுருவைக் கண்டு பிடித்ததில் எனக்கு மிகவும் மகிழ்ச்சி. நான் அவரைப் பார்த்ததுமே கடவுளையே பார்த்தது போல உணர்ந்தேன். ஆனால், தொடக்கத்தில் அந்த ஆஸ்ரமமோ அல்லது அவரைச் சுற்றியிருந்த அவரது பக்தர்களோ என்னை அவ்வளவாகக் கவரவில்லை. நிர்வாகம் மிகவும் சர்வாதிகாரப் போக்கில் நடந்துகொள்வது போலத் தோன்றியது. பெரும்பாலான பக்தர்களுக்கு ஆன்மிகத்தில் அதிக ஆர்வம் இருந்தது போலத் தெரியவில்லை. நான் பார்த்த வரைக்கும் அவர்கள் வீண் பேச்சு பேசுவதற்கே முக்கியமாக ஆர்வம் காட்டினர். ஆரம்பகாலத்தில் ஏற்பட்ட இத்தகைய பதிவுகள் என்னைப் பாதித்தன.

நான் உள்ளூற நினைத்துக் கொண்டேன், "பகவான் மிகப் பெரிய மகான் தான்; ஆனால், இவர்கள் சகவாசத்தோடு நான் வசித்து வந்தால், எனக்கு ஏற்கெனவே இருக்கும் பக்தியையும் இழந்து விடுவேன்."

நான் அவ்வளவாக பக்தி இல்லாதவர்களோடு சேர்ந்திருப்பது என் ஆன்மிகத்துக்கு நன்மை பயக்காது என்ற முடிவுக்கு வந்தேன். இது ஒரு மிகவும் ஆணவமான மனப்போக்கு என்பது எனக்குத் தெரிந்தது. ஆனாலும், அப்போதைய எனது உண்மையான உணர்வு அப்படிப்பட்டதாகவே இருந்தது.

இந்த எண்ணங்களின் பாதிப்பு எப்படியிருந்ததென்றால் மூன்று அல்லது நான்கு நாட்களுக்கு எனக்கு உறக்கமே இல்லாதிருந்தது. இறுதியில் நான் ஒரு முடிவுக்கு வந்தேன், அதாவது பகவானை குருவாக வரித்துக் கொள்வது ஆனால் வேறு எங்கேயாவது சென்று வசிப்பது என்று.

"நான் வேறு எங்கேயாவது சென்று ஆன்ம தியானத்தில் ஈடுபடலாம். கவனத்தை சிதறடிக்கும் எவ்வித மனித உறவுகளும் இல்லாமல், யாருக்கும் தெரியாத ஒரு இடத்திற்குச் சென்று நான் கடவுளை தியானிக்கலாம். பிச்சை எடுத்து சாப்பிட்டுக் கொண்டு ஒரு தனிமையான வாழ்க்கை வாழலாம்" என்று நான் நினைத்துக் கொண்டது இன்றும் என் நினைவில் இருக்கிறது.

நான் முதன் முதலாக ஆஸ்ரமத்திற்கு வந்து சுமார் மூன்று வாரங்களுக்குப் பிறகு, எனது புதிய வாழ்க்கையை மேற்கொள்ள ஆஸ்ரமத்தை விட்டு வெளியேறினேன். என் முடிவைப் பற்றி நான் யாரிடமும் - பகவான் உட்பட- சொல்லவில்லை. ஒரு பௌர்ணமி அன்று அதிகாலை ஒரு மணியளவில் புறப்பட்டு நகரத்தை நோக்கி நடக்கத் தொடங்கினேன். நேரே நகரத்தைக் கடந்து, திருவண்ணாமலையின் வடகிழக்கில் இருந்த ஈசான்ய மடத்தையும் தாண்டி, போளூரை நோக்கி நடக்கத் தொடங்கினேன். சென்றடைவதற்கு என்று ஒரு இலக்கும் என் மனதில் இல்லாமல், ஆஸ்ரமத்தை விட்டு வெகு தொலைவில் சென்று விடவே விரும்பினேன்.

இரவெல்லாம் நடந்து இருபது மைல்கள் தொலைவில் இருந்த போளூரை விடிந்ததும் சென்றடைந்தேன். அந்த நடைப் பயணத்தால் எனக்கு மிகவும் பசியாக இருந்ததால், நகரத்திற்குள் சென்று பிச்சை எடுப்பது என்று முடிவு செய்தேன். அது வெற்றிகரமாக அமையவில்லை. சுமார் 500 வீடுகளில் யாசித்தும் யாரும் எனக்கு எந்த உணவையும் அளிக்கவில்லை. ஒருவர் என்னைத் திருவண்ணாமலைக்கே திரும்பிச் சென்றுவிடும்படி கூறினார். உணவு பரிமாறிக்கொண்டிருந்த ஒருவரை நான் அணுகிய போது அவர் என்னை உரத்த குரலில் விரட்டினார். இறுதியாக நான் என் முயற்சிகளைக் கைவிட்டு நகரத்திற்கு வெளிப்புறமாக நடந்து சென்றேன். அங்கிருந்த வயலில் ஒரு கிணறு இருப்பதைப்பார்த்தேன். அதில் இறங்கி, அந்த குளிர்ந்த நீர் என் பசியின் கொடுமையைத் தணிக்கும் என்ற நம்பிக்கையில் கழுத்தளவு நீரில் சுமார் அரை மணி நேரம் நின்றேன். அதுவும் பலிக்கவில்லை. பிறகு நான் விட்டோபா சுவாமிகளின் சமாதிக்குச் சென்று அங்கே சிறிது நேரம் அமர்ந்திருந்தேன்.

விட்டோபா சுவாமி சேஷாத்திரி சுவாமிகளைப் போன்ற, ஒரு வினோதமான மகான் இருபதாம் நூற்றாண்டின் முதல் பத்தாண்டு கால கட்டத்தில் போளூரில் வசித்தவர் அவர். அண்ணாமலை சுவாமி அங்கு செல்வதற்கு சில ஆண்டுகளுக்கு முன்புதான் அவர் உடலை உகுத்திருந்தார்.

இறுதியாக ஒரு அம்மையார் பூஜை செய்ய அங்கே வந்த போது எனக்கு உண்பதற்கு சிறிது உணவு கிடைத்தது.

அந்தப் பெண்மணி என்னைப் பார்த்து, "நீ மிகவும் பசித்திருக்கிறாய் போலத் தெரிகிறது. உன் கண்கள் குழிவிழுந்து காணப்படுகிறது. என்னிடம் உனக்குக் கொடுக்க அதிகமாக எதுவுமில்லை. ஆனால், கொஞ்சம் கேழ்வரகுக் கூழ் தான் என்னால் தர முடியும்" என்றார்.

இப்படிச் சொல்லிக்கொண்டே அந்த அம்மையார் எனக்கு சுமார் ஒன்றரை டம்ளர் அளவுக்கு கேழ்வரகுக் கூழை குடிக்கக் கொடுத்தார். இது என் பசித்துன்பத்தை அவ்வளவாகப் போக்கிவிடவில்லை; என்றாலும், அதைப் பெற்றதில் மிகவும் மகிழ்ச்சி அடைந்தேன்.

அந்த நீண்ட தூர நடையும், பசியும் எனக்கு மிகுந்த களைப்பைக் கொடுத்திருந்தது. நான் அங்கே உட்கார்ந்திருந்த போது, பகவானை விட்டு விலகி வந்த எனது அஞ்ஞானத்தை நினைத்துக் கொண்டேன். நான் எதிர்பார்த்திருந்த முறையில் எதுவும் நடந்தேறவில்லை என்பது தெளிவாகப் புரிந்தது. நான் எடுத்த முடிவு சரியானதல்ல என்பதை இந்த அனுபவம் உணர்த்தியது. நான் எடுத்த முடிவு சரியா அல்லது தவறா என்று சோதித்து அறிய நான் ஒரு திட்டம் வகுத்தேன். கை நிறைய மலர்களை அள்ளி விட்டோபா சுவாமியின் சமாதியின் மீது வைத்த பின், இரண்டு, இரண்டு மலர்களாக அதிலிருந்து எடுக்கத் தொடங்கினேன். நான் சமர்ப்பித்த மலர்களின் எண்ணிக்கை ஒற்றைப்படையாக இருந்தால் பகவானிடம் திரும்பிச் செல்வது என்று ஆரம்பத்தில் தீர்மானித்திருந்தேன். அதுவே இரட்டை படையாக இருந்தால், நான் முதலில் திட்டமிட்ட படியே வாழ்வது என்றிருந்தேன். முடிவு நான் பகவானிடம் திரும்பிச் செல்ல வேண்டும் என்று

சுட்டிக்காட்டியது. நான் உடனே அந்த முடிவையே பகவானின் சங்கல்பமாக ஏற்றுக் கொண்டு திருவண்ணாமலையை நோக்கி நடக்கத் தொடங்கினேன்.

பகவானுடன் வசிப்பதே எனது பிராரப்தம் என்று ஏற்றுக் கொண்டதுமே என் அதிர்ஷ்டம் மாறத் தொடங்கியது. நான் நடந்தவாறு நகரத்திற்குள் நுழைந்ததுமே ஒரு ஹோட்டல் முதலாளி என்னை உள்ளே அழைத்துச் சென்று எனக்கு இலவசமாக உணவளித்து, சிறிது பணமும் கொடுத்தார். போதாக்குறைக்கு அவர் என் காலில் விழுந்து வணங்கவும் செய்தார்.

நான் இயன்ற விரைவில் பகவானிடம் சென்றடைய வேண்டும் என்று விரும்பியதால், திருவண்ணாமலைக்கு ரயிலில் பயணிக்க முடிவு செய்தேன்; ஆனால், நான் இரவில் ரயில் நிலையத்தை அடையும் முன்பே மேலும் சிலர் என்னைத் தங்கள் வீட்டிற்கு அழைத்து உணவு அருந்தும்படிக் கேட்டுக் கொண்டனர். அங்கேயும் நான் சிறிதளவு உணவருந்தி விட்டு, அதற்கு முன்பு தான் பெரிய விருந்து சாப்பிட்டுவிட்டு வந்திருப்பதால் அதிக உணவு எடுத்துக் கொள்ளவில்லை என்று அவர்களிடம் கூறினேன்.

எனக்குக் கொடுக்கப்பட்ட பணம் இந்தப் பயணத்திற்குப் போதாது என்று தவறாக நினைத்துக் கொண்டு, நான் டிக்கெட் எடுக்காமலேயே பயணிப்பது என்று முடிவு செய்தேன். என்னுடைய அதிர்ஷ்டம் இரவிலும் தொடர்ந்தது. திருவண்ணாமலைக்குப் பாதி தூரம் இருக்கும் போது, ஒரு டிக்கெட் பரிசோதகர் எங்களை சோதிக்க வந்தார். நான் அவர் கண்ணுக்குத் தென்படவில்லை போலும்! அவர் என்னை மட்டும் விட்டு விட்டு மற்ற எல்லோரையும் டிக்கெட்டைக் காட்டும்படிக் கேட்டார்.

இதைப் போன்ற ஒரு சம்பவம் பயணத்தின் முடிவிலும் நடந்தது. திருவண்ணாமலை ரயில் நிலையத்தில், பிளாட்ஃபாரத்தை விட்டு வெளியே செல்லும் பயணிகளிடமிருந்து டிக்கெட்டை வாங்கிக் கொண்டிருந்த பரிசோதகர் முன் நான் தயங்கி நின்ற போது, அவர், "நீ தான் உன் டிக்கெட்டைக் கொடுத்து விட்டாயே ஐயா, உனக்குப் பின்னே நிற்பவர்களைத் தடுக்கும் வகையில் ஏன் இன்னும் நின்று கொண்டு இருக்கிறாய்?" என்று கூறி என்னை வியப்பில் ஆழ்த்தினார்.

இவ்வாறாக பகவான் அருளால் நான் இரண்டு சந்தர்ப்பங்களிலும் தப்பித்துக் கொண்டேன்.

எஞ்சியிருந்த தூரத்தை நடந்தே சென்று ஆஸ்ரமத்தை அடைந்தேன். நேரே பகவானிடம் சென்று, அவர் முன்னால் நெடுஞ்சாண்கிடையாக விழுந்து வணங்கி நடந்தவற்றை எல்லாம் கூறினேன்.

ரமணாஸ்ரமத்தில் வசிக்க வேண்டியது தான் எனக்கு விதிக்கப்பட்டு இருக்கின்றது என்பதை பகவான் எனக்குப் பிறகு உறுதிப்படுத்தினார்.

அவர் என்னை நோக்கி, "இங்கே நீ செய்ய வேண்டிய வேலை இருக்கிறது. உனக்கு விதிக்கப்பட்ட வேலையைச் செய்யாமல் நீ வெளியேற முயற்சித்தால், நீ எங்கே போக முடியும்?" என்றுக் கூறினார்

இதைக் கூறிய பிறகு பகவான் சுமார் பதினைந்து நிமிட நேரம் என்னை உற்றுப் பார்த்துக் கொண்டே இருந்தார். அவர் என்னைப் பார்த்துக் கொண்டிருந்த போது, எனக்குள்ளே ஒரு பாடல் தானாகவே திரும்பத் திரும்ப ஒலித்துக் கொண்டிருப்பதைக் கேட்டேன். அது யாரோ ஒரு வானெலிப் பெட்டியை எனக்குள்ளே பதித்து வைத்ததைப் போல அவ்வளவு சத்தமாகவும், தெளிவாகவும் இருந்தது. அதற்கு முன்பு நான் அந்தப் பாடலைக் கேட்டதில்லை. பின்னால் தான் அந்தப் பாடல் பகவான் மெய்ப்பொருளின் இயல்பு பற்றி இயற்றிய 'உள்ளது நாற்பது அனுபந்தம்'

நூலில் உள்ள ஒரு செய்யுள் என அறிந்தேன். அந்தப் பாடல் பின்வருமாறு:

சாதுறவு சாரவுளஞ் சார்தெளிவி சாரத்தா
லேதுபர மாம்பதமிங் கெய்துமோ- வோதுமது
போதகனா நூற்பொருளாற் புண்ணியத்தாற் பின்னுமொரு
சாதகத்தாற் சாரவொணா தால்

'சாது' எனும் சொல் பொதுவாகவே, ஆன்மிக சாதனையில் முழுநேரமும் தன்னை ஈடுபடுத்திக் கொண்டுள்ள ஒருவரைக் குறித்தாலும், இந்த இடத்தில் இச்சொல்லின் பொருள் மெய்யுணர்வு பெற்றவர் என்பதேயாம்.

பொருள் எனக்கு மிகத் தெளிவாகப் புரிந்தது; வேறு எங்கோ தனிமையில் சாதனை செய்வதை விட இங்கே பகவானுக்கு அருகில் இருப்பதே மிகுந்த நன்மை பயக்கும் என்பது தான் அது.

அந்தப் பதினைந்து நிமிடத்தின் முடிவில் நான் பகவானுக்கு நமஸ்காரம் செய்து, "நீங்கள் கட்டளையிடும் எந்த வேலையையும் நான் செய்வேன், ஆனால், தயவு செய்து எனக்கு மோட்சத்தை தாருங்கள். நான் மாயைக்கு அடிமையாய் இருக்க விரும்பவில்லை," என்றேன்.

பகவான் எந்தப் பதிலும் தரவில்லை; என்றாலும், அவர் பதிலளிக்காமல் மௌனமாக இருந்ததால் நான் கலங்கவில்லை. எப்படியோ அந்தக் கோரிக்கையை முன்வைத்ததே என் மனதை சாந்தப்படுத்தி விட்டது. பகவான் பிறகு என்னை உள்ளே சென்று ஏதாவது சாப்பிடும்படி சொன்னார். நான் சற்று முன்பு தான் சாப்பிட்டிருந்ததால் எனக்குப் பசிக்கவில்லை என்று பதிலளித்தேன்.

நான் மேலும், "எனக்கு உணவு வேண்டாம், எனக்கு வேண்டியதெல்லாம் மோட்சம், துக்கத்திலிருந்து விடுதலை" என்றேன்.

இம்முறை பகவான் என்னைப் பார்த்து தலையசைத்துக் கொண்டே "ஆம்! ஆம்!" என்றார்.

இந்தப் பாடல் பகவானால் எடுத்தியம்பப்பட்ட 'உள்ளது நாற்பது அனுபந்தத்தில்' உள்ள ஆன்ம ஞானம் அடைந்தவர்களின் நட்புறவுக்குள்ள மகத்துவத்தை எடுத்துரைக்கும் ஐந்து பாடல்களில் ஒன்றாகும். பகவான் இதைக் கண்டுபிடித்ததே ஒரு சுவாரசியமான விதத்திலாகும். சில இனிப்புப் பண்டங்களை பொட்டலம் கட்டியிருந்த காகிதத்தில் பகவான் இந்த வடமொழிச் செய்யுட்களைக் கண்டார். இவை எடுத்துரைத்த கருத்துக்களை பகவான் மிகவும் விரும்பியதால், அவற்றைத் தாமே தமிழில் மொழிபெயர்த்து 'உள்ளது நாற்பது' அனுபந்தத்தின் தொடக்கத்தில் இணைத்துள்ளார். மற்ற நான்கு செய்யுட்கள் பின்வருமாறு:

சத்திணக் கத்தினாற் சார்பகலுஞ் சார்பகலச்
சித்தத்தின் சார்பு சிதையுமே- சித்தச்சார்
பற்றா ரலைவிலதி லற்றார்சீ வன்முக்தி
பெற்றா ரவரிணக்கம் பேண். (1)

சாதுக்க ளாவார் சகவாச நண்ணினா
லேதுக்கா மிந்நியம மெல்லாமு- மேதக்க
தண்டென்றன் மாருதந் தான்வீச வேவிசிறி
கொண்டென்ன காரியநீ கூறு (3)

தாபந்தண் சந்திரனாற் றைனியநற் கற்பகத்தாற்
பாபந்தான் கங்கையாற் பாறுமே- தாபமுத
லிம்மூன்று மேகு மிணையில்லா சாதுக்க
டம்மா தரிசனத்தாற் தான் (4)

கம்மயமாந் தீர்த்தங்கள் கன்மண்ணாந் தெய்வங்க
எம்மகத்துக் கட்கிணையே யாகாவா- மம்மவவை
யெண்ணினா ளாற்றூய்மை யேய்விப்ப சாதுக்கள்
கண்ணினாற் கண்டிடவே காண். (5)

இந்தச் சம்பவத்திற்குப் பிறகு பல ஆண்டுகள் கழித்து, பகவானிடம் அண்ணாமலை சுவாமிகள் இந்தப் பாடல்களில் ஒன்றைப் பற்றிக் கேள்வியெழுப்பி இருக்கிறார்.
"சந்திரன் எங்கே இருக்கிறது என்று நமக்குத் தெரியும். கங்கை எங்கே இருக்கிறது என்பதும் நமக்குத் தெரியும். ஆனால் இந்தக் கற்பக விருட்சம் எங்கே உள்ளது?"

பகவான் பதிலளித்தார், "அது எங்கே இருக்கிறது என்று நான் உனக்குக் கூறினால், உன்னால் அதை விட்டுவிட முடியுமா?"

இந்த விசித்திரமான பதிலைக் கேட்டு நான் திகைத்துப் போனேன்; ஆயினும், இதை நான் மேலும் தொடரவில்லை. சில நிமிடங்கள் சென்ற பின், பகவான் அருகில் இருந்த 'யோக வாசிஷ்டம்' என்ற நூலை எடுத்துத் திறந்தேன். நான் திறந்து பார்த்த முதல் பக்கத்திலேயே எனக்குத் தென்பட்ட ஒரு பாடலில், "ஞானியே கேட்டதைக் கொடுக்கும் கற்பகத் தரு" என்றிருந்தது.

பகவானின் வினோதமான பதில் எனக்கு உடனடியாகப் புரிந்து விட்டது. இது பற்றி பகவானிடம் தெரிவிக்க நான் வாயெடுக்கும் முன்பே பகவான் என்னைப் பார்த்து சிரித்தார். நான் சரியான பதிலைக் கண்டுபிடித்து விட்டதை அவர் தெரிந்து கொண்டார் என்று தோன்றியது. பகவானிடம் நான் அந்தப் பாடலைப் பற்றிக் கூறிய போது, அவர் எந்தக் கருத்தும் கூறவில்லை. அவர் என்னைப் பார்த்து சிரித்துக் கொண்டே இருந்தார்.

கட்டிடப்பணிகள் - 1

நான் பகவானின் அணுக்கத் தொண்டனாக ஒரு மாதம் மட்டுமே பணியாற்றினேன். இந்தக் காலகட்டத்தின் முடிவில் பகவான் ஆஸ்ரமத்தின் கட்டிடப் பணிகளை மேற்பார்வையிடும் பொறுப்பை நான் சிறப்பாகச் செய்ய முடியும் என்று தீர்மானித்தார். நான் ஹாலில் எனது வழக்கமான பணிகளைச் செய்துகொண்டிருந்த போது பகவானின் இந்தத் திட்டம் பற்றிய முதல் தகவல் எனக்குக் கிடைத்தது.

பகவான் திடீரென்று என்னை நோக்கித் திரும்பி, "தண்ணீர் தொட்டிக்குப் பக்கத்தில் ஒரு ஆள் சுவர் எழுப்பிக் கொண்டிருக்கிறார். போய் அவர் என்ன செய்கிறார் என்று பார்" என்றார்.

அவரது கட்டளை எனக்குத் தெளிவாகப் புரியவில்லை என்றாலும் நான் அதை என்னால் முடிந்த அளவுக்கு சிறப்பாகச் செய்து முடித்தேன். நான் அந்த மேஸ்திரியை சில நிமிடங்கள் கவனித்துப் பார்த்துவிட்டுப் பிறகு அவர் என்ன செய்துகொண்டிருக்கிறார் என்று கேட்டேன்.

"ராமசாமி பிள்ளை இங்கே ஒரு சுவர் எழுப்பும்படி என்னிடம் சொன்னார். அதனால் ஒரு சுவரை எழுப்பிக்கொண்டிருக்கிறேன்" என்று அவர் பதில் அளித்தார்.

நான் ஹாலுக்குத் திரும்பிச் சென்று, அந்த மேஸ்திரி சொன்னதை பகவானிடம் கூறிவிட்டு, அந்த வேலை எப்படி நடந்துகொண்டிருந்தது என்பது பற்றி அவரிடம் சுருக்கமாக எடுத்துரைத்தேன்.

சில நிமிடங்கள் கழித்து, பகவான் என்னைப் பார்த்து முதலில் இட்ட அதே கட்டளையை மீண்டும் கூறினார்; "போய் அவர் என்ன செய்கிறார் என்று பார்."

சற்றே திகைப்படைந்த நான், மீண்டும் மேஸ்திரியிடம் சென்று அவர் என்ன செய்துகொண்டிருக்கிறார் என்று கேட்டேன்.

மேஸ்திரி பதில் அளித்தார், "நான் ஏற்கெனவே உங்களிடம் சொல்லிவிட்டேன்; நான் ஒரு சுவர் எழுப்பிக்கொண்டிருக்கிறேன்."

அந்தச் சுவரிலோ, அதை அவர் கட்டி எழுப்பிக்கொண்டிருந்த முறையிலோ எனக்கு எந்தப் பிழையும் தெரியாததால், பகவான் ஏன் என்னை மேஸ்திரியின் செயல்பாடுகளைக் கண்காணிக்கும்படி வற்புறுத்துகிறார் என்று என்னால் புரிந்துகொள்ள முடியவில்லை. நான் பகவானிடம் திரும்பிச் சென்று பணியில் மேற்கொண்டு நடந்திருந்த முன்னேற்றம் பற்றி அறிக்கை அளித்தேன்.

சில நிமிடங்கள் கழித்து பகவான் மூன்றாவது முறையாக மீண்டும் கட்டளையிட்டார்; "போய் அவர் என்ன செய்கிறார் என்று பார்."

நான் மீண்டும் திரும்பிச் சென்று மேஸ்திரியைப் பார்த்து, அவர் என்ன செய்துகொண்டிருக்கிறார் என்று மூன்றாவது முறையாகக் கேட்ட போது, அவர் சினம் அடைந்ததை ஒருவாறு புரிந்துகொள்ள முடிந்தது.

"உனக்கென்ன பைத்தியமா? நான் சுவர் எழுப்பிக்கொண்டிருக்கிறேன் என்று ஏற்கெனவே சொல்லிவிட்டேன். நான் என்ன செய்கிறேன் என்று உன்னால் பார்க்க முடியவில்லையா?" என்றார் அவர். போதிய திறமையோடு அவர் அந்தச் சுவரை எழுப்பிக்கொண்டிருந்தது எல்லோருக்கும் தெரிந்தே இருந்ததால், அவர் என்னை ஒரு பைத்தியம் என்று உண்மையிலேயே நினைத்துக் கொண்டிருந்தாலும் நான் வியப்படைந்திருக்க மாட்டேன். நான் மீண்டும் மீண்டும் அந்தக் கேள்வியை அவரிடம் கேட்டதில் உண்மையில் எந்த நியாயமும் இல்லை. என்ன நடந்துகொண்டு இருக்கின்றது என்பதை தெளிவாகத் தெரிந்துகொள்ள பகவான் விரும்பியதால் தான், நான் அப்படிக் கேட்பதற்கு கடமைப் பட்டிருந்தேன். மூன்றாவது முறையாக நான் ஹாலுக்குத் திரும்பிச் சென்று மேஸ்திரி கூறியதை பகவானிடம் சொன்னேன்.

சில நிமிடங்கள் மௌனமாக இருந்துவிட்டு பகவான் என் பக்கமாகத் திரும்பி, "இப்போது முதல் ஹாலில் நீ செய்யும் வேலையை வேறு யாராவது கவனித்துக் கொள்வார்கள். நீ போய் இந்த மேஸ்திரியின் வேலையை மேற்பார்வை செய். அவர் பணியைச் சரியாகச் செய்யும்படி பார்த்துக் கொள்" என்றார்.

அவர் இப்படிக் கட்டளையிட்டதும், "பகவான் ஏன் எனக்கு முதலிலேயே இப்படி கட்டளையிடவில்லை? அவருடைய உண்மையான நோக்கம் என்ன என்பதைச் சொல்வதற்கு முன்பாக ஏன் என்னை மூன்று முறை இங்கும் அங்குமாக அலைக்கழித்தார்?" என்று தான் முதலில் எனக்குத் தோன்றியது.

மேற்பார்வையிடும் அவரது சொந்தப் பாணியை நான் புரிந்துகொள்ளவே பகவான் அவ்வாறு செய்தார் என்பதை நான் பின்னரே புரிந்துகொண்டேன். சில சமயம் அவர் விரிவான அறிவுரைகள் வழங்கினாலும், அவர் எனக்கு அளித்த பல பணிகளில் அவர் என்ன செய்யப்பட வேண்டும் என்று விரும்புகிறார் என்பது பற்றி மிகச் சுருக்கமான குறிப்பு மட்டுமே தருவார். பகவானுடைய உண்மையான நோக்கம் என்ன என்பதை நானே பிறகு தீர்மானித்து அதற்கேற்ப பணியைச் செய்து முடிப்பேன். முதன் முதலில் வழங்கப்பட்ட வேலைக்கு மிகக் குறைந்த நேரமே எடுத்தது. அது முடிவடைந்ததும், ஆஸ்ரமத்தின் வடக்குப் பக்கம் கட்டப்பட்டு வந்த பெரியதொரு மதிலை மேற்பார்வையிடும்படி பகவான் கூறினார்.

ஸ்ரீ ரமணாஸ்ரமம் தோன்றி முதல் சில ஆண்டு காலம், இப்பொழுது பின்பக்கச் சுவருக்கும் பின்னால் ஓடுகின்ற ஓடை ஆஸ்ரமத்தின் நடுவில் ஓடிக்கொண்டிருந்தது. மழைக் காலத்தில் மலை மேலிருந்து பெருக்கெடுத்து வரும் மழை வெள்ளம் ஆஸ்ரமத்திற்குள் நுழையாமல் தடுத்து எங்களைப் பாதுகாக்கும் பொருட்டு இந்தச் சுவரை எழுப்பும்படி பகவான் என்னிடம் கூறினார். ஆஸ்ரமத்தின் வடக்குப் பக்கத்துக்குப் பாதுகாப்பாக ஏற்கெனவே மண்ணாலான ஒரு சிறிய தடுப்பு இருந்தது; ஆனால், கடுமையான வெள்ளத்தைத் தடுக்க இது போதாது என்று பகவான் நினைத்தது போலத் தோன்றியது. இந்த வேலையைப் பற்றி பகவான் சுருக்கமாக கூறிக்கொண்டிருந்த போது, கடந்த காலத்தில் ஆஸ்ரமம் எதிர்கொண்ட சில பிரச்சினைகளைப் பற்றி என்னிடம் கூறினார்.

"முதல் சில ஆண்டுகள், ஆஸ்ரமத்தின் ஊடாக ஓடும் இந்த ஓடையில், கனமான ஒரு மழை பெய்த பிறகு, 5 அல்லது 6 அடி ஆழத்துக்கு வெள்ளம் கரை புரண்டு ஓடும்," என்றார் பகவான்.

இப்பொழுது ஆஸ்ரமத்தில் இருக்கும்கட்டிடங்களுக்கு இடையில் அந்தக் கால்வாய் ஓடிய இடத்தை வருணிப்பதென்றால், அது சாப்பாட்டு அறைக்கு மேற்குப் புறமாக ஓடிய பிறகு, கிழக்குப் பக்கமாக திசைமாறி இப்போதைய பகவானின் சமாதி மண்டபத்தின் பின்பகுதி வழியாகப் பாய்ந்தது. அது தக்ஷிணாமூர்த்தி கோவிலை அடுத்திருந்த பாலத்திற்கு அருகே ஆஸ்ரமத்தை விட்டு வெளியேறியது. அதன் வழித்தடம் பக்கம் 40 - இல் உள்ள வரைபடத்தில் காட்டப்பட்டுள்ளது.

ஆஸ்ரமத்திற்கு கிழக்கே சுமார் 300 கெஜ தூரத்தில் இருந்த செயற்கைக் குளமான அக்கினி தீர்த்தத்திற்குள் சேரும்படி நிரந்தரமாக இந்த ஓடையை மடைமாற்றம் செய்ய. சுமார் நூறு கெஜ தூரத்துக்கு மண்ணாலும், கலவையாலும் ஒரு பெரிய மதிலை அமைக்க விரும்புவதாக பகவான் என்னிடம் கூறினார்.

அத்தகைய அமைப்பிற்கான சரியான ஆங்கிலச் சொல் ' ரிவெட்மென்ட்' (revetment) என்று எனக்குத் தெரிவிக்கப் பட்டது. 'ரக்ஷணை' என்ற சொல்லை பகவான் பயன்படுத்தினார்; அதன் பொருள் 'பாதுகாப்பு' என்பதாகும். இந்தப் பாதுகாப்பு அமைப்பு எதிர்காலத்தில் எல்லா வெள்ளங்களில் இருந்தும் ஆஸ்ரமத்தைப் பாதுகாக்கும் என்று அவர் பல முறை என்னிடம் கூறினார்.

சமமான இடைவெளி விட்டு, ஒன்றை நோக்கி ஒன்று சரிவாக இருக்கும்படி கல்லால் ஆன இரண்டு சுவர்களை எழுப்பும்படி பகவானே எனக்கு அறிவுறுத்தினார். இந்தச் சுவர்கள் ஆறடி உயரமும் மேல்மட்டத்தில் எட்டடி இடைவெளியும் கொண்டவையாக இருக்க வேண்டும்..

"சுவர்களை எழுப்பும் போதே அவற்றின் இடைவெளியை மண்ணால் நிரப்பு. மண்ணையும் நீரையும் ஒருசேர கலந்து அழுத்தி நிரப்பினால் அது மிகவும் வலிமையாக இருக்கும்" என்று பகவான் ஆலோசனை வழங்கினார்.

இந்த அறிவுரைகளை நான் செயல்படுத்திக் கொண்டிருந்த போது பல குழுக்களாக பக்தர்கள் அதைப் பார்க்க வந்தார்கள். அந்தச் சுவரின் அளவையும், கன பரிமாணத்தையும் பார்த்துவிட்டு, நான் இரயில் தண்டவாளம் போடுவதற்கு மேடு எழுப்புவதாக அவர்களில் சிலர் கேலி பேசினர். வேறு சிலர் நான் கட்டிக்கொண்டிருப்பது சுவரா அல்லது ஒரு அணையா என்று கிண்டலாக கேட்டார்கள். அவர்கள் எல்லோருமே நான் அவ்வளவு பெரிய பலமான சுவரை எழுப்பி பணத்தை (அந்த நாட்களில் ஆஸ்ரமத்தில் இருந்தது மிகக்குறைவே) வீணாக்கிக் கொண்டிருப்பதாகவே நினைத்தார்கள். நான் அவர்களது கருத்துரைகளாலும், விமர்சனங்களாலும், கேலிப்பேச்சுக்களாலும் கலங்கவில்லை; ஏனென்றால், பகவானின் கட்டளைகளைத்தான் நான் ஒரு கருவியாக நிறைவேற்றிக் கொண்டிருந்தேன் என்பதை அறிந்திருந்தேன்.

ஒரு நாள் திருவண்ணாமலையின் வரி வசூல் செய்யும் முன்சீஃப், நான் சுவர் எழுப்பும் பணியில் இருந்த போது வந்து என் வேலையை கவனித்தார்.

சில நிமிடங்களுக்குப் பிறகு, "நீ ஏன் இவ்வளவு பெரிய சுவரை எழுப்பிக்கொண்டிருக்கிறாய்? எந்த முட்டாள் உனக்கு இந்த வேலையைக் கொடுத்தது?" என்று கேட்டார்.

இப்படி பகவானை இழிவுபடுத்திப் பேசியதை நான் காதில் வாங்க விரும்பவில்லை; எனவே நான் கோபத்தோடு, "சின்னசுவாமியின் ஆஃபீஸுக்குப் போய் கொஞ்சம் காபி வாங்கிக் குடி. இங்கே வந்து என் வேலையில் தலையிடாதே. நீ இங்கு வந்து மீண்டும் இது போலப் பேசினால், உன்னை என் செருப்பால் அடிப்பேன்" என்றேன்.

இராமகிருஷ்ண பரமஹம்ஸர் கூறிய ஒரு கருத்தை நான் எங்கோ படித்திருந்தேன், "உன் குருவை யாராவது அவமதித்தால், நீ அவனை அடிப்பதில் தவறில்லை" எனவே நான் அப்படிப் பேசினேன்.

அந்த முன்சீஃப் சின்னசுவாமியிடம் சென்று நான் அவரை மிரட்டியதாகப் புகார் கூறினார். சின்னசுவாமி அவரை என்னிடம் அழைத்து வந்து நான் அவரிடம் ஏன் அப்படிப் பேசினேன் என்பதற்கு விளக்கம் கோரினார்.

நான் பதிலுரைத்தேன், "இந்த ஆள் என்னிடம் வந்து 'எந்த முட்டாள் இப்படித் திட்டம் தீட்டிக் கொடுத்தான்?' என்று கேட்கிறார். நான் பகவானின் திட்டத்தைப் பின்பற்றுகிறேன். என் குருவை இழிவுபடுத்த இவர் யார்?"

சின்னசுவாமி என் விளக்கத்தை ஏற்றுக்கொண்டதாகத் தெரிந்தது; ஏனென்றால், முன்சீஃபை அழைத்துக்கொண்டு திரும்பிச் சென்ற அவர் அதன் பிறகு இதைப் பற்றிப் பேசவேயில்லை. என்னுடைய அந்த விசித்திரமான நடவடிக்கைக்குக் காரணத்தை நான் கூறியாகவேண்டும்; நான் அந்த நாட்களில் சற்று உக்கிரமாகவே இருந்தேன்; பகவானின் பெயரையும், புகழையும் பேணுவதில் மிகுந்த ஆர்வத்தோடு இருந்தேன்.

அந்த வேலை முடியும் தருவாயில் இருந்த போது, பகவானும், பக்தர்களும் எளிதாக ஏறி அருணாசலத்திற்குச் செல்ல ஏதுவாக அந்த மதிலின் மேற்கு முனையிலும், நடுப்பாகத்திலும் கல்லால் ஆன படிக்கட்டுக்களை அமைத்தேன்.

பகவானின் மதிப்பீடும், தொலைநோக்குப் பார்வையும் இறுதியில் மெய்ப்பிக்கப்பட்டது. மதில் சுவர் கட்டி முடித்ததைத் தொடர்ந்து பெய்த பருவ மழையில் ஆஸ்ரமத்திற்குப் பின்னால் ஓடிய ஓடை கரைகளை உடைத்துக்கொண்டு ஓடியது. அதன் விளைவாக வந்த வெள்ள நீர் மதிலின் உயரத்தில் முக்கால் மட்டத்தை எட்டியது. அதிர்ஷ்டவசமாக அவ்வளவு நீரின் அழுத்தத்தையும் தாங்கி நின்று, நீரை ஆஸ்ரமத்தை விட்டு மடைமாற்றி வெளியேற்றி விடப் போதுமான பலம், அந்த சுவருக்கு இருந்தது.

மதில் கட்டி முடிக்கப்பட்ட பிறகு, ராமசாமி பிள்ளை ஓடையின் பழைய படுகையை நிரப்பினார். அந்த நாட்களில் அவர் ஆஸ்ரம நிலத்தை மட்டப்படுத்தும் பணிகளை நிறையவே செய்து வந்தார். பகவான் முதன் முதலாக 1922 - இல் ரமணாஸ்ரமத்திற்கு தம் இருப்பிடத்தை மாற்றிய போது, அந்த நிலம் குண்டும், குழியுமாக இருந்தது; ஏனென்றால், உள்ளூர் மக்கள் தங்களது வீடு கட்டும் பணிக்குத் தேவைப்பட்ட மண்ணை அங்கிருந்து வெட்டியெடுத்துச் செல்வதே வழக்கமாக இருந்தது. பல ஆண்டுகளாக உழைத்து ராமசாமி பிள்ளை அந்தக் குழிகளை எல்லாம் நிரப்பி சமப்படுத்தினார். இந்தப் பணியில் அவருக்கு இருந்த உற்சாக மிகுதியினால் இரவில் கூட அவர் பணியாற்றுவார்.

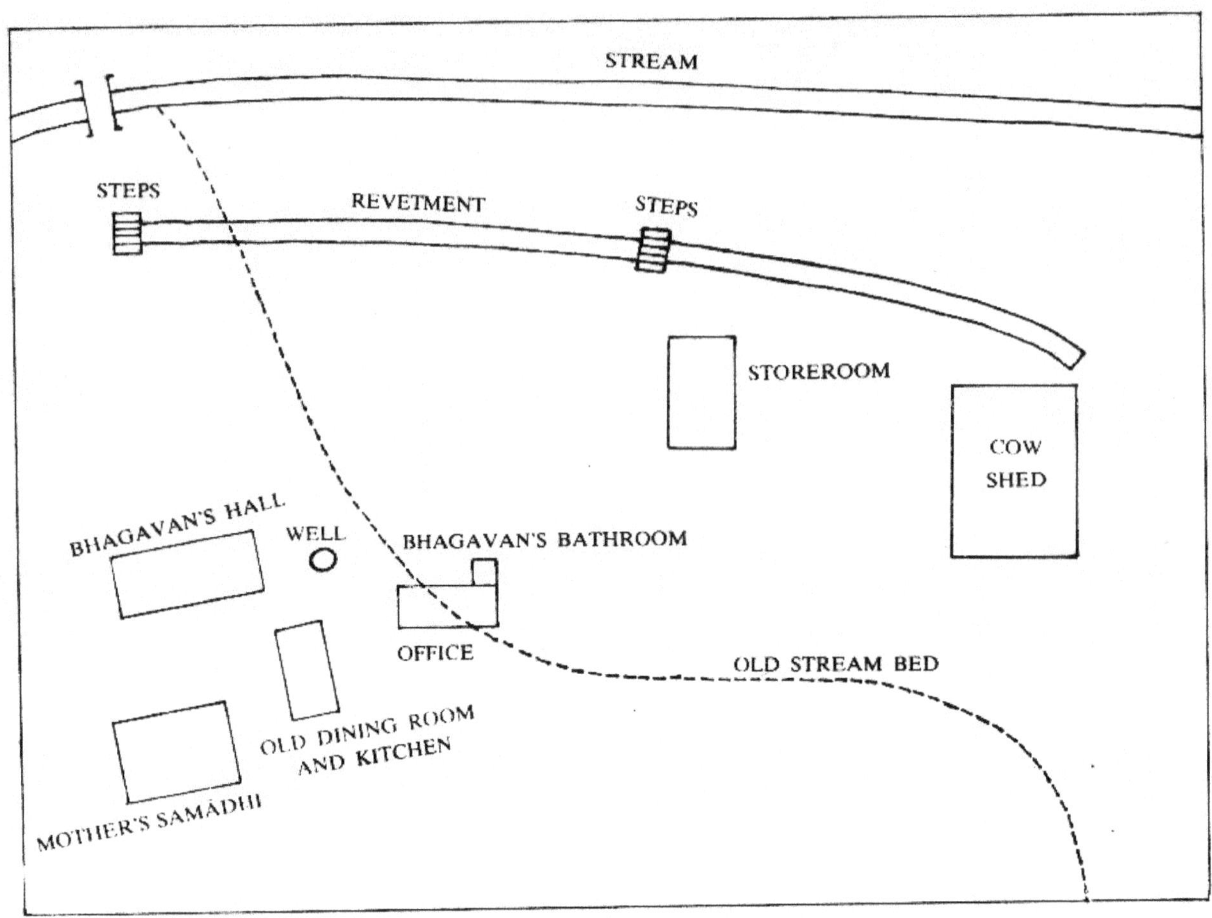

ஸ்ரீ ரமணாஸ்ரமம்; முக்கிய கட்டிடங்களும் சிறப்பு அம்சங்களும் 1928 – 1935

இப்போது அந்த மதிலின் உயரம் ஆறடியாக இல்லை. கட்டி முடித்த சில காலத்துக்குள்ளேயே அதன் இருபுறம் இருந்த தரை மட்டம் உயர்த்தப்பட்டு சமன் செய்யப்பட்டு விட்டது. இப்பொழுது அந்த மதில் ஐந்தடி உயரத்துக்குத் தான் பூமியிலிருந்து எழும்பி நிற்கிறது. இந்த விஷயங்களின் முடிவுரையாக இன்னுமொரு விஷயத்தை நான் கூறியாக வேண்டும்; சில பக்தர்கள் இந்த ரக்கூடிணை மதிலின் மேற்புரத்தை ஒட்டி ஒரு வெளிப்புறச் சுவரை எழுப்ப திட்டம் தீட்டினார்கள். எங்களிடம் போதுமான பணம் அதற்கு இல்லாததால் அந்த திட்டத்தை கைவிட வேண்டியதாயிற்று.

ரக்கூடிணை மதில் கட்டிமுடிக்கப்பட்ட பின்னர், பகவான் என்னை இப்பொழுது சமையல் அறையின் கதவுக்கு எதிர்ப்புறம் இருக்கும் பண்டக சாலையின் (Store room) கட்டுமானத்தை மேற்பார்வையிடும்படி கூறினார். இந்த கட்டிடம் மற்றும் பல ஆஸ்ரமக் கட்டிடங்கள் எப்படி எழுப்பப்பட்டன என்பதை கூறும் முன்பாக, அந்நாட்களில் எப்படி ஆஸ்ரமம் காட்சி அளித்தது என்பதை தெரிந்துகொள்வது உதவியாக இருக்கும்.

1928 - இல் நான் முதன் முதலாக இங்கு வந்த சேர்ந்த போது, பகவான் பழைய ஹாலில் வசித்து வந்தார். அப்பொழுது தான் அந்தக் கட்டிடம் கட்டி முடிக்கப்பட்டிருந்தது. அதற்கு முன்பு ஒரு ஐந்து அல்லது ஆறு வருடங்களுக்கு பகவான் அன்னையின் சமாதி இருக்கும் கட்டிடத்தின் ஒரு பகுதியான ஒரு சிறிய அறையில் வசித்திருந்தார்.

ஸ்ரீ ரமணாஸ்ரமம் ஸ்ரீ ரமணரின் அன்னையாரின் சமாதியைச் சுற்றி விரிவடைந்து வந்தது. 1922-இல் அன்னையார் தனது மரணத்தறுவாயில் ஆன்ம ஞானம் அடைந்த பின்னர், அவரது

உடல் அருணாசலத்தின் தென் புறம் அடக்கம் செய்யப்பட்டது. அதற்குச் சில மாதங்களுக்குப் பிறகு பகவான் ஸ்கந்தாஸ்ரமத்திலிருந்து அந்தச் சமாதியின் மேல் கட்டப்பட்ட கோவிலுக்கு தமது இருப்பிடத்தை மாற்றிக்கொண்டார்.

சின்னசுவாமி ஆஸ்ரம நிர்வாகத்தை 1928-இன் இறுதி காலகட்டத்தில் ஏற்றுக்கொண்டார். பகவான் ஸ்கந்தாஸ்ரமத்தில் வசித்து வந்த போது, முதன் முதலாக அவர் பகவானோடு தங்கும் பொருட்டு வந்திருந்தார். அங்கே அவர் சன்னியாசம் வாங்கிக்கொண்டு நிரஞ்சனானந்த சுவாமி என்ற பெயரை ஏற்றுக்கொண்டார். அவர் பகவானின் இளைய சகோதரராக இருந்த காரணத்தால், பெருவாரியான மக்கள் அவரை இளைய சுவாமி என்று பொருள் படும்படி அவரை சின்னசுவாமி என்றே அழைத்தனர்.

பழைய ஹாலின் ஆரம்ப நாட்களைப் பற்றி இன்னுமொரு சுவையான செய்தி இருக்கின்றது. ஆரம்பத்தில் அங்கே ஒரு சோஃபாவும் இருந்ததில்லை. பகவான் அறையின் ஒரு மூலையில் இருந்த மர பெஞ்சின் மீது அமர்ந்திருப்பார். பிறகு ரங்கசாமி கவுண்டர் என்ற அன்பர் ஒரு சோஃபாவைக் கொண்டுவந்து பகவானை அதில் அமரும்படி கேட்டுக்கொண்டார். பகவான் அதை மறுத்ததும் ரங்கசாமி கவுண்டர் அழவே தொடங்கிவிட்டார். அப்படியாக தொடர்ந்து மூன்று நாட்கள் பகவானை தம் பரிசை ஏற்றுக்கொள்ளும்படி மன்றாடி அவர் அழுதுகொண்டே இருந்தார். இறுதியாக மூன்றாம் நாள் இரவில் பகவான் தமது பெஞ்சை விட்டு இறங்கி அந்த சோஃபாவில் உறங்கச் சென்றார். அந்த நாள் முதல் அவர் தமது பெரும்பாலான நேரத்தை அந்த சோஃபாவில் அமர்வதிலோ அல்லது உறங்குவதிலோ கழித்தார்.

அன்னையின் சமாதி கோவிலைப் பற்றி இன்னுமொரு செய்தி, பலரும் அறியாதது இருக்கின்றது. ஆரம்பத்தில் சமாதி லிங்கத்தின் மீது தென்னை ஓலைகளால் அமைக்கப்பட்ட ஒரு சிறிய குடிலே இருந்தது.

1920-இன் மையக் காலகட்டங்களில், செங்கல் உற்பத்தியாளர்கள் சிலர் ஆஸ்ரமத்தின் அருகில் செங்கற்களைச் சுட முயன்று கொண்டிருந்தார்கள். அந்தக் கற்கள் சரியாக சுடப்படாததால் அவர்கள் அவற்றை அங்கேயே விட்டுவிட்டுச் சென்றுவிட்டனர். பயன்படுத்துவதற்கே அருகதையில்லாதது என்று கருதப்படுபவைகளையும் வீணாக்க விரும்பாத பகவான், அந்தக் கற்களைக்கொண்டு அன்னையாரின் சமாதியைச் சுற்றி ஒரு சுவர் எழுப்ப முடிவு செய்தார். சில நாட்களுக்குப்பிறகு ஒரு நடு இரவில், பகவானும், அங்கே அவருடன் தங்கியிருந்த பக்தர்களும் செங்கற்சூளைக்கும் சமாதிக்கும் இடையே ஒருவர் பின் ஒருவராக நின்று கொண்டனர். ஒவ்வொருவராக சூளையிலிருந்த கற்களை ஒவ்வொன்றாக எடுத்து அடுத்தவருக்குக் கொடுக்க அந்த இரவுக்குள் அனைத்துக் கற்களையும் ஆஸ்ரமத்திற்கு கொண்டுவந்து சேர்த்துவிட்டார்கள். அடுத்த நாளே சமாதியைச் சுற்றி சுவர் எழுப்பப்பட்டுவிட்டது. பகவான் தாமே சுவரின் உட்பக்க வேலைகளை கவனிக்க, வெளிப்புறப் பணியை திறமை மிக்க கொத்தனார் ஒருவர் செய்து முடித்தார். சுவரின் மேலே ஒரு கீற்றுக்கொட்டகை அமைத்து புதிய கட்டிடம் கட்டி முடிக்கப்பட்டது.

பழைய ஹாலுக்கும் இந்தக் கட்டிடத்திற்கும் இடையில் இப்பொழுது பகவானின் சமாதி இருக்கும் இடத்தில் முதலில் சமையல் அறையையும், சாப்பாட்டு அறையையும் கொண்ட ஒரு நீண்ட கட்டிடம் ஓடுகளால் வேயப்பட்டு இருந்தது. தமது குளியல் அறை கட்டிமுடிக்கும் முன்பு, இந்த கட்டிடத்தின் ஒரு மூலையில் தான் பகவான் தமது காலைக் குளியலை முடித்துக்கொள்வார். ஆக, இந்த மூன்று கட்டிடங்கள் தான் – அன்னையாரின் சமாதி, பழைய சாப்பாட்டு அறை மற்றும் பழைய ஹால் - 1928 இல் நான் வந்து சேரும் வரை அமைக்கப்பட்டிருந்த முக்கியமான கட்டிடங்கள் எனலாம். கூடுதலாக, தங்கியிருக்கும் பக்தர்களுக்கான தென்னை ஓலையால்

அமைக்கப்பட்டிருந்த குடில்கள், ஓலைக் கொட்டகைகள் இவையும் அங்கிருந்தன.

பகவான் பண்டகசாலைப்பணியை மேற்பார்வை செய்ய என்னை நியமித்த போது ஆஸ்ரமத்தின் நிலை இவ்வாறாகத் தான் இருந்தது. சோஃபாவை வழங்கிய ரங்கசாமி கவுண்டர் ஆஸ்ரமத்தில் ஒரு கோசாலை அமைக்கும் படி கூறி ஒரு நன்கொடை வழங்கினார். அந்த கோசாலை கட்டி முடித்த பிற்பாடு, தான் சில பசுக்களையும் நன்கொடையாக ஆஸ்ரமத்திற்கு வழங்கப்போவதாக அவர் வாக்குறுதியும் அளித்தார். சின்னசுவாமியோ ஆஸ்ரமத்திற்கு ஒரு பண்டகசாலை மிகவும் உபயோகமாக இருக்கும் என்று நினைத்தார். ரங்கசாமியை திருப்திப்படுத்துவதற்கென்றே ஒரு கோசாலையை அமைத்து, அதைக் கட்டி முடித்த உடனே அதை பண்டகசாலையாக மாற்றி விட்டார். அந்த மாற்றமும் அரைகுறையாகவே இருந்தது. இன்றும் நீங்கள் அந்த கட்டிடத்தின் உட்புற சுவர்களை நோக்கினால், அங்கே பசுக்களைக் கட்டி வைப்பதற்கென்று அமைக்கப்பட்டிருந்த உலோக வளையங்கள் தொங்கிக் கொண்டிருப்பதைக் காணலாம். எதிர்பார்த்த மாதிரியே ரங்கசாமி கவுண்டர் மிகவும் எரிச்சலடைந்தார். அவர் தாம் கொடுத்த நன்கொடையை வீணாக்கிவிட்டதாக குற்றம் சாட்டி சின்னசுவாமியை வாய்க்கு வந்தபடி திட்டினார். ஆனால், சின்னசுவாமியோ அமைதி காத்து அத்தனை வசவுகளையும் தாங்கிக்கொண்டார்.

இந்த பண்டகசாலை தான் நான் முதலில் செய்த பெரிய கட்டுமானப் பணி. இந்தப் பணியை ஏற்றுக்கொள்ள நான் தயங்கினேன்; ஏனென்றால், எனக்கு கட்டுமானப் பணியில் அனுபவம் இல்லாதிருந்தது. எனது தந்தை கட்டிடம் அமைப்பதில் மிகச் சிறந்தவராக இருந்தார்; ஆனால், அவர் அவருடைய திறமைகளில் ஒன்றைக்கூட எனக்கு சொல்லிக் கொடுத்ததில்லை.

அனுபவமின்மையால் ஏற்பட்ட எனது நடுக்கத்தை அறிந்து கொண்டு பணியையச் செய்ய பகவான் எனக்கு உதவி செய்தார். ஆரம்பத்தில் பணியாளர்களும் கட்டுமானப் பணியைப் பற்றி எனக்கு ஒன்றும் தெரியாது என்று சந்தேகித்தனர், ஆனால் அதை வெளியே காட்டிக்கொள்ளவில்லை. ஆனாலும், பகவானிடமிருந்து நான் சில விஷயங்களைக் கற்றுக்கொண்டதும் தைரியத்தை வரவழைத்துக்கொண்டு, நான் வேலையாட்களுக்கு சில எளிய திட்டங்களை வரைந்து கொடுத்தேன். அவற்றில் ஏதோ குணம் இருந்திருக்க வேண்டும் எனத் தோன்றியது; ஏனென்றால் அவற்றை நான் பணியாளர்களுக்கு விளக்க முற்பட்டதும், என்னைப்பற்றிய அவர்களது கருத்து எனக்கு ஆதரவாக மாறத்தொடங்கியது.

வேலை நடந்துகொண்டிருக்கும் போது, மேஸ்திரிகளும், உடன் பணி செய்துகொண்டிருந்த பெண் பணியாளர்களும் எப்பொழுதும் உலகியல் விஷயமாகவே வம்பளந்து கொண்டிருந்தனர். தலைமை மேஸ்திரியும் அதை ஊக்குவிப்பது போல மட்ட ரகமான நகைச்சுவை உணர்வையே காட்டிக்கொண்டிருந்தார். அதுவரை நான் மிகவும் பாதுகாக்கப்பட்ட ஒரு சூழ்நிலையில் வளர்ந்து வந்திருந்ததால், அது எனக்கு மிகவும் அதிர்ச்சியளிப்பதாக இருந்தது.

இறுதியில் நான் பகவானிடம் சென்று, "மேற்பார்வை செய்வதற்காக நான் மேஸ்திரியையும், பெண் பணியாளர்களையும் அணுக வேண்டியதாக இருக்கிறது, ஆனால் அவர்கள் எப்பொழுதும் உலகியல் சம்பந்தப்பட்ட விஷயங்களையே மிகவும் கொச்சையாகப் பேசிக்கொண்டிருக்கிறார்கள். அவர்களது இந்தக் கொச்சை பேச்சால் என் மனம் மிகவும் தொந்தரவடைகிறது" என்று கூறினேன்.

பகவான் தமது தலையை அசைத்தார், ஆனால் பதில் ஏதும் கூறவில்லை. சிறிது நேரத்தில் அந்த மேஸ்திரி நீக்கப்பட்டு அவரிடத்தில் குப்புசாமி என்கிற புதியவர் நியமிக்கப்பட்டதைக் கேட்டு எனக்கு மகிழ்ச்சி உண்டாகியது. முன்னையவரைக் காட்டிலும் இவர் மிகவும் மேலானவராக

இருந்தார். இவர் 'கைவல்ய நவநீதம்' மற்றும் 'ரிபு கீதை' (தமிழில் எழுதப்பட்ட அத்வைத சிந்தாத்த நூல்கள்) இவற்றை படித்தவர், அவற்றில் தோய்ந்தவர்; தவிர, ஈசான்ய மடத்தில் வேதாந்த வகுப்புகளில் கலந்து கொண்டவர். நாங்கள் இருவரும் ஒருவரை ஒருவர் புரிந்து நடந்துகொண்டோம்.

பகவானுக்கு இயல்பாகவே கட்டிடப் பணிகளில் ஒரு திறமை இருந்தது போலத் தோன்றியது; அது அவருக்கு அப்பணியில் இல்லாதிருந்த நடைமுறை அனுபவத்தை பெரிதும் ஈடுகட்டியது. அவருக்கு எப்பொழுதும் சரியான தருணத்தில், மிகச் சரியான முடிவெடுப்பது எப்படி என்று தெரிந்திருந்தது. எடுத்துக்காட்டாக ஒன்றைக் கூறுகிறேன். பண்டகசாலைக்குள் சுவரில் மூன்று மிகப் பெரிய அலங்கார வளைவுகள் அமைக்கப்பட்டிருந்தன. அவற்றை முதலில் அமைத்த கொத்தனாரின் வேலைப்பாடு மிக மோசமாக இருந்தது. ஒவ்வொரு வளைவின் உச்சியிலும் விரிசல்கள் தோன்றின. அந்த விரிசல்களை எப்படி அடைப்பது என்றும் அந்த வளைவுகளை வலுப்படுத்துவதற்கு அவற்றின் உச்சியில் விசைக்கற்களை எப்படிப் பொருத்துவது என்றும் பகவான் விரிவாக என்னிடம் விளக்கினார். இவற்றைப் பற்றி எல்லாம் பகவானுக்கு எப்படித் தெரிய வந்தது என்று எனக்குத் தெரியவில்லை. இதற்கு முன்பு அவர் ஒருபோதும் அலங்கார வளைவின் கட்டுமானப் பணியில் ஈடுபட்டு இருந்ததில்லை என்பது மட்டும் எனக்கு நிச்சயமாகத் தெரிந்தது. அந்த விசைக்கற்கள் இப்பொழுதும் அங்கே காணப்படுகின்றன; காரணம் அவை சுவரின் இரு பக்கங்களிலும் ஒன்றரை அங்குல அளவுக்கு நீட்டிக்கொண்டிருக்கின்றன.

பண்டகசாலை கட்டிடப் பணியின் போது தான் நான் சின்னசுவாமியுடன் முதன் முதலாக மோத நேர்ந்தது. அந்தக் கட்டிடத்தைப் பற்றி அவர் தனது சொந்தத் திட்டங்களை வகுத்துக்கொண்டு அவற்றை நிறைவேற்றும்படி என்னை வற்புறுத்திக்கொண்டே இருந்தார். நான் அவற்றை மறுக்க வேண்டியதாக இருந்தது; ஏனென்றால் அவற்றிலிருந்து முற்றிலும் மாறுபட்ட கட்டளைகளை நான் ஏற்கெனவே பகவானிடமிருந்து பெற்றிருந்தேன். அவருடைய கட்டளைகளை விட பகவானுடையவைகள் முக்கியத்துவம் பெற்றவை என்பதை ஒருபோதும் அவருக்கு என்னால் புரியவைக்க முடியவில்லை. இது பற்றி எங்களுக்கிடையே பல முறை வாக்குவாதங்கள் நிகழ்ந்தன. ஏனென்றால் நான் ஒரு முறை கூட அவருடைய அறிவுரைகளை பின்பற்ற ஒப்புக்கொண்டதில்லை. என்னுடைய இணக்கமின்மை சின்னசுவாமிக்கு என் மேல் மிகுந்த கோபத்தை உண்டாக்கியது. அவர் நான் வேண்டுமென்றே அவருடைய அதிகாரத்தை மீறுவதாகக் கருதினார். நான் பகவானுடைய எண்ணத்திற்கு எதிராக செயல்படுவது தவறு என்று நினைத்ததால் அவருடைய எதிர்ப்பைப் பற்றி கவலைப்படவே இல்லை, என்னுடைய முடிவில் உறுதியாக இருந்தேன். ஏறக்குறைய நான் கட்டிய ஒவ்வொரு கட்டிடத்தின் விஷயத்திலும் இப்படிப்பட்ட வாக்குவாதங்கள் நடக்க வேண்டுமென்றே விதிக்கப்பட்டிருந்தது என்பது அப்போது எனக்குத் தெரியவில்லை.

நான் இன்னும் வேலையை எப்படிச் செய்யவேண்டும் என்று கற்றுக்கொண்டிருந்த போதே அவ்வப்போது எனக்கு மிகவும் சோர்வு தட்டியது. பல கடினமான பிரச்சினைகளை கவனிக்கவேண்டியதாக இருந்தது. அதோடு அது கோடை காலத்தின் நடுப்பகுதி; இளைப்பாற நிழலும் இல்லை, வெப்பமோ தாங்க முடியாததாக இருந்தது.

"பகவான் ஏன் நமக்கு இவ்வளவு கஷ்டத்தைக் கொடுக்கிறார்? இந்த கோடை வெய்யிலில் மண்டை காய இப்படி வேலை பார்க்க வைக்கிறாரே!" என்ற எண்ணம் எனக்கு பல முறை ஏற்பட்டதுண்டு.

ஒரு முறை அப்படிப்பட்ட எண்ணம் என் மனதில் ஓடிக்கொண்டிருந்த போது, என் பணியில் இருந்த முன்னேற்றத்தைப் பார்க்க பகவான் அங்கே வந்தார்.

என் மனநிலையைத் தெரிந்துகொண்ட பகவான், "நான் உனக்கு ஒரு வேலையைக் கொடுத்தால் நீ அதை விருப்பத்தோடு செய்யத் தயாராக இருப்பாய் என்று நினைத்தேன்; உன்னால் செய்ய இயலும் என்றே நினைத்தேன். அப்படி முடியாவிட்டாலோ அல்லது கடினமாகத் தெரிந்தாலோ, நீ வேலையை விட்டு விடலாம்," என்றார்.

என் தோல்வியை ஒப்புக்கொள்ள பகவான் எனக்கு ஒரு வாய்ப்பளித்தார்; ஆனால், நான் அதை ஏற்றுக்கொள்ளவில்லை. பகவான் வருவதற்கு சில நிமிடங்கள் முன்பு வரை நான் எதிர்மறையாகவே சிந்தித்துக் கொண்டிருந்தேன். இப்பொழுது பகவானின் சொற்களைக் கேட்டதும் எனக்குள் மிகப்பெரிய உறுதி உதித்தெழுந்தது.

"பகவானுக்கு சேவை செய்வதில் இந்த உடம்பு முழுவதுமாக அழிந்தே போனாலும் அவர் என்ன செய்யச் சொன்னாலும் நான் அவர் சொன்னபடியே செய்வேன்" என்று உறுதி பூண்டேன். நான் வேலையையே தொடரவே விரும்புகிறேன் என்று பகவானுக்கு பதிலளித்தேன்.

பண்டகசாலை கட்டி முடிந்ததும், பகவான் என்னை அதன் நுழைவாயிலில் அருணாசலத்தின் ஒரு புடைப்புச்சிற்பத்தை அமைக்கும்படிகூறினார். அவர் அதை சுண்ணாம்புச் சாந்து கொண்டு அமைக்க விரும்பினார். முறையாக சுண்ணாம்புச் சாந்து தயாரிக்கும் விதத்தை அவர் ஏற்கெனவே எனக்குக் கற்றுக்கொடுத்திருந்தார். ஆனால் அதைக்கொண்டு எப்படி ஒரு முப்பரிமாண சுதை சிற்பமாக வடிப்பது என்பது எனக்குத் தெரியவில்லை.

"இது போன்ற ஒரு உருவத்தை எப்படி வடிவமைப்பது என்று எனக்குத் தெரியாது. நான் என்ன செய்ய வேண்டும்?" என்று பகவானைக் கேட்டேன்.

பகவான் ஒரு காகிதத்தை எடுத்து அதில் அருணசலத்தின் சித்திரத்தை வரைந்தார். அதன் உச்சியைத் தவிர ஆகாயத்தைப் பின்னணியாகக் கொண்டு தாழ்வான மூன்று முகடுகளும் இருந்தன. அந்தப் படத்தை வரைந்து முடித்துக்கொண்டிருந்த போது, அதன் மிக உயரமான முகடுதான் சிவன் என்றும், மற்ற மூன்றும் அம்பாளையும், விநாயகரையும், சுப்பிரமணியரையும் குறிக்கும் என்றும் அவர் விளக்கினார். பகவான் அந்தப் படத்தை என்னிடம் கொடுத்து, சுண்ணாம்பினால் அதே போன்ற உருவத்தை வடிவமைக்கும்படி கூறினார்.

"ஆனால் பகவான், இது போன்று வடிவங்களாக வார்த்தெடுப்பது எப்படி என்று எனக்குத் தெரியாது. அதை நான் எப்படிச் செய்வது?" என்று நான் கேட்டேன். இந்தக் கேள்விக்கு பகவான் எந்த ஆலோசனையையும் வழங்க மறுத்து விட்டார்.

"இது அண்ணாமலை. நீயும் அண்ணாமலை தான். நான் சொல்லாமலேயே இதை எப்படிச் செய்வது என்று உனக்குத் தெரியவேண்டும்" என்றார் பகவான்.

அண்ணாமலை என்பது அருணாசலத்தின் தமிழ்ப் பெயர்களுள் ஒன்று. அதன் பொருள் 'எட்டாத' அல்லது 'நெருங்க முடியாத' மலை என்பதாகும்.

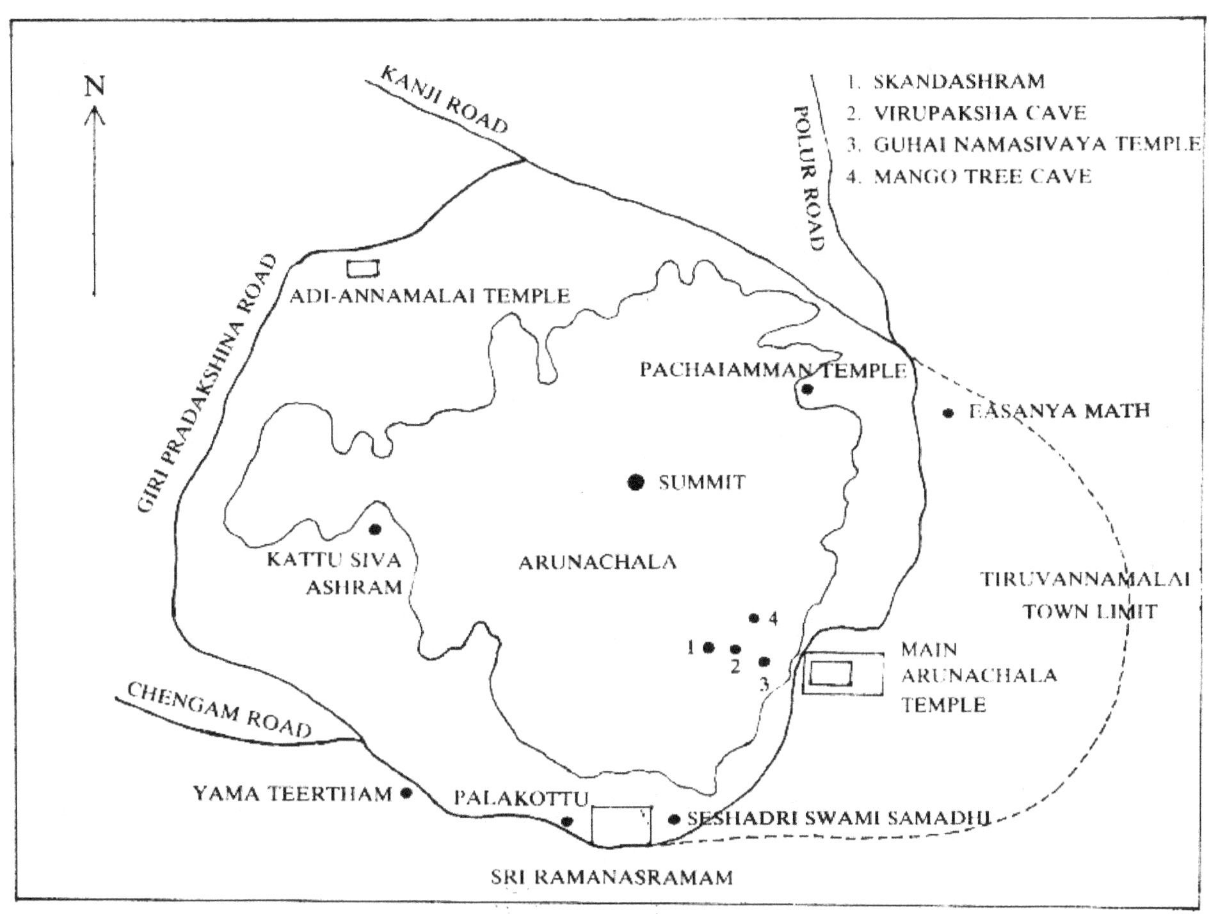

அருணாசலா, மலைவலப் பாதையும், இப்புத்தகத்தில் குறிப்பிடப்பட்டுள்ள முக்கியமான தலங்களும்.

நான் அந்த ஆணையை ஏற்றுக்கொண்டு அதை நிறைவேற்ற முயன்றேன். அதைச் சரிவர செய்துமுடிப்பதற்கான என்னுடைய திறமை குறித்து என் மீதே எனக்குப் பெருத்த சந்தேகம் இருந்தது. ஆனால், அதைச் செய்யும்படி பகவானே கட்டளையிட்டு விட்டதால், நான் அந்த வேலையை மறுக்க முடியவில்லை. சுவரின் முன்னால் வசதியாக அமர்ந்துகொள்வதற்கு ஏற்றவாறு ஒரு சாரம் அமைத்தேன். மூன்று நாட்களாக, அருணாசலத்தைப் போன்ற ஒரு வடிவத்தை அமைக்கும் முயற்சியில் சுண்ணாம்பை வைத்துக்கொண்டு முயன்றுகொண்டிருந்தேன். என்னுடைய முயற்சிகள் எல்லாம் தோல்வியில் முடிந்தன.

துரதிர்ஷ்டவசமாக, வெற்றி பெற்றாக வேண்டும் என்ற என்னுடைய சங்கல்பத்தால் என் திறமையின்மை,அனுபவமின்மை இவற்றோடு ஈடு கொடுக்க முடியவில்லை. மூன்றாம் நாள் நடுவில், நான் எந்த வித முன்னேற்றத்தையும் கொண்டுவராததைப் பார்த்துவிட்டு, பகவான் ஏணியின் மீது ஏறி வந்து என் பக்கத்தில் அமர்ந்தார். அவர் அந்த வேலையை எப்படிச் செய்யவேண்டும் என்று சரியான செய்முறையை விளக்கியதோடு, சிறிது சுண்ணாமபை எடுத்து அதைச் சரியான முறையில் கையாளுவது எப்படி என்பதை எனக்குச் செய்தும் காட்டினார். பகவான் சொன்னதைக் கேட்டதும், அவர் செய்ததை சில நிமிடங்கள் கவனித்ததும் திடீரென்று அந்த முழுப்பணியும் எப்படிச் செய்யப்பட வேண்டும் என்பது எனக்கு விளங்கியது. நான் அந்தச் செய்முறையில் தேர்ச்சி பெற்றுவிட்டேன் என்று பகவான் திருப்தி அடைந்ததும், அந்தப் பணியை நானே செய்து முடிக்க விட்டுவிட்டார். மூன்றாம் நாள் இறுதிக்குள் நான் அந்த வேலை முழுவதையும் செய்து முடித்து விட்டேன்.

மறுநாள் பகவானின் கட்டளைப்படி, அதே போன்ற மற்றொரு சுதைச் சிற்பத்தை நுழைவாயிலின் உட்புறத்தில் அமைத்தேன். இந்த இரு வடிவங்களும் இன்னும் அங்கே இருக்கின்றன. இந்நாளில் அருகில் உள்ள வெள்ளையடிக்கப்பட்ட சுவரிற்கு எதிராக எடுப்பாக காட்சியளிக்கும் பொருட்டு அவற்றிற்கு நீல வர்ணம் தீட்டப்பட்டிருப்பதாகக் கேள்விப்பட்டேன்.

கட்டிடப் பணிகளை மேற்பார்வையிடுவதற்குத் தேவையான திறமைகளை எல்லாம் நான் எளிதாகக் கற்றுக்கொண்டது எனக்கே வியப்பாக இருந்தது. நான் வேகமாகக் கற்றுக்கொண்டதைப் பார்த்து ஆஸ்ரமவாசிகளாக இருந்த பெரும்பாலான பக்தர்களும் ஆச்சரியப்பட்டனர். ஆஸ்ரம சமையற்காரர்களுள் ஒருவரான தேனம்மா பாட்டி இது பற்றி பகவானிடமே கேட்டுவிட்டார்.

"அண்ணாமலை சுவாமிக்கு பகவான் மீது நிறைய பக்தி இருக்கிறது. அதைப்புரிந்துகொள்ள முடிகிறது. ஆனால், எந்தப் படிப்பும், பயிற்சியும் இல்லாமலேயே அவர் கட்டிடம் கட்டுவதிலும் நிபுணராகிவிட்டார். அது எப்படி சாத்தியம் ஆயிற்று?" என்று அந்த அம்மையார் கேட்டார்.

அதற்கு பகவான், "அவர் முன் பிறவியில் எஞ்சினியராக இருந்தவர்" என்று கூறி அவரை வியப்பில் ஆழ்த்தினார்.

அவர் சூசகமாக வழங்கிய பல்வேறு குறிப்புகளையும், மறைபொருளாக உரைத்த கருத்துக்களையும் கொண்டு பகவானுக்கு அவரது பக்தர்கள் சிலருடைய முற்பிறப்பு வாழ்க்கையைப் பற்றித் தெரிந்திருந்தது என்பது நன்றாக விளங்கியது. சாதாரணமாக அவர் தமக்குத் தெரிந்ததை தம்முடனேயே வைத்துக்கொண்டார். ஒரு பக்தர் தம் முற்பிறவியில் யாராக இருந்தார் என்பதைத் துல்லியமாகக் கூறும் இது போன்ற அறிவிப்புகளை அவர் விடுப்பது மிகவும் அரிதே.

எனக்கு வழங்கப்பட்ட அடுத்த மேற்பார்வைப் பணி கோசாலையாக இருந்தது. ஐநூறு ரூபாய்க்கு மேல் செலவாகாத ஒரு சிறிய மாட்டுக் கொட்டகையை அமைப்பதற்கே சின்னசுவாமி ஒரு உள்ளூர் கொத்தனாரை நியமித்திருந்தார். அந்த சமயத்தில் ஆஸ்ரமத்தில் இருந்தது பசு லட்சுமி மட்டுமே. ஆதலால் ஒரு சிறிய மாட்டுக் கொட்டகை போதும் என்று சின்னசுவாமி நினைத்தார். ஆனால், பகவான் ஒரு பெரிய கோசாலையை விரும்பினார். என்றாலும், என்ன காரணத்தாலோ அதை சின்னசுவாமியிடம் சொல்வதில்லை என்று தீர்மானித்தார்.

ஒருநாள் காலை பத்து மணி அளவில் சிறிய மாட்டுக் கொட்டகைக்கான இடத்தில் சின்னசுவாமி கட்டுமானப் பணியைத் தொடங்குவதற்காக சிறிய அளவில் ஒரு பூஜைக்கான முஹூர்த்தத்திற்கு நாள் குறித்தார். பூஜை முடிந்து எல்லோரும் சென்ற பிறகு பகவான் என்னைத் தனியாக அழைத்து, திட்டத்தை மாற்றியாக வேண்டும் என்று கூறினார்.

"அடுத்த சில வருடங்களில் பசுக்கள் அதிக எண்ணிக்கையில் இங்கே வரும்," என்றார் பகவான். "நாம் ஒரு பெரிய கோசாலையே கட்டினாலும், வர இருக்கும் பசுக்களில் சிலவற்றை வெளியே தான் கட்டிவைக்க வேண்டி வரும். நாம் ஒரு மிகப் பெரிய கோசாலையை அமைக்க வேண்டும். இந்தக் கொத்தனாரைக் காட்டிலும், இதன் கட்டுமானப் பணியை நீ தான் மேற்பார்வையிட வேண்டும்," என்றார்.

அவர் ஆஸ்ரமத்தின் மூலையில் கோசாலை இப்போது இருக்கும் இடத்திற்கு என்னை இட்டுச் சென்று, நான் கோசாலை அமைக்க வேண்டிய இடத்தை தரையில் கோடுகள் வரைந்து சுட்டிக்காட்டினார். நாங்கள் அந்தக் கோடுகளின் நீளத்தை அளக்கவில்லை என்றாலும், நான்கு

சுவர்கள் ஒவ்வொன்றும் 48 அடி நீளம் இருக்க வேண்டும் என்று தாம் விரும்புவதாகக் கூறினார் பகவான்.

என்ன செய்ய வேண்டும் என்பதை நான் புரிந்து கொண்டேன் என்று அவருக்கு மன நிறைவு ஏற்பட்ட பிறகு, அவர் ஒரு விசித்திரமான நிபந்தனையை உடன் சேர்த்தார். "இந்தத் திட்டத்தைப் பற்றி சின்னசுவாமி வந்து உன்னிடம் வாதிட்டால், நான் தான் உன்னை இப்படிச் செய்யும்படி சொன்னேன் என்று சொல்லாதே. உன்னுடைய சொந்த அதிகாரத்தின்படி இப்படிச் செய்வதாக நடந்து கொள்."

இந்த விஷயத்தில் ஏன் பகவான் தம் பங்கை மறைக்க விரும்பினார் என்று நான் ஒருபோதும் பகவானைக் கேட்கவில்லை. இன்று வரை எனக்கு அது முற்றிலும் புரியாத ஒரு புதிராகவே இருக்கிறது.

நான் உடனடியாக கடைக்காலுக்கான குழி தோண்ட சில ஆட்களை அமர்த்தினேன். சின்னசுவாமி அலுவலகத்திற்குத் திரும்பச் சென்றிருந்தார். எனவே அவருக்குத் தெரியாமலேயே நாங்கள் வேலையைத் தொடங்கமுடிந்தது. மதியம் சுமார் ஒரு மணி அளவில் வேலை நன்றாக நடந்துகொண்டிருந்த போது, எங்கள் வேலையில் என்ன முன்னேற்றம் ஏற்பட்டிருக்கிறது என்று பார்த்து வர அவர் முடிவு செய்தார்.

அவர் கண்ட காட்சியின் முதல் விளைவு அவரை அதிர்ச்சியில் ஊமையாக்கியது. ஆனால், என்னுடைய செயல்பாடுகளின் அர்த்தத்தைப் புரிந்துகொண்ட பிறகு, அவர் என் பக்கம் திரும்பி, சற்றுக் கிண்டலாக கேட்டார், "ஓ! நீ திட்டத்தை மாற்றி விட்டாய். இது இப்பொழுது ஒரு மிகப் பெரிய திட்டம். இதையெல்லாம் செய்ய யார் உனக்கு அதிகாரம் கொடுத்தது?"

"நான் இதை என் சொந்த அதிகாரத்தில் செய்துகொண்டு இருக்கிறேன்," என்று நான் பதில் கூறினேன். "ஆரம்பத்தில் போட்ட திட்டத்தின் படியே மாற்றிச் செய்" என்று சின்னசுவாமி கட்டளையிட்டார். ஆனால் நான் மறுத்து விட்டேன். ஒரு பெரிய கோசாலை தேவைப்படுகிறது என்றும் என் திட்டப்படியே தொடர்வது தான் என் நோக்கம் என்றும் அவருக்குக் கூறினேன்.

நான் அவருக்குக் கீழ்படிய மறுத்ததும், சின்னசுவாமி மிகவும் கோபமடைந்ததைப் புரிந்துகொள்ள முடிந்தது.

"என்னைக் கேட்காமல் ஏன் திட்டத்தை மாற்றினாய்? இந்த ஆஸ்ரமத்தின் சர்வாதிகாரி நான்," என்று அவர் கேட்டார்.

நான் பின்வாங்க மறுத்ததும், அவர் என்னைப் பார்த்து உரத்த குரலில் திட்டினார். ஆனால், அவருடைய எந்தப் பேச்சும், அச்சுறுத்தலும் என்னை அவருடைய கட்டளைகளை ஏற்று நடத்தும்படிச் செய்யவில்லை. இறுதியாக அவர் உதிர்த்த சொற்கள் பெரிதும் கோபத்தினால் அன்றிச் சலிப்பில் வெளிவந்தன.

"நான் ஆஸ்ரமத்தை மேம்படுத்தத் தொடங்கியிருக்கிறேன். என் கட்டளைகளுக்கு நீர் கீழ்ப்படியா விட்டால், நான் அதை எப்படிச் செய்வது? நீரே சர்வாதிகாரியாக இரும். நான் வேறு எங்காவது போகிறேன்."

இறுதியாக நான் மனதை மாற்றிக்கொள்ளப் போவதில்லை என்பதைப் புரிந்துகொண்ட போது, சின்னசுவாமி திரும்பிச் சென்று ஆஸ்ரமத்தின் நுழைவாயிலுக்கு வெளியே இருந்த ஒரு பாறை

மீது உட்கார்ந்து கொண்டார். அவருக்கு இது ஒரு வித்தியாசமான சூழ்நிலையாக இருந்தது; இதற்கு முன்பு பணியாளர்கள் எவரும் இவ்வளவு அப்பட்டமாக அவருக்கு கீழ்ப்படியாதிருந்த அனுபவம் அவருக்கு இருந்ததே இல்லை. அவர் நீண்ட நேரம் ஆஸ்ரமத்தின் நுழைவாயில் அருகே கோபத்தில் குமுறிக்கொண்டே இருந்தார் என்று பக்தர்கள் சிலர் என்னிடம் வந்து சொன்னார்கள். நான் வேலையைக் கண்காணிக்கத் திரும்பிச்சென்றுவிட்டதால், அடுத்து என்ன நடந்தது என்பது பற்றிய விவரங்கள் நேரில் பார்த்த மற்ற பக்தர்களிடமிருந்து பெறப்பட்டவையாகும்.

சின்னசுவாமி பல மணி நேரம் நுழைவாயிலுக்கு வெளியே உட்கார்ந்து கொண்டு அவர் பேச்சுக்கு காது கொடுக்க யார் கிடைத்தாலும் அவர்களிடம் என்னைப் பற்றி அவதூறாக எதையாவது கூறிக்கொண்டே இருந்தார்.

"நான் ஆஸ்ரமத்தைவிட்டு வெளியேறப் போகிறேன். இந்த ஆள் என் திட்டங்களுக்கெல்லாம் எதிர்மாறாகவே செய்துகொண்டு இருக்கிறார். நான் வேறெங்காவது போய் விடுகிறேன். அவரே ஆஸ்ரமத்தைக் கவனித்துக் கொள்ளட்டும். நான் செங்கத்துக்கோ அல்லது வேறு எங்கோ போய்விடுகிறேன்," என்று மீண்டும் மீண்டும் அவர் கூறிக்கொண்டேயிருந்தார்.

டி. கே. சுந்தரேச ஐயர், இராமகிருஷ்ண சுவாமி மற்றும் முனகல வென்கடராமய்யா ஆகிய பக்தர்கள் மூவரும் சின்னசுவாமியிடம் சென்று அவர் இவ்வளவு கோபமாக இருப்பதற்கு காரணம் என்ன என்பதைக் கண்டறிய முயன்றனர்.

சின்னசுவாமி அவர்களிடம், "நான் ஆஸ்ரமத்தை விட்டு வெளியேறுகிறேன்; ஏனென்றால், அண்ணாமலை சுவாமி என் திட்டங்களுக்கு எல்லாம் நேர்மாறாகவே செயல்படுகிறார். நான் வேறெங்காவது போய்விடுகிறேன். அண்ணாமலை சுவாமி ஆஸ்ரமத்திலிருந்து வெளியேறிய பிறகு தான் நான் திரும்பி வருவேன்" என்று கூறினார்.

அவர்கள் மூவரும் பகவானிடம் சென்று, "சின்னசுவாமி மிகவும் கோபமாக இருக்கிறார், ஆஸ்ரமத்தை விட்டு வெளியேற விரும்புகிறார், அண்ணாமலை சுவாமியை வெளியேற்றினால் தான் திரும்பி வருவாராம்," என்றனர்.

சின்னசுவாமி வேலைக்காரர்கள் யாரையாவது வேலையை விட்டு நிறுத்தினாலோ அல்லது பக்தர்கள் யாரையாவது ஆஸ்ரமத்தை விட்டு வெளியேற்றினாலோ, பொதுவாகவே பகவான் ஒரு போதும் அதில் தலையிட்டதில்லை. ஆனால், இந்த முறை, "அண்ணாமலை சுவாமி போகவேண்டும் என்றால், நானும் போய்விடுகிறேன்," என்று எனக்கு ஆதரவாக பகவான் பதிலளித்தார்.

ஆஸ்ரமத்தை விட்டுப் போய்விடுவேன் என்று பயமுறுத்துவதை சின்னசுவாமி நிறுத்திக்கொண்டார். நான் அங்கேயே தான் இருந்தாக வேண்டும் என்ற உண்மையை ஏற்றுக்கொண்டார்; என்றாலும், கோசாலைக்கான என் திட்டத்தை தொடர்ந்து எதிர்த்து வந்தார். அன்று மாலை சின்னசுவாமி ஆஸ்ரமத்தில் வசித்த எல்லா பக்தர்களையும் ஹாலுக்கு வரவழைத்து அவருடைய திட்டத்துக்கும் என்னுடைய திட்டத்துக்கும் இருந்த சாதக, பாதகங்களைப் பற்றி ஒரு விவாதத்தைத் தொடங்கினார். இந்த விவாதத்தில் பகவான் சற்றேனும் பங்கேற்கவில்லை. அவர் அமர்ந்தவாறு அமைதியாகக் கேட்டுக்கொண்டிருந்தார். பேச முன்வந்த பக்தர்கள் எல்லோருமே சிறிய மாட்டுக்கொட்டிலுக்கு ஆதரவாகவே பேசினர். நான் ஒருவன் மட்டுமே பெரிய கோசாலைக்கு ஆதரவாளனாக இருந்தேன். ஆனால், விவாதத்தின் போது நான் ஒன்றுமே பேசவில்லை.

ஒவ்வொருவரும் கூறவந்ததைக் கூறி முடித்த பிறகு, சின்னசுவாமி விவாதத்தை ஒரு முடிவுக்குக் கொண்டுவந்தார்.

"இப்பொழுது நாம் எல்லோரும் வாக்களிப்போம், என் திட்டத்தைத் தொடர்வது நல்லதா அல்லது அண்ணாமலை சுவாமியின் திட்டத்தைத் தொடர்வது நல்லதா?" என்று கேட்டார் அவர்.

எல்லோருமே சின்னசுவாமியின் திட்டத்திற்கே வாக்களித்தார்கள். அதற்கு முக்கிய காரணம் எல்லோருக்கும் அவர் மீது இருந்த பயம் தான் என்று நான் சந்தேகிக்கிறேன். நான் வாக்களிக்கவே இல்லை.

நான் கலந்துகொள்ளாதை கவனித்து விட்ட பகவான், "உன்னுடைய கருத்து என்ன?" என்று என்னைப் பார்த்து கேட்டார்.

பகவானிடம், "இன்று காலை நான் எடுத்துள்ள கடைக்காலின் மீது ஒரு மிகப் பெரிய கோசாலையைக் கட்டியாக வேண்டுமென்றே நான் நினைக்கிறேன்," என்றேன் நான்.

பகவான் எந்தப் பக்கத்தை ஆதரித்தார் என்று சிறிது கூட காட்டிக்கொள்ளவில்லை. விவாதத்தின் போது ஒரு பக்தர் பகவான் ரகசியமாகக் கொடுத்த திட்டத்தைத் தான் நான் செயல்படுத்தி வருவதாகச் சூசகமாகச் சுட்டிக்காட்டிய போது பகவான் அந்தக் கருத்தை உறுதிப் படுத்தவும் இல்லை; மறுக்கவுமில்லை. அவர் இறுதிவரை நடுநிலையாகவே இருந்தார்.

நான் இது பற்றிய என் கருத்தைக் கூறிய பிறகு பகவான், "இங்கே இருப்பவர்கள் இரண்டு குழுக்களாகப் பிரிந்து இருப்பதாகத் தெரிகிறது. கடைசியில் எந்தத் திட்டம் செயல்படுத்தப்படுகிறது என்பதைப் பார்ப்போம்" என்றார்.

இது தான் இந்த விவகாரம் பற்றிய இறுதியான வார்த்தை. இதைக் கூறிவிட்டு அவர் எழுந்து ஹாலை விட்டுச் சென்றுவிட்டார்.

விவாதத்தில் எந்த முடிவும் எட்டப்படாவிட்டாலும், நான் என் வழியில் எப்படியாவது செல்வதற்கு பகவான் சிறிதளவு இடம் விட்டு வைத்திருந்தார். என்னை வெளியேற்ற சின்னசுவாமிக்கு இடமளிக்காமலும், சின்னசுவாமியின் திட்டத்துக்கு அங்கீகாரம் அளிக்காமலும் இருந்ததன் மூலம் அவர் மறைமுகமாக பெரிய கோசாலைக்கான அங்கீகாரத்தை வழங்கியதாகவே எனக்குத் தோன்றியது. இந்த அனுமானத்தை ஆதாரமாக வைத்து, நான் கடைக்காலுக்கான குழி வெட்டும் பணியைத் தொடர்ந்தேன். சின்னசுவாமி என்னைத் தடுக்க முயலவில்லை. ஆனால் அவர் இடைவிடாது ஏதாவது குறை கூறி, பெரும்பாலும் திட்டத்துக்காகும் செலவு பற்றிக் கூறி எனக்குத் தொந்தரவு கொடுத்துக்கொண்டே இருந்தார்.

சின்னசுவாமியைப் பொறுத்தவரை இது மிகவும் வழக்கத்துக்கு மாறான சூழ்நிலை. அவருக்கு சர்வாதிகாரம் செய்துதான் பழக்கம். ஆகவே பகவான் எனக்காகத் தலையிட்டது மிகவும் அசாதாரண நிகழ்ச்சியாக இருந்தது. பகவானின் வழக்கத்துக்கு மாறான இந்த செயல்பாட்டில் பொதிந்திருந்த உட்குறிப்பு சின்னசுவாமியின் மனதுக்கு எட்டாமல் போகவில்லை. கோசாலை திட்டத்தைப் பற்றி பகவானுக்கும், எனக்கும் இடையே ஏதோ ஒரு ரகசிய உடன்பாடு இருந்தாகவேண்டும் என்று அவர் மிகச் சரியாகவே முடிவுக்கு வந்தார். என்னுடைய கீழ்ப்படியாமை மற்றும் எனக்காக பகவானின் தலையீடு ஆகிய வழக்கத்துக்குப் புறம்பான இந்த இரு நிகழ்வுகளையும் விளக்கக் கூடிய ஒரே முடிவு இதுவே.

தன்னுடைய ஊகத்தை உறுதி செய்துகொள்ள சின்னசுவாமியால் இயலவில்லை. பகவானை நேரடியாக அணுகுவதற்கு அவருக்கு அச்சம். ஏனென்றால், ஹாலில் அவர் ஏதாவது புகார் செய்தால் பகவான் சுருக்கமாக, "போடா" என்று கூறி அவரைப் புறக்கணிப்பதே வழக்கம். என்னிடமும் கேட்டு உறுதிப்படுத்திக்கொள்ளவும் அவருக்கு முடியவில்லை. நான் பகவானின் சொற்படி உறுதியாக நின்றேன். கேட்பவர்களிடம் அந்தத் திட்டம் முற்றிலும் என் சொந்தக் கருத்து என்றே வலியுறுத்தி வந்தேன்.

மூன்றாம் நாள் மாலை வேலைக்காரர்களுக்கான கூலியைப் பெறுவதற்காக நான் சின்னசுவாமியிடம் சென்றேன். ஒவ்வொரு வேலைக்காரருக்கும் எவ்வளவு கூலி தரவேண்டும் என்ற ஒரு பட்டியலை அவரிடம் தருவது என் வழக்கம்.

அன்று மாலை பட்டியலை அவரிடம் கொடுத்த போது, என் மீது மிகவும் கோபமாக, "எங்களிடம் பணமில்லை! நீ திட்டத்தை மாற்றிவிட்டால் வேலைக்காரர்களுக்கு கூலி கொடுக்க முடியாது! இவ்வளவு பெரிய கட்டிடத்தைக் கட்ட எங்களால் எப்படிப் பணம் தர முடியும்?" என கூச்சலிட்டார்.

பிறகு அவர் அந்தப் பட்டியலை சரிபார்க்கக் கூட கவலைப்படாமல், பணப்பையை என்னை நோக்கி வீசியெறிந்தார். அவருடைய இந்தக் கடைசிச் செயலில் அவர் தான் அடக்கி வைத்திருந்த அத்தனை கோபத்தையும், ஆக்கிரோஷத்தையும் வெளிப்படையாகக் காட்டினார். நல்லவேளையாக என் மீது அவர் வைத்த குறி தப்பிவிட்டது. அது என் தலையைத் தாக்காமல் இரண்டு அங்குலம் விலகிச் சென்றுவிட்டது.

இதுவே என் பொறுமையின் எல்லையாக இருந்தது. நான் நேரே பகவானிடம் சென்று, சின்னசுவாமி பணப்பையை என் மீது வீசியெறிந்தார் என்று கூறினேன். பகவான் நான் சொன்னதைக் கேட்டுவிட்டு சிறிது நேரம் மௌனமாக அமர்ந்திருந்தார். நான் அவருடைய அறிவுரைகளையே பின்பற்றிக் கொண்டிருந்தாலும், பக்தர்கள் அவரிடம் வந்து புகார் அளிப்பது அவருக்குப் பிடிக்காது. இறுதியில், அவர் என்னிடம் பேசினார். உணவு உள்ளிட்ட ஒரு நீண்ட பட்டியலை என்னிடம் கொடுத்து, இவை எதுவும் தமக்குத் தேவையில்லை என்று கூறினார். அதாவது, தேவையற்ற இவற்றில் பணத்தை வீணடிக்காமல் இருந்தால், கோசாலை கட்ட ஆஸ்ரமத்தில் போதிய பணம் இருக்கும் என்ற பொருளில் அவர் நேரடியாகச் சொல்லாமல் சொன்னார். சில நிமிடங்கள் கழித்து மாதவ சுவாமி பகவானின் கால்களுக்கு ஜாம்பக் என்ற வலி நிவாரண மருந்தைத் தடவிவிடச் சென்றார்.

பகவான் கோபமாகப் பேசலானார், "ஜாம்பக் மாதிரியான பொருட்கள் எல்லாம் எனக்குத் தேவையேயில்லை. இவையெல்லாம் அனாவசியமான செலவுகள். இது போன்ற பொருட்கள் எனக்குத் தேவையும் இல்லை, வேண்டவும் வேண்டாம்." சிறிது நேரத்திற்குப் பிறகு பகவான் இதே காரணத்துக்காக வெற்றிலைப் பாக்கையும் புறக்கணித்தார்.

ஹாலில் இருந்த பக்தர்கள் இந்த நடவடிக்கைகளை எல்லாம் கவனித்துக் கொண்டிருந்தார்கள். அன்று வேலை செய்த பணியாட்களுக்குக் கூலி கொடுப்பதற்காக ஆஸ்ரமத்தில் போதிய பணமில்லை என்று அவர்களுக்குப் புரியவந்த போது, அந்தப் பற்றாக்குறையை ஈடுகட்ட ஒவ்வொருவரும் தங்களது பங்காக சிறிது பணம் வழங்கினர். இவ்வாறு திரண்ட பணம் அன்றைய கூலி வழங்கியது போக, மேலும் இரண்டு நாட்களுக்கு கூலி கொடுக்கப் போதுமானதாக இருந்தது.

இந்தப் பணம் தீர்ந்து போக வேண்டிய நாள் வந்ததும், பகவானின் கோசாலைக்கான பணம் அநேகமாக அற்புதம் என்று கூறும் வகையில் வியக்கத்தக்க விதத்தில் தோன்றியது. பல வாரங்களுக்கு முன்பு, ஒரு சென்னை நாளிதழான 'தி சன்டே டைம்ஸ்' ஆசிரியர் பகவானை

தரிசிக்க வந்திருந்தார். பகவானைப் புகழ்ந்து ஒரு நீண்ட கட்டுரை எழுதும் அளவுக்கு அவருக்கு ஒரு தாக்கம் ஏற்பட்டிருந்தது. இந்தக் கட்டுரை ஒரு வட இந்திய இளவரசரின் கவனத்திற்குச் சென்றிருக்கிறது. அந்த இளவரசரும் பகவானால் ஏதோ ஒரு விதத்தில் ஈர்க்கப்பட்டிருந்தார். ஆனால் அப்போதைக்கு அவர் ஒன்றும் செய்யவில்லை. சில வாரங்களுக்குப் பிறகு அந்த இளவரசர் அவருடைய காடுகள் ஒன்றில் புலி வேட்டைக்குப் போக முடிவு செய்தார். அவர் ஒருவாறு ஒரு புலியைத் தேடிக் கண்டுபிடித்தும் விட்டார். ஆனால், அவர் அதைச் சுடுவதற்குத் தன் வேட்டைத்துப்பாக்கியை தூக்கிக் குறி பார்த்த போது, எதிர்பாராத விதமாக திடீரென்று அவருக்குள் ஏதோ ஒரு அச்ச உணர்வலை பாய்ந்து அவரை முடக்கி விட்டது. அதைச் சுடாவிட்டால் அந்தப் புலி தன் மீது பாய்ந்து தன்னை நிச்சயம் கொன்றுவிடும் என்ற உணர்வு அவருக்கு உறுதியாக இருந்தது. ஆனாலும், முடங்கிப் போன தசைகளைக் கொண்டு அவரால் எதுவும் செய்ய முடியவிலலை.

திடீரென்று அவருக்கு பகவானைப் பற்றி தாம் படித்த கட்டுரை நினைவுக்கு வந்தது. உடனே, பகவானை நோக்கிப் பிரார்த்தனை செய்யத் தொடங்கினார். "என்னுடைய இந்த வேட்டையில் நான் வெற்றியடைந்தால், நான் உங்களுக்கு ஆயிரம் ரூபாய் மணியார்டர் அனுப்புவது மட்டுமின்றி, புலியின் தலையையும், தோலையும் அனுப்பி வைப்பேன்."

இந்த சம்பவம் நிகழ்ந்த கால கட்டத்தில் ரூபாயின் மதிப்பு மிக உயர்வாக இருந்தது. ஒரு நாளைக்கு கால் ரூபாய் கூலியாகப் பெறும் ஒரு தொழிலாளருக்கு அது அன்றைய எல்லா அடிப்படை வாழ்க்கைத் தேவைகளுக்கும் போதுமானதாக இருந்தது.

பிரார்த்தனையைச் சொல்லி முடித்ததுமே அவருடைய முடக்கம் நீங்கியது. ஒரே தோட்டாவில் அந்தப் புலியை வீழ்த்தினார்.

அந்த இளவரசர் தன் சொல்லைக் காப்பாற்றினார். கோசாலைப் பற்றிய பூசல்களெல்லாம் முடிந்து இரண்டு நாட்களுக்குப் பிறகு, தபால்காரர் ஆயிரம் ரூபாய்களோடு வந்து நின்றார். வினோதமான விதியின் ஒரு விளையாட்டால், தபால்காரர் அந்தப் பணத்தை சின்னசுவாமியிடம் கொடுக்காமல் என்னிடம் கொடுத்தார்.

நான் அதை பகவானிடம் கொண்டு சென்றேன். "ஆமாம், நான் இந்த மணியார்டரைத்தான் எதிர்பார்த்துக் கொண்டிருந்தேன். இதை ஆஃபீசுக்குக் கொண்டுபோய் சின்னசுவாமியிடம் கொடு" என்று மிகச் சாதாரணமாகக் கூறினார் பகவான்.

நான் அந்தப் பணத்தை சின்னசுவாமியிடம் ஒப்படைத்த போது, அவர் உடனடியாக எங்களுக்குள் இருந்த பிணக்கை எல்லாம் மறந்து பெரிதாக ஒரு புன்முறுவல் பூத்தார். வாக்குறுதிப்படி புலித்தோல் சுமார் ஒரு வாரம் கழிந்ததும் வந்து சேர்ந்தது. பகவான் அதன் மீது சில நிமிடங்கள் அமர்ந்திருந்தார். அப்போது உள்ளூர் புகைப்படக்காரர் ஒருவர் சில புகைப்படங்களைப் பிடித்துக்கொண்டார்.

பின்னர் சின்னசுவாமி என்னிடம், "பகவான் இந்தத் திட்டத்தை நிறைவேற்றும்படி உம்மிடம் சொன்னதால்தான் உமக்கு இந்தத் துணிவு வந்திருக்கிறது. பகவான் இப்பொழுது தம் திட்டங்களை என்னிடம் சொல்வதில்லை. அவை என்ன என்பதை நீரும் என்னிடம் சொல்ல மறுக்கிறீர். இது மட்டும் தான் உம்மிடம் எனக்குள்ள பிரச்சினை. அப்படிப்பட்ட சூழ்நிலையில் சிறு சிறு வாக்குவாதங்களும், சண்டைகளும் வரத்தான் செய்யும். நான் என் வேலையைத் தான் செய்ய முயற்சிக்கிறேன். அதனால் என் மீது கோபித்துக் கொள்ள வேண்டாம்" என்றார்.

நான் அந்தப் பணத்தைப் பயன்படுத்தி கோசாலைக்கு வேண்டிய சிமெண்ட், மரம் மற்றும் இரும்பு ஆகியவற்றை வாங்கினேன். நான்கு நாட்களுக்குப் பிறகு பணமெல்லாம் தீர்ந்த பின்னர், கட்டுமானச் செலவு கூடிக்கொண்டே போவது பற்றி என்னிடம் மீண்டும் குறை சொல்லத் தொடங்கி விட்டார். வந்திருந்த பக்தர் ஒருவர் நாங்கள் பேசிக்கொண்டிருந்ததைக் கேட்டுவிட்டு எங்கள் பிணக்கிற்கான காரணத்தை தெரிந்துகொள்ள விரும்பினார். செலவுக்குப் பணம் இல்லாமல் இருக்கும் போது, இவ்வளவு பெரிய கோசாலை கட்ட திட்டமிடுவதற்காக என் மீது சின்னசுவாமி குறை சொல்கிறார் என்று நான் அவரிடம் கூறினேன்.

சென்னையிலிருந்து பகவானைப் பார்க்க வந்திருந்த அந்த பக்தர் கேட்டார், "உங்களுக்கு வேறு என்ன வேண்டும்? ஒருவேளை என்னால் உங்களுக்கு உதவி செய்ய முடியலாம்."

எங்களுக்கு மிக அவசரமாகத் 4 அல்லது 5 டன் தேக்கு மரம் தேவைப்பட்டது. இதற்கு நிறைய பணம் தேவைப்படும் என்று எனக்குத் தெரியும். ஆனால், அந்த பக்தர் அதற்கு அசரவில்லை.

"அது பிரச்சினை இல்லை. நான் சென்னைக்குச் சென்றதும், தேவைப்படும் மரத்தை ஆஸ்ரமத்திற்கு அனுப்பி வைத்துவிடுவேன்" என்றார் அவர்.

இதைக்கேட்டதும் சின்னசுவாமி மிகவும் மகிழ்ச்சி அடைந்தார்; ஏனென்றால், மொத்தச் செலவில் இந்த மரத்துக்கான செலவு தான் மிகப் பெரிதாக இருக்கும் என்று அவருக்குத் தெரிந்திருந்தது. மரம் அவசரமாகத் தேவைப் படுவதால், அவர் உடனடியாகச் சென்னைக்குச் சென்று அதற்கான எல்லா ஏற்பாடுகளையும் செய்யவேண்டும் என்று அந்த பக்தரை சின்னசுவாமி கேட்டுக்கொண்டார். சின்னசுவாமியின் வேகத்தை அந்த பக்தர் பெரிதும் பாராட்டியதாகத் தோன்றிற்று. அவர் ஹாலுக்குச் சென்று பகவானைத் தரிசித்துவிட்டு, அதன் பிறகு எங்களுடைய விவகாரத்தை கவனிக்க சென்னைக்குத் திரும்பிச் சென்றார்.

சில நாட்களுக்குப் பிறகு, தேக்கு மரம் புகைவண்டியில் சரக்குப் பெட்டியில் ஏற்றப்பட்டு ஆஸ்ரமத்திற்கு வந்து சேர்ந்தது. அதோடு கூடவே யாரும் எதிர்பாராத விதமாக ரூபாய் மூவாயிரத்துக்கான விலைப்பட்டியலும் வந்திருந்தது. அந்த பக்தர் மரத்தை அனுப்பி வைக்க முன்வந்த போது, நாங்கள் எல்லாம் வழக்கம் போல அது ஆஸ்ரமத்திற்கான நன்கொடையாகவே இருக்கும் என்று தான் எடுத்துக்கொண்டோம். அச்சமயத்தில் ஆஸ்ரமத்தில் இருந்த மொத்த பணத்தை விட, மரத்தின் விலைக்காக நாங்கள் செலுத்த வேண்டிய தொகை அதிகமாக இருந்ததை அறிந்த சின்னசுவாமி ஒரு எரிமலையாகவே வெடித்தார். நல்ல வேளையாக எங்களுடைய இந்த இக்கட்டான நிலை பற்றிய செய்தி சில வசதி படைத்த பக்தர்கள் காதில் விழுந்து விட்டது. அவர்கள் எல்லோரும் கூடி பணம் திரட்டி அந்த பில்லுக்கான பணத்தைச் செலுத்தினார்கள். தேக்கு மரமும், பில்லும் ஆஸ்ரமத்திற்கு வராமல் இருந்திருந்தால், அவர்களுக்கு நன்கொடை வழங்கவே தோன்றியிருக்காது.

ஆஸ்ரமத்தில் இருந்த பெரிய கட்டிடங்களை நாங்கள் கட்டிக்கொண்டிருந்த போதெல்லாம், எப்பொழுதும் ஆஸ்ரமத்தின் நிதி நிலைமை மிக மோசமான நிலையிலேயே இருந்தது. நல்ல வேளையாக, எல்லாக் கட்டிடங்களுமே பகவானின் கட்டளைப்படி கட்டப்பட்டதால் எங்களுக்கு பொருளாதார நெருக்கடி என்று எதுவும் ஏற்பட்டதில்லை. பணிகள் நடந்துகொண்டிருந்த போது, எல்லாச் செலவுகளுக்கும் ஈடுகட்டப் போதுமான நன்கொடைகள் வரும். எந்தக் கட்டிடப் பணியும் நடைபெறாத போது, நன்கொடை ஏதும் வராது. பகவானின் கட்டுமானத் திட்டங்களை நான் மேற்பார்வை பார்த்து வந்த எல்லா ஆண்டுகளிலுமே ஒரு நாள் கூட பணமில்லாமல் எங்களுடைய வேலை தடைப்பட்டதில்லை. ஒரு திட்டத்திற்கு பகவானின் அருளாசி இருக்குமானால், நாம் பணத்தைப் பற்றிக் கவலைப்படத் தேவையில்லை என்பதை இறுதியில் சின்னசுவாமி உணர்ந்து

கொண்டார்.

கோசாலை கட்டிட வேலை நிறைவடையும் தறுவாயில் அவர் என்னிடம் வந்து, "பகவானின் திட்டத்தினால் இந்தக் கட்டிடம் வெற்றிகரமாக நிறைவடைந்துவிடும். அவருடைய அருளால் தான் நம்மால் இதற்கு நிதி திரட்ட முடிந்தது. இப்பொழுது நான் உம்மை நம்புகிறேன்," என்று கூறினார்.

வழிமுறைகளைக் கூறவும், முன்னேற்றத்தைக் கண்காணிக்கவும், பகவான் கோசாலைக்கு அடிக்கடி வருவார். இரவில் கூட அவர் அங்கே வருவதுண்டு.

ஒரு முறை, நாங்கள் இரண்டு பேரும் ஒன்றாக மேற்பார்வை செய்துகொண்டிருந்த போது, பகவான் என்னிடம், "இந்தக் கோசாலையை நீ லட்சுமிக்காகக் கட்டினால், ஒரு புத்தக சாலை கட்டவும், ஒரு போஜன சாலை கட்டவும், அம்மாவுக்கு ஒரு கோவில் கட்டவும் தேவையான புண்ணியம் நமக்குக் கிடைக்கும். காலப்போக்கில் இவையெல்லாம் நடக்கும். இந்த இடம் இறுதியில் ஒரு நகரமாகவே ஆகிவிடும்" என்றார்.

அந்த நாட்களில் லட்சுமி விருப்பம் போல எங்கு வேண்டுமானாலும் சுற்றிவிட்டு வருவாள். சில சமயம் யாராவது அவளை மேய்ச்சலுக்கு சமுத்திரம் ஏரிக்கரை பக்கமாக கூட்டிச் செல்வதுண்டு. ஆனால், பெரும்பாலும் அவள் ஆஸ்ரமத்திலேயே இருப்பாள். கட்டுமானப் பணி முடியும் கட்டத்தில், பகவான் வந்து பசுக்களுக்குப் பருத்தி விதையை அரைத்துக் கொடுக்க வசதியாக ஒரு உரலையும், ஆட்டுக் கல்லையும் வைக்க ஏற்பாடு செய்துவிட்டால் நன்றாக இருக்குமென்று ஆலோசனை கூறினார். அவர் அதை எங்கே நிறுவ வேண்டுமென்று இடத்தையும் சுட்டிக் காட்டினார். நான் ஆட்டுக்கல் வைப்பதற்கு திட்டமிட்டிருப்பதாக சின்னசுவாமியிடம் தெரிவித்த போது, அவர் அதை தன் இஷ்டப்படி அதை அந்த இடத்திலிருந்து மாற்றி கோசாலையின் வேறொரு மூலையில் நிறுவவேண்டும் என்று வற்புறுத்தினார். அவர் அங்கிருந்து அகன்றதும், நான் அவருடைய கட்டளையைப் புறக்கணித்துவிட்டு பகவான் காட்டிய இடத்திலேயே அதை வைத்தேன். அடுத்த முறை சின்னசுவாமி கோசாலைக்கு வருகை தந்த போது பகவானும் அவரைப் பின்தொடர்ந்து வந்து மற்றுமொரு அர்த்தமற்ற வாய்ச்சண்டையிலிருந்து என்னைக் காப்பாற்றினார்.

சின்னசுவாமி என் மீது குறை சொல்ல வாய் திறக்கும் முன்பாக பகவான், "எந்தத் திட்டம் நல்ல திட்டம் என்று சின்னசுவாமியைக் கேள், உன்னுடையதா அல்லது அவனுடையதா?" கூறலானார்.

அந்தத் திட்டம் தன்னுடையது என்று பகவான் கூறவில்லை; என்றாலும் பகவான் இப்படிக் குறிப்பிட்டுக் கூறியதன் பொருள் அந்த வேலை பகவானால் கொடுக்கப்பட்டது என்று சின்னசுவாமி சரியாகவே புரிந்து கொண்டார். குறிப்பைப் புரிந்துகொண்ட சின்னசுவாமி என்னுடைய திட்டத்தையே மேற்கொள்ள சம்மதித்தார்.

சின்னசுவாமி எனக்கு நிறைய தொந்தரவு கொடுத்துக்கொண்டே இருந்தார் என்று பகவானுக்குத் தெரிந்திருந்தது; ஆனாலும் நான் எந்தவித்திலும் முறையிடுவதை அவர் ஊக்குவிக்கவில்லை. பண்பையை எறிந்த நிகழ்வைத் தவிர்த்து, இரண்டே இரண்டு முறை மட்டுமே நான் பகவானிடம் சின்னசுவாமியின் நடத்தை பற்றி முறையிட்டிருக்கிறேன். இரண்டு முறையும் பகவான் நான் அவரிடம் வந்து புகார் செய்ததற்காக என்னைக் கடிந்து கொண்டார். அந்த நிகழ்வுகளில் ஒன்று, ஒரு நாயைக் கல்லால் அடித்து ஆஸ்ரமத்தை விட்டு விரட்டு என்று சின்னசுவாமி எனக்குச் சொன்னதாகும்.

ஒரு தீங்கும் செய்யாத அந்த நாயை விரட்ட எனக்கு மனம் வராததால், நான் சென்று பகவானிடம்

முறையிட்டேன், "ஒரு பாவமும் அறியாத அந்த நாயைக் கல்லால் அடிக்கும்படி சின்னசுவாமி சொல்கிறார்" என்றேன்.

அதற்கு பகவான், "நீ உன் வீட்டில் ஒரு உணவைச் சமைத்து வைத்திருக்கும் போது, ஒரு நாய் பக்கத்தில் வந்தால் அது உன் உணவை கவ்விச் செல்வதற்கு முன் அதைத் துரத்தவேண்டியது உன் கடமையல்லவா?" என்றார். அவருடைய தம்பியின் செயலை பகவான் ஆதரித்தது கண்டு நான் வியப்படைந்தேன்.

பகவான் எப்பொழுதும் விலங்குகளுடன் அன்பாக இருப்பார். எந்தத் தீங்கும் செய்யாத ஒரு நாய் மீது ஒரு பக்தர் கல் எறிவதைக் கண்டால், அவர் அந்த பக்தரைக் கடிந்து கொள்ளவே செய்வார். அவர் இப்படி எனக்கு பதிலளித்ததன் நோக்கம், பக்தர்கள் தன்னிடம் எந்த விதமான முறையீடுகளையும் கொண்டுவருவதை அவர் ஏற்றுக்கொள்வதற்கில்லை என்று காட்டுவதற்காக மட்டுமே.

பக்தர்கள் அவரிடம் முறையீடு செய்துகொள்ளும் போது, அதற்காக அவர் அவர்களைக் கடிந்துகொள்வார். இதனால் அவர் அந்த முறையீட்டுக்குக் காரணமானவர்களின் செயலை ஆதரித்தார் என்பது பொருளல்ல. இதன் பொருள் பக்தர்கள் பிறரிடம் குறை காண்பதை அவர் ஏற்றுக்கொள்வதில்லை என்பதே.

என்னுடைய இறுதியான மூன்றாவது முறையீடு என்ன என்பது எனக்கு நினைவில்லை. ஆனால், அப்போது பகவான் அளித்த பதில், முறையீடுகள் மீதும், முறையிடுவோர் மீதும் அவருக்கு இருந்த கண்ணோட்டத்தைத் தெளிவுபடுத்துவதாக இருந்தது.

"நடைமுறை விவகாரங்களில் சில கருத்து வேறுபாடுகள் எழுவதைத் தவிர்க்க முடியாது. அவற்றால் கலவரம் அடையாதே" என்று ஆரம்பித்தார்.

பின்பு அவர் கேட்டார், "நீ எதற்காக இந்த ஆஸ்ரமத்திற்கு வந்தாய்?"

"நான் படித்த பகவத் கீதை விரிவுரை ஒன்றில் மனம் தூய்மையாக இருந்தால் அதுவே ஆன்மா ஆகும் என்று கூறப்பட்டிருந்தது. நான் ஆன்மாவை உணர என் மனதைத் தூய்மையாக வைத்திருக்க விரும்புகிறேன். அதற்காகத் தான் இங்கே வந்தேன்" என்று பதிலளித்தேன்.

"மற்றவர்களிடம் குறை காண்பது மனதிற்கு தீனி அளிப்பதாகாதா?" என்று பகவான் கேட்டார்.

பகவானின் விமர்சனத்தை ஏற்றுக்கொண்டு, நான் எதிர்காலத்தில் மற்றவர்களிடம் குறை காணாமல் இருக்க முயற்சிப்பேன் என்று அவரிடம் கூறினேன்.

என் வருத்தத்தைக் காட்டும் இறுதிக் குறிப்பாக, அவரது திருவடிகளில் வீழ்ந்து வணங்கி, "இனி மேல் நான் யாரைப்பற்றியும் புகார் செய்ய மாட்டேன்" என்று கூறினேன்.

நான் என் வார்த்தையைக் காப்பாற்றினேன். அடுத்து வந்த ஆண்டுகளிலெல்லாம் நான் ஒரு முறை கூட மற்றொரு பக்தரைப் பற்றி பகவானிடம் முறையிட்டதிலை.

பொதுவாகவே பகவான் முறையீடுகளைக் கேட்க விரும்புவதில்லை என்றாலும் ஆஸ்ரமத்திற்கு வந்த ஒருவருடைய முறையீட்டைக் கேட்கும் போது மட்டும் வியக்கத் தக்க பொறுமையைக் கடைபிடித்த நிகழ்வு எனக்கு நினைவுக்கு வருகிறது. இது நான் ஆஸ்ரமத்திற்கு வந்து பல

ஆண்டுகளுக்குப் பிறகு நிகழ்ந்ததாகும். பகவானும் நானும் ஆஸ்ரமத்தின் பின்வாசலை நோக்கி நடந்துகொண்டிருந்தோம். மதிய உணவை முடித்துக்கொண்டு நாங்கள் பலாக்கொத்திற்கு உலாவச் செல்ல ஆயத்தமாக இருந்தோம். அண்மையில் வந்திருந்த ஒரு சாது ஊர் ஊராக புனித யாத்திரை செய்பவர், ஆஸ்ரமத்தைப் பற்றிய புகார்களோடு பகவானை அணுகினார்.

"உங்களுடைய சீடர்களும் குருவைப் போலவே இருக்கிறார்கள். உங்கள் ஆஸ்ரமத்திற்கு வந்த நான் சிறிது உணவு கேட்டேன். ஆனால், யாருமே எதுவும் தரவில்லை. சுவாமி விவேகானந்தர் அன்னதானத்தின் பெருமையைப் புகழ்ந்து நிறையப் பேசியிருக்கிறார். வேதாந்தத்தையும், சித்தாந்தத்தையும் பற்றி நிறையப் பேசியுள்ள அவர் அன்னதானத்தின் முக்கியத்துவத்தையும் வலியுறுத்தியிருக்கிறார்."

பகவானுக்கும் ஆஸ்ரமத்திற்கும் எதிரான இந்த முறையீடுகளைக் கேட்க கேட்க எனக்குக் கோபம் அதிகரித்துக் கொண்டே இருந்தது.

இறுதியாக நான் குறுக்கிட்டு, "பகவானை ஏன் இப்படி தொந்தரவு செய்கிறீர்கள்? போய்விடுங்கள்" என்றேன் அவரிடம்.

பகவான் கோபமாகப் பார்த்து என்னை மௌனமாக்கிவிட்டு, அந்தச் சாதுவின் முறையீடுகளைத் தொடர்வதற்கு அனுமதித்தார். தன்னை யாரும் தடுக்கவோ, துரத்தவோ போவதில்லை என்பது உறுதியானதும், ஆஸ்ரமத்திலும் அங்கு பணியாற்றுவோரிடமும் உள்ள குறைகளைப் பற்றி சுமார் அரை மணி நேரம் பகவானிடம் ஒரு சொற்பொழிவாற்றிவிட்டார் அந்த சாது. முறையீடுகளெல்லாம் தீர்ந்து போய், இறுதியாக அவர் பேச்சை நிறுத்தினார். பகவான் மிகவும் மரியாதையோடும், அமைதியாகவும் அவர் கூற விரும்பும் விஷயம் வேறு ஏதாவது இருக்கிறதா என்று கேட்டார். அந்தச் சாது பதிலேதும் கூறவில்லை.

அப்போது பகவான், "எனக்கு இங்கே சாப்பாடு சும்மா கிடைக்கவில்லை. தினமும் நான் காய்கறி நறுக்கித் தருகிறேன். பசுக்களைப் பார்த்துக்கொள்கிறேன். பக்தர்களுக்கு தரிசனம் தருவதோடு அவர்களின் கேள்விகளுக்கும், சந்தேகங்களுக்கும் பதில் சொல்கிறேன். அதனால் தான் அவர்கள் எனக்குச் சோறு போடுகிறார்கள்" என்றார்.

பிறகு பகவான் சற்று விட்டுக்கொடுத்தது போலத் தோன்றியது. அவர் என் பக்கம் திரும்பி, "என்ன செய்யலாம்? இவரைச் சமையல் அறைக்கு அழைத்துச் சென்று சிறிது உணவு கொடு" என்று கூறினார்.

அந்தச் சாது உணவருந்திவிட்டு ஆஸ்ரமத்தை விட்டு வெளியேறியவர் பின்பு திரும்பி வரவே இல்லை.

சின்னசுவாமியின் நிர்வாக நடத்தை நிறைய பக்தர்களின் எதிர்ப்பை சம்பாதித்தது; ஆனாலும் அவர் பக்தர்களோடு ஏதேனும் பிரச்சினைக்கு ஆளாகும் போதெல்லாம், பெரும்பாலும் எப்பொழுதுமே அவருக்கு ஆதரவாக இருப்பதை பகவான் ஒரு கொள்கையாகக் கொண்டிருந்தார் என்று சொல்லலாம். இதை மிகச் சிறப்பாக விளக்கும் ஒரு நிகழ்வு என் நினைவுக்கு வருகிறது. ஒரு முறை பகவானை தரிசிக்க ஒரு பெண்மணி வந்தார். அப்பெண்மணி மிகவும் கூச்ச சுபாவம் உள்ளவராக இருந்ததால், ஆண்களோடு சேர்ந்து சாப்பிடுவதை அவர் விரும்பவில்லை. அவர் சாப்பாட்டு அறைக்கு அருகிலிருந்த ஒரு தனிக் குடிசையில் தனியாக உணவருந்தினார். சம்பூர்ணம்மாளைப் போன்ற ஒரு பெண் பக்தரை அவருக்கு உணவு கொண்டு செல்ல அனுப்பி வைக்காமல், சின்னசுவாமி தானே உணவை எடுத்துச் சென்று அவருக்குப் பரிமாறத்

தீர்மானித்தார்.

என்ன நடக்கின்றது என்பதைக் கண்டுபிடித்துவிட்ட பகவான், அவரை எல்லோர் முன்னிலையிலும் கடிந்துகொண்டார். "அந்த அம்மாவுக்குப் பரிமாற யாராவது ஒரு பெண்ணை நீ அனுப்பினால் என்ன? நீயே ஏன் உணவை எடுத்துச் செல்ல வேண்டும்? அந்த அம்மாவோ ரொம்ப கூச்சப்படுகிறாள். அவருக்கு அந்நிய ஆடவர்களோடு பழகிப் பழக்கமில்லை."

இதை நேரில் பார்த்த பக்தர்கள் பலரும், "பகவானே சின்னசுவாமியை இப்படி நடத்தும் போது, நாம் எதற்கு இவருக்கு எந்த விதமான மரியாதையும் செலுத்த வேண்டும்?" என்று சிந்திக்கத் தொடங்கி விட்டார்கள்.

அடுத்து வந்த நாட்களில் இந்த பக்தர்கள் சின்னசுவாமியை மிகவும் மோசமாக நடத்த ஆரம்பித்து விட்டார்கள். சில நாட்களுக்கு பகவான் மௌனமாக இதை கவனித்துக்கொண்டிருந்தார்.

சின்னசுவாமி மீது அதிருப்தி கொண்டிருந்த இந்த பக்தர்கள் தாம் தலையிடாமல் தங்களை மாற்றிக்கொள்ள மாட்டார்கள் என்பது தெரிந்ததும், பழைய நிலை திரும்புவதற்கு பகவான் அவர்களிடம், "சின்னசுவாமி என்ன கிள்ளுக்கீரை என்று நினைத்து விட்டீர்களளா? அவர் தான் இங்கே சர்வாதிகாரி. நீங்கள் அவரது பதவிக்கு மதிப்பளித்து அவர் சொல்வது போல நடந்துகொள்ள வேண்டும்" என்று கூறி அவர்களை அடக்கினார்.

இறுதியாக கோசாலைப்பணி நிறைவடைந்ததும் சின்னசுவாமி கோசாலை கட்டக் கொடுத்ததை பண்டக சாலை கட்ட யாருடைய பணத்தை பயன்படுத்தினாரோ, அந்த ரங்கசாமி கவுண்டருக்கு ஒரு கடிதம் எழுதினார்.

"நாங்கள் ஒரு பெரிய கோசாலை கட்டி முடித்து விட்டோம். நீங்களே நேரில் வந்து பார்த்துக்கொள்ளலாம். தயவுசெய்து எங்கள் மீது இனிமேலும் கோபித்துக்கொள்ள வேண்டாம்."

ரங்கசாமிக் கவுண்டர் அந்த அழைப்பை ஏற்றுக்கொண்டு ஆஸ்ரமத்திற்கு வந்து, நாங்கள் எவ்வளவு பெரிய கோசாலை கட்டியிருக்கிறோம் என்பதைப் பார்த்து மகிழ்ச்சி அடைந்தார். அவர் தான் முதலில் கொடுத்த வாக்குறுதியின்படி பல பசுக்களையும் ஆஸ்ரமத்திற்கு நன்கொடையாக வழங்கினார்.

கோசாலையைச் சுற்றிக் காட்டிக்கொண்டிருந்த போது அவர் கூறினார், "சின்னசுவாமி நான் முதலில் கொடுத்த நன்கொடையை கோசாலைக்கு மாறாக, பண்டகசாலை கட்டப் பயன்படுத்தி விட்டதைப் பார்த்து இயல்பாகவே எனக்கு அவர் மீது கோபம் தான். அவர் என் பணத்தையெல்லாம் பாழாக்கி விட்டார் என்று நினைத்தேன். இப்பொழுது நான் நினைத்ததை விட மிகப் பெரிதாக இந்தக் கோசாலை கட்டப்பட்டிருப்பது எனக்கு மிக மகிழ்ச்சியாகவும், திருப்தியாகவும் இருக்கிறது. எல்லாம் இறுதியில் நல்லபடியாக முடிந்து விட்டது" எனக் கூறினார்.

சின்னசுவாமியும் மிக்க மகிழ்வுற்றார். அந்த வேலை முடியும் தறுவாயில் இருந்த போது, கோசாலைக்காக பலர் ஆஸ்ரமத்திற்கு நன்கொடை அனுப்பி வைத்தார்கள். அதனால் இறுதியாக அந்தப் பணி நிறைவுற்ற பிறகு செலவழிக்க நிறைய பணம் மீதம் இருந்தது. அது சின்னசுவாமியை வழக்கத்துக்கு மாறான ஒரு மிக உற்சாகமான மனநிலைக்கு கொண்டுசென்றது.

"எதிர்காலத்தில் நீர் ஆஸ்ரம வேலையைச் செய்யும் போதெல்லாம், எங்கெல்லாம்

தேவைப்படுமோ அங்கெல்லாம் பணத்தை வாரி இறைத்து செய்யவேண்டிய பணிகளைச் செய்து முடிப்பீர். என்னென்ன தேவையோ அவற்றையெல்லாம் பகவான் தருவார்" என்று அவர் என்னிடம் உற்சாகமாகக் கூறினார்.

அப்பொழுது ஆஸ்ரமத்தில் நிறையப் பணம் மிச்சம் இருந்ததால், பகவானிடம் அனுமதி பெற்று சின்னசுவாமி வேறு பல கட்டிடப்பணிகளைத் தொடங்க முயற்சி செய்தார்.

அவர் வந்து என்னிடம், "இங்கே ஒரு பெரிய போஜன சாலையும் (சாப்பாட்டு அறை), பாகசாலையும் (சமையல் அறை) கட்டுவதற்கு தேவைப்படும் தேக்கு மரங்களை வாங்கி வருவதற்காக நான் சில வாரங்களுக்கு பர்மாவிற்குப் போகிறேன். நான் வெளியூரில் இருக்கும் சமயம் நீர் பகவானுக்கான குளியலறை, அலுவலகம் மற்றும் புத்தக சாலை இவற்றைக் கட்டுவதற்கான வேலையைத் தொடங்கியாக வேண்டும். நீர் இந்த வேலையைச் சிறப்பாகச் செய்வீர் என்ற நம்பிக்கை எனக்குண்டு; ஏனென்றால், நீர் பகவானின் திட்டப்படி வேலை செய்யக்கூடியவர் என்பதை என் கடந்தகால அனுபவத்திலிருந்து தெரிந்துகொண்டேன்," என்றார்.

பகவானின் குளியலறைக்காக மைசூர் மகாராஜா ஏற்கெனவே ஒரு நன்கொடை கொடுத்திருந்ததால் அந்தப் பணியை நான் உடனடியாகவே தொடங்க முடிந்தது.

இந்தப் புதிய திட்டங்களின் வேலைகள் எல்லாம் மிகவும் சீராகவே நடைபெற்றன. எந்தவித தடங்கல்களும் இல்லாமல் நான் அந்த வேலைகளை முடிக்க முடிந்தது. ஆஸ்ரமத்திற்கு வருகை தரும் பக்தர்கள் தெரிந்துகொள்வதற்காக நான் ஒன்றை இந்தக் கட்டத்தில் கூறியாக வேண்டும். அதாவது, ஆஸ்ரமத்தின் புத்தகசாலையாகவும், அலுவலகமாகவும் இருந்துவரும் கட்டிடம் பகவான் மஹாசமாதி ஆன பின்பு தான் கட்டப்பட்டதாகும். இப்பொழுது பகவானின் சமாதி மண்டபத்தின் வடகிழக்கு மூலையோடு இணைந்துள்ள கட்டிடங்கள் தான், பகவானின் எஞ்சிய காலம் வரைக்கும் ஆஸ்ரமத்தின் அலுவலகமாகவும், புத்தக சாலையாகவும் இருந்தன. அவை இப்பொழுது ஆஸ்ரமம் வெளியிடும் நூல்களைப் பாதுகாக்கவும், அனுப்பி வைக்கவும் பயன்படுகின்றன. பழைய அலுவலகத்தை ஒட்டி வடக்குப் பக்கத்தில் இருந்த சிறிய அறையே பகவானின் குளியல் அறையாக இருந்தது. (பக்கம் 40 உள்ள வரைபடத்தை காண்க) அந்த அறையின் சிறிய வாசற் கதவு வடக்கே மலையைப் பார்த்தவாறு அமைந்திருக்கும்.

சின்னசுவாமி பர்மாவில் இருந்த போது, வேலையாட்களுக்குக் கூலி கொடுக்கும் பணி என்னிடம் ஒப்படைக்கப்பட்டிருந்தது. சமய நூல்களைப் படிப்பதற்காக நானாகவே வாசிக்கக் கற்றுக்கொண்டிருந்தாலும், அடிப்படை கணிதத்தைத் தெரிந்துகொள்ள நான் ஒருபோதும் அக்கறை காட்டவில்லை. அதன் காரணமாக எல்லா வரவு, செலவு விவரங்களையும் என்னால் பதிவு செய்ய இயலவில்லை. கணக்குகளை எழுதிவைப்பதில் நான் அடிக்கடி பிழைகள் செய்து வந்தேன். சில நாட்களுக்குப் பிறகு நான் இந்த வேலைக்குத் தகுதியற்றவன் என்ற முடிவுக்கு வந்தேன்.

நான் பகவானிடம் சென்று, "மேஸ்திரிகள் மற்றும் வேலைக்காரர்களிடம் வேலை சொல்வதும், வேலை வாங்குவதும் எனக்குப் பெரிய பிரச்சினையாகத் தெரியவில்லை. ஆனால், சரியான கூலி கொடுப்பதும், கணக்கு வைத்துக்கொள்வதும் எனக்கு மிகவும் கடினமான பணியாக உள்ளது. நான் நிறைய பிழைகளைச் செய்வதால், என்னால் இந்த வேலையைச் சரிவர செய்யமுடியும் என்று நான் நினைக்கவில்லை. நமக்குப் பணம் பற்றாக்குறையாக இருக்கும் போது, நான் செய்யும் பிழைகளைப் பற்றி மிகவும் கவலைப்படுகிறேன்," எனக் கூறினேன்.

பகவான் பதில் கூறவில்லை. ஆனால் அப்போது அங்கே உட்கார்ந்திருந்த ராகவேந்திர ராவ் என்ற

பக்தர் எல்லாக் கணக்கு வழக்குகளையும் தானே பார்த்துக்கொள்வதாக அவராகவே முன்வந்தார். ஒரு ஓய்வு பெற்ற பொறியாளரான ராகவேந்திர ராவ் தன்னுடைய ஓய்வு நேரத்தையெல்லாம் பகவத் கீதையைப் படிப்பதிலும், முழுமையாகப் புரிந்துகொள்ள முயற்சிப்பதிலும் செலவிட்டுக்கொண்டிருந்தார். அவர் கணக்கு வழக்குகளைக் கவனித்துக் கொண்டதோடு என்னுடைய கட்டிட மேற்பார்வைப் பணியிலும் எனக்கு உதவ முன்வந்தார். ஒரு பொறியாளர் என்ற முறையில் கட்டிடங்களைப் பற்றி என்னை விட அவருக்கு மிக அதிகமாகத் தெரிந்திருந்த போதிலும், அவர் என்னுடைய திட்டங்கள் எதைப் பற்றியும் ஒருபோதும் குறை கூறியதில்லை. என்னுடைய உதவியாளராகப் பணியாற்றியதோடு அவர் திருப்தி அடைந்தார். ஏனென்றால், நான் பகவானுடைய கட்டளைகளை நிறைவேற்றும் பணியை மட்டுமே செய்கிறேன் என்று அவர் தெரிந்து வைத்திருந்தார்.

ஆஸ்ரமப் பணியாளர்களுக்கு பகவான் வேலை வழங்கினால், அவை சரிவர செய்து முடிக்கப்பட வேண்டும் என்று அவர் எதிர்பார்ப்பார். ஒழுங்கற்ற முறையில் செய்யப்பட்டவைகளை அவர் ஒருபோதும் சகித்துக் கொண்டதில்லை. ஆஸ்ரமத்தில் தங்கியிருப்பவர்களில் அவருக்கு திருப்தியளிக்கும் வகையில் வேலையைச் செய்யத் தவறுபவர்களை அவர் வேலையிலிருந்து நீக்கிவிடுவார் அல்லது அதே வேலையை திரும்பச் செய்யும்படி வற்புறுத்துவார். சில சமயம் ஒரு குறிப்பிட்ட வேலையைச் செய்யும் முறை அவருக்கு திருப்தியளிக்காவிட்டால் அவர் அதில் தலையிட்டு தானே அந்த வேலையைச் செய்வார்.

ஆஸ்ரமப் பணியாளர்கள் செய்யும் வேலையில் அவர் தரக் கட்டுப்பாட்டை கண்டிப்போடு அமல்படுத்தி வந்தாலும், வெளியாட்கள் செய்யும் வேலைகளில் அவர் அவ்வளவாகத் தலையிட விரும்பியதில்லை. எப்போதாவது வெளியாட்கள் செய்யும் வேலையில் தவறு நேர்ந்துவிட்டால், அவர் ஆஸ்ரமத்தில் தங்கியிருந்த பக்தர்களுள் ஒருவரை அழைத்து அந்தத் தவறைத் திருத்தச் சொல்வார், அல்லது அதைத் திரும்பச் செய்யச் சொல்வார். நான் ஆஸ்ரமத்தில் தங்கியிருந்த ஆண்டுகளில் இது போன்ற பல பணிகள் எனக்குத் தரப்பட்டதுண்டு.

ஒரு சமயம் பகவானின் குமுட்டி அடுப்பிலிருந்து கரித்துண்டுகளை எடுக்க இடுக்கி தேவைப்பட்டது. ஒப்படைக்கப்பட்ட அந்த வேலையை செய்த கருமான் ஒரு நல்ல இடுக்கியைச் செய்திருந்தார். ஆனால், அதன் உலோகத்தால் ஆன கைப்பிடி மிகவும் கரடுமுரடாகவும், ஒழுங்கில்லாமலும் இருந்தது. பகவான் எந்தக் குறையும் கூறாமல் அதை ஏற்றுக்கொண்டு, அந்தக் கருமான் சென்ற பிறகு என்னை அழைத்து உப்புத்தாளையும் அரத்தையும் கொண்டு அந்தக் கைப்பிடியைத் தேய்த்து செம்மைப்படுத்தும்படி கூறினார்.

அடுத்த முறை அந்தக் கருமான் ஆஸ்ரமத்திற்கு வந்திருந்த போது, பகவான் தேய்த்துப் பொலிஷூட்டப்பட்ட அந்த இடுக்கியை அவரிடம் கொடுத்து, "இந்த இடுக்கியைச் செய்தது நீர்தான் என்று சொல்ல முடியுமா?" என்றார்.

தன் வேலையை மறைமுகமாகக் குறை கூறியதை ஒரு புன்முறுவலோடு ஏற்றுக்கொண்ட அந்தக் கருமான், அவருடைய பணிக்கு நாங்கள் மிகச் சிறப்பாகப்   பொலிஷூட்டியிருப்பதாகப் பாராட்டினார்.

சில சமயம் அந்த குமுட்டி அடுப்பிலிருந்து சிறு சிறு கங்குகள் வெடித்துத் தாவித் தரையில் விழுவதுண்டு. எங்களுக்கு ஆன்மிகப்பாடம் புகட்ட கிடைக்கும் எந்த ஒரு வாய்ப்பையும் இழக்க விரும்பாத பகவான், ஆன்மாவுக்கும், மனத்துக்கும் இடையே இருக்கும் உறவை விளக்க இந்த இயற்கை நிகழ்வை ஒரு சமயம் பயன்படுத்திக்கொண்டார்.

"நெருப்பிலிருந்து ஒரு பொறி தாவிக் குதிப்பதைப் போல இப்படித்தான் மனமும் ஆன்மாவிலிருந்து வெளிப்படுகிறது. நெருப்பை விட்டு வெளியே வைத்திருக்கும் வரை இந்தக் கரித்துண்டுக்குச் சூடு இருக்காது. அது போலவே, மனம் தன்னை ஆன்மாவிலிருந்து வேறுபட்டதாக கற்பனை செய்துகொண்டிருக்கும் போது, அதற்குச் சொந்தமாக எந்த ஆற்றலும், திறனும் இருக்காது."

பின்பு அவர் இடுக்கியைக் கொண்டு கரித்துண்டை எடுத்து நெருப்பில் போட்டுக் கொண்டே, "இது தான் ஜீவன், இதை சிவத்திடம்-ஆன்மாவிடம் திரும்பிப் போகச் செய்யவேண்டும்" என்றார்.

மராமத்து செய்யும் மற்றுமொரு பணி என்னிடம் வந்து சேர்ந்தது. வெளியிலிருந்து பணிக்கு அமர்த்தப்பட்ட பணியாளர்கள், ஆஸ்ரமத்தின் கிணற்றைச் சுற்றி எழுப்பிய சுவர் மிக மோசமான முறையில் செய்யப்பட்டிருந்ததால் அதை சரி செய்யும் பணி எனக்கு கொடுக்கப்பட்டது. அவசர அவசரமாக முடிக்கப்பட்ட அந்தச் சுவரில் பல கற்கள் வெளியே துருத்திக் கொண்டும், சில உள்வாங்கிக்கொண்டு குழியாகவும், ஒழுங்கில்லாமலும் இருந்தன. கற்களுக்கு இடையிலிருந்த இடைவெளியைக் கூட அந்த வேலையாட்கள் சிமென்ட் கொண்டு அடைக்காமல் அசட்டையாக விட்டிருந்தார்கள். பகவான் அந்த சுவரைப் பார்த்ததும், அந்த இடைவெளிகளையெல்லாம் நிரப்பி, சுவரின் வெளிப்பரப்பை சமமாக நிரவி ஒழுங்குபடுத்துமாறு என்னிடம் கூறினார். என்னால் அந்தச் சுவரை முழுமையாகச் சமன் படுத்த முடியவில்லை. ஆனால், என்னால் முடிந்த வரை, பெரிய துவாரங்களில் சிறு சிறு கற்களை வைத்து சிமென்ட் கலவை பூசியும், சிறு துவாரங்களிலும், பிளவுபட்ட இடங்களிலும் சிமென்டை மட்டும் பூசியும் செம்மைப் படுத்தினேன். மோசமான வேலையைச் செய்துவிட்டிருந்த மேஸ்திரிகள் மீண்டும் ஆஸ்ரமத்திற்கு வந்த போது, அந்தக் கருமானிடம் கடைபிடித்த அதே அணுகுமுறையை பகவான் கைக்கொண்டார்.

குற்றம், குறை எதுவும் சொல்லாமலே அந்த மேஸ்திரிகளுக்கு சரி செய்யப்பட்ட அந்தச் சுவரைக்காட்டி, "நீங்கள் கட்டிய சுவரை அண்ணாமலை சுவாமி எப்படி மராமத்து செய்திருக்கிறார் பாருங்கள்," என்றார்.

பல ஆண்டுகளுக்குப்பிறகு பகவான் அது போன்றதொரு மராமத்துப் பணியை தயார் சமாதியில் செய்யும்படி என்னிடம் கூறினார். பகவானின் ஒரு மேற்பார்வைப் பணியின் போது, கருவறையைச் சுற்றியிருந்த பிரகாரத்தில் தரையில் பரவப்பட்டிருந்த கற்களுக்கிடையில் ஆங்காங்கே இடைவெளிகள் இருப்பதைக் கவனித்தார். அவற்றில் சில ஒரு அங்குலம் அளவுக்குப்பெரிதாக இருந்தன. சுவரிலும் சில கற்களுக்கிடையில் இடைவெளி இருந்ததையும் அவர் எனக்குச் சுட்டிக்காட்டி, அவற்றை எல்லாம் அடைக்கும்படி என்னிடம் சொன்னார். 1940 களில் ஒரு சமயத்தில் நான் செய்த இந்த மேஸ்திரி வேலை தான் ஆஸ்ரமத்திற்காக நான் செய்த கடைசிப்பணியாகும்.

ஆஸ்ரமத்தில் நான் முதன் முதலாக ஆஸ்ரமக் கட்டிடப் பணிகளை கண்காணிக்கத் தொடங்கிய போது, 'இந்த வேலை விரைவில் முடிந்து விடும். அது முடிந்ததும் நான் ஹாலுக்குச் சென்று பகவானுடன் அமர்ந்து கொள்ளலாம்' என்று நினைத்துக் கொள்வது வழக்கம்.

'இனிமேல் முழுநேரமும் கட்டிடப்பணிகளையே நீ செய்ய வேண்டும்' என்று பகவான் ஒரு போதும் என்னிடம் கூறியதில்லை. வேலை இல்லாத நேரங்களில் நான் ஹாலுக்குச் சென்று பகவானுடன் உட்கார்ந்து கொள்ளலாம் என்று நானே அனுமானித்து கொண்டேன். என்னுடைய இந்த எண்ணத்தை பகவானே மாற்றிவிட்டார். நான் ஒரு வேலையை முடித்த உடனேயே, செய்வதற்கு வேறொரு வேலையை தவறாமல் எனக்குக் கொடுத்து விடுவார். நான் அவருக்காக அங்கே சேவை

செய்து வந்த ஆண்டுகளில் எல்லாமே, வேலை நேரங்களில் ஒரு நாள் கூட பகவானுடன் ஹாலில் அமர்ந்திருக்க முடிந்ததில்லை.

நான் இந்த இழப்பை அவ்வளவாக உணரவில்லை; ஏனென்றால், அதற்கு ஈடாக எனக்குப் பல சிறு சிறு சலுகைகள் கிடைத்து வந்தன. அதிகாலையில் கட்டிடப் பணிகள் எல்லாம் தொடங்குவதற்கு முன்பாக, மாதவ சுவாமியும், நானும் பகவான் குளிக்கும் போது அவருக்கு உதவியாக இருப்பது வழக்கம். அவர் குளிப்பதற்கு முன்னதாக நாங்கள் இருவரும் அவரது முதுகிலும், கால்களிலும் எண்ணெய் தடவி பிடித்து விடுவோம். இரவில் மணி எட்டுக்கும், ஒன்பதரைக்கும் இடையே பகவான் திருவடிகளில் எண்ணெய் தடவி பிடித்து விட எனக்கு வாய்ப்பு கிடைக்கும். நான் அவரது கால்களைப் பிடித்துவிட்டுக்கொண்டே ஆன்மிகம் பற்றிப்பேசுவேன், அல்லது கட்டிடப் பணிகளைப் பற்றிப் பேசுவேன். இரவு நேரங்களில் பிடித்துவிடும் வேலை முடிந்த பிறகு சில நிமிடங்கள், நான் என்னுடைய தலையை அவருடைய திருவடிகளில் வைத்திருக்க பகவான் அனுமதிப்பார்.

நான் மேற்கொண்டு எதையும் தொடர்வதற்கு முன்பாக, ரமணாஸ்ரமத்தில் இருக்கும் ஆண்கள் அனைவரையுமே ஏன் 'சுவாமி' என்று அழைக்கிறார்கள் என்பது பற்றி ஒரு சிறு விளக்கமளிக்க வேண்டும் என நினைக்கிறேன். மிகச் சரியாகச் சொல்வதானால், 'சுவாமி' என்ற இந்தப்பட்டம் ஏதேனும் ஒரு சன்னியாச பரம்பரையில் முறைப்படி தீக்ஷை பெற்றவர்கள் மட்டுமே பயன்படுத்த வேண்டியதாகும். ஆஸ்ரமத்தில் இருந்த எந்த சுவாமியுமே அப்படி முறையான தீக்ஷை பெற்றவர்கள் அல்ல.

அவர்களுள் பெரும்பாலானவர்கள் இந்தப்பட்டத்தைப் பெற்றதற்குக் காரணம், பகவான் அவர்களை அப்படி அழைக்கத் தொடங்கியதே ஆகும். பகவான் எப்பொழுதும் பிறருடன் மிகவும் மரியாதையுடன் தான் பேசுவார். ஆஸ்ரமத்திலிருந்த எந்த சாதுவையாவது அவர் அழைக்க விரும்பினால், அவர் அவர்களுடைய பெயரைச் சொல்லி, அத்துடன் மரியாதையின் அடையாளமான 'சுவாமி' என்ற அடைமொழியையும் சேர்த்துக் கொள்வார். அவர் அவர்களை இப்படி அடிக்கடி கூப்பிட, ஆஸ்ரமத்திலிருந்த சாதுக்களும் தங்களது பெயர்களுடன் இந்த 'சுவாமி' யையும் இணைத்துக் கொண்டார்கள். சாதாரணமாக ஒருவர் சன்னியாசி ஆகும் போது அவருக்குப் புதிய பெயர் வழங்கப்பட்டு அந்தப் பெயருக்கு முன்னால் 'சுவாமி' என்ற மரியாதைச் சொல் இணைக்கப்பட்டு அவர் அழைக்கப்படுவது வழக்கம். ஆஸ்ரமத்திலிருந்த பெரும்பாலான சாதுக்கள் தங்களுடைய பழைய பெயரையே வைத்துக்கொண்டு 'சுவாமி' என்ற பட்டத்தை மட்டும் சேர்த்துக்கொண்டனர்.

பகவான் தங்களுக்கு தீக்ஷையளித்து முறைப்படி சன்னியாசம் வழங்க வேண்டும் என்று பக்தர்கள் பலரும் விரும்பினார்கள். ஆனால் எனக்குத் தெரிந்த வரையில் அவர்களில் யாருடைய வேண்டுகோளையும் பகவான் ஏற்றுக்கொண்டதில்லை. சில விடாக்கண்டர்களான பக்தர்கள் சன்னியாசிகளுக்கான காவி உடையை ஹாலுக்குக் கொண்டுவந்து வைத்து பகவானை அதை எடுத்துக் கொடுக்கும்படியோ அல்லது தொட்டு ஆசிர்வதிக்கும்படியோ கேட்டுக்கொள்வதுண்டு. ஆனால் பகவான் அதற்குக் கூட இசைந்ததில்லை.

பகவானிடமிருந்து காவியாடை வாங்கிவிட முயன்ற பக்தர்களுள் 'உபதேச மஞ்சரி' யின் தொகுப்பாசிரியரான சாது நடனானந்தரும் ஒருவராவார்.

"யாருக்கும் காஷாயம் கொடுக்கும் பழக்கம் எனக்கு இல்லை" என்று கூறி பகவான் மறுத்துவிட்டார்.

அதன் பிறகு நடனானந்தர் அந்த காவித் துணியை பக்தர்கள் தங்கள் காணிக்கைகளை வைக்கும் பகவானின் இருக்கைக்கு முன்னால் இருந்த நாற்காலியின் மேல் வைத்தார். பகவான் அந்தத் துணியைத் தொட மறுத்துவிட்டார். சில நிமிடங்களுக்குப் பிறகு சாது நடனானந்தர் அதை அங்கிருந்து எடுத்து விட்டார்.

சாது நடனானந்தர் தனது முடிவுப்படி சன்னியாசியாக ஆனார், ஆனால், வெகு விரைவிலேயே அந்த வாழ்க்கை முறை அவருக்கு மன நிறைவை அளிக்கவில்லை. சில மாதங்களுக்குப்பிறகு அவர் ஆஸ்ரமத்திற்குத் திரும்பி வந்தார்; காவி உடைகளைக் களைந்துவிட்டு சாதாரண உடைகளையே உடுத்தத் தொடங்கிவிட்டார்.

ஒவ்வொரு நாளும் மாலையில் நான் பகவானுக்குக் கட்டுமானப் பணிகள் பற்றி ஒரு அறிக்கை தர வேண்டும். நான் என்னென்ன வேலைகள் செய்து முடிக்கப்பட்டன என்பதையும், இன்னும் என்னென்ன பணிகள் செய்ய வேண்டியதாக உள்ளன என்பதையும் அவருக்குக் கூறுவேன். சில சமயம் பகவான் அடுத்த நாள் பணிகளுக்கான கட்டளைகளை எனக்கு வழங்குவார். மற்ற சமயங்களில் நான் என் சொந்தத் திட்டங்களைக் கூறி அவருடைய ஒப்புதலைப் பெறுவேன். இவ்வாறாக நான் நாள் தோறும் மாலைப் பொழுதில் பகவானுடன் நீண்ட நேரம் நெருங்கியிருந்து முக்கியமான விஷயங்களைப் பற்றி உரையாடும் நல்வாய்ப்பைப் பெற்றிருந்தது பொறமைக்குரியதாக இருந்தது. பகவானின் கம்பீரத்தையும், பெருமையையும் பார்த்து வியப்பு மேலிட்டு, அவருடன் பேசுவதற்கு பயந்த மற்ற பக்தர்கள் என்னை இடைத் தூதராகப் பயன்படுத்திக் கொண்டனர். ஒவ்வொரு நாளும் நான் பகவானுடன் சுதந்திரமாகப் பேசுவதைத் தெரிந்துகொண்டு அவர்கள் தங்கள் பிரச்சினைகளை என்னிடம் கூறி, அதற்கான தீர்வை பகவானிடம் கேட்டுச் சொல்லுமாறு என்னைக் கேட்டுக்கொள்வார்கள்.

நான் மிகவும் மதித்த மற்றொரு சலுகையும் இருந்தது. காலை சிற்றுண்டியின் போதும் மற்றும் மதிய உணவின் போதும் இரண்டு பந்திகள் இருக்கும். பகவான் எப்பொழுதும் முதல் பந்தியில் அமர்ந்து உண்பார். ஆனால் இரண்டாவது பந்தியில் அமர்ந்து உண்பதே என் வழக்கம். நான் சாப்பாட்டு அறைக்குள் நுழையும் போது, வழக்கமாக பகவான் தம் உணவை முடித்துக்கொண்டிருப்பார். நான் அங்கு செல்லும் போது, அவர் இன்னும் உணவருந்திக்கொண்டு இருந்தால், நான் அவருக்கு எதிரில் அமர்ந்து எதிர்பார்ப்போடு காத்திருப்பேன். என்னுடைய பொறுமைக்கு பெரும்பாலும் வெகுமதியில்லாமல் போகாது. பல சமயங்களில் பகவான் தாம் உண்ட இலையை, நான் என் உணவை அதில் சாப்பிட்டுக்கொள்ளலாம் என்று உணர்த்தும் வகையில், என் பக்கமாகத் தள்ளிவிடுவது உண்டு. பரிமாறும் பெண்கள் குறிப்பறிந்து அந்த இலையை என் முன்னால் போட்டு எனக்கு அதில் உணவு பரிமாறுவார்கள்.

இலையில் ஒட்டியிருக்கும் ஓரிரு உணவுத் துணுக்குகள் குரு பிரசாதமாகக் கருதப்படுகின்றன. ஆதலால், பகவானுடைய இலையில் சாப்பிட அடிக்கடி கடும் போட்டி நிலவியது.

பகவானின் எச்சில் மிச்சத்தை உண்பதற்கு எனக்கிருந்த அளவற்ற ஆசை ஒரு சமயம் என்னை மிகவும் நோய்வாய்ப்பட வைத்துவிட்டது. ஏனென்றால், பல நூற்றாண்டுகளுக்கு முன்பு அண்ணாமலையில் வாழ்ந்த குரு நமச்சிவாயர் எனும் யோகியைப் பற்றிய ஒரு கதை எனக்கு ஒரு ஊக்கம் அளித்திருந்தது. ஒரு நாள் இந்த யோகியின் குரு வாந்தியெடுத்துவிட்டு, அதை சுத்தம் செய்யும்படி கூறும் விதமாக, 'நம் கால் படாத இடத்தில் கொண்டுபோய் இதைப் போட்டு விடு' என்று சீடரிடம் கூறினார்.

வாந்தி அனைத்தையும் குருப் பிரசாதமாக பாவித்து சீடரான குரு நமச்சிவாயர் தானே அதனை உட்கொண்டார். இதைக்கண்டு குருவான குகை நமச்சிவாயர் மிகவும் மகிழ்ந்து சீடரின்

பக்திக்காக அவரைப் பாராட்டினார்.

ஒரு சமயம் பகவானுக்கு கடுமையான பல்வலி இருந்த போது, நான் இந்த சம்பவத்தை நினைத்துக் கொண்டேன். அந்த வலியைப் போக்கிக் கொள்வதற்காக பகவான் தம் பற்களுக்கிடையில் ஒரு சிறு துண்டு புகையிலையை சில நிமிடம் வைத்திருந்து விட்டு வெளியே துப்பினார். நான் குரு நமச்சிவாயரைப் பின்பற்றி என் பக்தியைக் காட்டுவதாக நினைத்துக்கொண்டு சிறிது முட்டாள்தனமாகவே முடிவெடுத்தேன். அந்தப் புகையிலை பகவானின் பிரசாதம் தான் என்று எனக்கு நானே உறுதியளித்துக்கொண்டு அதை மென்று அப்படியே விழுங்கியும் விட்டேன். அதன் பிறகு எனக்கு உடனடியாகவே கடுமையான வயிற்றுவலியும், மோசமான குமட்டலும் உண்டாயின. பல முறை வாந்தி வந்துவிடும் போன்று இருந்தது; இருந்தாலும் நிறைய தண்ணீரைக் குடித்து வாந்தி எடுக்காமல் சமாளித்தேன்.

புகையிலையில் உள்ள வேதிப் பொருட்கள் மிகவும் நச்சுத்தன்மை கொண்டவை. ஒருவர் புகையிலையை உட்கொள்ளும் போது இந்த நச்சுக்கள் எல்லாம் அப்படியே உடம்பிற்குள் நுழைகின்றன.

நான் கட்டிட மேற்பார்வைப் பணியில் இருக்கும் போதெல்லாம், "நீர் பகலில் வெய்யிலில் வேலை செய்கிறீர்; நீர் எதை வேண்டுமானாலும் சாப்பிடலாம்," என பகவான் அடிக்கடி கூறுவார்.

பரிமாறும் பெண்கள் பகவானின் இந்தக் கருத்தை மனதிற்கொண்டு உடல் சூட்டைத் தணிப்பதற்காக எனக்கு எப்பொழுதும் தயிரையும், நெய்யையும் தாராளமாகவே பரிமாறுவார்கள். நானும் என் சொந்தப் பரிகாரத்தை வைத்திருந்தேன். கோடை காலத்தில் வெய்யில் தாங்கமுடியாமல் இருக்கும் போது, வெங்காயத்தைப் பச்சையாக சிறு சிறு துண்டுகளாக நறுக்கி என் உணவில் சேர்த்துக் கொள்வது உடலைக் குளிர்ச்சியாக வைத்திருக்க உதவியாக இருக்கக் கண்டேன். ஒரு கோடை காலத்தின் போது நான் பச்சை வெங்காயத்தை அதிகமாக சாப்பிடுவதைப் பார்த்துவிட்டு, எல்லோரும் என்னை வெங்காய சுவாமி என்றே அழைக்கத் தொடங்கிவிட்டார்கள்.

பெருந்திரளாக மக்கள் ஆஸ்ரமத்திற்கு வரத் தொடங்குவதற்கு முற்பட்ட ஆரம்ப நாட்களில், பெரும்பாலும் பகவானோடு பேசுவதற்கான வாய்ப்பு அவர் சாப்பாட்டு அறையில் சாப்பிட்டுக்கொண்டு இருக்கும் போது கிடைக்கும். ஒரு சமயம் பகவான் தமது காலை உணவாகிய இட்லியைச் சாப்பிட்டுக் கொண்டிருந்த போது நான் அவருக்குப் பக்கத்தில் உட்கார்ந்திருந்தேன்.

அப்போது பகவானிடம் சில ஆன்மிகக் கேள்விகளைக் கேட்டேன். ஆனால் அவர் பதில் சொல்லி முடிப்பதற்கு முன்பாக சின்னசுவாமி தலையிட்டு, "பகவான் சாப்பிட்டுக்கொண்டிருக்கும் போது ஏன் கேள்வி கேட்கிறீர்? உம்முடைய கேள்விகளை வேறு சௌகரியமான சந்தர்ப்பத்தில் கேளும்" என்றார்.

பகவான் தம் பதிலைத் தருவதற்கு முன்பாக சின்னசுவாமியைப் பார்த்து, "இட்லி சாப்பிடுவதை விட ஞானம் முக்கியம். இந்த வாய்ப்பு இனி எப்போதும் வாராது. நாங்கள் இப்போது பேசுவதை நிறுத்தினால், மேலும் ஒரு பொருத்தமான வாய்ப்பு வாராமலேயே போகலாம்" என்றார்.

பகவான் உண்ட இலையில் உண்பதற்கு மிக அதிகமான பேர் விரும்பியதால், இறுதியில் அதற்கு ஒரு சுழற்சி முறை கொண்டுவரப்பட்டது. ஆரம்ப நாட்களில் நான் பழைய உணவுக் கூடத்தை பயன்படுத்திக்கொண்டிருந்த சமயங்களிலெல்லாம் எந்தவித குறிப்பிட்ட வரைமுறையும்

இல்லாதிருந்தது. பகவான் சாப்பிட்டு முடிக்கப் போகும் தறுவாயில் நான் வேண்டுமென்றே உணவுக் கூடத்தில் நுழைந்து பகவானுக்கருகில் போய் அமர்ந்துகொள்வேன்; அதனால் பெரும்பாலும் அவரது இலை எனக்கே கிடைத்திருந்தது. சில சமயம் மற்ற பக்தர்களில் யாராவது ஒருவர் அதை நானே ஏறக்குறைய ஏகபோக உரிமையாக்கிக் கொள்வதாக என் மீது குற்றம் சாட்டுவார்.

"கிட்டத்தட்ட எல்லா நாட்களிலுமே நீர் தான் பகவானின் இலையை எடுத்துக் கொள்கிறீர். அவ்வளவு புண்ணியத்தையும் நீரே சம்பாதித்துக்கொள்கிறீர். பகவானின் இலையை எடுத்துக்கொள்வதற்கு உமக்கு நிறைய வாய்ப்பு இருக்கிறது. தயவு செய்து பகவானின் இலையில் ஒரே ஒரு நாள் சாப்பிடும் வாய்ப்பை எனக்குத் தாரும்," என்பார்.

யாராவது இது போல என்னிடம் குறைப்பட்டுக்கொண்டால், நான் இலையை அவருக்குக் கொடுத்து விடுவேன். புதிய உணவுக் கூடம் கட்டிமுடித்த பிறகு சில சமயங்களில் மட்டுமே எனக்கு பகவானின் இலை கிடைத்தது. பின் வந்த ஆண்டுகளில் பகவான் யாருக்கும் இலையைக் கொடுப்பதை நிறுத்திக்கொண்டார். அவர் உணவருந்தி முடித்த ஒவ்வொரு முறையும், அவரது இலைக்காகவே ஒரு கூட்டம் அவரைச் சுற்றி காத்திருந்தது தெரிய வந்ததும், இனிமேல் யாருக்கும் அதில் சாப்பிட அனுமதியில்லை என்று அறிவித்து அந்தப் பழக்கத்துக்கு ஒரு முற்றுப்புள்ளி வைத்துவிட்டார் பகவான்.

வேறு வகையான பிரசாதங்களும் உணவுக் கூடத்தில் கிடைத்து வந்தன. ஒவ்வொரு முறை உணவருந்தி முடித்ததும், பகவான் தமது இலைக்கு அருகில் வைக்கப்பட்டிருக்கும் சிறிய பாத்திரத்தில் கைகழுவுவது வழக்கம். ஏறக்குறைய ஒவ்வொரு நாளும் நான் அந்த நீரைப் பருகிவந்தேன். அதோடு கூட பகவானுக்கு குடிக்க வழங்கப்படும் நீரையும் நான் அருந்துவது வழக்கம். பரிமாறும் பெண்மணி எப்போதும் பகவானின் தட்டுக்குப் பக்கத்தில் ஒரு குவளையில் வெந்நீர் வைப்பார். அவர் அதில் ஒரு பாதியைப் பருகிவிட்டு மீதியை அப்படியே வைத்துவிடுவார். அப்படி அவர் மீதம் வைக்கும் போதெல்லாம் நான் அதை எடுத்துக் குடித்துவிடுவேன். பின்வந்த ஆண்டுகளில் நான் சொந்தமாக உணவு சமைத்துக் கொண்ட போதும், எனக்கு இந்த நீரைக் குடிக்க அவ்வப்போது வாய்ப்பு கிடைத்து வந்தது. ஒவ்வொரு நாளும் பகவானுக்கு உணவு கொண்டுவந்த முதலியார் பாட்டி உணவுக் கூடத்திலிருந்த அந்த நீரை எனக்குக் கொண்டுவந்து தருவார்; ஏனென்றால், நான் அந்த நீரின் மீது எவ்வளவு மதிப்பு வைத்திருந்தேன் என்பது அந்த அம்மையாருக்குத் தெரியும்.

பகவான் என்னிடம் மிகக் கடுமையாக வேலை வாங்குவார். அதே நேரத்தில் என்னிடம் மிகுந்த அன்போடும், அக்கறையோடும் இருந்தார். உணவுக் கூடத்தில் நிகழ்ந்த ஒரு சம்பவம் இதை மிகத் தெளிவாக உணர்த்தும். மருத்துவமனைக்கு அருகில் சில படிக்கட்டுகளை மேஸ்திரிகள் அமைத்துக்கொண்டிருந்ததை அன்று காலை முழுவதும் கண்காணித்துக் கொண்டிருந்தேன். நான் இல்லாவிட்டால் அவர்கள் கற்களுக்கிடையில் போதுமான கலவையை வைக்காமலும், கற்களையே தவறாக இடம் மாற்றி வைத்துவிடவும் வாய்ப்பு இருந்தது. அந்தப் பணி நீண்ட நேரம் எடுத்ததால், நான் மதிய உணவுக்கு மிகவும் தாமதமாகவே சென்றேன். உணவுக் கூடத்தில் என் தட்டில் பரிமாறப்பட்ட உணவு மிகவும் ஆறிக் குளிர்ந்து இருந்ததோடு ஈக்கள் பலவும் அதன் மீது உட்கார்ந்திருந்தன. காலம் தாழ்த்தி வந்ததற்காக ஒரு பரிசாரகர் என்னைத் திட்டவும் செய்தார்.

"நீர் வேலையில் இருக்கலாம், நாங்களும் தான் வேலை செய்கிறோம்; நீர் இப்படித் தாமதமாக வரக்கூடாது. நேரத்தோடு வந்துவிட வேண்டும்."

அப்போது வெளியே தம் பற்களை சுத்தம் செய்துகொண்டிருந்த பகவான் இதைக் கேட்டுவிட்டார்.

அவர் உரத்த குரலில் கூறினார், "அண்ணாமலை சுவாமி ஒன்றும் சோம்பேறியாக சும்மா இல்லை. அவர் முன்னாலேயே வந்திருந்தால், அவர் பார்த்துக்கொண்டிருந்த வேலை சரிவர நடந்திருக்காது. உங்களுக்கு ஓய்வு தேவைப்பட்டால், போய் ஓய்வெடுத்துக்கொள்ளலாம். நானே அண்ணாமலை சுவாமிக்குப் பரிமாறிக்கொள்கிறேன்."

பகவானின் இந்த தலையீடு அளித்த அதிர்ச்சியில் அந்தப் பெண்கள் பழைய உணவை எடுத்துவிட்டு, ஒரு புதிய தட்டில் சூடான உணவை எனக்குப் பரிமாறினார்கள்.

பகவான் என் மீது செலுத்திய அன்பையும், அக்கறையையும் விளக்க இரு சம்பவங்கள் என் நினைவுக்கு வருகின்றன. முதலாவது நிகழ்வு, நான் ஒரு பெரிய கருங்கல்லை என் கால் பெருவிரல் மீது போட்டுக்கொண்டு காயமடைந்த பிறகு நிகழ்ந்ததாகும். நான் என் அறையில் ஓய்வு எடுத்துக்கொண்டு அந்த நாளைக் கடத்தலாம் என்று முடிவு செய்திருந்தேன்; ஏனென்றால் என் கால் நான் நடக்க முடியாதபடி வலித்தது. ஆஸ்ரமத்தில் இருந்த பலருக்கும் நான் காயப்பட்டிருந்தது தெரியும்; ஆனால், எனக்கு உணவோ, மருந்தோ கொடுக்கவேண்டும் என்ற எண்ணம் ஒருவருக்கும் வரவில்லை. மதிய உணவிற்கு நான் வராததைக் கவனித்துவிட்ட பகவான் என்னைப் பற்றி சிலரிடம் விசாரித்திருக்கிறார். என்னை உணவின்றியும், மருத்துவ கவனிப்பு இல்லாமலும் என் அறையில் முடங்கிக் கிடக்க விட்டிருக்கிறார்கள் என்பதை அறிந்த பகவானுக்கு அங்கிருந்த அனைவர் மீதிலும் கோபம் ஏற்பட்டது.

"இவரிடமிருந்து எல்லா வேலைகளையும் வாங்கிக்கொள்கிறீர்கள். இந்தப் புதிய கட்டிடங்கள் எல்லாம் கட்டி முடிந்துவிட்டால் எவ்வளவு அற்புதமாக இருக்கும் என்று வேறு கூறிக்கொள்கிறீர்கள். ஆனால், இப்போது அவர் உடல் நலிந்து இருக்கும் போது அவரைக் கவனித்துக்கொள்ளவோ கவலைப்படவோ ஒருவருமில்லை," என்றார் பகவான்.

கொஞ்ச நேரம் பகவான் இந்த ரீதியிலேயே தமது தாபத்தை வெளிப்படுத்தியிருந்தார் போலத் தெரிந்தது. விளைவாக, பல பக்தர்கள் தங்களது மதிய உணவிற்குப் பின்பு தங்களை வெட்கம் பிடுங்கித்தின்ன, ஒரு பக்தர்கள் குழாம் பரிசுப்பொருட்களாக மதிய உணவையும், மருந்தையும் எனக்குக் கொண்டுவந்து கொடுத்ததைப் பார்த்து எனக்கே மிகவும் வியப்பாகிவிட்டது. அவர்கள் என்னைக் கவனிக்காமல் விட்டதற்கு மன்னிப்பு கேட்பதாகவும், அவ்வாறு என்னை விட்டதற்காக பகவான் அவர்களை எப்படி கோபித்துக்கொண்டார் என்பதையும் கூறினார்கள்.

இரண்டாவது நிகழ்வு ஒரு ஜெயந்தி விழா முடிந்த உடனே நிகழ்ந்ததாகும்.

விழாவிற்காக ஆஸ்ரமத்திற்கு பெரிய அளவில் காய்கறிகள் தானமாக வழங்கப்பட்டிருந்தன. மீதமிருந்த காய்கறிகள் சரியான முறையில் பாதுகாக்கப்படாவிட்டால் அவற்றில் பெரும்பாலானவை பயன்படுத்தப்படுவதற்கு முன்பாகவே அழுகிப் போய்விடும் நிலையில் இருந்தன. காய்கறிகளைத் துண்டு துண்டாக வெட்டி வெய்யிலில் காயப்போட்டு வைத்து எடுப்பது தான் சிறந்த வழி என்று பகவான் முடிவு செய்தார். இம்முறையில் அவை பல வாரங்களுக்குக் கெட்டுப்போகாமல் இருக்கும். இது ஒரு பெரிய பணியாக இருந்ததால், பக்தர்கள் எல்லாரையும் அழைத்து காய்கறிகளை நறுக்க உதவும்படி கேட்டுக்கொள்ள பகவான் சின்னசுவாமியிடம் கூறினார். நானும் என் கட்டிடப் பணியை விட்டு விட்டு மற்றவர்களோடு சேர்ந்துகொண்டேன்.

நானும் அந்த வேலைக்கு வந்திருப்பதைக் கண்ட பகவான், "இந்த விதி உனக்குப் பொருந்தாது. இது மற்றவர்களுக்கு மட்டும் தான். நீ ஏற்கெனவே நாளெல்லாம் ஓய்வில்லாமல் வேலை செய்திருக்கிறாய்," என்றார்.

நான் நோய்வாய்ப்பட்டிருக்கும் போதோ, காயமடைந்திருக்கும் போதோ பகவான் எப்போதுமே என்னை ஓய்வெடுத்துக்கொள்ளச் சொன்னார் என்றும் கூற முடியாது. ஒரு சமயம், என் காலில் கடுமையான வலி இருந்தது. யாரோ ஒரு இரும்பு ஊசியைக்கொண்டு திரும்பத் திரும்ப குத்துவது போல இருந்தது. வலிக்கான எந்த ஒரு காரணமும் கண்ணுக்குத் தென்படவில்லை. ஆதலால், என்னால் அதற்கு எந்த நிவாரணமும் எடுத்துக்கொள்ள முடியவில்லை. அன்று நான் செய்வதற்கென்று பல பணிகளை பகவான் எனக்குக் கொடுத்து இருந்தார். நான் ஆஸ்ரமத்தில் அங்கும் இங்கும் நொண்டிக்கொண்டு என்னால் முடிந்த வேலைகளைச் செய்துகொண்டிருந்தேன். ஆனால், போதிய நேரம் இன்மையால் ஒரு வேலையை மட்டும் செய்யாமல் விட்டு விட்டேன். பிறகு பகவானிடம் சென்று எனக்குக் காலில் கடுமையான வேதனை இருக்கிறது என்று கூறினேன். பகவான் நான் கூறியதை எல்லாம் ஒதுக்கிவிட்டு, நான் செய்யாமல் விட்ட அந்த ஒரு வேலையைக் கூறி, அதைச் செய்துவிட்டாயா என்று கேட்டார். என் கால்வலி காரணமாக அதைச் செய்ய இயலவில்லை என்றேன்.

"போய் அந்தக் கடைசி வேலையைச் செய்து முடி. வலி போய்விடும். வேலையைச் செய்துகொண்டு இருக்கும் போதே வலி நீங்கிவிடும்," என்றார் பகவான்.

வழக்கம் போல பகவான் கூறியவாறே நடந்தது.

நான் எப்பொழுதுமே கடினமாக உழைப்பதில் மகிழ்ச்சி அடைந்தேன் என்று கூறிவிட முடியாது. அவ்வப்போது ஒரு நாள் ஓய்வெடுக்க முடிந்திருந்தால் நன்றாகவே இருந்திருக்கும் என்று நான் நினைத்ததும் உண்டு ஒரு சமயம் நான் ஒரு சிறிய இடைவேளை எடுத்துக்கொள்ள முயற்சித்தேன். அதனால் ஏற்பட்ட மோசமான விளைவைக் கண்ட பிறகு நான் மீண்டும் ஒருபோதும் அதற்கு முயன்றதில்லை. ஓய்வேயில்லாத நீண்ட காலப் பணிக்குப் பின் நான் களைப்பாக இருந்த போது அந்த சம்பவம் நிகழ்ந்தது. நான் பகவானிடம் சென்று, வேலைகளிலிருந்து ஓய்வு எடுத்துக்கொண்டு கிரிவலம் சென்று வரட்டுமா என்று கேட்டேன். கொஞ்ச காலமாக கிரிவலம் போய்வர வேண்டும் என்ற ஆசை எனக்கு இருந்து வருகிறது என்று அவரிடம் நான் கூறினேன். நான் செய்யவேண்டிய வேலை நிறைய மிச்சம் இருந்தது என்று அவருக்குத் தெரிந்திருந்தால் முதலில் அவர் அனுமதியளிக்க மறுத்தார். அவர் வாய் திறந்து முடியாது என்று சொல்லாமல் மௌனமாகவே இருந்தார். அவரது மௌனத்தை அவரது மறுப்பின் அர்த்தமாக எடுத்துக்கொள்ளாமல் நான் திரும்பத் திரும்ப முட்டாள்தனமாகக் கேட்டுக்கொண்டே இருந்தேன்.

இறுதியாக பகவான் ஒரு நேரான பதிலைத் தந்தார், "தியானம் செய்வதற்கு ஓய்வு வேண்டும் என்று நீ அடிக்கடி கேட்டுக்கொண்டிருக்கிறாய். நடந்துகொண்டே தியானம் செய்தபடி கிரிவலம் செய்," என்றார்.

நான் மலையைச் சுற்றி நடந்து வந்தேன். ஆனால் என் மனம் நான் தியானம் செய்யவிடாமல் சஞ்சலப்பட்டுக்கொண்டே இருந்தது. பகவான் அரைமனதுடன் அனுமதியளித்திருந்த போதிலும், நான் என் வேலையை விட்டு விட்டு வந்ததால் ஏற்பட்ட குற்ற உணர்ச்சி என்னை உறுத்தியது. நான் ஆஸ்ரமத்திற்கு திரும்பி வந்து சேர்ந்த போது இந்த குற்ற உணர்ச்சி அளவுக்கு மீறி அதிகரித்துவிட்டது. ஒரு பெரிய பக்தர்கள் கூட்டமே எனக்காகக் காத்திருந்தது. நான் அப்படி எங்கேதான் போயிருந்தேன் என்று எல்லோரும் என்னைக் கேட்டுத் துளைத்துவிட்டார்கள்.

ஏனென்றால், நான் வெளியே சென்றதுமே பகவான் தம் சோஃபாவைவிட்டு இறங்கிச் சென்று நான் செய்யாமல் விட்டுவிட்டுச் சென்ற மேற்பார்வைப் பணியை அவரே செய்யத் தொடங்கிவிட்டாராம். கொளுத்தும் வெய்யிலில் நான் இல்லாத அந்த நேரம் முழுவதும் அவர் மேற்பார்வைப் பணியைச் செய்துகொண்டிருந்தார். யாராலும் அவரை உள்ளே செல்லும்படிச்

செய்ய முடியவில்லை. அவரைத் தரிசிக்க வந்த பக்தர்கள் எல்லோரும் பகவானது திருவடிகளைச் சுற்றியிருந்த சேற்றிலும், சுண்ணாம்பிலுமே விழுந்து வணங்க வேண்டிய கட்டாயத்துக்கு ஆளாயினர். பகவானை இவ்வளவு தொந்தரவுக்கு ஆளாக்கியதற்கு என் மீது சின்னசுவாமிக்கும் மற்ற பக்தர்களுக்கும் மன வருத்தம் இருந்தது நன்றாகப் புரிந்தது. பகவான் தாமே ஒன்றும் கூறவில்லை; ஆனால், அவரது மௌனம் போதித்த பாடத்தை என்னால் நன்றாகவே புரிந்துகொள்ள முடிந்தது. தியானம் செய்யவோ, கிரிவலம் செய்யவோ நேரம் எடுத்துக்கொள்வதை விட பகவான் கொடுத்த வேலையைச் செய்வதே முக்கியமான பணி என்பதே நான் கற்ற பாடம்.

ஆஸ்ரமத்தில் கண்காணிக்கப்பட வேண்டிய பணிகள் எதுவும் இல்லாத போது பகவான் மிகவும் இணங்கிச் செயல்படுவார். அப்படிப்பட்ட ஒரு காலகட்டத்தில் நான் மலை உச்சிக்கு ஒரு பயணம் செய்வது என்று முடிவெடுத்தேன். அதற்கான அனுமதியை பகவானிடம் கேட்டுப் பெற்ற பிறகு விரைவாக உச்சியைச் சென்றடைவதற்கான வழி எது என்று கேட்டேன். பகவான் என்னை ஆஸ்ரமத்தின் பின் பக்கமாக அழைத்துச் சென்று மலையின் உச்சியில் இருந்து ஏறக்குறைய ஆஸ்ரமத்தின் பின்பக்கம் வரை வளைந்து நெளிந்து ஓடிய ஒரு பாதையைக் காட்டினார்.

அவ்வாறு சுட்டிக்காட்டிய பின் பகவான், "இந்த முகட்டில் மூன்று சிகரங்கள் உண்டு" என்றார். "நீ நடந்து போகும் போதே அவற்றைத் தெரிந்து கொள்வாய். அச்சிகரங்கள் ஒவ்வொன்றின் மீதும் ஒரு கண் வைத்தவாறு எப்போதும் அவற்றை நோக்கியே நடக்க வேண்டும். மூன்றாவது சிகரத்தை அடைந்த பிறகு, உச்சியை நோக்கித் தொடர்ந்து ஒரே நேர்க்கோட்டில் பயணிக்க முடியாது என்று தோன்றும். சிறிது பக்கவாட்டிலேயே நடந்து போய்விட்டுப் பிறகு பிரதான சிகரத்தை நேராகவே ஏறிவிடு", என்றார்.

ராமசாமிப்பிள்ளை இந்த அறிவுரைகளைக் கேட்டுக்கொண்டிருந்தார். பகவான் சொல்லி முடித்ததும், "அந்த நான்கு சிகரங்களும் கர்மம், பக்தி, யோகம், ஞானம் போன்றவைகளாகும். ஒவ்வொன்றாகக் கடந்து தான் ஒருவர் உச்சியை அடைய வேண்டும்" என்றார் அவர்.

நான் பகவானது அறிவுரையைப் பின்பற்றி எளிதாக உச்சியை அடைந்தேன். ஏறிப்போகும் வழியில் எனக்குப் பசியெடுத்து பலமெல்லாம் போய்விட்டால் என்ன செய்வது என்ற கவலை எனக்கு இருந்ததால், ஒரு பையில் இட்லி, நிலக்கடலை, பருப்பு, வாழைப்பழங்கள், தேங்காய் மற்றும் தண்ணீர் இவை எல்லாவற்றையும் எடுத்துக்கொண்டேன். நான் சரியான இடைவெளிகளில் சிற்றுண்டி எடுத்துக்கொண்டே சென்றதால், எனக்குப் பசித் தொந்தரவும் இல்லை, பலமும் குன்றிப் போகவில்லை.

நான் திரும்பி வந்து பகவானிடம் பெருமையாகத் தெரிவித்தேன், "நாள் முழுதும் ஒருபோதும் நான் பசியால் பாதிக்கப்படவில்லை."

பகவான் சிரித்துக்கொண்டே, "அது எப்படி பசி எடுக்கும்? நீ தான் நாளெல்லாம் சாப்பிட்டுக்கொண்டே இருந்தாயே!" என்று பரிகாசம் செய்தார்.

1920 களின் நடுவில் பகவான் மலை உச்சிக்குச் செல்வதை நிறுத்திக்கொண்டார். அவருக்கு மலை மேல் ஏறுவதில் மிக்க மகிழ்ச்சி, என்றாலும் அவர் உச்சியை நோக்கி நடக்கத் தொடங்கினால், ஆஸ்ரமத்தில் இருந்த எல்லோரும் தன்னைப் பின்தொடர்வார்கள் என்பது அவருக்குத் தெரியும்.

1938-இல் சேலத்திலிருந்து வந்திருந்த இராஜகோபால ஐயர் என்ற பக்தர் பகவானிடம் மலை உச்சிக்கு போகும் பல்வேறு வழிகளைப் பற்றிக் கேட்டார்.

மிகச் சிறந்த பாதைகளை எல்லாம் கூறிய பகவான், "மெல்ல மெல்ல ஏறினால் யாருக்கும் எந்த சிரமமும் இருக்காது" என்று கருத்துரைத்தார்.

பகவான் இவ்வாறு கூறியதைக் கேட்ட சுப்பிரமணிய ஐயர், தன்னுடைய மலையேற்றக் குழுவில் பகவானையும் இணைத்துக்கொண்டு, "பகவானும் எங்களுடன் வந்தால் எங்கள் யாருக்கும் எந்தவிதக் கஷ்டமும் இருக்காது" என்றார்.

பகவான் நகைச்சுவையாக பதிலளித்தார், "நான் வந்தால் ஆஸ்ரமத்தில் இருக்கும் எல்லோரும் வருவார்கள். ஏன், இந்தக் கட்டிடங்கள் எல்லாம் கூட வரும்!"

நாங்கள் இப்படிப் பேசிக்கொண்டதைக் கேட்டுக்கொண்டிருந்த ஒரு பெண்மணி பகவானைக் கேட்டார், "பகவானால் இன்னமும் இந்த மலை மீது ஏற முடியுமா?"

பகவான் சிரித்துக்கொண்டே பதிலளித்தார், "இன்னமும் என்னால் இந்த மலையையும் ஏற முடியும்; வேறு எந்த மலையையும் ஏற முடியும்."

அருணாசல மலை சுமார் 2600 அடி உயரம் உள்ளதாகும். இந்த நிகழ்ச்சியின் போது பகவானுக்கு வயது 58. அவருடைய இளமையில் 600 அடி உயரத்தில் இருந்த கந்தாஸ்ரமத்திலிருந்து மலை உச்சிக்கு ஏறக்குறைய ஒரு மணி நேரத்தில் போய்விட்டு வந்துவிடுவார். ஒரு ஆரோக்கியமான மனிதருக்கு சாதாரணமாக இவ்வளவு தூரத்தைக் கடக்க இதை விட இரு மடங்கு நேரம் பிடிக்கும். பகவான் எப்பொழுதும் செருப்பு அணிந்துகொண்டதில்லை. என்பதையும் கருத்தில்கொண்டு பார்த்தால், பகவானுக்கு மலை ஏறுவதில் இருந்த திறமை குறிப்பிடத்தக்கதாகும்.

பகவான் விருபாக்ஷி குகையில் வசித்துவந்த ஆரம்ப நாட்களில் அவர் அடிக்கடி தனியாகவே மலை உச்சிக்குப் போய் சிறிது நேரம் அங்கே தங்கியிருந்துவிட்டு குகைக்குத் திரும்புவது வழக்கம். ஒரு முறை அவர் மலை உச்சிக்குத் தனியாகச் சென்ற போது, குற்றாலம் சுவாமி என்ற ஒரு பக்தர் இரகசியமாக அவரைப் பின்தொடர்ந்ததாகக் கூறினார். பகவான் உச்சியை அடைந்து பத்து நிமிடம் கழிந்த பின் குற்றாலம் சுவாமி ஒரு மண் பானையில் தண்ணீரைச் சுமந்து கொண்டு பகவான் முன் நின்றிருக்கிறார். அவ்வளவு தூரம் மலை உச்சிக்குச் ஏறிச் சென்ற பிறகு பகவான் தாகத்தால் அவதியுறக் கூடாது என்பதற்காக அவர் தண்ணீர்ப் பானையை தன் முதுகில் சுமந்துகொண்டு அவரை இவ்வாறு பின்தொடர்ந்திருக்கிறார்.

சிவாய அல்லது மௌனி சுவாமி என்று அழைக்கப்பட்ட குற்றாலம் சுவாமி பகவானைவிட்டுப் பிரிந்து சென்று, தாமே தம்முடைய சொந்தத் திறமைகளால் ஒரு புகழ்பெற்ற ஆன்மிகவாதி ஆகி விட்டார்; பல மடங்களுக்கு அதிபதியானார்; ஒரு பெரிய கார் கூட வைத்திருந்தார்- அந்தக் காலத்தில் அது அபூர்வமான விஷயம்.

அவர் ஆணவம் பிடித்தவர் என்றே சிலர் நினைத்திருந்தனர். ஆனால் பகவான் அவரைப்பற்றி மிகவும் மென்மையாகப் பேசினார்; "அவர் ஒரு நல்ல பக்தர், ஆனால், தன்னுடைய பக்தியை வெளிப்படையாகக் காட்டிக்கொள்ள மாட்டார். அவருடைய பக்தி எல்லாம் உள்ளேயே இருக்கும். அவர் அப்படி ஒன்றும் நல்ல பக்தர் அல்ல என்று எல்லோரும் நினைத்துக்கொள்ளும்படி அவர் தம் பக்தியை நன்றாகவே மறைத்துக் கொள்வார். எனக்கு அந்த மாதிரி பக்தியை ரொம்பப் பிடிக்கும்."

ஸ்ரீ சேஷாத்திரி சுவாமிகள்; இவர் 1928-இல் ஸ்ரீ அண்ணாமலை சுவாமி திருவண்ணாமலைக்கு வந்து சேர்ந்த போது அவரை ஆசிர்வதித்தார்.

இளைஞர் அண்ணாமலை சுவாமி தமது குரு ஸ்ரீ ரமண மஹரிஷியுடன்.

இளைஞர் அண்ணாமலை சுவாமி (இடப்பக்கத்திலிருந்து இரண்டாவதாக நிற்பவர்) அமர்ந்து இருப்பவர்களில் வலப்பக்க இறுதியில் ஸ்ரீ பகவான் மற்றும் இதர பக்தர்கள்.

மேலும், கீழும்: 1923-இல் எடுக்கப்பட்டதில் எஞ்சியிருக்கும் ஆரம்ப கால புகைப்படங்கள், இரண்டும் ஒரே நாளில் எடுக்கப்பட்டவை. இதில் காணப்படும் ஒரே கட்டிடம் பகவானுடைய அன்னையின் சமாதி மீது எழுப்பப்பட்ட ஓலைக்குடில். மேலே உள்ள படத்தின் முற்புறத்தில் பகவான் நின்றவாறே வாசித்துக்கொண்டிருப்பதைக் காணலாம்.

கீழே: 1920-களின் இறுதியில் ஸ்ரீ ரமணாஸ்ரமம். வலப்பக்க கட்டிடம் அப்போது புதிதாக கட்டப்பட்டிருந்த ஹால் ஆகும், இங்கே பகவான் வசித்தார், பக்தர்களை சந்தித்தார். அதன் பிற்புறம் பழைய உணவுக் கூடத்தின் ஒரு பகுதி (ஹாலின் இடது புறம்) மற்றும் ஓலையால் வேயப்பட்ட சமையல் அறை இவற்றைக் காணலாம். இடப்பக்கம் காணப்படும் பெரிய ஓலைக்குடில் பிற்காலத்தில் புதிய உணவுக் கூடமாகவும், சமையல் அறையாகவும் மாற்றப்பட்டது.

சின்னசுவாமியால் பிற்காலத்தில் பண்டக அறையாக மாற்றப்பட்ட கோசாலை. ஸ்ரீ அண்ணாமலை சுவாமி முதன் முதலாக மேற்கொண்ட பெரிய கட்டிடப் பணி இதுவாகும். கட்டிடப் பணியில் முன் அனுபவம் இன்மையால் இப்பணியை மேற்கொள்ள அவர் மிகவும் தயங்கினார்.

போதிய பொருளாதாரம் கிடைக்கத் தொடங்க, சின்னசுவாமி பகவானின் அனுமதியுடன் பல கட்டிடப்பணிகளை ஆரம்பிக்கத் தீர்மானித்தார். மேலே காணப்படும் அலுவலகம் மற்றும் புத்தகக் கடை உட்பட அவ்வனைத்துக் கட்டிடப் பணிகளையும் அண்ணாமலை சுவாமி மேற்பார்வை செய்தார்.

நடுவரிசையில் நிற்பவர்கள், வலதிலிருந்து இடமாக: 2 டி கே சுந்தரேச ஐயர், 4 கணபதி சாஸ்திரி, பெஞ்சில் அமர்ந்திருப்பவர்கள், வலதிலிருந்து இடம்: 1 கிராண்ட் டஃப், 2 ஸ்ரீ பகவான்.

தரையில் அமர்ந்திருப்பவர்கள், வலதிலிருந்து இடம்: 1 நாராயண ஐயர், 2 முனகல வெங்கடராமய்யா, 3 யோகி ராமய்யா, 4 சின்னசுவாமி

ஆஸ்ரம உணவு

பகவான் வழக்கமாக விடியற்காலை மூன்று மணிக்கும் நான்கு மணிக்கும் இடையில் எழுந்துவிடுவார். எழுந்ததும் சமையலறைக்குச் சென்று அன்று காலை உணவுக்குத் தேவையான காய்கறிகளை நறுக்கத் தொடங்குவார். மற்ற சமையல்கூடப் பணியாளர்கள் நீண்ட நேரம் தூங்கிவிட்டு சிறிது நேரம் கழித்து அவருடன் சேர்ந்துகொள்வார்கள். பகவான் தமது பணியைத் தொடங்கும் முன்பாக, ஒரு சிறு இஞ்சித் துண்டை எடுத்து அதைச் சிறு சிறு துண்டுகளாக நறுக்கி, சிறிது உப்பும் சேர்த்து வாயிலிட்டு மென்று விழுங்கிவிடுவார். இது தான் அவர் தமது நாள்பட்ட செரிமானக் கோளாறுக்காக எடுத்துக்கொண்ட கை வைத்தியம்.

பகவான் ஒரு மிகச்சிறந்த தலைமைச் சமையல்காரர் - ஜனநாயக பண்பு கொண்டவராகவே தென்பட்டார். மற்ற சமையல்காரர்களை அன்றைய மதிய உணவுக்கு என்ன சமைக்க விரும்புகிறார்கள் என்று ஆலோசனை கேட்டுக்கொண்டு தான் தமது நாளைத் தொடங்குவார். அவரவர்களுடைய கருத்துக்களையும், திட்டங்களையும் ஒவ்வொருவரிடமும் கேட்பார்; பல்வேறு மாற்றுக் கருத்துக்கள் இருந்தால் அவற்றையும் விசாரித்துவிட்டு ஒரு பொதுவான, எல்லோருக்கும் ஒத்தக் கருத்து வரும்வரை நன்றாக விவாதிப்பார். பின்பு ஒப்புக்கொள்ளப்பட்ட திட்டத்துக்கு ஏற்ப காய்கறிகள் நறுக்கப்படும். ஆனால், சமைக்கத் தொடங்கிய பிறகு, பெரும்பாலும் யாரையும் கேட்காமலேயே பகவான் சமையல் முறையை மாற்றிவிடுவார்.

காலை நேரம் கடந்து, சமையல் பணி எல்லாம் ஏறத்தாழ நிறைவெய்திவிட்ட நிலையில், பகவான் ஒன்றும் அறியாதவர் போலக் கூறுவார், "நாம் ஒரு விதமாக சமைக்கவேண்டும் என்று திட்டமிட்டோம்; ஆனால், வேறு விதமாக முடிந்துவிட்டது போலத் தென்படுகிறது."

இந்தக் காலை நேர உரையாடல்கள் எல்லாம் தங்களுக்கு வேலையில் ஈடுபாடு ஏற்பட மேற்கொள்ளப்பட்ட ஊக்குவிக்கும் உத்தி என்பதை அவரோடு கூடப் பணியாற்றியவர்களுக்கு உணர முடிந்தது. இப்படி இடையில் ஏற்பட்ட மாற்றங்களுக்காக ஒருபோதும் யாரும் குறைப்பட்டுக் கொண்டதில்லை. பகவானின் சர்வாதிகாரத்தை நாங்கள் எல்லோருமே ஏற்றுக்கொண்டோம். அவர் ஏற்படுத்திய மாற்றங்களையும், வழங்கிய ஆலோசனைகளையும் நாங்கள் எப்பொழுதும் மகிழ்ச்சியாக ஏற்றுக்கொண்டோம்.

காலையில் முதல் ஆளாக சமையல் கூடத்தில் நுழைபவர் பகவானாக இருந்தால், அடுப்பில் நெருப்பு மூட்ட வேண்டியது அவருடைய பணி. ரங்க ராவ் என்ற ஒருவரும் பகவானைப்போல் அதிகாலையில் விழித்தெழுபவராக இருந்தார். சில சமயம் பகவானுக்கு அந்தப் பணியிலிருந்து விடுதலை அளிக்க விரும்பித் தானே அந்தப் பணியை மேற்கொள்ள முயன்றாலும், மிக அரிதாகவே அதில் வெற்றி பெறுவார். மற்றவர்கள் பகவானை மாவரைக்கும் பணியில் இருந்து விடுதலை அளிக்க முயன்று, அதில் ஓரளவுக்கு மட்டுமே வெற்றி காண முடிந்தது. காய்கறி நறுக்கும் பணி முடிந்ததும், பகவான் தம் தலையில் ஒரு துண்டைச் சுற்றிக்கொண்டு ஒரு ஆட்டுக்கல்லில் சட்னி அரைப்பார். அவர் தன்னுடைய பலத்தை எல்லாம் செலுத்தி அந்த

அரைக்கும் பணியைச் செய்வார். நல்ல பலமுள்ள, அனுபவமுள்ள பக்தர் யாராவது தாமாகவே முன்வந்து அந்தப் பணியை ஏற்றுக்கொண்டால் மட்டுமே அந்த வேலையை விட்டுக்கொடுப்பார். சட்னி அரைத்து முடிந்ததுமே அவர் தம் கைகளைக் கழுவிக்கொண்டு காலைப் பாராயணத்தில் கலந்துகொள்ளச் சென்றுவிடுவார்.

பகவான் ஹாலில் உட்கார்ந்திருந்த போதும், சமையல்கூடப் பணிகளில் ஒரு கண் வைத்திருப்பார். சாம்பார், காய்கறிப்பொரியல், கூட்டு இவை தயாரான உடனே, சம்பூர்ணம்மாளோ அல்லது சமையல்காரர்களில் வேறு யாராவது ஒருவரோ சுவைத்துப் பார்ப்பதற்காக அவற்றை பகவானிடம் கொண்டுவருவார்கள். பகவான் அவற்றைச் சுவைத்துப் பார்த்துவிட்டு திருப்தி தெரிவிப்பார், அல்லது 'கொஞ்சம் உப்பு சேர்க்கலாம்' என்பது போன்ற சில மதிப்பு கூட்டும் யோசனைகளைக் கூறுவார். ஒரு வேளை சமையல்காரர்கள் சுவை பார்ப்பதற்கு, மாதிரி உணவைக் கொண்டுவந்து தர மறந்துவிட்டால், பகவான் காலை வேளைகளின் இடையே ஹாலில் இருந்து எழுந்து சமையல் அறைக்குச் சென்று உணவு சரியான முறையில் சமைக்கப்படுகிறதா என்பதைத் தானே பார்த்துவிட்டு வருவார்.

பகவானுடைய அறிவுரைகளை எல்லோரும் மகிழ்ச்சியுடன் பின்பற்றுவதே வழக்கம். ஆனால், அவர் தம் அதிகாரத்தை வலியுறுத்த வேண்டிய சந்தர்ப்பங்களும் சில இருந்தன. அவியல் செய்யும் சரியான முறையை அவர் சமையல்காரர்களுக்கு கற்றுக்கொடுத்த ஒரு நிகழ்வு குறிப்பாக என் நினைவுக்கு வருகிறது. அவியல் என்பது பல்வேறு காய்கறிகளுடன், தேங்காயும், தயிரும் சேர்த்து தயாரிக்கப்படும் ஒரு சுவையான காய்கறிக் கூட்டு. மிளகாயையும் மற்ற மசாலாப் பொருட்களையும் நன்றாக அரைத்து அந்த விழுதைத்தான் இளந்தீயில் வெந்துகொண்டிருக்கும் காய்கறிகளோடு சேர்க்க வேண்டும் என்று பகவான் பல முறை வலியுறுத்திக் கூறியிருந்தார். இது மிகவும் கடினமானதும், நேரம் பிடிக்கும் பணியாகவும் இருந்ததால், சமையல்காரர்கள் ஒரு சமயம் கையால் அரைப்பதற்குப் பதிலாக மசாலாப்பொருட்களை எல்லாம் தூளாகச் சமையலில் சேர்த்து விட்டனர். பகவான் என்ன நடந்தது என்பதை எப்படியோ கண்டுபிடித்து விட்டார். அடுத்த முறை அவியல் தயாரித்த போது பகவானே சமையல் கூடத்துக்கு வந்து அந்த மசாலாப் பொருட்களைத் தாமே அரைக்கலானார். அவர் அப்படிச் செய்துகொண்டிருந்த போது நான் சமையல் கூடத்துக்குள் போக நேர்ந்தது.

அவர் மட்டுமே வேலை செய்துகொண்டிருக்க, பெண்கள் எல்லோரும் சுற்றி நின்று வேடிக்கை பார்த்துக்கொண்டு இருந்ததை கவனித்த நான், "சமையல் கூடத்தில் பலர் வேலை செய்கிறீர்கள், ஏன் இந்த வேலையை பகவானே செய்ய வேண்டும்?" என்று கேட்டேன்.

என்ன நடந்தது என்பதை பகவான் விளக்கினார். "நான் மிளகாயை விழுதாக அரைக்க வேண்டும் என்று சொல்லியிருந்தேன். ஆனால், அவர்கள் நான் சொன்னதைக் கேட்பதாக இல்லை. அதனால், அது முறையாகச் செய்யப்படுவதை உறுதி செய்ய நானே அந்தப் பணியைச் செய்கிறேன். இது ஒன்றும் எனக்குக் கடினமான வேலை இல்லை. இது கைகளுக்கும், புஜங்களுக்கும் ஒரு நல்ல உடற்பயிற்சி," என்றார்.

நான் அந்தப் பெண்கள் பக்கம் திரும்பி அவர்களை எல்லாம் சிறிது கடிந்துகொண்டேன். "இங்கே இவ்வளவு பேர் இருந்துகொண்டு கடினமான வேலைகளை எல்லாம் பகவானைச் செய்ய வைக்கிறீர்கள். நீங்கள் எல்லாம் ஏன் இப்படி சோம்பேறித்தனமாக நின்றுகொண்டிருக்கிறீர்கள்?"

பகவான் எந்தக் கருத்தும் கூறாமல் அரைத்துக்கொண்டே இருந்தார். அவர் அவ்வாறு அமைதியாக இருப்பதைப் பார்த்த அந்தப்பெண்கள், அவர் அந்த வேலையை வேறு யாரிடமாவது ஒப்படைக்கத் தயாராக இருப்பதன் அறிகுறியாக எடுத்துக் கொண்டனர்.

அவர்கள் எல்லோரும், "நானே செய்கிறேன்," "நானே அரைக்கிறேன்", "என்னைச் செய்யவிடுங்கள்" என்று சொல்லத் தொடங்கினர்.

பகவான் சிரித்துக்கொண்டே கேட்டார், "ஏன் இப்பொழுது கேட்கிறீர்கள்? ஏன் முதலிலேயே கேட்கவில்லை?"

பகவான் குழவிக்கல்லைப் பிடிக்க யாரையும் அனுமதிக்காமல் அந்த வேலையைத் தாமே செய்து முடித்தார். அதன் பிறகு, அரைத்த விழுதை அவியலில் சேர்த்து கரண்டியால் கிளறிவிட்ட பிறகு, ஆட்டுக்கல்லையும், குழவியையும் அவரே சுத்தம் செய்தார். அது எல்லோருக்கும் நல்ல பாடமாக அமைந்தது. அதற்குப் பிறகு மீண்டும் மசாலாவானது சரியாக அரைக்கப்படாமல் வெறும் பொடியாக ஒருபொழுதும் அவியலில் சேர்க்கப்பட்டதில்லை.

பகவான் தானே வேலையைச் செய்து எங்களுக்குப் பாடம் புகட்டிய மற்றொரு நிகழ்ச்சி எனக்கு நினைவுக்கு வருகிறது. சமையல் கூடத்திற்கு அருகில் இருந்த ஒரு அறை மிக அபூர்வமாகவே சுத்தம் செய்யப்பட்டு வந்தது. அது தூசு படிந்தும், அழுக்கடைந்தும் இருந்ததோடு தரையெங்கும் பழைய வாழை இலைகளும், காய்கறிகள் நறுக்கப்பட்ட பின் வீணான துண்டுகளும் சிதறிக் கிடந்தன. பலரும் அந்த அறை வழியாகப் போய்வந்து கொண்டிருந்தாலும், பகவானே துடைப்பத்தை எடுத்து அந்த அறை முழுவதையும் சுத்தம் செய்து முடிக்கும் வரை, ஒருவருக்கும் அந்த அறையை துப்புறவாக வைத்துக்கொள்ள வேண்டும் என்ற எண்ணம் ஒருபோதும் உதித்திடவில்லை.

"பகவான், தயவு செய்து இந்த வேலையை என்னைச் செய்ய விடுங்கள், நான் இந்த அறையைச் சுத்தம் செய்கிறேன்," என்று கூறி பல பக்தர்கள் பகவானை அந்த வேலையிலிருந்து தடுக்க முயன்றார்கள். ஆனால் பகவான் யாரிடமும் துடைப்பத்தைக் கொடுக்கவே இல்லை.

அவ்வாறு முன்வந்த தொண்டர்கள் அனைவருக்கும் அவர் கொடுத்த ஒரே பதில், "இப்போது தான் இது உங்கள் கண்ணுக்குத் தெரிகிறது. இதற்கு முன் நீங்கள் இந்தக் குப்பையை எல்லாம் பார்க்கவே இல்லையா?"

பகவான் அந்தக் குப்பைகளை ஒரு காகிதத்தில் அள்ளி வெளியே கொண்டு போய் தூர எறிந்தார். அன்று முதல் அந்த அறை முறையாகச் சுத்தம் செய்யப்பட்டது.

பகவான் எப்படித் தம்மை கட்டுமானப் பணியில் ஈடுபடுத்திக் கொண்டார் என்பதை விவரித்த போது, சில சமயம் கட்டிமுடிக்கப் போதுமான பணம் இல்லாத போதே கட்டுமானப் பணியைத் துவங்கி விடுவார் என்று நான் கூறி இருந்தேன். அத்தகைய ஒரு உத்தியை சமையற்கூடத்தில் அவர் மேற்கொண்டதை நான் ஒரு முறை பார்த்தேன். சமைப்பதற்கென்று எதுவுமே இல்லாத ஒரு நாள் காலையில் அவர் அங்கிருந்த மிகச் சிறிதளவு உணவை எடுத்து சமைக்கத் தொடங்கியதை நான் கண்டேன். சமையல் வேலை முடிவடைவதற்கு முன்பாக இறைவன் வேண்டியதை அனுப்பி வைப்பார் என்ற எதிர்பார்ப்பில் சமையலைத் தொடங்குவதில் அவருக்கு நிறைய நம்பிக்கை இருந்தது. ஒரு கைப்பிடி நொய்யரிசியை பகவான் சுத்தம் செய்யத் தொடங்கிய போது அதிகாலை சுமார் ஐந்தரை மணி இருக்கும். அவர் அதை ஒரு பாத்திரத்தில் இட்டுக் கழுவி, அதிலிருந்து சிறு கற்களை அகற்றிய பின், ஒரு குமுட்டி அடுப்பில் வைத்து சமைக்கத் தொடங்கினார். எனக்கு இந்த நடவடிக்கையெல்லாம் திகைப்பூட்டுவதாக இருந்தது.

"இந்த அரிசி எனக்கே பற்றாது. எல்லோரும் எப்படி இதைச் சாப்பிடப் போகிறோம்?" என்று நான் நினைத்தேன்.

அந்த அரிசி வெந்து கொதி வந்த போது, ஒரு பக்தர் இரண்டு லிட்டர் பாலுடன் வந்து சேர்ந்தார். அந்தச் சாதம் வெந்ததும் பகவான் குமுட்டி அடுப்பின் மீது ஒரு பெரிய பாத்திரத்தை வைத்து பாலையும், சாதத்தையும் ஒன்றாகக் கலந்து சமைக்கலானார். சில நிமிடங்கள் கழித்து மற்றொரு பக்தர் உலர்ந்த திராட்சைகளையும், கற்கண்டையும் காணிக்கையாகக் கொண்டு வந்தார். பகவான் அவற்றைக் கழுவி அந்தப் பாத்திரத்தில் இட்டார். சுமார் ஆறரை மணி அளவில் சமையல் வேலை ஒருவாறு முடிவுக்கு வந்துகொண்டிருந்த போது, கும்பகோணத்திலிருந்து ஒரு பக்தர்களின் கூட்டம் வந்து சேர்ந்தது. அவர்கள் தங்களோடு ஒரு பானை நிறைய இட்லி, வடை, சட்னி, சிறந்த மலை வாழைப்பழங்கள் மற்றும் வாழை இலையாலான தொன்னைகள் சிலவும் கொண்டுவந்திருந்தனர். பகவான் தயாரித்திருந்த பாயசத்தைப் பரிமாற எங்களுக்கு இந்தத் தொன்னைகள் தாம் தேவையாய் இருந்தன.

காலை ஏழு மணி அளவில் பகவான் குளித்து முடித்த பிறகு, நாங்கள் எல்லோரும் அமர்ந்து மிகவும் சுவையான காலைச் சிற்றுண்டியை உண்டோம்.

பயனுள்ள எதையும் வீணாக்குவதை பகவான் வெறுத்தது பற்றி பலரும் எழுதியிருக்கிறார்கள். இந்தப் பழக்கம் பெரும்பாலும் சமையல் அறையில் காணக்கூடியதாக இருந்தது. ஒரு முறை மதிய உணவு தயாரித்துக் கொண்டிருந்த போது, சில கடுகுகள் கீழே விழுந்து விட்டன. சமையற்காரர்கள் அதைக் கண்டுகொள்ளவில்லை. ஆனால் பகவான் அவற்றை ஒவ்வொன்றாக தம் விரல்களால் சேகரித்து ஒரு சிறிய பாத்திரத்தில் போட்டு வைத்தார்.

சமையற்கூடத்தில் பணியாற்றிய பிராம்மணர்களுள் ஒருவரான சாமா ஐயர், "இந்த சில கடுகுகளை பகவான் சேமித்து வைக்கிறீர்கள்; பணத்தை சேமிப்பதிலும் பகவான் சிக்கனமாக இருக்கிறீர்கள். யாருக்காக இவற்றை எல்லாம் சேர்த்து வைக்கிறீர்கள்?" என்று பகவானிடம் கேட்டு விட்டார்.

"இவை எல்லாம் கடவுளால் படைக்கப்பட்டவை. சிறிய பொருட்களைக் கூட நாம் வீணாக்கக் கூடாது. யாருக்காவது அது பயன்படும், அவற்றை சேமித்து வைத்திருப்பது நல்லது," என்றார் பகவான்.

பகவான் பெரும்பாலும் எங்களுடைய தவறுகளை பொருட்படுத்துவது இல்லை. ஆனால் எந்த பக்தராவது எதையாவது வீண் விரயம் செய்தால் அவர் அதை பொறுத்துக்கொண்டு சும்மா இருப்பது அரிது. 1939 ஆம் ஆண்டு ஜூன் மாதம் ஒரு நாள் பகவான் மலை மீது உலாவி விட்டு திரும்பிக்கொண்டு இருந்தபோது அவர் டி. கே. சுந்தரேசஜயரின் மகனைப்பார்த்து கடுமையாக திட்டி கண்டித்துக்கொண்டு இருந்ததை நான் பார்த்தேன்.

"நீ தேவை இல்லாத பல பொருட்களை வாங்குவதாக உன் அப்பா என்னிடம் சொல்கிறார். உன் வருவாய்க்கு அதிகமாக செலவு செய்யாதே! நீ சிக்கனமாக இருக்கக் கற்றுக்கொள்ள வேண்டும். நெருப்பும், கடனும், இந்திரியங்களுக்குரிய விஷயங்களும், விஷமும் ஆகிய இவற்றில் ஏதேனும் ஒன்று ஒரு துளி இருந்தாலும் அது நம்மை அழித்து விடும்."

நான் புதிய உணவருந்தும் அறையின் கட்டுமானப் பணியை மேற்பார்வை செய்துகொண்டு இருந்த காலத்தில் ஒரு சமயம் பகவான் எனக்கு இது போன்ற ஒரு அறிவுரையை வழங்கியுள்ளார்.

அவர் என்னிடம் ஒரு துருப்பிடித்து வளைந்து இருந்த ஒன்றரை அங்குல ஆணியைக் கொடுத்து அதை சுத்தப்படுத்தி, வளைவை நிமிர்த்தி உணவுக்கூடத்தில் உபயோகித்துக்கொள்ளும்படி கூறினார்.

"ஆனால், பகவான்! இப்போதுதான் நமக்கு பல கிலோ எடையுள்ள புத்தம் புதிய ஆணிகள் வந்துள்ளன. இது போன்ற பழைய ஆணிகளை நாம் பயன்படுத்த வேண்டிய தேவை இல்லை," என்று நான் மறுத்துரைத்தேன்.

பகவான் ஒப்புக்கொள்ளவில்லை. 'பயனுள்ள எதையும் பயன்படுத்தி ஆகவேண்டும்' என்று கூறிய அவர், அந்த ஆணியைப் புதுப்பிக்க வேண்டிய வழிமுறையை மீண்டும் கூறலானார். பகவானின் சிக்கனமும் வீணாக்குவதன் மீதான வெறுப்பும் காரணமாக அவர் அங்கே கிடந்த பொருட்களைக் கொண்டே பல கருவிகளையும் ஆயுதங்களையும் செய்தார். அவர் ஸ்கந்தாஸ்ரமத்தில் வசித்த காலத்தில் சுமார் இரண்டரை சதுர அடி உள்ள ஒரு பெரிய கருங்கல்லை எடுத்து அதன் மேற்பரப்பில் மணலும் நீரும் கொண்டு பல நாட்கள் தேய்த்து, தேய்த்து அதை பளபளக்கச் செய்தார். முடிவில் அந்தக்கல் ஒருவரது முகம் தெரியுமளவுக்கு பளபளத்தது. சோறு வடித்த பிறகு அதை ஆற வைப்பதற்கு இந்தக்கல் பயன்படுத்தப்பட்டது. 1930- களின் பிற்பகுதியில் நான்கைந்து பக்தர்கள் இந்தக்கல்லை கண்டெடுக்க ஸ்கந்தாஸ்ரமம் சென்றனர். ஏனென்றால் அது பகவானால் உருவாக்கப்பட்டது என்பது அவர்களுக்கு தெரிந்திருந்தது. அவர்கள் அதை கீழே கொண்டு வந்து புதிய சமையற்கூடத்தில் வைத்தனர். பகவானை முன்மாதிரியாகக் கொண்டு பல பக்தர்கள் ஒன்றிணைந்து சுமார் பத்து சதுர அடி அளவுள்ள சில புதிய கற்களை பளபளப்பாக்கி அதேபோல் பயன்படுத்தினர்.

ஆஸ்ரமத்தில் உணவு முறையாக சமைக்கப்படுவதை உறுதி செய்வதற்காக பகவான் நாள்தோறும் பல மணி நேரம் செலவிட்டாலும், விதவிதமான உணவு வகைகளைக் கொண்டு விருந்து படைப்பது அவருக்கு பிடிக்காது. சாதம், சாம்பார், ஒரு காய்கறிக்கூட்டு இவற்றை மட்டும் கொண்டு அவர் மிகவும் திருப்தி அடைவார். உணவளிக்கும் ஒவ்வொரு முறையும் ஏராளமான பதார்த்தங்களைத் தயாரித்து அளிப்பதை வழக்கமாக கொண்ட ஒரு கேரளத்து பெண்மணி ஒரு முறை தரிசனத்துக்கு வந்திருந்தபோது ஒவ்வொருவருக்கும் தன் கைப்பட சமைத்து உணவளிக்க வேண்டும் என்று வற்புறுத்தினார். நேரத்தையும் உழைப்பையும் மிகப்பெரிய அளவில் செலவிட்டு அப்பெண்மணி முப்பத்தி இரண்டு வெவ்வேறு வகையான பதார்த்தங்களை வெற்றிகரமாக சமைத்து முடித்தார். பகவான் தன்னுடைய இலையில் ஒவ்வொரு பதார்த்தத்தையும் தனித்தனியாக பரிமாற அந்த பெண்மணியை அனுமதித்தார். ஆனால் எல்லாவற்றையும் பரிமாறிய பிறகு அவர் எல்லாவற்றையும் ஒன்றாகக் கலந்து பிசைந்து ஒரே உருண்டையாக ஆக்கிக் கொண்டார்.

அதனை விளக்கும் பொருட்டு பகவான் அப்பெண்மணியிடம் "இந்த பதார்த்தங்களை எல்லாம் சமைத்து முடிக்க நீ நிறைய சக்தியை செலவழித்து இருப்பாய். இதற்கான பொருட்களை சேகரிப்பதற்கே நிச்சயம் நிறைய நேரம் பிடித்திருக்கும். வயிற்றை சுத்தமாக்கி ஒருவருக்கு மலச்சிக்கல் இல்லாமல் பார்த்துக்கொள்ள ஒரு காய் போதும். இதை எல்லாம் ஏன் செய்ய வேண்டும்? தவிர, வேறொரு பிரச்சினையும் உண்டு. நீ முப்பத்தி இரண்டு பதார்த்தங்களை செய்து வைத்தாய். மனம் எப்போதும் இதைத் தின்பதா, அல்லது அதைத் தின்பதா என்று யோசித்துக் கொண்டே இருக்கும். ஆக, சாப்பிடுவதில் கூட மனம் தனது சக்தியை விரயமாக்கி விடுகிறது. ஒரே ஒரு பதார்த்தம் என்றாலோ, ஒரு பிரச்சினையும் இல்லை. நாம் மிக எளிதாக சாப்பிட்டுவிட முடியும். மேலும் சாப்பாடே இல்லாதவர்களுக்கு இந்த வகை உணவு ஒரு மோசமான முன்மாதிரி ஆகிவிடும். மக்களுக்கு நாங்கள் ஆடம்பரமான உணவு வகைகளை அனுபவிப்பதாக செய்தி போய்ச்சேர அவர்கள் ' நாமெல்லாம் மிகவும் பசியோடு இருக்க எளிமையான சாதுக்களாக இருக்க வேண்டிய இவர்கள் இத்தனை விதமான உணவுவகைகளாகச் சாப்பிடுகிறார்களே' என்று நினைப்பார்கள். இது போன்ற எண்ணங்கள் தேவை இல்லாத பொறாமையை உண்டாக்கும்," என்றார்.

பின்னர் அவர், "பகவான் ஏதாவது ஒரு பதார்த்தத்தை முதலில் சாப்பிட்டால் 'ஓ! இது பகவானுக்கு ரொம்ப பிடிக்கும் போலும்' என்று நினைத்துக் கொண்டு அதை பரிமாறியவர் என் தட்டில் மீண்டும் ஒரு கரண்டி வைப்பார். அதனால்தான் நான் எல்லாவற்றையும் கலந்து ஒரே உருண்டையாக்கிக் கொள்கிறேன்," என்று கூறினார்

பகவான் மலையில் வசித்து வந்த ஆரம்ப காலத்தில் முதலியார் பாட்டி, எச்சம்மாள் போன்ற பெண் பக்தர்கள்தான் பெரும்பாலும் பகவானுக்கு உணவளித்து வந்தனர். அவர்கள் தங்கள் வீடுகளில் உணவைச் சமைத்து விருபாக்ஷி குகை அல்லது ஸ்கந்தாஸ்ரமத்துக்கு கொண்டு வருவார்கள். ஆஸ்ரமத்தில் உணவு தயாரிக்கத் தொடங்கிய பிறகும் கூட அந்தப் பெண்கள் நாள்தோறும் உணவு சமைத்துக் கொண்டு வருவதைத் தொடர்ந்தனர். முதலியார் பாட்டி கொண்டு வரும் உணவு நான்கு பேருக்கு போதுமானதாக இருக்கும். எச்சம்மாள் கொண்டு வருவது இரண்டு பேருக்கு வரும். இருவரும் தாங்கள் சமைத்த உணவை மதிய உணவாகக் கொண்டு வந்து தாங்களே பகவானுக்கும் பக்தர்களுக்கும் பரிமாறுவார்கள். அந்தப் பெண்மணிகளுக்கு வயதாகி, ஆஸ்ரமத்திலும் சமையற் கூட வசதிகள் ஏற்பட்டுவிட்ட பிறகும் நாள்தோறும் பகவானுக்கு தங்கள் கைப்பட உணவளிக்கக் கிடைத்திருந்த அந்த வாய்ப்பை இழக்க அவ்விருவரில் ஒருவரும் தயாராக இல்லை.

எச்சம்மாளிடம் உணவு கொண்டு வர வேண்டாம் என்று பகவான் பல சந்தர்ப்பங்களில் கேட்டுக்கொண்ட போதும் அவர் அதை கண்டிப்பாகத் தடை செய்ய விரும்பவில்லை. பகவானின் ஆரோக்கியத்தின் காரணமாக ஒருமுறை சின்னசாமி உணவு கொண்டுவரக் கூடாது என்று எச்சம்மாளை தடுத்த போது மதிய உணவுக்கான மணி ஒலித்தும் பகவான் உணவுக் கூடத்துக்குள் நுழைய மறுத்து விட்டார். அவர் அப்போதும் எந்தக் காரணத்தையும் கூறாவிட்டாலும் எச்சம்மாள் மீதான இந்தத் தடையை அவர் எதிர்க்கிறார் என்று பக்தர்கள் புரிந்து கொண்டனர். அதற்குள் எச்சம்மாள் நகரத்துக்குத் திரும்பிச் சென்றுவிட்டால் அவரை அழைத்து வர ஒரு பக்தர் குழு அனுப்பி வைக்கப்பட்டது. ஆஸ்ரம நிர்வாகத்தின் மீதிருந்த கோபம் இன்னும் தணியாமல் இருந்த எச்சம்மாள் முதலில் வரத் தயங்கினாலும் அவர் நேரில் வராவிட்டால் பகவான் பட்டினியாக இருக்க நேரலாம் என்று சுட்டிக்காட்டப்பட்ட போது, அந்தச் சிக்கலுக்கு தீர்வு காணும் பொருட்டு வர இசைந்தார். உணவுக்கூடம் சென்று உணவருந்தும்படி எச்சம்மாள் கேட்டுக்கொண்டதும் பகவான் உணவருந்த எழுந்து சென்றார். அதற்கு முன்னர் பழைய ஹாலிலிருந்து அவரை உணவுக் கூடத்திற்குச் செல்ல வைக்க யாராலும் முடியவில்லை. இந்த நிகழ்ச்சிக்குப் பிறகு எச்சம்மாளின் உணவளிக்கும் உரிமை மீண்டும் எப்போதுமே கேள்விக்குரியதாக ஆனதில்லை.

முதலியார் பாட்டி வருவதைப் பார்க்கும் போதெல்லாம் பகவானின் முகம் புன்னகையால் மலரும். பாட்டி பரிமாறிய பிறகு பெரும்பாலும் பகவான் பாட்டியை இன்னும் உணவு பரிமாறுமாறு கேட்பதுண்டு. சில சமயம் பாட்டி தனக்கு பரிமாறி முடித்த பிறகு பாட்டியை மீண்டும் அழைத்து அவரது கூடையில் ஏதேனும் உணவு மிச்சம் மீதி இருந்தால் அதனை பகவான் தாமே எடுத்துக் கொள்வதும் உண்டு. மிகவும் அரிதாக அப்படி நடப்பதுண்டு. பரிமாறும் தொண்டர்களை பகவான் தன் தட்டில் அளவுக்கு அதிகமாக வைப்பதாக குறை கூறுவார். முதலியார் பாட்டி இருக்கும் சமயத்தைத் தவிர்த்து பகவான் இரண்டாவது முறை உணவு கேட்டு வாங்குவது மிகவும் அரிது. பகவானின் அருளார்ந்த இந்தச் செயலுக்கு காரணம் முதலியார் பாட்டியின் அன்பும் பக்தியுமே என்பதை நாங்கள் அனைவரும் உணர்ந்தோம்.

நான் பிராம்மணன் அல்லாதவனாக இருந்தமையால் சமையல் பணிகள் எதையும் செய்ய எனக்கு அனுமதி இல்லை. சமையல் அறையில் உதவி புரிய எனக்கு வாய்ப்பு கிடைத்த ஒரு சில

சந்தர்ப்பங்களிலும் நான் காய்கறிகளை நறுக்குவதற்கு மட்டுமே அனுமதிக்கப் பட்டேன். ஆனால் ஒரே ஒரு சமயம் பகவான் இந்த விதியை விலக்கி வைத்து என்னையும் சிறிது சமையல் பணி செய்ய அனுமதித்தார். அது ஒரு ஜெயந்தி விழா முடிந்த மறுநாள் விடியற்காலம். முதல் நாள் ஆயிரக்கணக்கான மக்களுக்கு உணவளித்து முடிந்ததால் முற்றிலும் சோர்ந்து போய் சமையல்காரர்கள் அனைவரும் அயர்ந்து தூங்கிக்கொண்டிருந்தார்கள். பகவான் என்னையும், மாதவ சுவாமியையும், இராமகிருஷ்ண சுவாமியையும் உப்புமா செய்வதற்காக சமையல் அறைக்கு இட்டுச்சென்றார். காலை உணவை நேரத்தோடு சமைப்பதற்கு சமையல்காரர்கள் யாரும் எழுந்திருக்கப் போவதில்லை என்பது தெளிவாகவே தெரிந்தது. பகவானது மேற்பார்வையில் நாங்கள் காய்கறிகளை நறுக்கி, தேங்காய்களை துறுவி ஒரு பாத்திரம் நிறைய உப்புமா தயாரித்தோம்.

அது தயாராகியதும் அதை ருசி பார்ப்பதற்காக பகவான் எனக்கு சிறிது கொடுத்தார். முதலில் அவர் வழங்கியதை நான் ஏற்க மறுத்தேன். ஏனென்றால் அன்று காலை எனக்கு பல் துலக்கக் கூட நேரம் கிடைக்கவில்லை. பகவான் என்னை என் அறையிலிருந்து நேரே சமையல் அறைக்கு அழைத்து வந்துவிட்டார்.

என் வாய் எந்த நிலையில் இருந்தது என்பது பற்றி பகவான் சற்றும் கவலைப்படவில்லை. "சும்மா சாப்பிடு" என்றார் பகவான். "பல்லை பிறகு விலக்கிக்கொள்ளலாம்."

சற்று நேரம் கழித்து "இதை நாம் தான் சமைத்தோம் என்று மற்ற யாரிடமும் சொல்லவேண்டாம். நீ தான் அவர்கள் உணவை சமைத்தாய் என்பது அவர்களுக்கு தெரிய வந்தால் அந்த உணவை பிராம்மணர்கள் சாப்பிட மாட்டார்கள்.

பிராம்மணர்களின் ஆச்சாரத்தைப் பொறுத்த பகவானின் மனப்பாங்கிற்கு இது ஒரு நல்ல எடுத்துக்காட்டு. ஆச்சாரமான பிராம்மணர்களின் மனம் புண்படுவதை தவிர்க்க பகவான் மிகுந்த அக்கறை எடுத்துக்கொண்டார். முக்கியமாக ஆஸ்ரம உணவை பிராம்மணர்கள் மட்டுமே சமைப்பதற்கு அவர் அனுமதித்தார். ஆனால் எப்பொழுதாவது நன்மையயக்கும் காரணமாக இருந்தால், இந்த விதிகளை மீறப்போவதில்லை என்று அவர் அவ்வளவு கண்டிப்பாக இருந்ததில்லை. சாதி ஆச்சார தர்மத்தை எழுத்துப் பிசகாமல் பின்பற்ற வேண்டும் என்ற விருப்பத்தைவிட குற்றச்சாட்டுக்களையும், கருத்து வேறுபாடுகளையும் தவிர்க்கும் விருப்பமே அவரது மனப்பாங்கை தீர்மானித்தது.

ஆஸ்ரமத்தில் இருந்த பிராம்மணர்களின் உணர்வுகளைப் புண்படுத்த அவர் விரும்பவில்லை என்பதை உணர்த்தும் சமையலறையோடு தொடர்பு இல்லாத மற்றொரு சம்பவம் உண்டு. நானும் பகவானும் கோசாலையை நோக்கி நடந்து சென்று கொண்டிருந்தபோது ஒரு விருந்தினர் அறையின் முன்னால் சில பெண்கள் அரிசியை சுத்தம் செய்து கொண்டிருந்தனர். அவர்களுள் ஒருவர் நாங்கள் நடக்கும் அந்தப் பாதையில் சற்று முன்பு வெற்றிலை எச்சிலைத் துப்பி இருந்தார். பகவான் தன் வெறும் காலால் சிறிது மண்ணைத் தள்ளி அந்த எச்சிலை மறைத்தார்.

பகவான் பாதத்தில் எச்சில் பட்டுவிடக்கூடாது என்பதற்காக, "பகவானே! ஏன் இப்படிச் செய்கிறீர்கள்? நானே செய்வேனே" என்று கூறி அவரைத் தடுக்க முயன்றேன்.

நான் உதவ முன்வந்ததை பகவான் புறக்கணித்து விட்டு 'நீ' என்பதற்கும் 'நான்' என்பதற்கும் என்ன வித்தியாசம் இருக்கிறது?" என்று கேட்டார். "பல பிராம்மணர்கள் இந்த வழியாக பாடசாலைக்கு போவார்கள். பாதையில் அவர்கள் இதைப் பார்த்தால் மிகவும் நொந்து போவார்கள். அவர்களது உணர்வுகளைப் புண்படுத்தாமல் இருக்கவே நான் இதை மூடி

மறைக்கிறேன்," என்றார்.

நான் முன்பே குறிப்பிட்டிருப்பது போல பகவானோடு நேரடியாகப் பேச அச்சப்பட்ட சில ஆஸ்ரமப் பணியாளர்கள் என்னை சிலசமயம் இடைத் தரகராகப் பயன்படுத்திக்கொள்வதுண்டு. தலைமை சமையல்காரராக இருந்த சாந்தம்மாள் ஒரு முறை ஒருமுறை பகவானிடம் ஒரு செய்தியைக் கூறுமாறு என்னைக் கேட்டுக் கொண்டார்.

1920-கள் வரை சின்னசாமிதான் ஆஸ்ரமத்தின் தலைமை சமையல்காரராக இருந்து வந்தார். ஆஸ்ரமத்தின் நிர்வாகப் பொறுப்பை அவர் மேற்கொண்ட பிறகு, பெரும்பாலான சமையல் பணிகளை சாந்தம்மாள், சம்பூர்ணம்மாள், தேனம்மா பாட்டி, லோகம்மாள் மற்றும் சுப்புலட்சுமி அம்மாளாகிய பிராம்மண விதவைப்பெண்களைக் கொண்ட ஒரு குழு செய்து வந்தது.

சமையல்கட்டில் நீண்ட நேரம் பணியாற்றி வந்ததால் சாந்தம்மாள் மிகவும் பலவீனமாகி விட்டார். "நீ பகவானோடு எப்போதும் பேசிக் கொண்டிருக்கிறாய். நான் பார்த்து வரும் இந்த எல்லா வேலைகளாலும் என் உடம்பு முழுவதும் நிறையவே வலிக்கிறது என்று பகவானிடம் சொல். நான் என்ன செய்யட்டும் என்று அவரிடம் தயவுசெய்து கேட்டுச்சொல்," என்றார்.

நான் இந்த செய்தியை பகவானிடம் அறிவித்தபோது அவர் அவ்வளவாகக் கருணை காட்டவில்லை.

"அந்த அம்மா தன்னுடைய அகங்காரத்துக்காக வேலை செய்கிறாள். 'இந்த வேலைகளை எல்லாம் நானே செய்கிறேன். சமையல் அறையில் எல்லாம் என் பொறுப்பில் இருக்கிறது" என்று நினைக்கிறாள். எல்லா வேலையையும் தானே செய்வதாக எல்லாருக்கும் காட்டி அதன் மூலம் நல்ல பெயர் சம்பாதிக்கப் பார்க்கிறாள். தான் எவ்வளவு கஷ்டப்பட்டு வேலை செய்கிறேன் என்று எல்லோருக்கும் தெரிவதற்காக அவள் புகார் செய்கிறாள். அந்த அம்மாவை வேலையை குறைத்துக் கொள்ளச் சொல். மற்ற பெண்கள் செய்யும் வேலையை மேற்பார்வை மட்டும் செய்யச் சொல். கஷ்டமான பணிகளையெல்லாம் செய்ய சமையல்கூடத்தில் போதுமான ஆட்கள் இருக்கிறார்கள். அவள் இப்படியெல்லாம் காட்டிக்கொள்ள வேண்டிய அவசியம் இல்லை. என் அறிவுரைகளைப் பின்பற்றினால் வலி போய்விடும்."

அதன் பிறகு இந்தச் செய்தியை நானே போய்ச் சொல்வதற்கு முன்பே பகவான் தாமே சமையல் கூடத்துக்கு சென்று சாந்தம்மாளிடம், "இனிமேல் நீ மற்ற பெண்கள் வேலை செய்வதை மேற்பார்வை மட்டும் செய். கஷ்டமான வேலைகளை எல்லாம் அவர்களே செய்ய விட்டுவிடு," என்று கூறியுள்ளார்.

அப்போது சமையற்கூடத்தில் நடேச ஐயர் என்பவரும் பணியாற்றி வந்தார். மிகவும் எளிமையானவராக இருந்த அவர் தனக்கென்று எந்த விருப்பமும் ஏறக்குறைய அறவே இல்லாதவராக இருந்தார். இதை சமையற்காரப் பெண்கள் தங்களுக்கு சாதகமாகப் பயன்படுத்திக் கொண்டு அவரிடம் மிகக் கடினமாக வேலை வாங்கினர். அவர் அடிக்கடி மிகவும் சோர்வடைந்து போனாலும், அவர்கள் தனக்கு வழங்கும் எந்த வேலையையும், எவ்விதத்திலும் குறை கூறாமல் விரும்பிச் செய்து முடிப்பார். குறை கூறாமலும், எல்லாவற்றுக்கும் இசைந்து வருபவராகவும் இவர் இருப்பதை தெரிந்து கொண்ட அந்தப் பெண்கள் கடினமான எல்லா வேலைகளையும் இவரையே செய்ய வைத்தார்கள்.

சிறிது காலம் சென்றபின் அவரது உடல் நலம் பாதிக்கப்பட்ட போது அவர் என்னிடம் வந்து, "அந்தப் பெண்கள் என்னிடம் நிறையவே வேலை வாங்குகிறார்கள், தயவு செய்து இதை

பகவானிடம் சொல்லுங்கள். இந்த வேலைகளை எல்லாம் செய்வதால் எனக்கு உடம்பில் நிறைய வலி இருக்கிறது என்று சொல்லுங்கள், நீங்கள் அவரோடு அடிக்கடி பேசுவதால் இதையும் எளிதில் பகவான் காதில் போட்டு விட முடியும்," என்றார்.

இந்த முறை பகவான் எந்த பதிலும் சொல்லவில்லை. இந்த விஷயத்தில் அவர் ஏன் வெளிப்படையாகத் தலையிட்டு நடேச ஐயரின் வேலைப் பளுவைக் குறைக்கவோ, அல்லது அவரிடம் இது பற்றிப் பேசவோ இல்லை என்று எனக்குத் தெரியவில்லை.

ஆனால் இவ்வாறு ஒரேவிதமான இருவேறு பிரச்சினைகளை வெவ்வேறு விதமாக அணுகுவது அவருக்கே உரிய இயல்பு. பகவான் எப்பொழுதும் பக்தர்கள் சிக்கியிருந்த சூழ்நிலைகளைக் காட்டிலும் அவர்களின் மனநிலைக்கு ஏற்பத்தான் பதில் அளிப்பார். நான் இந்தக் குறிப்பிட்ட விஷயத்தில் இதன் காரணத்தை ஊகிக்க வேண்டி இருந்தால், பகவான் மற்ற எல்லா நல்ல குணங்களை விடவும் அடக்கம் எனும் பண்பை மிகவும் பெரிதாக மதித்தார் என்பதே. பெண் சமையலாளர்கள் கொடுத்துவந்த கடுமையான பணிகளை தன்னடக்கத்துடன் செய்து வருவதே நடேச ஐயருக்கு நல்லது என்று பகவான் நினைத்திருக்கலாம்.

பகவானின் ஜெயந்தி நாட்களில் வருகை தந்த ஆயிரக் கணக்கான பக்தர்கள் அனைவருக்கும் ஒரே சமயத்தில் உணவளிப்பது இயலாததாக இருந்தது. உணவுக்கூடத்தில் பல பந்திகளாக உணவு பரிமாறப்படும். பகவான் எப்பொழுதும் முதல் பந்தியில் உண்பார், முதல் பந்தி பரிமாறி முடிந்ததும் பகவான் பழைய ஹாலுக்கு திரும்புவதற்கு முன்பாக மலை மீது சிறிது தூரம் நடந்து விட்டு வருவார். நண்பகல் முதல் பிற்பகல் சுமார் 2.30 மணி வரை பகவான் ஹாலில் தனியாக இருப்பார். இந்த சமயத்தில் வருகை புரிந்திருப்பவர்கள் எல்லாம் கூட்டமாக உள்ளே புகுந்து பகவானை சூழ்ந்து கொள்ளாமல் இருக்க ஹாலின் கதவுகள் எல்லாம் பூட்டப்படும்.

ஜெயந்தி விழாவிற்கு வருகை தருவோர் அனைவருக்கும் உணவளிப்பது ஆஸ்ரமத்தின் வழக்கமாக இருந்தது. எனவே தவறாமல் கட்டுக்கடங்காத கூட்டம் இருந்தது. இலவசமான உணவை விரும்பி வருகை புரிந்தவர்கள் நிறையப் பேர் இருந்தனர். வருகை புரிந்தோர் அனைவருக்கும் உணவளித்து முடிந்து, கூட்டம் கலைந்த பிறகு பகவான் மீண்டும் தரிசனம் வழங்கத் தொடங்கி விடுவார்.

அவரைப் பார்க்க வருவோரின் எண்ணிக்கை பெரிதாக இருந்த காரணத்தால், அவர் வழக்கமாக பழைய ஹாலின் ஒரு மூலையில் இருந்த நிலையில் தரிசனம் தருவது இயலாத காரியமாக இருந்தது. அதற்கு மாறாக, பகவானின் அணுக்கத் தொண்டர்கள் பகவானின் இருக்கையை கதவுக்கு சற்று அருகில் அறையின் உள்ளே போட்டு வைப்பார்கள். அதனால் பார்க்க வருவோரும் பக்தர்களும் வாயில் வரைக்கும் வந்து தரிசனம் செய்துவிட்டுத் திரும்புவார்கள்.

ஒரு ஜெயந்தி நாளன்று, 'முதல் பந்தியில் எந்தப் பரதேசிக்கும் இடமில்லை' என்று உரத்த குரலில் சின்னசாமி கத்தியது பகவானின் காதில் விழுந்தது.

உணவுக்கூடத்தை நோக்கி நடந்து கொண்டிருந்த பகவான் திரும்பிப் பழைய ஹாலுக்குள்ளேயே சென்று விட்டார். பகவான் தன்னை ஒரு பரதேசியாகவே கருதியதால், உணவுக்கூடத்துக்குள் நுழைய தனக்குத் தடை விதிக்கப்பட்டதாகவே உணர்ந்தார் என்பது கண்கூடாகவே தெரிந்தது. இது பெரிய பிரச்சினையாகி விட்டது. ஏனென்றால், பகவான் தனது உணவை உண்ணத் தொடங்கும் வரை யாரும் உணவருந்தக் கூடாது என்பது நெடுநாளைய வழக்கமாக இருந்து வந்திருந்தது. சின்னசாமி ஹாலுக்கு சென்று அப்படி ஒரு பாகுபாடு காட்டும் கட்டளையை அறிவித்ததற்கு மன்னிப்பு கேட்டுவிட்டு, பகவானை முதல் பந்தியில் அமர்ந்து சாப்பிட வரும்படி

வேண்டிக் கொண்டார். பழைய மூத்த பக்தர்கள் பலரும் உடன் வந்து தாங்களும் சேர்ந்து வேண்டுகோள் விடுத்தனர். எல்லாப் பரதேசிகளையும் தன்னோடு சேர்ந்து உணவருந்த அனுமதித்தாலன்றி நான் உணவருந்த மாட்டேன் என்று பகவான் பதில் அளித்தார். சின்னசாமி உடனே இந்த நிபந்தனைக்கு ஒத்துக்கொண்டார். ஏனென்றால், ஆயிரக் கணக்கான மக்களுக்கு உணவளிக்கும் திட்டத்தை பகவான் உணவுக் கூடத்தில் தமது இருக்கையில் அமர்ந்தாலன்றித் தொடங்கி வைக்க முடியாது.

ஜெயந்தி நாட்களில் பகவான் தரிசனம் தரும்போது, தனது அணுக்கத் தொண்டர்களுடனும், பக்தர்களுடனும் இயல்பாகப் பேசிக்கொள்வதைப் பொதுவாக நிறுத்தி விடுவார். ஏனென்றால், கூட்டத்தில் புதிதாக வந்திருக்கும் அனைவருக்கும் தன்னோடு பேச வேண்டும் என்ற விருப்பம் ஏற்படுவதை அவர் விரும்பவில்லை. நாளின் பெரும்பாலான சமயம் அவர் சிலை போல தன் இருக்கையில் அசையாமல் திறந்த விழியோடு ஆனால், எதையும் குறிப்பிட்டு நோக்காமல் அமர்ந்திருப்பார். மூச்சு விடும்போது மெதுவாக உயர்ந்து தாழ வேண்டிய அவரது வயிறும் மார்பும் கூட அசைவின் அறிகுறிகளை காட்டாதவாறு அவர் அந்த அளவுக்கு அசையாமல் இருப்பார். ஜெயந்தி நாட்களில் வழக்கத்தை விடக் கூடுதலாக அருளையும், ஆற்றலையும் அவர் வீசுவதை நான் உட்பட, பல பக்தர்கள் உணர்ந்தனர். பகவான் இவ்வாறு சலனமற்று நிலைத்திருந்த சமாதி நிலைகளின் போது இந்த சக்தியை நாங்கள் யாவரும் மிகவும் வலிமையாக உணர்ந்தோம்.

முதலியார் பாட்டி பகவானுக்காக உணவு சமைத்து அதை எவ்வளவு அன்புடன் பரிமாறினார் என்றால் பகவான் அதை உண்ணாமல் வேறு எதையும் தொடுவதில்லை.

1930 மற்றும் 1940-களின் பெரும் பகுதியில் சமையலில் தலைமைப் பொறுப்பு வகித்து வந்த சாந்தம்மாள். அவரைத் தவிர இதர சமையல் கலைஞர்களும் இருந்தனர்.

எச்சம்மாள் மற்றும் முதலியார் பாட்டி இவ்விருவரும் தங்கள் வீட்டில் உணவு சமைத்து அதை பகவானுக்குப் பரிமாற ஆஸ்ரமத்திற்கு எடுத்து வருவார்கள்.

பகவானின் தீவிர பக்தரான வாரணாசி சுப்புலக்ஷ்மி அம்மாவும் சமையற் சேவை புரிந்தார், பகவானுக்கு 30 வயது இருக்கும் போது இவர் ஆஸ்ரமத்திற்கு வந்தவர்.

நடு வரிசை வலமிருந்து இடம்: 2 சுப்பிரமணியம், 3 குஞ்சு சுவாமி, 4 ராமசாமி பிள்ளை, 6 ராமநாத பிரம்மச்சாரி, 7 அண்ணாமலை சுவாமி, 9 சம்மா தாதா அமர்ந்து இருப்பவர்கள் வலமிருந்து இடம்: 1 மாதவ சுவாமி, 2 டி கே சுந்தரேச ஐயர், 3 சின்னசுவாமி, 4 பகவான், 5 டி பி ராமசந்திர ஐயர்.

ஆஸ்ரமப் பிராணிகள்

சில பக்தர்கள் ஒரு சமயம் ஒரு மான் குட்டியைக் கொண்டு வந்து ஆஸ்ரமத்தில் விட்டுச் சென்றனர். ஆரம்பத்தில் பகவான் அதை ஏற்றுக்கொள்ளத் தயங்கினார். 'ஆஸ்ரமத்தில் நமக்கு எதற்கு ஒரு மான் குட்டி? இதை யார் பார்த்துக் கொள்வது?' என்று அவர் கேட்டார்.

பகவானின் அணுக்கத் தொண்டரான மாதவ சுவாமி அதைப் பராமரிக்க முன்வந்த போதுதான் பகவான் அதை அங்கு இருக்க அனுமதித்தார். வள்ளி என்று அழைக்கப்பட்ட அந்த மான் ஆஸ்ரம வளர்ப்புப் பிராணியாக வளர்ந்தது. பகவான் முறையாக அதற்கு மிகவும் பிடித்தமான பருப்பு சாதத்துடன் முந்திரிப் பருப்பு கலந்த கலவையை ஊட்டி வந்தார். சில பக்தர்கள் அதற்கு அரிசிப் பொரியும், வறுகடலையும் அவ்வப்போது ஊட்டுவார்கள். வள்ளிக்கு அரிசிப் பொரி மீது அவ்வளவாக விருப்பமிருக்காது. அது வறுகடலையை மட்டும் ஒவ்வொன்றாகப் பொருக்கித் தின்றுவிட்டு மீதியை விட்டுவிடும்.

வள்ளி அடிக்கடி ஹாலுக்கு வந்து தனது நெற்றியை பகவானின் பாதங்களில் படும்படி வைத்துக் கொள்ளும். அது இப்படி செய்யும்போது பகவான் சில சமயம் தனது பாதத்தை அதன் தலை மீது வைத்து பலமாக அழுத்தித் தள்ளுவார். வள்ளியும் விளையாட்டாக பகவானின் பாதங்களை முட்டும். சில சமயம் வள்ளி தன் பின்னங்கால்களால் நடனமாடும் போது, பகவானும் அதன் பக்கத்தில் நின்று கொண்டு, அதைப் போலவே கைகளை ஆட்டி, கால்களால் நடனம் ஆடுவார்.

ஒரு நாள் வள்ளி சில ஆடுகளுடன் சேர்ந்து புல் மேயச் சென்றது. அவை இரண்டு மைல்களுக்கு அப்பால் இருந்த ஈசான்ய மடத்தை அடைந்த போது, சிலர் வள்ளியைத் தாக்கி அதன் கால்களில் ஒன்றை மோசமாக சேதப்படுத்தி விட்டால் அதனால் ஆஸ்ரமத்துக்கு திரும்பிச் செல்ல முடியவில்லை. கவனிப்பாரின்றி அது அங்கேயே ஒரு நாளுக்கும் மேலாகக் கிடந்தது. அன்று இரவு வள்ளி ஆஸ்ரமத்துக்கு திரும்பி வராததை அறிந்த பகவான் என்னையும் ரங்கசுவாமியையும் தேடிப் பார்க்க அனுப்பி வைத்தார். நகரத்திலிருந்த இஸ்லாமியர் தெரு ஒன்றில் மானைப் பார்த்ததாக சிலர் எங்களுக்குத் தவறான தகவலைக் கூறினர். ஏதோ ஒரு கறிப்பானையில் அதன் கதை முடிந்திருக்குமோ என்று பயந்தவாறே அங்கே சென்றோம். ஆனால், அங்கே யாரும் அதைப் பார்த்ததாகத் தெரியவில்லை.

மறு நாள் ஈசான்ய மடம் அருகே நடந்து சென்ற ஒரு பக்த குழுவினர் வள்ளியைக் கண்டு பிடித்தனர். அவர்கள் அதன் காலுக்குக் கட்டுப் போட்டு ஆஸ்ரமத்துக்கு திரும்பக் கொண்டு வந்தனர். உள்ளூரைச் சேர்ந்த விலங்கு மருத்துவரும் பக்தருமான ஒருவர் வள்ளியைச் சோதித்துப் பார்த்து விட்டு, அதன் கால் முறிந்து விட்டதாக முடிவு கட்டினார். அவர் அதற்குக் கட்டுப் போட்டுவிட்டு, அதனைப் பராமரிப்பதற்கான சில அறிவுரைகளை வழங்கினார். நாங்கள் அதனை பழைய உணவுக் கூடத்தின் ஒரு மூலையில் கிடத்தி வைத்தோம். ஆனால், வள்ளியின் காயம் ஆறவே இல்லை. சுமார் ஒரு மாதத்துக்குப் பிறகு பகவான் அதன் மரணம் நெருங்கிவிட்டதை உணர்ந்து வள்ளி படுத்திருந்த அந்தக் கூடை இருந்த இடத்துக்குச் சென்றார்.

அது அதிகாலை நான்கு மணியளவு இருக்கும். தமது ஒரு கரத்தை அதன் சிரசிலும், மற்றொரு கரத்தை அதன் இதயத் தானத்திலும் வைத்தவாறு அவர் அதன் அருகில் அமர்ந்தார்.

மரணம் நெருங்கிவிட்ட பக்தர்களுக்கு பகவான் எப்போதாவது இப்படிச் செய்வதுண்டு. அவரது நோக்கம் மனதை இதயத்துக்குத் திருப்பி அங்கே மரணிக்கச் செய்வதே. இதே செயல்முறையை வெற்றிகரமாகச் செய்யும் போது, புண்ணியம் செய்த பக்தர்களுக்கு ஆத்ம ஞானம் சித்திக்கும். முதன் முதலில் அவர் இதை அவருடைய ஆரம்பகால அணுக்கத் தொண்டர்களில் ஒருவரான பழனிசுவாமியிடம் செய்து பார்த்தார். ஆனால் அது வெற்றிகரமாக இல்லை. பின் வரும் ஆண்டுகளில் தன் தாயாரையும், பசு லட்சுமியையும் அவர்களின் மரணத் தறுவாயில் இவ்வாறு தொட்டு அவர்களுக்கு வெற்றிகரமாக ஆத்ம ஞானத்தை அருளினார்.

பகவான் தமது கரங்களை இதே நிலையில் சுமார் ஒரு மணி நேரம் வைத்திருந்தார். ஒரு முறை அந்த நேரத்தில் வள்ளி அவர் மீது சிறுநீர் கழித்ததையும் அவர் கண்டுகொள்ளவில்லை. அதன் சிரசையும் இதயத்தையும் தொட்டவாறு, இறுதியாக காலை 5 மணிக்கு அதன் உயிர் பிரியும் வரை அதன் பக்கத்திலேயே அமர்ந்திருந்தார். பகவான் அதற்கு ஆத்ம ஞானத்தை வரவழைத்திருப்பார் என்று நான் நினைக்கவில்லை; ஏனென்றால், அவர் இதற்குப் பிறகு இது பற்றி ஒருபோதும் பேசவில்லை. அவர் வெற்றி அடைந்திருந்தால், நிச்சயமாக அது பற்றி அவர் எங்களிடம் கூறி இருப்பார்.

பகவான் இவ்வாறு தொட்டு அருள்பாலித்த மற்றொரு பக்தரின் நிகழ்வு பற்றி எனக்கு அண்மையில் தெரிய வந்தது. எனக்குத் தெரிந்தவரை, இந்த நிகழ்வு பற்றி ஒருபோதும் முழுமையாகப் பதிவு செய்யப்படவில்லை.

1939 இல் சத்திய நாராயண ராவ் என்ற ஒரு பக்தர் ஆஸ்ரமத்தில் தமது அறையில் இறக்கும் தறுவாயில் இருந்தார். அவர் மிக்க வேதனையில் இருந்தது வெளிப்படையாகவே தெரிந்தது. இந்தச் செய்தியை பக்தர் ஒருவர் ஹாலுக்கு வந்து அறிவித்தார். ஆரம்பத்தில் இந்த விஷயத்தில் ஆர்வம் இல்லாதவராகத் தோன்றினார் பகவான். "நான் என்ன செய்ய முடியும்?" என்று அவர் கேட்டார். "நான் என்ன ஒரு வைத்தியரா?"

இருந்தாலும் சில நிமிடங்கள் கழித்து எழுந்து அவர் கிருஷ்ண சுவாமியோடு மரணப் படுக்கையில் இருந்த அந்த மனிதரின் அறைக்குச் சென்றார். ஸ்டோர் ரூமுக்கு அடுத்து இருந்த ஒரு சிறிய அறையில் சத்திய நாராயண ராவ் படுத்திருந்தார். பகவான் அவருக்குப் பக்கத்தில் அமர்ந்து ஒரு கையை தலை மீதும், மற்றொரு கையை இதயத் தானத்திலும் வைத்தார். தமது வேதனையைப்போக்கிக் கொள்ள முன்பு படுக்கையில் நெளிந்து கொண்டும், புரண்டு கொண்டும் கிடந்தார் அவர். ஆனால் பகவான் கரம் பட்ட பிறகு சில வினாடிகளில் அவர் அமைதி அடைந்து கண்களை மூடிக்கொண்டு படுக்கையில் அசைவின்றி இருந்தார்.

ஒரு அரை மணி நேரம் கழித்து பகவான், "இங்கே நம் வேலை முடிந்தது. நாம் போய் சாப்பிடலாம்," என்றார்.

சத்திய நாராயண ராவுக்கு முக்தியளிப்பதற்காகவே பகவான் தாம் மதிய உணவருந்தச் செல்வதை தாமதப் படுத்தியிருந்தார். பகவான் உணவருந்திக் கொண்டிருந்த போது, ஒரு பக்தர் வந்து சத்திய நாராயண ராவ் காலமாகிவிட்ட தகவலை அவருக்குத் தெரிவித்தார். என்றாலும், அவர் சாவதற்கு முன்பு தன் கண்களைத் திறந்து புன்னகையோடு தமது இரு சகோதரிகளைகரம் நீட்டித் தொட்டிருக்கிறார்.

இதைக் கேட்ட பகவான், "ஆ! திருடன் திரும்பி வந்துவிட்டான்! அவரது மனம் பூரணமாக அடங்கிவிட்டது என்று நினைத்தேன். அவரது வாசனைகள் மீண்டும் வெளி வந்து விட்டன. சகோதரிகள் மீது அவருக்கு இருந்த பாசம் அவரை அவர்களை நோக்கி திருப்பி விட்டிருக்கிறது."

பழனி சுவாமியின் விஷயத்தில் பகவான் "நான்' என்ற எண்ணம் மரணத் தறுவாயில் கண்கள் வழியாக வெளியாகி மற்றொரு பிறப்பை எடுத்திருக்கிறது." என்றார். இந்த முறை ஏறக்குறைய அதைப் போன்றே நிகழ்ந்துள்ளது என்று ஊகித்துக் கொள்ளலாம்.

இந்த நிகழ்வுகளை எல்லாம் நேரில் பார்த்த கிருஷ்ண சுவாமியே என்னிடம் கூறினார். சத்திய நாராயண ராவின் சகோதரரான நரசிம்ம ராவின் பதிப்பிக்கப்படாத கையெழுத்துப் பிரதிகளில் காணப்பட்ட விவரங்களும் இதனை உறுதிப்படுத்தக் கண்டேன்.

அன்று காலையின் பிற்பகுதியில் பகவான் என்னை ஆஸ்ரமத்தின் பின் வாயிலுக்கு அருகில் ஒரு சிறிய சமாதி பீடம் அமைக்குமாறு கேட்டுக்கொண்டார்.

"ஆஸ்ரமத்துக்குள்ளேயே வள்ளிக்கு நாம் ஒரு சமாதி கட்டவேண்டும்" என்றார் அவர். சமாதியின் பிரதான அமைப்பு நிறைவுற்றதும் அதன் மீது ஒரு லிங்கத்தை நிறுவி அதற்கு ஒரு பூஜை செய்யுமாறு பகவான் என்னிடம் சொன்னார். பகவான் என் அருகில் நின்று கொண்டிருக்க நான் அந்த இரண்டு பணிகளையும் செய்து முடித்தேன். இவை எல்லாம் செய்து முடிக்கப் பல மணி நேரம் ஆனது. சமாதி கட்டப்படும் போதும், இறுதிச் சடங்குகள் நடைபெற்ற போதும் பகவான் ஹாலுக்குச் செல்லவில்லை. தரிசனத்துக்கு வந்திருந்த பக்தர்கள் அனைவருமே நாங்கள் பணியாற்றிக் கொண்டிருந்த இடத்துக்கு வர நேர்ந்தது.

வள்ளியின் சமாதிக்கு அருகில் வேறு இரு சிறிய சமாதிகளும் உண்டு. முதலாவது, நாய் ஜாக்கியின் சமாதி, மற்றொன்று ஒரு அநாமதேய காகத்தின் சமாதி. காகத்தைப் பற்றிக் கூறுவதற்கு ஒன்றுமில்லை. மாதவசுவாமி ஒரு நாள் ஹாலின் முன்பாக நிலத்தில் உணர்வில்லாமல் அது கிடப்பதைக் கண்டார். அவர் அதை எடுத்துச் சென்று பகவானிடம் கொடுத்தார். பகவான் அதன் தலையில் தட்டிக் கொடுத்து சிறிது நேரம் தடவிக் கொடுத்தார். அது பகவான் கைகளிலேயே சமாதி அடைந்ததும் வள்ளியின் சமாதிக்கு அடுத்து இரண்டாவதாக ஒரு சமாதி அமைக்குமாறு ஆணையிட்டார்.

சமாதி எனும் சொல் 'மரணத்தை'க் குறிக்கும் மங்கல வழக்காக பயன் படுத்தப் படுகிறது. இந்தச் சொல்லுக்கு வேறு இரு பொருள்களும் உண்டு.

1. *இறந்த உடலை அடக்கம் செய்த இடத்தில் அமைத்த மேடை; மற்றும்*
2. *ஆன்மாவுடன் நேரடி அனுபவம் உள்ள மெய்மறந்த நிலை.*

ஸ்ரீ ரமணாஸ்ரமத்தில் உள்ள பிராணிகளின் சமாதி பீடங்களைத் தவிர்த்து, பகவான் மலை மீது தங்கியிருந்த காலத்திலேயே விலங்குகளுக்கான இரண்டு சமாதிகளைக் கட்டியிருந்திருக்கிகிறார். முதலாவது, ஸ்கந்தாஸ்ரமத்தில் செல்லமாக வளர்ந்து வந்த ஒரு மயிலின் மீதும், இரண்டாவது ஒரு கிளியின் மீதும் அமைந்தவை ஆகும். மலை மீது ஏறிக்கொண்டிருந்த போது எச்சம்மாள் இந்தக் கிளியை ஒரு காகம் தாக்கிக் கொண்டிருப்பதைப் பார்த்தார். அவர் அதைக் காயம் பட்ட நிலையில் அப்போது ஸ்கந்தாஸ்ரமத்தில் வசித்து வந்த பகவானிடம் கொண்டு வந்தார். அது இறப்பதற்கு முந்திய ஐந்து நாட்களும் பகவான் அதைப் பராமரித்து வந்தார்.

அவர் அதை மலை மீது புதைத்த போது "இந்த இடத்தில் ஒரு கட்டிடம் எழும்பும்" என்று குறிப்பிட்டார்.

சமாதி இடத்தில் ஒரு கட்டிடம் விரைவிலேயே தோன்றியது. அந்தக் கட்டிடத்துக்கு அருகில் இருந்த குகையும் 'கிளிக்குகை' என்றே அழைக்கப் பட்டது.

எனக்குத் தெரிந்தவரை, கிளி சமாதியின் கதை இதற்கு முன்பு அச்சிடப்பட்டதில்லை. நான் இதைக் கிருஷ்ண பிக்குவால் எழுதப்பட்ட எச்சம்மாளின் வாழ்க்கை பற்றிய கட்டுரையில் கண்டுபிடித்தேன்.

மானுக்கும் காகத்துக்கும் அருகில் இறுதியாக அடக்கம் செய்யப்பட்ட நாய் ஜாக்கி மிகவும் குட்டியாக இருந்த போதே ஆஸ்ரமத்துக்கு கொண்டுவரப்பட்டதாகும். அது மற்ற நாய்களுடன் சேரவும் இல்லை. அதிகமாக விளையாடவும் இல்லை. மாறாக அது ஒரு சாது வாழ்க்கை வாழ்ந்தது. அது ஒரு பக்தர் வழங்கியிருந்த ஒரு காவித்துணி விரிப்பின் மீது பகவானின் முன்னால் அமர்ந்து பகவானின் கண்களையே உற்றுப் பார்த்துக்கொண்டிருக்கும். அதை பகவான் மிகவும் நேசித்ததாலும், அது எப்போதும் மிக சிறப்பான முறையில் நடந்து கொண்டதாலும் அது எப்பொழுதும் மிக நன்றாகவே கவனிக்கப்பட்டது. குறிப்பாக ராமசாமிப்பிள்ளை அதை நன்றாகவே கவனித்துக் கொண்டார். ஒவ்வொரு நாளும் அவர் ஜாக்கியை சோப்பு போட்டு குளிப்பாட்டி உடம்பில் ஒட்டியிருக்கும் உண்ணிகளையெல்லாம் அகற்றி விடுவார். பிரசாதம் விநியோகிக்கப்படும் போதெல்லாம் பகவான் உண்ணத் தொடங்கிய பிறகே ஜாக்கி தன் பங்கைச் சாப்பிடும். அந்தச் சமயங்களில் ஜாக்கி பகவானின் முகத்தை மிக உன்னிப்பாக கவனிக்கும். பகவான் ஒரு கவளம் தனது வாயில் போட்டவுடனே ஜாக்கி தன் பங்கைச் சாப்பிடத் தொடங்கும்.

ஜாக்கி தொடர்பான ஒரு சம்பவம் என் நினைவுக்கு வருகிறது. அது பகவான் பக்தர்கள் சூழ்ந்திருக்க கிணற்றின் அருகே அமர்ந்திருந்த போது நிகழ்ந்தது. பக்தர்களோடு அமர்ந்திருந்த ஜாக்கி பகவானை உற்று நோக்கிக் கொண்டிருந்தது. அப்போது ஒரு தெரு நாய் ஆஸ்ரமத்தின் பின்வாசல் வழியாக உள்ளே நுழைந்தது. புதிய வருகையால் கவனம் சிதைந்த ஜாக்கி குரைக்கத் தொடங்கியது.

"நீ சும்மா கண் மூடிக்கொள்," என்று மூன்று முறை அதை மென்மையாக கண்டித்துவிட்டுக் கூறினார், "நீ இப்படிச் செய்தால், அந்த நாயை நீ காண முடியாது.".

ஜாக்கி உடனே கீழ் படிந்தது; ஆனால் எங்களுள் சிலர் தெரு நாயைத் தொடர்ந்து பார்த்துக்கொண்டே இருந்தோம்.

என்ன நடக்கிறது என்பதைத் தெரிந்துகொண்ட நான் சிரித்துக்கொண்டே, 'இது ஒரு நல்ல சோதனை, நம் ஜாக்கிக்கு மட்டுமின்றி எங்கள் எல்லோருக்குமே!" என்றேன்.

ஜாக்கி ஆஸ்ரமத்தில் பல ஆண்டுகள் வாழ்ந்தது; ஆனால் இறுதியாக அது எப்போது காலமானது என்று எனக்கு நினைவில்லை. அது நான் கட்டிடப் பணிகளை மேற்பார்வை செய்துகொண்டிருந்த 1930-களில் நடந்திருக்கும்; ஏனென்றால், பகவான் சொன்னபடி அதன் உடம்பை அடக்கம் செய்த இடத்தில் நான் ஒரு சிறிய சமாதி கட்டியது எனக்கு நினைவிருக்கிறது.

பதிப்பிக்கப்படாத நரசிம்மராவின் கட்டுரை ஒன்றில் ஜாக்கியின் மரணம் பற்றிய கீழ்கண்ட தகவலை நான் கண்டுபிடித்தேன்.

"நாங்கள் ஆஸ்ரமத்துக்கு சென்றுகொண்டிருந்த ஆரம்ப காலத்தில் (1930-களின் தொடக்கத்தில்) அங்கே ஜாக்கி என்ற பெயர் கொண்ட நாய் ஒன்று இருந்தது. அது மிகவும் நோய்வாய்ப்பட்டிருந்தது. பகவான் அதற்கு ஒரு மென்மையான படுக்கையை ஏற்பாடு செய்திருந்தார். அவர் மிகவும் அன்போடு அதன் தேவைகளை நிறைவேற்றி அதை கவனித்துக் கொண்டார். சில நாட்களுக்குப்பிறகு அது மேன்மேலும் பலவீனமடைந்து கெட்ட வாடை வீசத் தொடங்கியது. ஆனால், பகவானுடைய கவனிப்பில் எந்த வித்தியாசமும் தென்படவில்லை. தமது கரங்களில் அதைத் தொட்டு எடுத்து தன்னோடு சேர்த்துப் பிடித்துக் கொண்டு அன்போடு அணைத்துக் கொள்வது அவர் வழக்கம். இறுதியாக அது அவரது கரங்களிலேயே தனது உயிரை விட்டது. அது ஆஸ்ரம வளாகத்திலேயே புதைக்கப்பட்டு அதன் மீது ஒரு நினைவுப் பீடம் அமைக்கப்பட்டது. அந்த நாய் எவ்வித வேதனையையும் வெளிப்படுத்தாமல் துணிவோடு அனைத்தையும் பொறுத்துக் கொண்டது.

இந்த வரிசையில் வரும் மற்றொரு சமாதி லட்சுமியினுடையதாகும். லட்சுமியின் கதை பல நூல்களில் வெளிவந்துள்ளது.

எனவே மீண்டும் இங்கே கூறப்போவதில்லை. மாறாக இதுவரை பதிவு செய்யப்படாதவை என்று நான் கருதும் லட்சுமி பற்றி ஓரிரு சம்பவங்களை மட்டும் குறிப்பிடுகிறேன்.

லட்சுமி தரிசனத்துக்கு வரும்போதெல்லாம் வழியில் இருப்பவர்களைப் பற்றியெல்லாம் கவலைப்படாமல் மிக வேகமாக வரும். விலகிக் கொள்வதா அல்லது மிதிபடுவதா என்பதை பக்தர்கள்தான் முடிவு செய்துகொள்ள வேண்டும். பகவானது இருக்கையை அடைந்ததும் பெரும்பாலும் பகவான் முன்னால் நின்றவாறு தன் தலையை பகவானின் திருவடிகள் மீது வைக்கும். அது சற்று நெருக்கமாக வரும்போது பகவான் அதன் தலையையும் கழுத்தையும் மென்மையாக வருடிக் கொடுப்பார்.

பெரும்பாலும் லட்சுமியின் எச்சில் பகவானின் மீது விழும் அளவுக்கு இருவரும் அவ்வளவு நெருக்கமாக இருப்பர். ஆஸ்ரமத்தில் ஏதேனும் சிறப்பு உணவு சமைக்கப்பட்டால், பகவான் அதனை லட்சுமிக்கு ஹாலில் வைத்தே வழங்குவார், லட்சுமியை ஒரு மனித உயிராகவே கருதி வாழையிலை போட்டு இட்லி, வடை, பாயசம் முதலியவற்றை அவர் பரிமாறுவதை நான் பார்த்திருக்கிறேன். சில சமயம் அவர் உணவை நேரே கோசாலைக்கே எடுத்துச் சென்று அங்கேயே ஊட்டிவிடுவதும் உண்டு.

ஆஸ்ரமத்தில் புல் மிகக் குறைவாக இருந்த ஒரு சமயத்தில் லட்சுமிக்கு போதிய உணவு கிடைக்கவில்லை என்பதை கவனித்துவிட்டார் பகவான். அன்று உணவுக்கூடத்துக்கு சென்ற அவர் தனக்கு பரிமாறப்பட்ட உணவை உண்ண மறுத்துவிட்டார். மாறாக, பரிமாறியவர்களைப் பார்த்து அதை லட்சுமிக்கு தருமாறு கேட்டுக்கொண்டார். பகவானின் இந்த வினோதமான செய்கை கோசாலையை எட்டியபோதுதான் அங்கிருந்த பணியாளர்களுக்கு தாம் லட்சுமியைச் சரியாக கவனிக்காததற்கு பகவான் தமது எதிர்ப்பை மறைமுகமாகத் தெரிவித்திருக்கிறார் என்பது புரிந்தது. கடைத்தெருவிலிருந்து மாட்டுத்தீவனம் வரவழைக்கப்பட்ட பிறகே பகவானையும், லட்சுமியையும் தங்களது வழக்கமான உணவை ஏற்றுக்கொள்ளவைக்க முடிந்தது.

பெரும்பாலும் பகவான் ஜெயந்தி அன்று லட்சுமி ஒரு கன்று ஈனும் என்று பரவலாகத் தெரிந்திருந்தது. தூய வெண்மையான இந்தக் கன்றுகளில் ஒன்று ஹாலில் பகவான் முன்னால் அமர்ந்திருந்தை நான் ஒருமுறை பார்த்திருக்கிறேன். அதன் நிறமும், அமர்ந்திருந்த

தோரணையும் பார்ப்பதற்கு சிவனின் வாகனமான நந்தியைப் போலவே இருந்தது. அப்பொழுது பகவான் ஒரு புலித்தோலின் மீது அமர்ந்திருந்தார். வள்ளி மான் அருகில் அமர்ந்திருந்தது. பகவான் இருக்கைக்கு முன்னால் கும்மிட்டி அடுப்பு எரிந்து கொண்டிருந்தது. அத்துடன் வெள்ளியிலான ஒரு நாகம் தூபக்காலாக வைக்கப்பட்டிருந்தது. புராணங்களில் வருணிக்கப்படும் இத்தகைய சிவபெருமானின் பரிவாரங்களோடு உண்மையாகவே இது ஒரு கைலாய மலைக் காட்சி போலவே காணப்பட்டது.

இது பிராணிகளுடன் தொடர்பில்லாமல் ஹாலில் நிகழ்ந்த மற்றுமொரு சிறிய நிகழ்வை எனக்கு நினைவுறுத்துகிறது. ஒரு பக்தர் மிகப்பெரிய ஓவியரான ரவி வர்மா தீட்டிய தெய்வீக சித்திரங்களின் தொகுப்பு ஒன்றைக் கொண்டுவந்திருந்தார். ஹாலில் அவற்றை ஒவ்வொன்றாக எங்களுக்குக் காட்டிக் கொண்டிருந்தார். சிவபெருமான் கண்களை மூடி தியானம் செய்துகொண்டிருந்த ஒரு ஓவியத்தை பகவான் காட்டிய போது, நான் அது மிக நன்றாக இருப்பதாகக் குறிப்பிட்டேன்.

பகவானுடைய ஒரே மறு மொழி, "சிவா! நீ இதுபோல கண்ணை மூடிக்கொண்டு உட்கார்ந்திருந்தால், உலக நடவடிக்கைகளை எல்லாம் யார் கவனிப்பது?"

பகவான் மலையில் வசித்து வந்த போது அவருக்கு உணவளித்து வந்த கீரைப்பாட்டியின் மறுபிறப்பே பசு லட்சுமி என்பது பக்தர் பலரின் நம்பிக்கையாய் இருந்தது. பகவான் இதை உறுதிப் படுத்தவும் இல்லை, மறுக்கவும் இல்லை. 1940-களில் பகவானுடனே வசித்த வெள்ளை மயிலே பகவானுக்கு பல ஆண்டுகாலம் அணுக்கத் தொண்டராக இருந்து சேவை செய்த மாதவ சுவாமி என்பது பக்தர்கள் பலரின் நம்பிக்கையாகவும் இருந்தது. இந்த முறை பகவான் தமது பக்தர்களில் ஒருவர் ஒரு விலங்கின் உடம்பில் மறு பிறப்பெடுத்திருப்பதை ஒப்புக்கொள்ள சற்று அதிக இசைவாகவே இருந்தது போல் தோன்றியது.

'மாதவசுவாமி ஒரு வெள்ளை மயிலாகத் திரும்பி வந்திருக்கிறார் என்பது எப்படி?' என்று ஒரு முறை யாரோ பகவானிடம் கேட்டபோது நானும் ஹாலில் இருந்தேன்.

"கனவில் புதிய உடம்புகள் படைக்கப்படுவது போலவே, அதே வழியில்தான் இது நடந்துள்ளது." என்று அந்தக் கேள்வியில் இருந்த அனுமானத்தை மறுக்காமலும், தவிர்க்காமலும் பகவான் பதிலளித்தார்.

பகவானின் அணுக்கத் தொண்டராக மாதவசுவாமி பல ஆண்டுகள் இருந்தார். அவர் 1920-களில் பகவானுக்கு சேவை செய்யத் தொடங்கி 1940-களின் தொடக்கம் வரை சேவையைத் தொடர்ந்தார். உயரத்திலும், நிறத்திலும், பருமனிலும் அவர் மிகவும் என்னைப் போலவே இருப்பார். அவருக்கு பிறர் மனதை அறியும் திறனும் இருந்தது. பகவானுக்கு எப்போதாகிலும் ஏதேனும் தேவைப்பட்டால் மாதவசுவாமி அவரது எண்ணத்தைத் தெரிந்துகொண்டு அவர் விரும்பிய பொருளை வழங்குவார்.

அவர் இடைவிடாது பகவானது சன்னிதானத்திலேயே இருந்த போதிலும், அவரது மனம் மிகவும் அலைபாய்ந்து கொண்டே இருந்தது. தியானம் செய்வது அவருக்கு மிகவும் கடினமான பணியாக இருந்தது. மற்றும், அவரது நேரமெல்லாம் பகவானுக்குச் சேவை செய்வதிலேயே கழிவது குறித்து அவருக்கு மனக்குறை இருந்தது. அவர் முதன் முதலில் ஆஸ்ரமத்துக்கு வந்த போது, தான் முழுநேரமும் தியானத்தில் இருக்க முடியும் என்ற எண்ணத்தோடு இருந்தார். மாறாக, என்னைப் போலவே, வந்து சேர்ந்த ஒரு வாரத்துக்குள், தன் முழுநேரமும் பகவானின் அணுக்கத் தொண்டராக சேவை செய்துகொண்டிருப்பதில் சற்று வெறுப்படைந்தார்.

மாதவசுவாமி எப்பொழுதும் தனது பணியில் மகிழ்ச்சி அடையவில்லை. நாள் முழுவதும் தியானம் செய்ய சுதந்திரம் உள்ள பக்தர்களைப் பார்த்து அவர் எப்போழுதும் பொறாமைப் பட்டார். நானும் பகவானின் அனுமதியோடு முழுநேரமும் தியானத்தில் ஈடுபடுவதற்காக ஆஸ்ரமத்தை விட்டு வெளியேறிய பிறகு, மாதவசுவாமி என்னிடம் வந்து தன்னுடைய நிலையைப் பற்றி முறையிட்டார்.

"உங்களுக்கு முன்பாகவே நான் பகவானோடு இருந்தவன்," என்றார் அவர். "பகவான் உங்களுக்கு சுதந்திரம் கொடுத்து விட்டார். ஆனால், நான் இன்னும் வேலை செய்துகொண்டு இருக்கிறேன். பகவான் எனக்குத் தம் அருளாசிகளை இன்னும் வழங்காததால் நான் இன்னும் வேலை செய்ய வேண்டியதாக உள்ளது."

அவர் இப்படிப் பேசுவதைக் கேட்டுப் பெரும்பாலான பக்தர்கள் வியப்படைந்திருப்பார்கள். அணுக்கத் தொண்டர் என்ற முறையில், நாள் முழுதும் பகவானுக்கு அருகில் இருக்கும் சலுகை அவருக்கு இருந்தது. பகவான் அவரோடு அடிக்கடி ஆன்மீக கருத்துக்களைப் பேசுவார். மேலும், பகவானின் உடம்பைத் தொட்டுப் பிடித்து விடுவதற்கு அனுமதி பெற்ற ஒரு சிலரில் இவரும் ஒருவராவார். பகவானுடனான இத்தகைய மிகவும் நெருங்கிய சேவைகளின் மூலமாக மாதவசுவாமிக்கு எவ்வித மனநிறைவும் கிடைக்கவில்லை.

அவர் ஒருமுறை என்னிடம், "பகவானின் ஹாலுக்கு வரும் பக்தர்கள் இதை ஒரு சொர்க்கம் என்கிறார்கள். ஆனால், எனக்கு பகவானின் ஹால் ஒரு நரகம் போல இருக்கிறது," என்று கூறியுள்ளார்.

மாதவசுவாமி தமக்கு பெண்களின் பேரில், குறிப்பாக அழகானவர்களின் பேரில், இருந்த ஆழமான வெறுப்பை வெளிப்படையாகவே காட்டிக் கொண்டார். அத்தகையவர்கள் தரிசனத்துக்கு வரும் போது, "இப்படிப்பட்ட பெண்கள் எல்லாம் ஏன் பகவானைப் பார்க்க வருகிறீர்கள்?" என்று உரத்த குரலில் கூறுவார்.

இப்படி அவர் எப்போதாவது கருத்துரைத்தால், பகவான், "அவர்களை ஏன் பெண்களாகப் பார்க்கிறாய்? உன் ஆன்மாவை மட்டும் கவனி!" என்று கடிந்துரைப்பார்.

ஆஸ்ரமத்தில் இருந்த அவரது கடைசி காலத்தில் ஆண், பெண் வேறுபாடின்றி தரிசனத்துக்கு வரும் அனைவரையுமே அவர் வெறுக்கத் தொடங்கினார்.

"சாதுவாக இருப்பதென்றால் எப்பொழுதும் தியானம் செய்துகொண்டு குகைகளில் வசிக்க வேண்டும். ஏன் இந்தக் கூட்டமெல்லாம் பகவானைப் பார்க்க வருகிறது?" என்று அவர் ஒருமுறை பகவானிடம் கேட்டார்.

பகவான் அவரிடம், "நீ ஏன் அவர்களை மற்றவர்களாக வேறுபடுத்திப் பார்க்கிறாய்? உன்னுடைய சேவைப் பணிகளைக் கவனிப்பதோடு, உன் சொந்த ஆன்மாவைப் பார். மற்றவர்களைக் கடவுளின் வடிவங்களாகப் பார். அல்லது மற்ற எல்லோரையும் ஆன்மாவின் வடிவங்களாகப் பார்!" என்றார்.

அவர் பகவானுடன் இருந்த தொடக்க ஆண்டுகளில் மிகவும் அமைதியோடும் தன்னிறைவோடும் இருந்தார். 1930-களின் பிற்பகுதியில் தான் அவரது மனம் அவருக்குத் தொந்தரவு கொடுக்கத் தொடங்கியது. இறுதியில் அவர் மனம் மிகவும் கலவரம் அடைந்து பைத்தியம் பிடிக்கத் தொடங்கிவிட்டது. ஒரு சமயம் சில தோட்ட வேலைக்காரர்கள் உரம் தயாரிக்கக் குழி

வெட்டியதைப் பார்த்துவிட்டு, ஆஸ்ரமத்தில் யாரோ தன்னைக் கொலை செய்து அந்தக் குழியில் புதைத்துவிட திட்டமிடுகிறார்கள் என்று உறுதியாக நம்பிவிட்டார்.

அந்தக் குழி, தொழு உரம் தயாரிப்பதற்குத்தான் என்று அவரிடம் கூறிய போது, "இல்லை! இல்லை! என்னைப் புதைக்கத்தான் இவர்கள் குழி வெட்டுகிறார்கள்!" என்று கூச்சலிட்டார்.

இறுதியாக, மாதவ சுவாமி தமது அணுக்கத் தொண்டர் பதவியிலிருந்து விலகியதோடு, ஆஸ்ரமத்தை விட்டு வெளியேறி விட்டார். அவர் அவ்வப்போது வந்து செல்வார். ஆனால், பெரும்பாலான தமது நேரத்தை மன அமைதி தேடி யாத்திரைகளிலேயே கழித்தார். அவருக்கு அந்த அமைதி கிடைக்கவே இல்லை. ஆண்டுகள் கழியக்கழிய அவரது படபடப்பும், மன சஞ்சலமும் அதிகரித்தன. 1940-இன் மத்தியில் மாதவ சுவாமி கும்பகோணத்தில் தங்கியிருப்பதாகவும் அவருக்கு உதவி தேவைப்படுகிறது என்று ஆஸ்ரமத்துக்கு ஒரு தகவல் வந்தது. அவருக்கு என்ன செய்யலாம் என்பதைக் கண்டறிய பகவான் குஞ்சு சுவாமியை அனுப்பி வைத்தார். மனதளவிலும் உடலளவிலும் அவர் எந்த அளவுக்கு உருக்குலைந்து போய் இருந்தார் என்பதைப் பார்த்து குஞ்சு சுவாமி அதிர்ச்சி அடைந்து விட்டார்.

பகவான் அனுப்பி வைத்த ஒரு செய்தியை அவரிடம் கொடுத்தார்; "நீர் பல ஆண்டுகள் பகவானுக்கு சேவை செய்திருக்கிறீர். நீர் எப்பொழுதும் அவர் அருகிலேயே இருக்கிறீர். நீர் ஏன் இங்கே வரவேண்டும்? ஏன் ஆஸ்ரமத்துக்கு திரும்பி வரக்கூடாது?"

திரும்பிச் சென்று பகவானைப் பார்ப்பதற்கு மாதவ சுவாமி மிகவும் பயந்தார். பகவானின் சன்னிதானத்தில் தனது மன நோய் மோசமடையலாம் என்ற எண்ணம் அவருக்கு இருந்தது.

அவர் குஞ்சு சுவாமியிடம், "பகவானுடைய மகிமையையும், அருளையும் வருணிக்க முடியாது. ஆனால் என்னுடைய கர்மவினை அளவுக்கு அதிகமாக இருக்கிறது. நான் என்ன செய்வது? பகவானுடைய அருளால் தான் நான் என்னுடைய கர்மவினையைத் தாங்கிக் கொண்டிருக்கிறேன். அது மிகவும் தீவிரமானதாக இருக்கிறது. நான் இப்படித் துன்பப்பட்டுத் தான் ஆக வேண்டும்," என்றார்.

சில மாதங்களுக்குப்பிறகு அவர் சில விஷ வித்துக்களைத் (அரளி விதைகளை) தின்று தற்கொலை செய்து கொண்டார். பகவான் கேட்டுக்கொண்டபடி குஞ்சு சுவாமி கும்பகோணம் சென்று இறுதிச் சடங்கிற்கு எல்லா ஏற்பாடுகளையும் செய்தார். மாதவ சுவாமியின் அதிர்ஷ்டம், கதை இத்தோடு முடியவில்லை. பகவானின் மீது அவருக்கு இருந்த பக்தியின் காரணமாக அவர் மீண்டும் பகவானின் வெள்ளை மயிலாகப் பிறப்பெடுக்க முடிந்தது.

ஓரிரு சூழ்நிலைக் குறிகளும் மாதவ சுவாமியே இந்த மயிலாகப் பிறப்பெடுத்தார் என்பதை பலருக்கும் உறுதிபட உணர்த்தியது. அந்த மயில் ஹாலுக்கு வரும்போதெல்லாம், புத்தக அலமாரியில் இருந்த எல்லாப் புத்தகங்களையும் பார்வையிடுவதை வழக்கமாகக் கொண்டிருந்தது. நூலகத்தைக் கவனித்துக் கொள்வதும் மாதவ சுவாமியின் அன்றாடப் பணிகளில் ஒன்றாக இருந்தது. சேதமடைந்த புத்தகங்களை அவர் செப்பனிடுவார், அல்லது புதிதாக பைண்டிங் செய்வார். அந்த மயில் மேற்பார்வையிடும் போது, மாதவ சுவாமி புதிதாக பைண்ட் செய்த புத்தகங்களை மட்டும் கொத்தும்; ஆனால், மற்ற நூல்களைத் தொடாது.

மற்றுமொரு சூழ்நிலைச் சான்று அவர் பெண்களை வெறுத்தார் என்ற உண்மையை ஆதாரமாகக் கொண்டதாகும். பெண்கள் ஹாலுக்குள் வந்தால் அவர் மரியாதைக் குறைவான சொற்களால் அடிக்கடி ஏதாவது சொல்வார். இந்தப் போக்கை அந்த மயிலும் கொண்டிருந்ததால், ஆஸ்ரமத்தில்

இருந்த எந்தப் பெண் மயிலோடும் அது எவ்விதத்திலும் தொடர்பு வைத்துக் கொண்டதில்லை. இந்தச் சான்றுக்கு ஆதரவாக நானும் ஒரு சிறிய கதை வைத்திருக்கிறேன். மாதவ சுவாமி என் வீட்டுக்கு வரும்போதெல்லாம் எப்பொழுதும் கதவுக்கு அருகில் இருந்த காங்கிரீட் பெஞ்சில் தான் அமருவார். பிந்திய ஆண்டுகளில், அந்த வெண்மயில் எப்போதாவது என்னிடம் வரும். அது வரும் ஒவ்வொரு முறையும் மாதவ சுவாமி அமர்ந்த அதே பெஞ்சில் தான் அமரும்.

இந்தக் கதையிலிருந்து கற்றுக் கொள்ளவேண்டிய பாடம் ஒன்று இருக்குமானால், அதை நான் ஆஸ்ரமத்தில் கண்ணுற்ற ஒரு சிறு நிகழ்ச்சியிலிருந்து அறியலாம் என்று நான் நினைக்கிறேன். அதற்கென்று ஆஸ்ரமத்தில் அமைக்கப்பட்ட ஒரு கூட்டில் அந்த வெள்ளை மயிலை அமர வைக்க பகவான் மேற்கொண்ட முயற்சிகள் வெற்றிபெறவில்லை.

அந்த மயில் ஒத்துழைக்க மறுத்த போது பகவான், "நீ எப்பொழுதுமே என் சொற்களை மதிப்பதில்லை," என்று கூறினார்.

ஒரு புதிய பிராணியை ஆஸ்ரமத்துக்கு கொண்டுவந்தால், அதனைப் பராமரிக்கும் பொறுப்பை ஒரு தொண்டர் ஏற்றுக்கொண்டாலன்றி, பகவான் அதை வழக்கமாக ஏற்றுக் கொள்வதில்லை. பகவான் முதலில் பசு லட்சுமியையும், வெள்ளை மயிலையும் கூட ஏற்றுக்கொள்ள விரும்பவில்லை. பக்தர்கள் அவற்றை நன்றாகத் தாங்கள் கவனித்துக்கொள்வதாய் உறுதியளித்த போது தான் பகவான் அவற்றை ஆஸ்ரமத்தில் வைத்திருக்க அனுமதித்தார். யாருடைய பிரியத்தையும் பெறாத சில விலங்குகள் கொடுத்தவர்களிடமே திரும்பி ஒப்படைக்கப்பட்டன.

இந்த வகையில் ஒரு புலிக்குட்டி என் நினைவுக்கு வருகிறது. ஒரு வட இந்திய பக்தர் அதை பகவானுக்குக் கொண்டுவந்து கொடுத்தார். அது குட்டியாக இருந்தாலும், மிக மூர்க்கமாக இருந்தது. பகவானைத் தவிர வேறு யார் அதனருகில் சென்றாலும் அது கோபமடைந்தது. பகவான் அதனைத் தமது முழங்கால் மீது வைத்து ஒரு புகைப்படம் எடுத்துக் கொண்டார். ஆனால், வேறு யாராலும் அதை அடக்க முடியவில்லை. ஒரு வாரம் கழித்து, அந்தப் புலிக்குட்டி அடங்கப் போவதில்லை என்று தெளிவாகத் தெரிந்ததும், பகவான் அதைக் கொண்டுபோய் விடும்படி அதன் சொந்தக்காரரிடம் கூறிவிட்டார்.

ஆஸ்ரமத்தின் செல்லப் பிராணிகளையும் பசுக்களையும் தவிர்த்து, சில வன விலங்குகளும் பகவானை தரிசிக்க வருவதுண்டு. குரங்குகள் பற்றிய கதைகள் எல்லோருக்கும் தெரியும். ஆனால், இரண்டு குருவிகள் பற்றிய ஒரு நிகழ்வை வேறு யாரும் பதிவு செய்யவில்லை என்றே நான் நினைக்கிறேன்.

ஒரு நாள் இரண்டு குருவிகள் வந்து ஹாலின் இரட்டைக் கதவுகளின் மேல் அமர்ந்தன. அப்போது அந்த இரட்டைக் கதவுகள் ஹாலின் தென்புறத்தில் இருந்தன. இரண்டும் இரு கதவுகளின் மேல் ஒவ்வொன்றாக அமர்ந்து ஒரு நாள் முழுவதும் பகவானையே உற்று நோக்கிக்கொண்டிருந்தன. அந்த வாயில் வழியாக பக்தர்கள் நுழைவதும், வெளியேறுவதுமாக இருந்தது கண்டு அவை சிறிதும் அச்சம் கொண்டதாகத் தெரியவில்லை. இரவில் ஹாலின் இந்தக்கதவுகள் மூடப்படுவது வழக்கம். ஆனால், இரவு வந்த பின்னும் குருவிகள் வெளியேற மறுத்து விட்டதால், அக்கதவுகளை திறந்தபடியே விட்டுவிடும்படி பகவான் தம் தொண்டர்களுக்குக் கூறிவிட்டார். இரவெல்லாம் அங்கே தங்கி இருந்த அவை மறுநாள் அதிகாலை வெளியேறிச் சென்றன. அவை பறந்து சென்ற பிறகு, தன்னை தரிசிக்க இரண்டு சித்த புருஷர்கள் குருவிகள் வடிவில் வந்திருந்ததாக பகவான் எங்களிடம் கூறினார்.

அருணாச்சலத்தின் மீது கண்களுக்குத் தென்படாத உடலோடு பூரணத்துவம் எய்திய பல சித்தர்கள் வசித்து வருவதாக திருவண்ணாமலையில் ஒரு மரபு வழி நம்பிக்கை உண்டு. தன்னை தரிசிப்பதற்காக ஒன்று அல்லது அதற்கு மேற்பட்ட இத்தகையவர்கள் விலங்கு உருவில் வந்ததாக பகவான் கூறிய பல சம்பவங்களும் உண்டு.

ஆஸ்ரம வளாகத்தில் சாதாரணமாக நாம் காணும் குருவிகளும் இருந்தன. அவற்றுள் ஒன்று பகவானின் சோஃபாவுக்கு நேரே மேலே கூடு கட்டுவதற்கு மீண்டும், மீண்டும் முயன்றது. அதனால் ஒருபோதும் கட்டி முடிக்க முடியவில்லை; ஏனென்றால், மாதவ சுவாமி அதை ஒரு நீண்ட கோலைக் கொண்டு அழித்துக் கொண்டே இருந்தார். பல முறை தோல்வி கண்ட பிறகு, அந்தக் குருவி நுழைவு வாயிலின் உச்சிக்குச் சென்று இருந்துகொண்டு பகவானைப் பார்த்து மீண்டும், மீண்டும் கிரீச்சிட்டுக்கொண்டே இருந்தது. ஹாலில் இருந்தவர்களுக்கு அது சாதாரண குருவி சப்தமாக இருந்தது; ஆனால், அது முறையிட்டுக் கொண்டிருந்தது என்பதை பகவான் உணர்ந்து கொண்டார்.

"அதன் கூட்டை அழித்தது யார்?" என்று கேட்ட பகவான், "அது என்னிடம் முறையிடுகிறது." என்று மாதவ சுவாமியைப் பார்த்துக் கூறினார்.

"நான் தான் அழித்தேன்," என்றார் மாதவ சுவாமி. "அது தன் கூட்டை வேறு எந்த உத்தரத்திலாவது கட்டினால் பிரச்சினை இருக்காது, ஆனால், சோஃபாவுக்கு நேரே மேலே இருந்தால் எப்பொழுதும் பிரச்சினை இருந்துகொண்டே இருக்கும். செத்தைகள் எல்லாம் பகவான் தலையிலேயே விழுந்து கொண்டிருக்கும்."

பகவான் ஒப்புக்கொண்டார்; அத்துடன், ஹாலின் வேறு ஒரு மூலையில் இருந்த உத்திரத்தில் இரண்டு பலகைகளை அறையச் செய்தார். இந்தப் புதிய பலகைகளில் தனது கூட்டை மீண்டும் கட்டிக்கொள்ள அந்தக் குருவியை இசைய வைத்தார் பகவான். மேற்கொண்டு எந்தத் தொந்தரவும் இல்லாமல் அந்தக் குருவி சில முட்டைகள் இட்டுத் தன் குடும்பத்தை வளர்த்தது. இந்தக் கதையின் பின் குறிப்பாக நான் ஒன்றைக் கூறியாக வேண்டும்; அதாவது, அந்தக் குருவிக் குஞ்சுகளில் ஒன்று ஒரு முறை கூட்டுக்கு வெளியே விழுந்து விட்டது. பகவான் அதற்கு சிறிது பால் கொடுத்து, தொண்டர் ஒருவரை அதை மீண்டும் கூட்டில் வைத்துவிடும்படி கூறினார். ஒரு இரண்டு மாதக் காலம் அந்தக் குருவி அங்கே தங்கி இருந்தது. குஞ்சுகள் எல்லாம்பறக்கக் கற்றுக்கொண்ட பிறகு, அது பறந்து சென்றுவிட்டது; திரும்பி வரவே இல்லை.

தமது பார்வையில் எந்த விலங்காவது புண்பட்டாலோ அல்லது சுகவீனப்பட்டாலோ பகவான் எப்பொழுதும் அக்கறை எடுத்துக் கொள்வார். நானும் பகவானும் ஒரு நாள் அதிகாலையில் மலை மீது உலாவச் சென்றிருந்த போது ஒரு புறா எங்கள் முன்னால் விழுந்தது. அதை வேறு ஒரு பெரிய பறவை தாக்கி இருந்தால், அதன் தலையில் மோசமாகக் காயம் பட்டிருந்தது. அதை எடுத்து ஆஸ்ரமத்துக்கு கொண்டு வரும்படி பகவான் என்னிடம் கூறினார். நாங்கள் ஹாலுக்குத் திரும்பிய பிறகு, பகவான் அதைத் தமது மடியில் வைத்து விளக்கெண்ணை போட்டு உருவிவிட்டார். அவ்வப்போது அந்தப் புண்ணின் மீது மென்மையாக ஊதவும் செய்தார். இதற்கெல்லாம் அந்தப்பறவை எந்த எதிர்ப்பும் காட்டவில்லை. ஏனென்றால், அது அதிர்ச்சி அடைந்த நிலையிலோ அல்லது உணர்விழந்த நிலையிலோ இருந்தது. பகவானின் சிகிச்சைக்குப் பிறகு அந்தப் புறா விரைவிலேயே வியக்கும் விதமாக மீண்டெழுந்தது.

மறுநாள் நாங்கள் அதை மலைக்கு மீண்டும் கொண்டு போய் விடுவித்து விட்டோம். அது அண்மையில் தான் அனுபவித்த மோசமான காயத்தைப் பற்றிய எந்த அறிகுறியும் இல்லாமல் பறந்து சென்றது.

பகவான் பெரும்பாலும் மதிய உணவுக்குப் பின் ஒரு மணி நேரம் கழித்து, பெரும்பாலான பக்தர்கள் உறங்கிக் கொண்டிருக்கும் போது, ஆஸ்ரமப் பிராணிகளுக்கு உணவளிப்பார். பெரும்பாலான அணில்கள் ஹாலிலேயே வசித்ததால் அவற்றிற்கு அங்கேயே உணவளிப்பார்; ஆனால், மற்ற விலங்குகளுக்கு வெளியே உணவளிப்பது தான் வழக்கம். மூர்க்கமாக இருந்த குரங்குகள் எல்லாவற்றுக்கும் எப்பொழுதுமே வெளியே தான் உணவு கிடைத்தது. உணவுக்காக ஹாலுக்குள்ளே வரும் பழக்கம் அவைகளுக்கு ஏற்பட்டு விடுவதை பகவான் விரும்பவில்லை; ஏனென்றால், அவைகள் வருவது பல பக்தர்களுக்குத் தொந்தரவாக இருந்ததை பகவான் அறிவார்.

பகவான் நாள்தோறும் மதியம் ஒரு மணியளவில் அணில்களுக்கு உணவளிப்பது வழக்கம். ஹாலில் வசித்து வந்த பத்துப் பதினைந்து அணில்கள் இந்த நேரத்தில் பகவானிடம் உணவு பெற எப்பொழுதும் வந்துவிடும். முக்கியமாக, தமது சோஃபாவுக்கு அருகில் வைக்கப்பட்டிருந்த முந்திரி பருப்புகள் அடங்கிய தகர டப்பாவை பகவான் திறக்கும் சப்தம் கேட்டால் பகலில் மற்ற நேரங்களிலும் அவை அங்கே வந்து விடும்.

பகவானுடன் இருக்கும் போது அந்த அணில்களுக்கு எப்போதுமே பயமோ அச்சமோ இருப்பதாகவே தோன்றாது. அவை பழக்கப்படாத காட்டுப் பிராணிகளாகவே இருந்தாலும், அவை உணவுக்குக் காத்திருக்கும் போது பகவானின் கால் மீதும், தோள் மீதும், தலை மீதும் மகிழ்ச்சியாகவே ஏறி விளையாடும். இந்த அச்சமின்மையால் ஒரு முறை ஒரு விபத்து நேர்ந்துவிட்டது. பகவானின் ஒரு தலையணைக்குள் ஒரு அணில் புகுந்துவிட, அது தெரியாமல் பகவானும் அதன் மீது சாய்ந்து விட, அந்த அணில் மூச்சுத் திணறியோ, நசுங்கியோ உயிரிழந்தது. அதிர்ஷ்டவசமாக, இத்தகைய விபத்துக்கள் மிகவும் அரிதே.

விலங்குகள் மீதான பகவானின் கருணை உள்ளம் அனைத்து பூச்சி இனத்தின் உயிரினங்கள் மீதும் நீளவில்லை. தொந்தரவாக இருக்கும் பூச்சிகளை அழித்துவிட அவர் மகிழ்ச்சியாகவே அனுமதியளித்தார்.

ஒருநாள் காலை மதிய உணவுக்கு சற்று முன்னால் ஏராளமான கறுப்புக் கட்டெறும்புகள் சாக்கடைத் துவாரத்தின் வழியாக ஹாலுக்குள் நுழைந்தன.

என்னைப் பார்த்து பகவான், "இந்த எறும்புகள் எல்லாம் எங்கே இருந்து வருகின்றன என்று கண்டுபிடி. அங்கே எறும்புப் புற்று ஏதாவது இருந்தால் எறும்புகள் ஹாலுக்குள் நுழையாதபடி அந்த துவாரத்தை அடைத்துவிடு. நீ இந்த வேலையை வேகமாகச் செய்து முடிக்க வேண்டும். ஏனென்றால், பக்தர்கள் எல்லாம் மாலை மூன்று மணிக்கு வருவார்கள்," எனக் கூறினார்.

கழுவிவிடும் நீர் வெளியேறுவதற்கான ஓட்டை இருந்த கல்லை நான் பெயர்த்து எடுத்தேன். அந்தக் கல்லை சுவரிலிருந்து இழுத்த போது (சில அங்குலம் அது உள்ளே பதிந்திருந்தது) அதற்குப் பின்னால் இருந்த ஒரு துவாரத்தில் கறுப்பு எறும்புகளின் ஒரு கூட்டமே உள்ளே வசித்து வருவதைக் கண்டேன். தங்களைக் கண்டுபிடித்து விட்டார்களே என்று என்று அவை ஹாலுக்கு உள்ளே பாய்ந்து ஓடத்தொடங்கின. அவற்றுள் சில பகவானின் சோஃபா மீது பரவத் தொடங்கின. அவற்றுள் சிலவற்றையாவது சாகடிக்காமல் என்னால் ஒரு அடி கூட எடுத்து வைக்க முடியாது என்னும் அளவுக்கு அவை தரையில் ஏராளமாக என் காலைச் சூழ்ந்துகொண்டிருந்தன. தேவையின்றி எறும்புகளைக் கொல்ல நேருமே என்ற அச்சத்தில் நான் உறைந்து போய் இருப்பதை பகவான் கவனித்தார்.

"ஏன் அங்கே சும்மா நின்று கொண்டு அவற்றைப் பார்த்துக் கொண்டு இருக்கிறாய்?" என்று

கேட்டார் பகவான். "பக்தர்கள் வருவதற்கு முன்னால் நீ அந்த ஓட்டையை அடைத்தாக வேண்டும். வேலையை சரிவர முடிக்க உனக்கு என்ன வேண்டும் என்று என்னிடம் சொல். உனக்கு என்ன தேவை: மண்ணா, தண்ணீரா, செங்கல்லா – என்னிடம் சொல். நான் உனக்கு கொண்டு வந்து கொடுக்கிறேன்," என்றார்.

எறும்புகளில் சிலவற்றைச் சாகடிப்பது பற்றி நான் கவலைப்பட்டுக் கொண்டு பகவானுக்கு பதில் சொல்லாமல் இருந்ததால், பகவான் மீண்டும் கூறினார்; "உனக்கு என்ன வேண்டும்? நான் போய் எடுத்துக்கொண்டு வந்து தருகிறேன். சில உடைந்த செங்கல்களும், கொஞ்சம் சிமெண்டும் கொண்டு வரட்டுமா?"

இப்பொழுது நான் என் இயலாமையை பகவானுக்கு ஒருவாறு விளக்கினேன்.

"எல்லா இடத்திலும் எறும்புகள் இருக்கிறன பகவான், அவற்றுள் சிலவற்றையாவது சாகடிக்காமல் என்னால் நகரவோ, எந்த வேலையையும் செய்யவோ முடியாது."

பகவான் என்னுடைய காரணத்தை நிராகரித்தார். "எது பாவம்?" பகவான் கேட்டார். "இந்த வேலையைச் செய்வது நீயா? எல்லோருடைய நன்மைக்கான ஒரு பணியை நீ செய்துகொண்டிருக்கிறாய். 'நான் செய்கிறேன்' என்ற எண்ணத்தைக் நீ கைவிட்டால் உனக்கு எந்தப்பிரச்சினையும் இருக்காது. இது நீயே முடிவெடுத்துச் செய்யும் ஒரு வேலை அல்ல. நான் கேட்டுக் கொண்டதால் நீ இந்த வேலையைச் செய்கிறாய்."

எறும்புகளை மிதிக்க நான் இன்னும் தயக்கம் காட்டுவதைப் பார்த்த பகவான் வேறொரு அணுகுமுறையை மேற்கொண்டார்.

"பகவத் கீதையில் கிருஷ்ணர், அவனுடைய எதிரிகளைக் கொல்லும்படி அர்ஜுனனுக்குக் கூறுகிறார். அர்ஜுனன் தயங்கியபோது, இவர்கள் சாக வேண்டியவர்களே என்று நான் எப்போதோ முடிவு செய்து விட்டேன் என்று கிருஷ்ணர் விளக்குகிறார். அர்ஜுனன் தெய்வத்தின் முடிவை நிறைவேற்றும் ஒரு கருவியாக மட்டுமே இருப்பான். அதைப்போல, இந்த வேலையைச் செய்யும்படி நான் சொல்வதால் உனக்கு ஒரு பாவமும் சேராது."

பகவான் இந்த உறுதி மொழியைக் கொடுத்தவுடன், நான் செங்கல்லும், சிமெண்டும் கொண்டு அந்த ஓட்டையை அடைத்தேன். அப்போது பல எறும்புகள் இறந்தன.

மக்களுக்கோ அல்லது விலங்குகளுக்கோ காயத்தையோ அல்லது துன்பத்தையோ அவை உண்டாக்குகின்றன அல்லது உண்டாக்கக் கூடும் என்று இருந்தாலன்றி பக்தர்கள் பூச்சிகளை கொல்வதை பகவான் பொதுவாக ஊக்குவிப்பதில்லை என்பதை நான் பின்னர் தெரிந்து கொண்டேன். எனினும், அவை பிரச்சினையை உண்டாக்கிக் கொண்டிருந்தால் அவற்றைக் கொல்வதில் அவருக்கு மன உறுத்தல் ஏதும் இருக்கவில்லை. ஒருமுறை ஆஸ்ரமத்தின் ஒரு நாயின் மீதிருந்த ஒரு உண்ணியை எடுத்து அவரது குமிட்டி அடுப்பில் எரிந்து கொண்டிருந்த கரித் தணலில் எறிந்து கொன்றதை நான் பார்த்தேன்.

அதைப் பார்த்துக் கொண்டிருந்த பக்தர் ஒருவர் கேட்டார்," பூச்சிகளை இப்படிக் கொல்வது பாவம் இல்லையா?"

நாய்களின் உண்ணிகளை இதேபோல் எடுத்துக் கொல்வதை வழக்கமாகக் கொண்டிருந்த ராமசாமிப்பிள்ளை இராமகிருஷ்ண பரமஹம்ஸரைப்பற்றிய ஒரு கதையைச் சொல்லி இந்தச்

செயலை நியாயப்படுத்தினார்.

"ஸ்ரீ இராமகிருஷ்ண பரமஹம்ஸரின் பக்தர் ஒருவருக்கு மூட்டைப் பூச்சிகளைக் கொல்வது பாவம் ஆகுமோ என்ற சந்தேகம் வந்து விட்டதாம். இது பற்றி ஸ்ரீ இராமகிருஷ்ண பரமஹம்ஸரிடம் கேட்கச் சென்றிருந்திருக்கிறார். அவர் அங்கு சென்ற போது ஸ்ரீ இராமகிருஷ்ணரே தமது படுக்கையில் இருந்த மூட்டைப்பூச்சிகளை நசுக்கிக் கொண்டு இருப்பதைப் பார்த்தார். அந்த பக்தரின் கேள்விக்கு இவ்வாறு நேரடிச் செய்முறை விளக்கமாக பதிலளிக்கப்பட்டது.

கேள்வி கேட்டவருக்கு பகவான் தாமே பதில் அளிக்கவில்லை; ஆனால், இராமசாமிப்பிள்ளை தம் கதையை முடித்த போது அவர் தமது தலையை ஆட்டி 'ஆம்!' என்றார்.

ஆஸ்ரமத்திற்கு வந்திருந்தவர்களுள் ஒருவர் எந்தவிதமான உயிரையும் ஒருவர் கொல்லக் கூடாது என்று சாதித்த மற்றொரு சமயத்தில், பகவான், "நீர் காய்கறிகளை நறுக்கி சமைக்கும் போது ஒரு சில உயிர்களைக் கொல்வதை தவிர்க்க முடியாது. புழுக்களைக் கொல்வதை நீர் பாவம் என்று கருதினால், நீர் அப்புறம் காய்கறிகளை உண்ண முடியாது." என்றார்.

தீங்கிழைக்காத பூச்சிகளை யாராவது வேண்டுமென்றே கொல்வதைப் பர்த்தால், பகவான் தம் எதிர்ப்பை வெளிப்படுத்துவது வழக்கம். எடுத்துக்காட்டாக, ஒருநாள் ஒரு பிராம்மணச் சிறுவன் ஹாலுக்கு வந்து விளையாட்டாகவே ஈக்களைப் பிடித்து கொன்றுகொண்டிருந்தான். அவன் தன் கைகளை வேகமாகத் தட்டி ஈக்களை தன் உள்ளங்கைகளுக்கு இடையில் நசுக்கிக் கொண்டிருந்தான்.

பகவான், "ஈக்களை இப்படி அடிக்காதே! அது பாவம்" என்றார்.

சிறிதும் அலட்டிக்கொள்ளாமல், அந்தப் பையன் தான் சரியான பதிலடி கொடுப்பதாக நினைத்துக்கொண்டு "நீங்கள் ஆறடி நீளமுள்ள புலியைக் கொன்று, அதன் தோல் மீது உட்கார்ந்திருக்கிறீர்கள், அது பாவமில்லையா?" என்று கேட்டு விட்டான். பகவான் சிரித்துக்கொண்டே பிரச்சினையை அப்படியே விட்டுவிட்டார்.

மற்றவர்களும் எப்போதாவது பகவானை அவர் ஏன் அமர்வதற்கு புலித்தோலைத் தேர்ந்தெடுத்தார் என்று கேட்பதுண்டு. புலிகளின் தோல் மீது அமர்வதன் மூலம் அவர் புலிகளைக் கொல்வதை ஆதரித்தார் என்று அவர்களில் பெரும்பாலோர் நினைத்தனர். இந்தத் தோல்கள் யாரும் பரிந்துரைக்காமலே ஆஸ்ரமத்துக்கு தானமாக வந்தவை என்றும், தனக்காக எந்தப் புலியையும் கொல்லும்படி தான் கேட்டுக்கொண்டதில்லை என்றும் பகவான் பதிலளிப்பது வழக்கம்.

பரிணாம வளர்ச்சியில் மேல் தரத்தில் இருந்த எந்த உயிரினத்தையும் கொல்வதை பகவான் வன்மையாக எதிர்த்தார். பாம்புகளையும், தேள்களையும் கூட ஆஸ்ரமத்தில் கொல்லக் கூடாது என்று அவர் கட்டளை இட்டார். பூச்சிகள் வலியை உண்டாக்கினாலோ அல்லது தீங்கிழைக்கும் வாய்ப்பு இருந்தாலோ அவற்றைக் கொல்லலாம் என்பது பொதுவான விதி போலத் தோன்றியது. ஆனால், பரிணாம வளர்ச்சியில் உயர் படியில் இருக்கும் எல்லா விலங்குகளுமே - ஆபத்தானவையும், விஷமுள்ளவையுமான விலங்குகள் உள்பட - புனிதமானவையாகவே கருதப்பட்டன.

கொசுக்கள் பெரும்பாலான பக்தர்களுக்கு நிரந்தரமான பிரச்சினையாக இருந்தன. தங்களைக் கடித்த கொசுக்களை பக்தர்கள் அடித்துக் கொல்லும்போது பகவான் ஒருபோதும் குறை

சொன்னதில்லை. 1940-களில் அவர், பசுக்களைக் கடிக்கும் பூச்சிகளால் அவை தொல்லைக்கு ஆளாகமல் இருக்க கோசாலையில் பூச்சி மருந்து தெளிக்கக் கூட அனுமதித்தார். எனினும், கொசுக்களைக் கொல்வதில் உள்ள மறத்தைப் பற்றி அவரிடம் கேள்விகள் எழுப்பினால் ஒருவர் கடிபடும் உடம்பாகத் தன்னை அடையாளப்படுத்திக் கொள்ளக் கூடாது என்று பதிலளிப்பதே அவரது வழக்கம்.

இது பற்றிக்கேட்ட ஒரு பக்தருக்கு அவர் பின்வருமாறு பதிலளித்தார். "உங்கள் கொசுக்கள் பற்றிய புகாரை ஒரு நீதிமன்றத்துக்குக் கொண்டு செல்வீர்களானால், அந்த வழக்கில் கொசுக்களே வெற்றி பெறும். அவைகளின் தர்மம் (அதாவது வாழ்வில் கடைபிடித்தாக வேண்டிய கடமை) கடிப்பதும், கொட்டுவதும் ஆகும். நீங்கள் உடம்பல்ல என்பதை அவை உங்களுக்கு போதிக்கின்றன. நீங்கள் உங்களை உடம்பாக அடையாளப்படுத்திக் கொள்வதால் தான் அவை கடிப்பதையோ, கொட்டுவதையோ எதிர்க்கிறீர்கள்."

பகவானும் அவர் வளர்த்து வந்த வெண் மயிலும்: இம்மயில் 1940-களில் பகவானுடன் வசித்து வந்ததாகும். இந்த வெண் மயில் பகவானின் அணுக்கத் தொண்டராக இருந்த மாதவ சுவாமியின் மறுபிறப்பு என்று பல பக்தர்கள் கருதினர்.

மிருகங்களின் சமாதிகள்: வள்ளி மான் (இடது) மற்றும் நாய் ஜாக்கி(வலது). அண்ணாமலை சுவாமி சமாதிகளைக் கட்டி முடித்தவுடன் எடுக்கப்பட்ட புகைப்படங்கள்.

இந்த இரு சமாதிகளின் ஒரு புதிய புகைப்படம், ஆனால் இவற்றுக்கு இடையே கட்டப்பட்ட ஒரு காக்கையின் சமாதியுடன்.

அண்ணாமலை சுவாமி பகவானின் தீவிர பக்தையாகவும் இருந்த பசு லக்ஷ்மியுடன்.

நாய் ஜாக்கி அமைதியாக அமர்ந்துகொண்டு பகவானையே உற்றுப் பார்த்துக்கொண்டு இருக்கும். அது மட்டுமல்ல, பகவான் ருசித்த பின்னர் தான் அது ரசாதத்தை உண்ணும். இறுதியில் அது பகவானின் கைகளிலேயே உயிரை விட்டது.

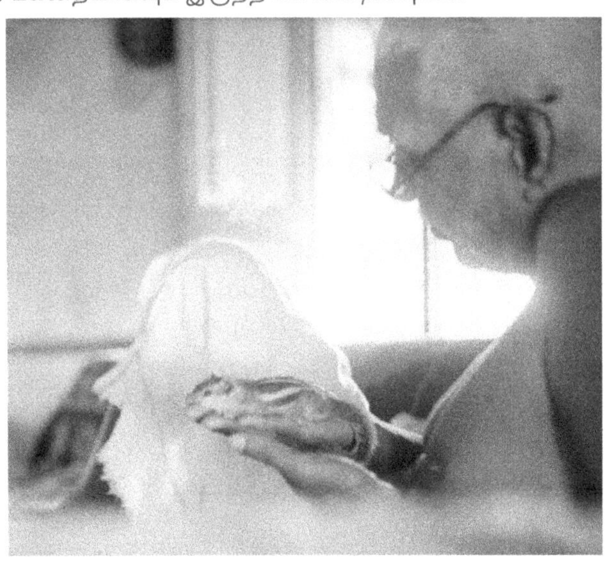

மற்ற மிருகங்களுடன் அணில்களும் பகவானின் சகவாசத்தை அனுபவித்தன. அவர் அவைகளிடம் பெரிது அன்பு வைத்திருந்தார். அவைகளுடன் தொடர்புகொள்ள செய்தார். மேலே காணும் படத்தில் அவர் முன்பு ஒரு முக தன் கையைக் கடித்த ஒரு அணிலுடன் கொஞ்சுவதைக் காணலாம்.

ஆஸ்ரம வாழ்க்கை

தொண்டர்களையும் பணியாளர்களையும் கண்டித்தல்

பகவானின் அணுக்கத் தொண்டர்களை சின்னசுவாமியே எப்பொழுதும் தேர்வு செய்து சேர்த்துக் கொள்வார். எனக்குத் தெரிந்தவரை பகவான் யாரையும் தமது தொண்டராக இருக்கும்படி கேட்டுக் கொண்டதுமில்லை, அவருக்கு வாய்த்த தொண்டர்களில் யாரையும் நீக்குவதற்கும் எப்பொழுதும் முயன்றதும் இல்லை. அன்பர்கள் எப்போதாவது அந்தப் பணியை மேற்கொள்ள முன்வந்தனர். ஆனால், அவர்களது சேவைகள் ஒருபொழுதும் ஏற்றுக்கொள்ளப்படவில்லை. பகவானின் அணுக்கத் தொண்டர்கள் எப்பொழுதும் திருமணமாகாத இளைஞர்களாக இருக்க வேண்டும் என்பது ஆஸ்ரம மரபாக ஆகிவிட்டது.

ஒருமுறை, பயிற்சி பெற்ற தாதியாக இருந்த ஒரு வட நாட்டுப் பெண்மணி அணுக்கத் தொண்டராக பணியாற்ற முன்வந்த போது, பகவான், "ஹாலில் உள்ளவர்களைக் கேள்," என்று பதிலளித்தார்.

தலைமைத் தொண்டராக இருந்த கிருஷ்ண சுவாமியும், ஹாலில் இருந்த பலரும், "இல்லை! இல்லை! பகவானுக்கு சேவை செய்ய நாம் பெண்களை வைத்துக் கொள்ள முடியாது, அது முறையல்ல," என எதிர்ப்பு தெரிவித்தனர்.

பகவான் அந்தப் பெண்மணியைப் பார்த்து, "இவர்கள் எல்லாம் இப்படி நினைக்கிறார்கள். நான் என்ன செய்ய முடியும்?" என்றார்.

கண்டிப்போடு வேலை வாங்குபவராக இருந்த பகவான், எப்பொழுதும் ஆஸ்ரமப் பணிகள் முறையாகவும், உரிய காலத்திலும் செய்யப்பட வேண்டுமென வலியுறுத்துவார். இதன் விளைவாக, அவருடைய இடைவிடாத கண்காணிப்பில் பணி புரிந்த அணுக்கத் தொண்டர்கள் அடிக்கடி பகவானின் கண்டிப்புக்கு ஆளாயினர். பகவான் மிக அரிதாகவே யார் மீதும் கோபப்படுவார்; ஆனால் அப்படி கோபப்படுவது வழக்கமாக அவரது தொண்டர்களில் யாராவது கடமை தவறியதற்காக இருக்கும்.

கிருஷ்ண சுவாமியின் ஆரம்பகால ஆஸ்ரம வாழ்க்கையின் போது ஒருமுறை பகவானுக்கு அவர் மீது மிகுந்த கோபம் ஏற்பட்டது; ஏனென்றால், அவர் குரங்குகளை ஹாலிலிருந்து வெளியே விரட்ட மறுத்து விட்டார். பலரும் பகவானுக்கு வழங்க பழங்களை ஹாலுக்குக் கொண்டுவருவதைத் தெரிந்துகொண்ட அங்கிருந்த குரங்குகள் அருகிலேயே அமர்ந்திருந்து அவர்கள் அசந்திருக்கும் நேரம் பார்த்து பழங்களைத் திருடிச் செல்ல முயலும். ஹாலுக்கு அருகில் குரங்குகளுக்கு பக்தர்கள் உணவளிப்பதை பகவான் ஊக்குவிக்கவில்லை; ஏனென்றால், அவை உணவுக்காக இங்கே காத்திருக்கும் பழக்கத்தை ஏற்படுத்திவிட அவர் விரும்பவில்லை. ஒரு வாழைப்பழத்தையோ அல்லது ஒரு மாம்பழத்தையோ குரங்குகள் திருடி விட்டால், பகவான் சில

சமயம் சிரித்தாலும், ஹாலில் குரங்குகள் வெற்றிகரமாக கொள்ளையிட நேரும் போது அவர் தொண்டர்கள் மீது கோபம் கொள்வதும் உண்டு. குரங்குகளை விரட்டியடிக்காமல், ஹாலுக்கு உள்ளே வர அனுமதித்ததற்காக பகவான் கிருஷ்ண சுவாமியை அடிக்கடி கடிந்து கொள்வார்.

இறுதியாக பகவான், "நான் சொல்லும் எதையும் நீ கேட்கத் தயாராக இருக்க மாட்டாய் போலத் தெரிகிறது. சின்னசுவாமி வந்து நீ என்ன செய்யவேண்டும் என்று சொன்னால் மட்டுமே நீ உன் வேலையை ஒழுங்காகச் செய்வாய். சின்னசுவாமி வந்து உன்னிடம் கத்தினால் தான் வேலையை ஒழுங்காகச் செய்வாய்." என்றார் அவரிடம்.

பகவான் இது பற்றி சின்னசுவாமியிடம் பிறகு தெரிவிக்க, அவர் கடமைகளை ஒழுங்காகச் செய்யவேண்டியதன் அவசியம் குறித்து கிருஷ்ண சுவாமிக்கு உடனடியாக ஒரு கடுமையான பாடம் நடத்தினார். அதன் பிறகு கிருஷ்ண சுவாமி ஒரு உற்சாகமான 'குரங்கு ஓட்டி' ஆகிவிட்டார். அவர் ஹாலில் ஒரு கவண் வைத்துக் கொண்டு தொந்தரவு கொஞ்சம் இருந்தாலே குரங்குகளை விரட்டி அடித்தார்.

ரெங்கசுவாமி என்று மற்றொரு தொண்டர் இருந்தார். அவரும் கவனக்குறைவால் ஒரு கால கட்டத்தில் பாதிப்புக்கு உள்ளானார். சில காலம் ஹாலில் சேவையில் இருந்த பிறகு, அவர் தமது கடமைகளில் கவனம் செலுத்துவதை நிறுத்திவிட்டு, அதற்கு மாறாக தியானம் செய்யத் தொடங்கி விட்டார். அவர் குரங்குகளைப் பற்றிக்கூடக் கவலைப்படவில்லை. பகவான் முன்னால் வரும் பக்தர்கள் வைக்கும் பழங்களை குரங்குகள் தம்மை யாரும் அடித்து விடுவார்களே என்ற பயம் ஏதுமின்றி திருடிச் செல்ல முடிந்தது. ஏனென்றால், பழங்களைக் காவல் காக்க வேண்டிய ரெங்கசுவாமி, கண்களை மூடியபடி தரையில் உட்கார்ந்திருப்பார்.

பகவான் இந்த நடத்தையை சில நாட்கள் பொறுத்துக்கொண்டார்; ஆனால், இறுதியில் அவர், "இப்படி தியானம் செய்ய உனக்கு விருப்பமாக இருந்தால், வேறு எங்காவது போய்விடு. நீ இங்கே வாழ விரும்பினால் மற்ற அனைவரையும் போல நீ சேவை செய்து தான் ஆக வேண்டும். உன்னுடைய குரு சேவையில் தியானமும் அடங்கிவிடும்," என்று கடிந்து கூறிவிட்டார்.

தன் தவறை உணர்ந்த ரெங்கசுவாமி மீண்டும் தன் கடமைகளை செய்யத் திரும்பி விட்டார்.

மற்றொரு சமயம் ஒரு பொய் சொன்னதற்காக அவரை பகவான் மிகவும் கோபித்துக் கொண்டார். ஹாலில் இருந்த ரேடியோவை இயக்கிக் கொண்டிருந்த ரெங்கசுவாமி அதன் குமிழ்களுள் ஒன்றை எக்குத்தப்பாகத் திருகிவிட்டால் அந்த ரேடியோ செயலிழந்து போய்விட்டது.

தானே அதை உடைத்து விட்டதாக பகவானிடம் ஒப்புக்கொள்ளாமல், 'யாரோ ரேடியோவை உடைத்து விட்டார்கள்' என்று அவர் பொய் கூறினார்.

அதன் பிறகு அன்றே ரெங்கசுவாமி என்னிடம் வந்து தானே அந்த ரேடியோவை உடைத்து விட்டாகவும், பகவானிடம் அது பற்றி பொய் சொல்லிவிட்டதாகவும் ஒப்புக்கொண்டார். பகவானிடம் உண்மையைச் சொல்லியாக வேண்டும் என்ற உணர்வு என்னுள் வலுவாக இருந்ததால், நான் ஹாலுக்குச் சென்று பகவானிடம் ரெங்கசுவாமி என்னிடம் கூறியதைச் சொன்னேன்.

பகவான், "அவன் என்னிடம் கூட பொய் சொல்கிறான்! நான் அவன் முகத்திலேயே முழிக்க மாட்டேன்," என்று கோபத்துடன் இரைந்தார்.

அதன் பிறகு அன்று முழுவதும் துரதிர்ஷ்டசாலி ரெங்கசுவாமியை பகவான் கண்டுகொள்ளாமலேயே இருந்து தமது அச்சுறுத்தலைச் செயல்படுத்தினார்.

தம்முடைய அணுக்கத் தொண்டர்கள் மிகவும் கவனக்குறைவாக இருந்ததற்காகவும் பகவான் சில சமயம் கோபமடைவதுண்டு. பின் நாளில் வந்து சேர்ந்த வைகுண்டவாஸ் என்ற தொண்டர் ஒருமுறை எதிர்பாராதவிதமாக பகவான் காலில் சூடு பட வைத்து விட்டால், பகவானின் கோபத்துக்கு ஆளானார். அன்று மாலை மணி 9.00. மாலை உணவை பலமாக எடுத்துக் கொண்டதன் விளைவாக வைகுண்டவாஸ் சற்று உண்ட மயக்கத்தில் இருந்தார்.

அவர் கவனமில்லாமல் (ஒற்றடம் கொடுக்கும்) சுடுநீர்ப்பையை அதன் வெப்பத்தைச் சோதித்துப் பார்க்காமலேயே பகவானின் கால்களில் பதிய வைத்துவிட்டார். அந்தப் பையில் இருந்த நீர் அளவுக்கு மீறிய வெப்பத்தில் இருந்திருக்கிறது. பகவான் வலியில் முகம் சுழித்து அவர் மீது கோபம் கொண்டு அவரை ஹாலை விட்டு வெளியே செல்லும்படி கட்டளையிட்டார். தனது பிழையாலே மிகவும் நொந்து போன வைகுண்டவாஸ் உடனடியாக ஆஸ்ரமத்தை விட்டே வெளியேறி பாண்டிச்சேரி அருகில் இருந்த அவரது சொந்த கிராமத்துக்கே திரும்பிச் சென்று விட்டார்.

பகவானது கண்டிப்பும், முழுமையான கீழ்ப்படிதலை வற்புறுத்தலும் ஆஸ்ரமத்தில் முழுநேரப்பணியில் ஈடுபட்டிருந்தவர்களிடம் மட்டும் தான் காட்டப்பட்டது. பார்க்க வருபவர்கள் தவறு செய்தால் அவர் கண்டிப்பது அரிதே. சென்னையிலிருந்து வந்திருந்த சீனிவாச ராவ் என்ற மருத்துவர் ஒருவர் பகவானுடைய கால்களைப் பிடித்துவிடுவதற்கு அனுமதி பெற்றிருந்தார். வழக்கமாக, அணுக்கத் தொண்டர்களுக்கு அந்தப் பணியைச் செய்ய அனுமதிக்கப்பட்டிருந்தது; ஆனால், குறிப்பிட்ட சந்தர்ப்பங்களில் சில பழைய பக்தர்களும் அதற்கு அனுமதிக்கப்பட்டிருந்தனர்.

பகவான் அந்த மருத்துவரிடம், "முழங்காலிலிருந்து கணுக்கால் வரைக்கும் தேய்த்து விடுங்கள்; எதிர்ப்புறமாக தேய்க்கக்கூடாது!" என்று கூறினார்; ஆனால், இந்த அறிவுரையை மருத்துவர் புறக்கணித்து விட்டார்.

தனது மருத்துவ அறிவு பகவானை விடச் சிறந்தது என்ற நினைப்பில் அவர் எதிர்ப்புறமாக தேய்ப்பதையே வலியுறுத்தினார். பகவான் எந்தக் குறையும் சொல்லவில்லை; ஆனால், சில நிமிடத்திலேயே மருத்துவரிடம், "போதும்!" என்று கூறிவிட்டார்.

அந்த மருத்துவர் ஹாலிலிருந்து சென்ற பிறகு பகவான், "அவர் ஒரு டாக்டர் ஆனதால், என் ஆலோசனையைக் கேட்க விரும்பவில்லை. அவர் சொல்வதும், அவர் பிடித்துவிடும் முறையும் சரியில்லை," எனக் கூறினார்.

அவர் வெளியே இருந்து வந்தவர் என்ற ஒரே காரணத்தால் தான் பகவான் இந்த மனிதரைத் தொடர்ந்து காலைப் பிடித்துவிட அனுமதித்தார்; அவருடைய அணுக்கத் தொண்டர்களில் யாராவது இதுபோல அவருடைய விருப்பத்துக்கு மாறாக நடந்து கொண்டிருந்தால், அந்தத் தொண்டர் உடனடியாக பகவானின் கண்டனத்துக்கு ஆளாகியிருப்பார்.

மற்ற ஆஸ்ரமப் பணியாளர்களிடமும், அவர்கள் வேண்டுமென்றே தமக்குக் கீழ்ப்படியாவிட்டால், பகவான் அவ்வப்போது கோபம் அடைவதுண்டு. மௌனி சீனிவாச ராவ் என்று ஒரு அலுவலகப் பணியாளர் இருந்தார்; அவர் ஒரு முறை பகவானின் அறிவுறுத்தல்களை மீற முயன்றதற்காக அவரது அதிருப்திக்கு ஆளானார். அஞ்சல் வழியாக ஆஸ்ரமத்துக்கு வரும் ஆன்மீகக் கேள்விகள்

அனைத்துக்கும் பதில்களின் ஆரம்ப வரைவைத் தயாரிப்பது மௌனி சீனிவாச ராவின் பணிகளுள் ஒன்றாக இருந்தது. இவை பகவானிடம் காண்பிக்கப்படும்; அவர் அவற்றை ஆய்ந்து தேவையான திருத்தங்களை எல்லாம் செய்வார். ஒரு முறை மௌனி சீனிவாச ராவ் பகவான் செய்த திருத்தங்களை முடிந்த முடிவாக ஏற்றுக்கொள்ள மறுத்துவிட்டார். பகவான் செய்த மாற்றங்களைத் திருத்தி அந்தக் கடிதத்தை மீண்டும் ஹாலுக்கு அனுப்பினார். பகவான் இரண்டாவது முறையாக அந்தக் கடிதத்தை முழுவதும் படித்து, மௌனி சீனிவாச ராவ் செய்திருந்த திருத்தங்களை எல்லாம் அடித்து நீக்கினார். அந்தக் கடிதம் அலுவலகத்துக்கு திரும்பிச் சென்ற போது மௌனி சீனிவாச ராவ் மீண்டும் பகவானின் திருத்தங்கள் சிலவற்றை மாற்றினார். அவர் அந்தப் புதிய வரைவை ஹாலுக்குக் கொண்டு வந்து, அதை பகவான் படித்துப் பார்க்கும்படி செய்ய முயன்றார்; ஆனால் பகவான் அதைப் பார்க்கக் கூட மறுத்துவிட்டார்.

அதற்கு மாறாக, அந்தக் கடிதத்தை மௌனி சீனிவாச ராவிடம் வீசியெறிந்து, "நீ உன் விருப்பம் போல செய்துகொள்!" என்று மிகவும் கோபமாகக் கூறினார்.

சில சமயம் பகவான் தமது அதிருப்தியை மிகவும் நுட்பமான வழிகளில் காட்டிக்கொள்வார். ஒரு நாள் இரவு, மாலை உணவுக்குப்பிறகு உணவுக்கூடத்தில் பெருத்த வாக்குவாதம் நடந்து கொண்டிருந்தது. அதன் விளைவாக சுப்ரமணியம் சுவாமி, கிருஷ்ண சுவாமியை முகத்தில் அடித்து விட்டார். உடனடியாக கிருஷ்ண சுவாமி பகவானிடம் சென்று முறையிட்டார். ஆனால், பகவான் அதில் எந்த அக்கறையும் எடுத்துக் கொண்டதாகத் தெரியவில்லை.

அடுத்த நாள் ஒரு பெரிய அன்னதானத்துக்கு யாரோ ஒருவர் பணம் செலுத்த ஏற்பாடு செய்திருந்தார்; அதன் காரணமாக சமையல்கூடத்தில் ஒவ்வொருவருக்கும் நிறைய பணிகள் இருந்தன. பகவான் வழக்கமாக காலை 3.00 மணிக்கெல்லாம் சமையல் கூடத்துக்கு வந்து சுப்ரமணியம் சுவாமிக்கு காய்கறிகளை நறுக்க உதவி செய்வார். ஆனால், அன்றைய தினம் காலையில் அவர், எல்லா வேலையையும் சுப்ரமணிய சுவாமியையே செய்யும்படி விட்டுவிட்டு, ஹாலிலேயே இருந்துவிட்டார். பகவான் ஏன் இவ்வளவு காலம் தாழ்த்துகிறார் என்று திகைத்துக்கொண்டே சுப்ரமணியம் சுவாமி முதல் இரண்டு மணி நேரத்தைக் கழித்தார். ஆனால், கிருஷ்ணசுவாமியை தாக்கியதற்காகத் தன்னை பகவான் தண்டிக்கிறார் என்பதை அவர் இறுதியில் புரிந்துகொண்டார். அன்று முழுதும் பகவான் அவரோடு பேசாமலும், ஏறெடுத்துக் கூடப் பார்க்காமலும் இருந்து அவர் உணர்ந்து கொண்டது சரி என்பதை உறுதிப்படுத்தினார்.

ராமகிருஷ்ண சுவாமி

ஆஸ்ரமப் பணியாளர்களில் ஒருவரான ராமகிருஷ்ண சுவாமி ஆஸ்ரமத்துக்குப் பொருட்கள் வாங்க நகரத்துக்குச் செல்வது வழக்கம். அவர் தொடர்ந்து நகரத்துக்குப் போய் வந்து கொண்டு இருந்ததால் கட்டிட மேஸ்திரிகள் வசித்து வந்த தெருக்களில் ஒன்றில் வாழ்ந்து வந்த ஒரு பெண்ணோடு தொடர்பு வைத்துக் கொள்ளத் தொடங்கிவிட்டார். அந்தப் பெண்ணும் ஆஸ்ரமத்தில் ஒரு பணியாளராக இருந்ததால் அவர் அவளை பகலில் சந்திக்க முடிந்தது. இது போன்ற ஒரு விஷயத்தை ரகசியமாக வைத்துக் கொள்வது இயலாததாகையால், அந்தப் பெண்ணின் குடும்பத்தினர் விரைவிலேயே என்ன நடக்கிறது என்பதைக் கண்டுபிடித்து விட்டார்கள். அவர்கள் ராமகிருஷ்ண சுவாமியிடம், அவர் ஆயிரம் ரூபாய் செலுத்தாவிட்டால் அவரை அடித்து விளாசப் போவதாகக் கூறினார்கள். அந்த அச்சுறுத்தல் ஒரு போதும் செயல்படுத்தப்படாவிட்டாலும், ராமகிருஷ்ண சுவாமியின் பெயர் கெட்டுப்போனதால் அவர் ஊரைவிட்டே வெளியே கும்பகோணம் சென்று வசிக்கலானார். சில மாதங்களுக்குப் பிறகு, அந்தப் பெண்ணின் குடும்பத்தினரின் கோபம் தணிந்திருக்கும் என்று நினைத்துக்கொண்டு, அவர் ரகசியமாக திருவண்ணாமலைக்குத் திரும்பி வந்தார். ஆனால், அவருக்கு இன்னும் அந்தப்

பெண்ணின் குடும்பத்தினர் பேரில் பயம் இருந்ததால் அவர் நகரத்தின் எல்லையை அடைந்ததும், நகரத்துக்குள் நுழைவதைத் தவிர்ப்பதற்காக கிரிப்பிரதக்ஷிண சாலையில் எதிர் வலமாக சுற்றிக்கொண்டு வந்தார். அவர் நேரே ஆஸ்ரமத்துக்குச் செல்ல இன்னும் மிகவும் கூச்சப்பட்டுக் கொண்டிருந்தார். அதற்கு மாறாக, அவர் பலாக்கொத்துக்குச் சென்று குஞ்சு சுவாமிகளின் குடிசையில் தங்கினார்.

கிரிவலம் வரும் பக்தர்கள் எப்பொழுதும் மலையை வலது பக்கமாக வைத்துச் சுற்றி வருவார்கள். எட்டு மைல் தொலைவு உள்ள அந்தப் பாதையின் ஒரு பகுதி திருவண்ணாமலை நகருக்குள் கடந்து செல்லும். மலையை இடது பக்கமாக வைத்து ஆறுமைல் தூரம் இடமாகச் சுற்றி வந்து நகரை கடந்து செல்லும் இரண்டுமைல் தூரத்தை ராமகிருஷ்ண சுவாமி தவிர்த்து விட்டார்.

பல நாட்கள் அங்கே தங்கியிருந்த அவர் பகவானை நேருக்கு நேர் சந்திக்கப் போதிய தைரியத்தை வரவழைத்துக்கொள்ள முயன்று தோல்வியே கண்டார். இறுதியாக, பகவானே அந்தக் குடிசைக்கு வந்து ராமகிருஷ்ண சுவாமியை தன்னுடன் ஆஸ்ரமத்துக்கு வருமாறு கேட்டுக்கொண்டார். அங்கே அனைவரும் ஆச்சரியப்படும் விதமாக, அவரை குறை சொல்வதற்கு பதிலாக, அவரது அணுக்கத் தொண்டர்களுள் ஒருவராக சிறிது காலம் ஹாலில் சேவை செய்யுமாறு கேட்டுக்கொண்டார்.

ராமகிருஷ்ண சுவாமியால் ஆஸ்ரமத்துக்குக் கெட்ட பெயர் ஏற்பட்டுவிட்டது என்று நினைத்த பக்தர்கள் சிலர் இப்படி வேலை கொடுத்ததை ஏற்றுக்கொள்ளவில்லை. அவர்களது உணர்வுகளைக் கூற அவர்களுடைய மரியாதைப்பண்பு இடம் தராவிட்டாலும், பகவானால் அவர்கள் ஏற்காததை உணர முடிந்தது.

அவர்களை சமாதானப்படுத்துவதற்காக, பகவான், "முன்பு அவர் இங்கே வேலை செய்துகொண்டிருந்த போது ஆஸ்ரம வேலையாய் ஆஸ்ரமத்துக்கு வெளியே நீண்ட நேரம் செலவிட்டார். அவர் பாராயணத்துக்கு வந்ததில்லை; ஹாலில் இருந்து ஒரு போதும் போதனைகளைக் கேட்டதும் இல்லை; அவர் எந்தத் தியானமும் செய்யாததால், அவர் மனம் எப்போதும் புறமுகமாகவே இருந்தது. அவரை சில காலம் ஹாலில் வைத்திருந்தால் அவரது மனம் திருந்தும்" என அவரது நடத்தையை விளக்கினார்.

இறுதிக் கருத்தைக் கூறுவதற்கு முன் பகவான் சற்று நிறுத்தினார்; "அவருடைய சமாச்சாரம் வெளியே தெரிந்துவிட்டது. ஆனால் மற்றவர்கள் செய்ததும், இன்னும் செய்து கொண்டிருப்பதும், இது போல வெளியே வரவில்லை."

காந்திஜியின் வருகை

1930-களில் காந்திஜி ஒரு அரசியல் பிரச்சாரத்திற்காக திருவண்ணாமலைக்கு வந்திருந்தார். அந்த நிகழ்ச்சிக்கு ஆஸ்ரமத்திலிருந்து 400 கெஜம் தொலைவிலிருந்த ஒரு திறந்தவெளி மைதானத்தை தேர்ந்தெடுத்து இருந்தனர். மகாத்மா காந்தியும் பகவானைப் பார்க்க வருவார் என்று ஆஸ்ரமத்தில் பலரும் நம்பிக்கொண்டிருந்தனர். பிரச்சார நாள் வந்ததும் நானும் மற்றும் பல பக்தர்களும் காந்தி அந்த வழியாக வண்டியில் கடந்து போகும் போது கணப்பொழுதாவது அவரது காட்சி கிடைக்கும் என்ற நம்பிக்கையில் ஆஸ்ரம வாசலில் காத்திருந்தோம். இறுதியாக அவர் எங்களைக் கடந்து சென்ற போது அவரைப் பார்ப்பது மிக எளிதாகவே இருந்தது; ஏனெனில், கூட்டம் நடைபெறும் இடத்துக்கு அவரை ஒரு திறந்த காரில்தான் அழைத்துச் சென்றனர். இந்தத் தென்னிந்திய பிரச்சாரப் பயணத்திற்கு ஏற்பாடு செய்த ஒரு முன்னணி காங்கிரஸ்

அரசியல்வாதியான இராஜகோபாலாச்சாரியார் அந்தக் காரில் காந்திஜிக்கு அருகில் அமர்ந்திருந்தார். அந்தக் கார் மிகவும் மெதுவாகச் சென்றதால் நானும் அதனோடு கூடவே பக்கத்தில் ஓடிக்கொண்டே சிரம் மேல் கரம் கூப்பி அவரை வணங்கினேன். எனக்கு வியப்பும் மகிழ்ச்சியும் உண்டாகும் வகையில் என் வணக்கத்துக்கு பதிலளிக்கும் முறையில் என்னைப் போலவே அவரும் வணக்கம் தெரிவித்தார். ஆஸ்ரம வாசலில் அந்தக் கார் சில கணங்கள் நின்றது; ஆனால், இராஜகோபாலாச்சாரியார் காரோட்டிக்கு சைகையால் கட்டளையிட அவர் ஆஸ்ரமத்துக்குள் நுழையாமலே காரை மீண்டும் கிளப்பிக்கொண்டு சென்றார்.

பின்னாளில் இராஜகோபாலாச்சாரியார் மெட்ராஸ் பிரெஸிடென்ஸி எனப்பட்ட தென்னிந்தியாவின் பெரும் பகுதியை உள்ளடக்கிய மாநிலத்துக்கு முதலமைச்சர் ஆனார். இந்திய சுதந்திரத்துக்குப் பிறகு அவர் இந்தியாவின் முதல் கவர்னர் ஜெனரலாகப் பதவியேற்றார்.

ஆஸ்ரமவாசிகளுள் ஒருவரான டி. கே. சுந்தரேச ஐயர் அந்தக் கூட்டத்துக்குச் சென்று காந்திஜிக்கு 'அக்ஷரமணமாலை ' மற்றும் 'ரமண சன்னிதி முறை' ஆகிய இரு நூல்களையும் பரிசளித்தார். அவர் அக்ஷர மணமாலையின் "கீழ்மேலெங்கும் கிளரொளி மணியென் கீழ்மையைப் பாழ்செய் அருணாசலா!" என்ற அடிகளைப் பாடிக்கொண்டே அந்த நூல்களை வழங்கினார். காந்திஜி அந்த நூல்கள் இரண்டையும் ஏலம் விட்டு கிடைத்த தொகையை 'ஹரிஜன நல்வாழ்வு நிதி' க்கு வழங்கினார்.

'அக்ஷர மணமாலை' என்பது அருணாசலனைப் புகழ்ந்து பகவான் பாடிய ஒரு நீண்ட பாடல். 'ரமண சன்னிதிமுறை' என்பது முருகனார் பகவானைப் புகழ்ந்து இயற்றிய கவிதைகளின் ஒரு தொகுப்பு.

கூட்டம் முடிந்த பிறகு நான் ஹாலுக்குச் சென்று, எப்படி காந்தி என்னை சாலையில் இருந்தவாறு வாழ்த்தினார் என்ற விஷயத்தைக் கூறினேன். இராஜகோபாலாச்சாரியார் காரோட்டிக்கு சைகை செய்து நேரே கூட்டத்துக்கு போகும்படி கூறியதால், ஆஸ்ரமத்துக்கு குறுகிய கால வருகை தர இருந்த வாய்ப்பு காந்திஜிக்கு மறுக்கப்பட்டது என்றும் கூறினேன். பகவான் ஒரு சுவையான கருத்தைக் கூறி பதிலளித்தார்.

"காந்திஜி இங்கே வர விரும்பியிருப்பார்; ஆனால், அதன் விளைவுகளைப் பற்றி இராஜகோபாலாச்சாரியார் கவலைப்பட்டிருப்பார்; ஏனென்றால், காந்திஜி ஒரு ஆன்மிகப் பக்குவம் பெற்ற ஒருவர் என்பது அவருக்குத் தெரியும்; அவர் இங்கே வந்து சமாதியில் ஆழ்ந்து அரசியலையே முற்றாக மறந்துவிட்டால் என்ன செய்வது என்ற அச்சம் அவருக்கு. அதனால் தான் அவர் காரோட்டிக்கு வண்டியை ஓட்டும்படி சைகை செய்தார்."

தனிப்பாக்கள்

"'கைவல்ய நவநீதத்தில்' உள்ள முக்கியமான பாடல்கள் என்னென்ன? என்று நான் ஒரு சமயம் பகவானைக் கேட்டேன். நான் என்னுடைய அந்த நூலின் பிரதியை பகவானிடம் கொடுத்தேன். அவர் உடனடியாக முதல் அத்தியாயத்தில் இருந்த பன்னிரண்டு மற்றும் பதிமூன்றாம் பாடல்களை தேர்ந்தெடுத்தார்;

"வாராயென் மகனே தன்னை மறந்தவர் பிறந்தி றந்து

தீராத சுழற்காற் றுற்ற செத்தைபோல சுற்றிச் சுற்றிப்

பேராத கால நேமிப் பிரமையிற் றிரிவன் போதம்

ஆராயுந் தன்னைத் தானென்ற றியுமவ் வளவுந் தானே. "

"தன்னையுந் தனக்கா தாரத் தலைவனை யுங்கண் டானேல்
பின்னையத் தலைவன்றானாய் பிரம்மமாய்ப் பிறப்புத் தீர்வன்
உன்னைநீ யறிந்தாயாகி லுனக்கொரு கேடு மில்லை
என்னைநீ கேட்கை யாலே யீதுப தேசித் தேனே."

அவற்றை உரக்கப் படித்த பின் பகவான், "கைவல்யத்தில் உள்ள மற்ற பாடல்கள் எல்லாமே இந்த இரண்டு கவிதைகளின் விளக்கவுரையும் கருத்துரையும் மட்டுமே!" எனக் கூறினார்.

ரமணாஸ்ரமம் வெளியிட்டுள்ள இந்நூலின் ஆங்கில மொழிபெயர்ப்பில், இப்பாக்களின் எண்கள் மாறியமைந்துள்ளன. முதல் அத்தியாயத்தில் இந்தப் பாடல்களின் எண் இந்தப் பதிப்பில் பத்தொன்பது மற்றும் இருபது என்று உள்ளது.

பகவான் இதே போன்று மற்றவர்களுக்கும் கருத்துரைத்திருக்க வேண்டும். ரமணாஸ்ரமப் பதிப்பின் மொழிபெயர்ப்பாளரும் பதிப்பாசிரியருமான முனகல வெங்கட்ராமையா இந்தப் பாடல்களின் அடியில் பின்வரும் குறிப்பு ஒன்றை இணைத்துள்ளார்; "போதனை இந்த கட்டத்தில் நிறைவு பெறுகிறது."

மற்றொரு சந்தர்ப்பத்தில், எனக்கு வாசிப்பதற்கு சில நூல்களைத் தேர்ந்தெடுத்துக் கூறுமாறு நான் பகவானைக் கேட்ட போது, அவர் ஆறு நூல்கள் அடங்கிய ஒரு சிறு பட்டியலைக் கொடுத்தார்; அதாவது, கைவல்ய நவநீதம், ரிபு கீதை, அஷ்டாவக்ர கீதை, எல்லாம் ஒன்றே, சொரூப சாரம் மற்றும் யோக வாசிஷ்டம்.

'எல்லாம் ஒன்றே' என்ற நூலை அவர் குறிப்பாக வலியுறுத்தி, "உமக்கு மோட்சம் வேண்டும் என்றால் 'எல்லாம் ஒன்றே' நூலில் உள்ளதை எழுது, படி மற்றும் பயிற்சி செய்!" என்று கூறினார்.

'ரிபு கீதை' என்பது 'சிவ ரஹஸ்யம்' எனும் வடமொழி நூலில் காணப்படும் ஒரு பகுதி. ஸ்ரீ இரமணாஸ்ரமத்தில் வாசிக்கப்படும் புத்தகம் இதன் தமிழ் மொழிபெயர்ப்பே ஆகும். 'அஷ்டாவக்கிர கீதை' என்பது அஷ்டாவக்கிர முனிவரின் ஒரு வேதாந்த நூலாகும். பிற்காலத்தில் உபநிடதங்கள் தோன்றிய போது ஏறக்குறைய அதே காலத்தில் இது தொகுக்கப்பட்டதாகும். 'சொரூப சாரம்' நூலில் 17-ஆம் நூற்றாண்டைச் சேர்ந்த தமிழ் குருவான சொரூபானந்தரின் போதனைகள் அடங்கியுள்ளன. 'எல்லாம் ஒன்றே' என்பது 17 ஆம் நூற்றாண்டைச் சார்ந்த, ரிபு கீதையின் பாணியில் உள்ள அவ்வளவாகப் பிரபலமடையாத ஒரு தமிழ் அத்வைத நூல்.

'கைவல்ய நவநீதம்' என்பது ஒரு தமிழ் அத்வைத நூல். 'யோக வாசிஷ்டம்' என்பது வசிஷ்ட முனிவர் இராமபிரானுக்கு தமது அத்வைத போதனைகளை எடுத்துரைக்கும் ஒரு வடமொழி நூல்.

1938 ஆம் ஆண்டு ஃபிப்ரவரி மாதம் நான் அத்வைதம் பற்றி ஒரு சுருக்கமான தமிழ் கவிதை இயற்றுமாறு பகவானை வேண்டிக் கொண்டேன். பகவான் ஹாலில் பேசிய ஒரு பேச்சைத்

தொடர்ந்தே என்னுடைய வேண்டுகோள் எழுந்தது.

"அத்வைதத்தை சாதாரண நடவடிக்கைகளில் அனுசரிக்க கூடாது. மனதளவில் வேற்றுமை பாராட்டாமல் இருந்தால் அதுவே போதும். வண்டி வண்டியாக வேற்றுமை பாராட்டும் சிந்தனைகளை உள்ளே வைத்துக் கொண்டு, வெளியே எல்லாம் ஒன்றே என்று நடிக்கக் கூடாது.

மேல் நாட்டவர்கள் கலப்புத் திருமணத்தையும், எல்லோருடனும் சமமாக அமர்ந்து உண்பதையும் கடைபிடிக்கிறார்கள். இதை மட்டும் செய்தால் என்ன பயன்? யுத்தங்களும், யுத்த களங்களுமே தோன்றியுள்ளன. இந்த நடவடிக்கைகளால் எல்லாம் யாருக்கு என்ன மகிழ்ச்சி?

இந்த உலகம் ஒரு மாபெரும் கலையரங்கம். ஒவ்வொருவரும் தத்தமக்கு கொடுக்கப்பட்ட பாத்திரத்தை நடித்தாக வேண்டும். பல்வேறு விதமாக இருப்பது தான் பேரண்டத்தின் இயல்பு. ஆனால், ஒவ்வொருவருக்கும் உள்ளே வேறுபாட்டு உணர்வு இருக்கக் கூடாது."

நான் இந்தப் பேச்சால் மனம் நெகிழ்ந்ததால், இந்தக் கருத்துக்களை தமிழில் ஒரு கவிதையாக சுருக்கி எழுதித் தருமாறு கேட்டுக் கொண்டேன். பகவான் ஒப்புக்கொண்டு, இதையொத்த கருத்தை எடுத்துரைக்கும் 'தத்வோபதேசம்' என்ற வடமொழி நூலின் 87 ஆவது கவிதையை தமிழில் வெண்பாவாக மொழிபெயர்த்தார்.

'தத்வோபதேசம்' ஆதிசங்கரரால் இயற்றப்பட்டதாகக் கூறப்படும் ஒரு தத்துவ நூல். இன்னிசை/ நேரிசை வெண்பா என்பது நாற்சீரடி மூன்றும், ஈற்றடி முச்சீராகவும் வரும் ஒரு பாவினம்.

தமது மொழிபெயர்ப்பில் அவருக்கு திருப்தி ஏற்பட்டதும், நான் கேட்டுக் கொண்டதற்கிணங்க அதன் முதல் திருத்திய படிவத்தை என் டயரியில் எழுதிக் கொடுத்தார். கீழே தரப்பட்டுள்ள இந்த வெண்பா "உள்ளது நாற்பது"- அனுபந்தத்தில் முப்பத்தி ஒன்பதாம் பாடலாக பின்பு பதிப்பிக்கப்பட்டது.

அத்துவித மென்று மகத்துறுக வோர்போது

மத்துவிதஞ் செய்கையி லாற்றற்க -புத்திரனே

யத்துவித மூவுலகத் தாகுங்கு ருவினோ

டத்துவித மாகா தறி.

இந்த நூலின் 29 ஆம் பாவும் நான் கேட்டுக் கொண்டதற்கிணங்க எழுதப்பட்டதாகும். ஒரு நாள் நான் பகவானைக் கேட்டேன், "ஒருவருக்கு ஞானம் கிடைத்துவிட்டால், அவர் ஆன்மிகத்தின் லட்சியத்தை அடைந்து விட்டார் என்பதற்கான அறிகுறிகள் என்னென்ன?" பகவான் இந்த வினாவிற்கு விடையாக பின்வரும் பாடலை இயற்றினார்.

தத்துவங் கண்டவர்க்குத் தாமே வளருமொளி

புத்திவலு வும் வசந்தம் போந்ததுமே -யித்தரையிற்

றாருவழ காதி சகல குணங்களுஞ்

சேர விளங்கலெனத் தேர்.

இதுபுதிதாக இயற்றப்பட்ட பாடலன்று. இது யோகவாசிஷ்ட நூலில் வரும் ஒருபாடலின் (நூல் 5, 76,20) தமிழ் மொழிபெயர்ப்பாகும்.

சில ஆண்டுகளுக்குப் பிறகு நான் பகவானை தரிசிக்க சென்றுகொண்டிருந்த பொழுது, மௌனி சீனிவாசராவ் என்னை அழைத்து, "அச்சகத்திலிருந்து **'பகவத்கீதாசாரம்'** நூலின் சில பிரதிகள் வந்திருக்கின்றன " என்றார். சின்னசுவாமி எனக்கு இலவசமாகக் கொடுத்த ஒரு பிரதியை நான் ஹாலுக்கு கொண்டு சென்று பகவானுக்குக் காட்டினேன். அந்த சிறு நூலைப் படித்துப் பார்த்த பகவான் அதன் கடைசிப்பாடல் விடுபட்டிருப்பதை கவனித்து விட்டார். அவர் அந்தப்பாடலை பொருத்தமான இடத்தில் தம் கைப்பட எழுதி அந்த நூலை என்னிடம் திருப்பிக் கொடுத்தார்.

நான் ஹாலில் அமர்ந்து அந்தப் பாடல்களை வாசித்துக் கொண்டிருந்த போது, எச்சம்மாளின் சகோதரியான வேணம்மா என்ற பெண்மணி, என்னுடைய பிரதியில் இல்லாத அந்தப் பாடலை பகவான் கைப்பட எழுதியிருந்ததைப் பார்த்து விட்டார். அப்பெண்மணி தனக்கென்று ஒரு பிரதியைப் பெற்று அந்த இல்லாத பாடலை எழுதித் தரும்படி கேட்டுக் கொண்டார்.

பகவான் முறைத்து பார்த்து என் மீது கோபமாக இருப்பது போலக் காட்டிக் கொண்டார்.

அவர், "நான் சிவனே என்று உட்கார்ந்திருக்கிறேன். நீ ஏன் அந்தப் புத்தகத்தை என்னிடம் கொடுத்து என்னை அதில் எழுத வைத்தாய்? அது உன் தவறு. இந்த அம்மாவுக்கு நான் எழுதிக் கொடுத்தால் ஹாலில் உள்ள எல்லாப் பெண்களும் என்னை அவர்களுக்கும் எழுதித்தரச் செய்வார்கள். எல்லாம் நீ என்னை இந்தப் பாட்டை எழுதித்தரச் சொன்னதால் வந்தது," என்றார்.

நான் என் புத்தகத்தில் எப்படி அவரைக் கட்டாயப்படுத்தி எழுதி வாங்கினேன் என்பதை அவர் சொன்ன விதம் உண்மைக்கு புறம்பாக இருந்தது. பாடல் விடுபட்ட எல்லா நூற்றுக் கணக்கான புத்தகங்களிலும் தானே எழுத நேர்ந்துவிடக் கூடாது என்பதற்காகத் தான் கோபமாகக் காட்டிக் கொண்டார் என்பது எனக்குத் தெரிந்தது. அவர் காட்டிய கோபம் அவர் விரும்பிய விளைவை ஏற்படுத்தியது. ஹாலில் இருந்த மற்ற பக்தர்கள் யாரும் தங்கள் பிரதியை எடுத்துக் கொண்டு பகவானிடம் செல்லத் துணியவில்லை.

அருணாசலா

பகவான் சில சமயம் அருணாசலத்தை 'மருந்து மலை' (மலை மருந்து) என்று அழைப்பதுண்டு. 'எல்லா உடல் பிணிகளுக்கும் கிரிவலமே நல்ல மருந்து' என்று அவர் கூறுவது வழக்கம். இந்த மருந்தைச் சுவைத்துப் பார்க்க, அவர் தியானம் செய்வதிலேயே பெரும்பாலான நேரத்தை கழிக்கும் சாதுக்களை தினமும் கிரிவலம் வருமாறு அடிக்கடி ஆலோசனை வழங்குவார். தினமும் ஒரு முறை கிரிவலம் வருவது மனதை சத்துவ குணத்தில் வைத்திருக்க ஒரு சிறந்த வழி என்று அவர்களுக்குக் கூறுவார்.

பகவான் ஒரு முறை அருணாசலத்தின் பெருமையை விளக்க அதை ராமாயணத்தில் வரும் ஒரு புகழ் பெற்ற மலையோடு ஒப்பிட்டுக் கூறினார்.

"ராமரும், லக்ஷ்மணரும், அவர்களது படைகளும் இலங்கைக்குள் நுழைந்த போது, ராவணனின் மகனான இந்திரஜித்து அவர்களுக்கு எதிராக ஒரு சக்தி மிக்க அம்பை ஏவினான். அந்த அம்பு ராமரையும், லக்ஷ்மணரையும் கூட உணர்விழக்கச் செய்துவிட்டது. அனுமனைத் தவிர சேனையில் இருந்த அனைவரும் உணர்விழந்து கிடந்தனர். அனுமன் இந்தியாவுக்குத் திரும்பிச் சென்று சஞ்சீவி மூலிகை இருந்த மலையை அப்படியே பெயர்த்து எடுத்துக்கொண்டு திரும்பி வந்தார். அந்த மூலிகையை வருடிக்கொண்டு வந்த காற்று பட்டுமே ராமரும், லக்ஷ்மணரும், அவர்களுடைய சேனையுமாகிய அனைவரும் விழிப்புற்று குணமடைந்தார்கள்."

"இந்த அண்ணாமலை அதை விட சக்தி மிக்க மலை" என்று கூறி கதையை முடித்தார் பகவான்.

எப்போதாவது இந்த மலையின் மகத்துவத்தைப் பற்றி பக்தர்கள் கேட்டால் அவர் மௌனமாக உட்கார்ந்து விடுவார். இந்த மௌனக்காட்சியே அவர்களது கேள்விக்கான அவரது பதில். மற்ற நேரங்களில் அவர் பேசுவதற்கு கூடுதல் இசைவாக இருப்பார். 1938 மார்ச் மாதத்தில், வருகையாளர்களில் ஒருவரது கேள்விக்கு விடையாக அருணாசலத்தைப் பற்றிய சில புராணக் கதைகளை சுருக்கமாக எடுத்துரைத்தார்.

இந்த மலையின் மகத்துவத்தைப் பற்றிப் பலரும் பலவிதமாகப் பேசியிருக்கிறார்கள். இந்த அருணாசலத்தின் உட்பகுதி குகை வடிவில் இருப்பதாக புராணங்களில் கூறப்பட்டுள்ளது. அங்கே பல சித்தர்களும், முனிவர்களும் வசிப்பதாகக் கூறப்படுகிறது. இம்மலையின் பெருமையை குருநமச்சிவாயர் பாடியுள்ளார். அவரது பாடல் ஒன்றில் **ஞானத் தபோதனரை வாவென்றழைக்கும் மலை'** என்று குறிப்பிடுகின்றார். சிவபெருமானின் பத்தினியான அம்பாள் அண்ணாமலையில் தவம் செய்துகொண்டிருந்த போது, எருமைத்தலை கொண்ட மகிஷாசுரன் வந்து அம்பாளோடு பேசினான்;

"நீ ஏன் என்னைத் திருமணம் செய்துகொள்ளக் கூடாது?" என்று அவன் கேட்டான். "தவம் செய்து செய்து என்ன சுகத்தைக் கண்டாய்?"

அம்பாள் அவனை நிராகரித்த போது அவன் வெகுண்டான். அம்பாள் உடனே தன் சங்கற்ப மாத்திரத்தில் அச்சமூட்டும் தன் வடிவமான துர்கையாக உருமாறினாள். இந்த உருமாற்றத்தைக் கண்டு அச்சம் கொண்ட மகிஷாசுரன் தன் இல்லம் திரும்பி அவனது படையைத் திரட்டிக்கொண்டு அம்பாளோடு போரிட ஆயத்தமானான். அவனது திட்டங்களைத் தெரிந்துகொண்ட அம்பாள் சுரகு முனியை அனுப்பி அசுரனுக்கு இதோபதேசம் வழங்கினாள்.

'இதோபதேசம்' என்பது மகிஷாசுரனுக்கு வழங்கப்பட்ட அறிவுரையை உள்ளடக்கிய ஒரு குறுநூல். இதன் பொருள் 'நல்ல அறிவுரை.'

இந்த **'இதோபதேசம்'** வடமொழியில் மட்டுமே இருப்பதால், அதைத் தமிழில் எழுதுமாறு பகவானைக் கேட்டுக்கொண்டேன். பகவான் அருள் கூர்ந்து பின்வரும் பாடலை இயற்றி அதன் ஒரு பகுதியை மொழிபெயர்த்தார்.

"என்றுமே யறவோ ரன்பர்க்

கிருப்பிட மித்த லந்தான்

பொன்றுவார் பிறர்க்கின் னாவுன்

புன்மையர் பன்னோய் துன்னி

யொன்றுறா தொழியுந் தீயோ

ருரனொரு கணத்திங் கங்கிக்

குன்றுரு வருணை யீசன்

கோபவெந் தழல்வி ழாதே "

-அருணாசல மஹாத்மியம்

"அருணாசலத்தின் மகிமையை எடுத்துரைக்க யாரால் முடியும்?" என்று கூறி பகவான் தனது பாடத்தை முடித்தார்.

'அருணாசல மகாத்மியம்' நூலிலிருந்து இப்படியாக பல வருடங்களில் பகவான் மொத்தம் ஏழு பாடல்களை மொழிபெயர்த்திருந்தார். அருணாசலத்தைப் பற்றிய கதைகளுக்கெல்லாம் மிகப்பெரிய ஆதாரமாக விளங்குவது வடமொழியில் உள்ள இந்த 'அருணாசல மகாத்மியம்' நூலே. 'அருணாசல மஹாத்மியத்தில்' இந்த ஏழு பாடல்கள் எல்லாமும் அச்சிடப்பட்டுள்ளன (பக்கம் 18-19).

சில மாதங்களுக்குப்பிறகு பகவான் மீண்டும் அருணாசலத்தின் பெருமை பற்றிப் பேசினார். "இந்த மலை ஏதோ ஒரு காலத்தில் படைக்கப்படவுமில்லை, ஏதோ ஒரு காலத்தில் அழியப்போவதுமில்லை. இது ஒரு சுயம்பு லிங்கம். லிங்கம் என்ற சொல்லை இப்படிப் பிரிக்கலாம்; 'லிங்' – அதாவது இணைப்பு, 'கம்' என்றால் 'உருவாகுவது'. இந்தச் சொல்லுக்கு கடவுள், ஆத்மன், வடிவம் மற்றும் சிவம் என்ற அர்த்தங்களும் உண்டு.

சுயம்பு லிங்கங்கள் கடவுளின் செயலால் தாமாகவே உண்டாகின்றன. அவை மனிதராலோ அல்லது இயற்கையாக புவியியல் இயக்கங்களாலோ ஏற்பட்டவை அல்லது படைக்கப்பட்டவை அல்ல.

'இந்த மலை உண்மையில் பூமியில் இல்லை. வானத்தில் உள்ள கோள்கள் எல்லாமே இதனோடு இணைக்கப் பட்டுள்ளன. தோற்றம், மறைவு இரண்டுக்குமே ஆதாரமாக இருப்பது எதுவோ அதன் பெயரே லிங்கம்.'

பகவான் இவ்வாறு சிந்தித்துக் கொண்டிருந்த போது, அவர் வேறு சில புராணக் கதைகள் பற்றியும் கருத்துரைத்தார்;

"கடவுள் தமது பக்தர்களின் பாத தூளியை ஒரு பெட்டியில் சேமித்து வைப்பதாக புராணக் கதைகள் கூறும். அதை அவர் பட்டுத் துணியில் பொதிந்து வைத்து பூஜித்து வருகிறாராம். தாம் தமது பக்தர்களின் பக்தன் என்று காட்டவே அவர் அவ்வாறு செய்கிறாராம். 'இந்த உலகில் என்னைப் போற்றுவோரை நானும் போற்றுகிறேன்' என்கிறார் அவர்."

லக்ஷ்மண சர்மா

1920 களின் பிற்பகுதியில் தனது பக்தர்களில் ஒருவரான லக்ஷ்மண சர்மாவிடம், 'உள்ளது நாற்பது' நூலை அவர் படித்திருக்கிறாரா என்று பகவான் கேட்டார். "இல்லை பகவான், அந்தத் தமிழ் எனக்கு மிகவும் கடினமாக இருக்கிறது" என்று பதிலளித்தார் லக்ஷ்மண சர்மா.

மெய்ப்பொருளின் இயல்பையும், அதைக் கண்டறியும் வழியையும் விளக்கிக் கூறும் பகவான் தமிழில் இயற்றிய நாற்பத்திரண்டு பாக்களைக் கொண்டதே 'உள்ளது நாற்பது'

லக்ஷ்மண சர்மா ஒரு தமிழரே என்றாலும், இலக்கியத் தமிழின் இலக்கண விதிகள் எல்லாம் அவருக்கு அவ்வளவாகத் தெரியாமல் இருந்தது. இயல் தமிழும் இலக்கியத் தமிழும் இலக்கண அமைப்பில் வேறுபடும். குறிப்பிடத்தக்க இந்த வேறுபாடுகள் காரணமாக, எழுதப்படும் இலக்கியத் தமிழின் விதிமுறைகளைக் கற்றிராத, ஆனால், கல்வி அறிவு பெற்ற தமிழர்கள் கூட இலக்கிய நூல்களைப் புரிந்துகொள்வதில் இடர்ப்படுகின்றனர்.

லக்ஷ்மண சர்மாவிற்கு இந்நூல் பற்றித் தெரிந்து இருக்க வேண்டும் என்று பகவான் நினைத்ததால், அவர் அதனை அவருக்கு வரி வரியாக விளக்கிக் கூற முன்வந்தார். அடுத்து வந்த வாரங்களில் ஒவ்வொருநாளும் பகவானிடம் தனிப்பாடம் கேட்கும் அரிய நல்வாய்ப்பு லக்ஷ்மண சர்மாவுக்குக் கிடைத்தது. பகவான் ஒவ்வொரு பாடலின் பொருளையும் விளக்கிக்கூற, அவர்குறிப்பு எடுத்துக்கொண்டார். பின்னாளில், பகவானிடமிருந்து கிடைத்த இந்தத்தகவல்களைப் பயன்படுத்தி அவர் இந்நூலுக்கு ஒரு தமிழ் உரை எழுதலானார்.

ஒவ்வொரு பாடலின் பொருளையும் தாம் சரியாகப் புரிந்து கொண்டதை உறுதி செய்யும் பொருட்டு, லக்ஷ்மண சர்மா ஒவ்வொன்றையும் வடமொழியில் மொழிபெயர்த்தார். இந்த மொழிபெயர்ப்புகளை எல்லாம் பகவான் நுட்பமாக சரிபார்த்ததால், சில சமயம் லக்ஷ்மண சர்மா அவற்றை ஐந்தாறு முறை மீண்டும் மீண்டும் திருத்தி எழுத நேர்ந்தது. இந்த வடமொழிப் பாடல்களும், அவற்றின் ஆங்கில மொழிபெயர்ப்பும் பின்னாளில் (Revelation) 'வெளிப்பாடு' என்ற பெயரில் பதிப்பிக்கப் பட்டது. லக்ஷ்மண சர்மாவின் மூல தமிழ் உரை இன்னும் அச்சில் உள்ளது, ஆனால், அது ஒருபோதும் ஆங்கிலத்தில் மொழிபெயர்க்கப்பட்டு வெளியிடப்படவில்லை.

இந்த உரை முதன்முதலில் 'ஜனமித்திரன் ' என்ற வார இதழில் வாரந்தோறும் வெளியிடப்பட்டது. இது தொடர்பான இவ்விதழின் பதிப்பு ஆஸ்ரமத்துக்கு வரும் போது பகவான் இந்த உரைப்பகுதியை வெட்டி எடுத்துத் தமது சோஃபாவுக்கு அருகில் வைத்துக் கொள்வார்.

இந்த உரையை ஆஸ்ரமம் புத்தக வடிவில் வெளியிடவேண்டும் என்று லக்ஷ்மண சர்மா விரும்பினார். ஆனால், சின்னசுவாமி மறுத்துவிட்டார்; ஏனென்றால், அவருக்கும் லக்ஷ்மண சர்மாவுக்கும் இடையே இதற்கு முன்னால் வேறு சில விஷயங்களில் ஒரு சில பூசல்கள் இருந்தன. இறுதியில் லக்ஷ்மண சர்மா அந்நூலைத் தானே வெளியிட வேண்டியதாக இருந்தது.

பகவான் பெரும்பாலும் ஆஸ்ரம அலுவலகத்தின் அன்றாட நிர்வாக விவகாரங்களில் ஒருபோதும் தலையிட்டதே இல்லை. ஆனால், சின்னசுவாமி இந்த நூலை வெளியிட மறுத்துவிட்டதைக் கேள்விப்பட்டதும் இந்த கொள்கையில் ஒரு விதிவிலக்கை ஏற்படுத்தினார். அவர் சின்னசுவாமியின் அறைக்குச் சென்று ஜன்னல் வழியாக அவரை சுமார் ஒரு பதினைந்து நிமிடம் பார்த்துக்கொண்டே இருந்தார். சின்னசுவாமி அதை கவனிக்கவில்லை; ஏனென்றால், அவர் சில கணக்குகளை மும்முறமாக சரிபார்த்துக் கொண்டிருந்தார். இறுதியாக, பகவான் அங்கு வந்து அவரது அறையின் ஜன்னலுக்கு வெளியே நீண்ட நேரம் நின்றுகொண்டிருந்த செய்தியை சில பக்தர்கள் வந்து அவரிடம் தெரிவிக்க வேண்டி இருந்தது.

இறுதியாக பகவானை வரவேற்பதற்காக சின்னசுவாமி எழுந்து நின்ற போது பகவான், "உள்ளது நாற்பதிற்கான உரைகளில் லக்ஷ்மண சர்மாவின் உரைதான் சிறப்பாக இருக்கிறதென்று எல்லோரும் சொல்கிறார்கள். சர்மா உள்ளது நாற்பதைப் படித்ததைப்போல் வேறு யாரும்

படித்திருக்க மாட்டார்கள். அவருடைய புத்தகத்தை நீ ஏன் வெளியிடக் கூடாது?" என்று கேட்டார்.

சின்னசுவாமி பகவான் குறிப்பால் உணர்த்தியதை ஏற்றுக் கொண்டார். லக்ஷ்மண சர்மாவின் தனிப்பட்ட பதிப்பு தீர்ந்து போனதுமே, ஆஸ்ரமப் பதிப்பாக அதை அச்சிட அவர் ஒப்புக்கொண்டார். அதற்கிடையே, அவர் லக்ஷ்மண சர்மாவின் பதிப்பில் விற்பனையாகாத பிரதிகள் பெரும்பாலனவற்றை வாங்கி மூலப்பதிப்பாளரின் பெயர் மற்றும் முகவரியின் மேல் ஸ்ரீ ரமணாஸ்ரமத்தின் பெயரை ஒட்டி ஆஸ்ரம புத்தக சாலையில் விற்பனை செய்தார்.

சில்லரை திருட்டுகள்

1930-களின் தொடக்கத்தில், ஆஸ்ரமத்தில் மிகச்சிலரே இருந்த போது, பெரும்பாலான நேரம் பழைய ஹால் காலியாகவே இருக்கும். ஒரு முறை, பகவான் குளிக்கச் சென்றிருந்த சமயம், ஆளில்லாத பழைய ஹாலுக்குள் ஒரு திருடன் நுழைந்து பகவானின் கண்ணாடிகளைத் திருடிவிட்டான். தங்கத்தாலான ஃப்ரேம் போட்டிருந்த அந்தக் கண்ணாடியை ஒரு பக்தர் பகவானுக்குக் கொடுத்திருந்தார்.

அந்தத் திருட்டு தெரிய வந்தபோது பகவான், "நீங்கள் கதவைத் திறந்தபடி விட்டு விட்டு வைத்ததுதான் திருடு போகக் காரணம்" என்று குறிப்பிட்டார்.

அது முதல் 1930-களின் மத்தியில் கூட்டம் கூட்டமாக மக்கள் வரத் தொடங்கும் வரை பகவான் வெளியே சென்ற போதெல்லாம் பழைய ஹால் எப்பொழுதும் பூட்டப்பட்டது. பகவான் உடைமைகள் மீது பற்றில்லாமல் இருந்தாலும், (தமது கைத்தடியும், கமண்டலமும் மட்டுமே தமது ஒரே உடைமைகள் என்று அவர் அடிக்கடி சொல்வார்). திருடர்களுக்கு எதிராகப் பாதுகாப்பாக இருக்க வேண்டும் என்று அடிக்கடி எங்களை எச்சரிப்பார். குறிப்பாக நாங்கள் எங்கள் அறையில் இல்லாத போது அறைகளைப் பூட்டி வைக்கும்படி அறிவுறுத்துவார். ஒரு நல்ல முன்மாதிரியாக, இரவு 9.00 மணியளவில் ஆஸ்ரம நுழைவாயில் கேட்டை தாமே மூடி வைப்பார். அந்த நாட்களில் பிரதான நுழைவாயில், சாலைக்கு அருகில் இல்லாமல், பெரிய இலுப்பை மரத்தின் அருகில் இருந்தது. 1930-களின் கால கட்டத்தில், ஆஸ்ரமவாசிகளாக இருந்த பக்தர்களுக்கு ஒவ்வொரு நாளும் மாலையில் இந்த கேட்டுக்கு வெளியே உட்கார்ந்துகொள்ளும் பழக்கம் ஏற்பட்டது. நாங்கள் எல்லாம் வெளியே உட்கார்ந்திருப்பதைப் பார்த்தாலும் மாலை 9.00 மணிக்கு பகவான் வந்து கேட்டை மூடுவார். முதலில் பகவான் ஏன் இப்படி நடந்துகொள்கிறார் என்று நான் வியப்படைவது வழக்கம். இரவில் கேட்டை மூடிவைக்க வேண்டுமென்று எங்களுக்கு அவர் மென்மையாக நினைவுறுத்தினார் என்பதை பின்னாளில் நான் புரிந்துகொண்டேன்.

நம்முடைய உடைமையைத் திருடர்கள் திருடிவிடாமல் தடுக்கவேண்டும் என்று பகவான் எங்களுக்கு ஊக்கமூட்டினாலும், ஆஸ்ரமத்துக்குள் திருடர்களைப் பிடித்தால் பொதுவாக அவர் மென்மையாகவே நடத்துவார். திருடர்களுக்கு தண்டனை தராமல் பகவான் அவர்களை விடுவித்து வைத்த இரண்டு நிகழ்வுகள் என் நினைவுக்கு வருகின்றன. முதலாவது நிகழ்ச்சி, பாலி தீர்த்தத்தில் இரவு நேரத்தில் ஒரு பெரிய வலையைப் போட்டு மீன் பிடித்துக் கொண்டிருந்த ஒருவரை நமது காவலாளி கையும் களவுமாக பிடித்ததாகும். அந்தக் காலத்தில் அத்தகைய நடவடிக்கைகளுக்கு அனுமதி இல்லை. அந்தத் திருடன் ஆஸ்ரம கோசாலைக்கு அருகில் ஒரு ஏக்கர் நிலம் வைத்திருந்த சின்னா என்பவர் தான் என்று தெரிய வந்தது.

காவலாளி சின்னாவை பகவான் முன்னால் கொண்டுவந்து நிறுத்தி, 'நான் இவனைக் குளத்தில் மீன் பிடித்த போது கையும் களவுமாகப் பிடித்ததால் இவனைப் போலீஸ் ஸ்டேஷனில் ஒப்படைக்கப் போகிறேன்' என்றான். "அவனை விட்டுவிடு, நம்ம சின்னா தானே" என்றார்

பகவான்.

மற்ற திருட்டு சம்பவம் பட்டப்பகலில் நடந்தது. சோமசுந்தரம் சுவாமி என்ற பக்தர் ஆஸ்ரமத்திலுள்ள ஒரு மாமரத்தில் மாம்பழம் திருடிய ஒருவனைப் பிடித்து விட்டார். அவர்களிடையே ஏற்பட்ட சிறிது நேர வாக்குவாதத்தின் முடிவில், சோமசுந்தரம் சுவாமி அவனைத் தள்ளிக்கொண்டு வந்து பகவான் முன்னால் நிறுத்தினார். அந்தத் திருட்டைப் பற்றி பகவானிடம் தெரிவித்த போது, அவனை விட்டுவிடும்படி பகவான் சோமசுந்தரம் சுவாமியிடம் கூறினார்.

மறுநாள் பழுத்த மாம்பழங்களைக் கொண்ட ஒரு பெரிய பார்சல் ஹாலுக்கு வந்து சேர்ந்தது. அந்தப்பழங்களில் ஒரு பழத்தின் மேல் ஒட்டப்பட்டிருந்த சீட்டில் 'ரமண பகவான்' என்று இருந்தது.

அந்தப் பார்சலுடன் வந்திருந்த ஒரு குறிப்பில் சீட்டு ஒட்டிய பழத்தை பகவான் சாப்பிட வேண்டும் என்று ஒரு வேண்டுகோள் விடுக்கப்பட்டிருந்தது. மற்ற பழங்களெல்லாம் ஆஸ்ரமத்திலுள்ள பக்தர்களுக்கு உரித்தானதாக இருந்தன.

அந்த மாம்பழங்களையும், சீட்டையும், குறிப்பையும் பார்த்த பகவான், சோமசுந்தரம் பக்கம் திரும்பி, "நேற்று நம்முடைய பழம் என்று எதற்காகவோ அடித்துக்கொண்டீர். ஆனால் பாரும், நம்முடைய மாம்பழம் உண்மையில் வேறு எங்கோ விளைகிறது. அதன் மீது நம் பெயர் கூட அச்சிடப்பட்டு உள்ளதையும் பாரும்!" என்றார்.

இராமநாத பிரம்மச்சாரி

பகவான் விருபாக்ஷி குகையில் வசித்து வந்த நாட்களில், முதன் முதலாக இராமநாத பிரம்மச்சாரி பகவானிடம் வந்தார். அவர் மிகவும் குள்ளமாகவும் தடித்த கண்ணாடிகளை அணிந்துகொண்டும், எப்பொழுதும் தன் உடல் முழுதும் அதிகமாக விபூதியைப் பூசிக்கொண்டும் இருந்ததால், அவரது தோற்றம் மிகவும் வித்தியாசமாக இருந்தது. விருபாக்ஷி குகைவாசம் நாட்களில் அவர் பிக்ஷைக்கு நகருக்குள் செல்வார். தனக்கு பிக்ஷையாகக் கிடைத்த உணவு எதுவாயினும் அதை அவர் விருபாக்ஷி குகைக்கு கொண்டுவந்து பகவானுக்குக் கொடுத்த பிறகு ஏதேனும் மீதமிருப்பதையே உண்பார்.

ஒருநாள் அவர் பகவானுக்கு உணவு கொண்டு வந்துகொண்டிருந்த போது, மலை மீது அவரது தந்தையை சந்தித்தார். மலையின் அடிவாரத்துக்கும், விருபாக்ஷி குகைக்கும் நடுவழியில் இருந்த குகை நமச்சிவாயர் கோவிலுக்கு வெளியே அவர் அமர்ந்திருந்தார். தனக்கு பசியாக இருப்பதால், தன் மகன் யாசித்து கொண்டுவந்த உணவில் சிறிதளவு தனக்குத் தருமாறு அவரது தந்தை கேட்டார்.

பகவான் தம்முடைய பங்கை பெற்றுக் கொள்வதற்கு முன்பாக வேறு ஒருவருக்கும் - அது தன் சொந்த தந்தையே ஆனாலும் - உணவளிப்பது முறையல்ல என்றும், அது மரியாதை ஆகாது என்றும், அவர் நினைத்ததால் "என்னோடு பகவானிடம் வாருங்கள். நாம் உணவை அங்கே பகிர்ந்து கொள்ளலாம்," என்றார் இராமநாத பிரம்மச்சாரி.

பகவான் மீது ஆர்வமில்லாத அவரது தந்தை வர மறுத்து விட்டார். தனக்கு சிறிது உணவளித்துவிட்டுச் செல்லுமாறு அவர் கேட்டார்; ஆனால் இராமநாத பிரம்மச்சாரி அதை மறுத்துவிட்டார்.

பகவான் இதையெல்லாம் விருபாக்ஷி குகையிலிருந்து கவனித்துக்கொண்டு இருந்திருக்கிறார்.

இராமநாத பிரம்மச்சாரி அங்கு வந்து சேர்ந்ததும், பகவான் அவரிடம், "நீ முதலில் உன் தந்தையாருக்கு உணவு தராவிட்டால் நான் உனது உணவு எதையும் ஏற்றுக்கொள்ள மாட்டேன்!" என்றார்.

இராமநாத பிரம்மச்சாரி குகை நமச்சிவாயர் ஆலயத்துக்கு திரும்பிச் சென்றார். ஆனால், பகவானின் அறிவுரைகள் எதையும் பின்பற்றாமல், விருபாக்ஷி குகைக்கு வந்து பகவானுடன் சாப்பிடும்படி தனது தந்தையிடம் கூறினார். இரண்டாவது முறையும் அவரது தந்தை வர மறுத்ததும், அவருக்கு உணவு எதுவும் தராமல் இராமநாத பிரம்மச்சாரி விருபாக்ஷி குகைக்குத் திரும்பச் சென்றார்.

பகவான் மீண்டும் அவரிடம் கூறினார், இந்த முறை மிகவும் கண்டிப்பாக, "நீ முதலில் உன் தகப்பனாருக்கு உணவளித்தால் தான் நான் சாப்பிடுவேன். போய் அவருக்கு உணவு கொடு," என்றார்.

இந்த முறை இராமநாத பிரம்மச்சாரி கட்டளைக்கு கீழ்ப்படிந்தார். தந்தைக்கு உணவளித்துவிட்டு, மீதி உணவை எடுத்துக்கொண்டு விருபாக்ஷி குகைக்கு வந்தார். பகவான் மீதான அவரது பக்தி எவ்வளவு மகத்தானது என்பதைக்காட்டவே நான் இந்தக் கதையை கூறுகிறேன். அவரது சொந்தக் குடும்பம் உள்ளிட்ட வேறு எதைப்பற்றியும் அவருக்குக் கவலையில்லை.

இராமநாத பிரம்மச்சாரி, தம்மை அவரது அன்பால் கட்டிப்போட்டு விட்டதாக பகவானே உணரும் அளவுக்கு, அத்தகைய அன்போடு பகவானுக்கு உணவளித்து வந்தார். அதனால் தான் பகவான் ஒரு சமயம், "நான் இரண்டு பக்தர்களுக்கு மட்டுமே பயப்படுகிறேன்; இராமநாத பிரம்மச்சாரிக்கும், முதலியார் பாட்டிக்கும்" என்று கூறினார். அது ஒரு தூலமான அச்சம் என்பதற்கில்லை; ஆனால் அது ஒரு இயலாமை உணர்வு. தன் குருவின் மீது வலிமை மிக்க தீவிரமாக கொழுந்து விட்டெரியும் அன்பு ஒரு பக்தனுக்கு இருக்குமானால், அந்த பக்தன் கேட்கும் எதையும் செய்ய வேண்டிய கட்டாயத்தில் குரு இருக்கிறார். இராமநாத பிரம்மச்சாரி கண்ணில் தென்பட்டதுமே பகவான் எப்பொழுதும் ஒரு அச்ச உணர்வு கொள்வார், ஏனென்றால், அவர் என்ன கோரிக்கை வைத்தாலும் தன்னால் அதற்கு இணங்காமல் இருக்க முடியாது என்று அவருக்குத் தெரியும்.

"ஆனந்தபரமான அன்பை நீங்கள் அடைந்து விட்டால், நீங்கள் கடவுளைக் கட்டும் கயிற்றைக் கண்டுபிடித்து விட்டீர்கள்," என்று இராமகிருஷ்ண பரமஹம்சர் ஒரு சமயம் குறிப்பிட்டது இதே கருத்தைத் தான்.

ஆஸ்ரமம் மலையிலிருந்து அடிவாரத்துக்கு மாற்றலாகி சில ஆண்டுகளுக்குப் பிறகு, சின்னசுவாமிக்கும், இராமநாத பிரம்மச்சாரிக்கும் இடையே ஒரு வகையான பூசல் மூண்டது. அதைப் பற்றி எனக்கு முழுமையாகத் தெரியாது என்றாலும், அதன் இறுதி விளைவாக இராமநாத பிரம்மச்சாரிக்கு ஆஸ்ரமத்தில் உண்ணவும், உறங்கவும் தடை விதிக்கப்பட்டது. நகரத்தில் வசித்த நீலகண்ட சாஸ்திரி என்ற வழக்கறிஞர் அவருக்கு ஆதரவளித்து உணவளிக்க முன்வந்தார்.

அவர் இராமநாத பிரம்மச்சாரியிடம், "உனது சாப்பாட்டைப் பற்றிக் கவலைப்படாதே. இப்போதிலிருந்து நீ தினமும் என் வீட்டுக்கு வரலாம். என்னிடம் பகவான் படமும், விநாயகர் படமும் இருக்கிறது. இந்தப் படங்களுக்கு நீ தினமும் பூஜை செய்தால், உனக்கு காலை உணவும், மதிய உணவும் என் வீட்டில் கிடைக்கும். மதிய உணவில் மீதமாவதை ஒரு டிஃபன் காரியரில் எடுத்துச் சென்று உனது மாலை உணவாகவும் வைத்துக் கொள்ளலாம்," என்றார்.

ஆஸ்ரமத்திலிருந்து விலக்கிவைக்கப்பட்ட பிறகு இராமநாத பிரம்மச்சாரி பலாக்கொத்தில் தனக்கென்று ஒரு சிறிய குடிசை அமைத்துக்கொண்டார். பகவான் மலைமேல் வாழ்ந்த காலத்திலேயே, இராமநாத பிரம்மச்சாரி காந்திஜியின் சில கருத்துக்களால் கவரப்பட்டிருந்தார். அந்த நாட்களில் எல்லா காந்தியவாதிகளுக்கும் கட்டாயமாகக் கருதப்பட்ட இராட்டை சுற்றும் பணியோடு, தொண்டு செய்யும் கருத்திலும் அவருக்கு மிகப்பெரிய ஈர்ப்பு இருந்தது. அவர் பலாக்கொத்தில் குடியேறியதும், அங்கிருந்த எல்லா சாதுக்களின் குடிசைகளையும் சுத்தம் செய்தல் மற்றும் அவர்களுடைய தேவைகளுக்காக கடைகளுக்கு சென்றுவருதல் ஆகிய சேவைகளைச் செய்தார். அவர் நகரத்துக்குச் செல்வதற்கு முன்பாக பலாக்கொத்தில் இருந்த ஒவ்வொருவரிடமும் அவர்களுக்கு ஏதேனும் தேவைப்படுமா என்று கேட்பார். தேவை என்று சொன்னவற்றை அவர் திரும்பி வரும் போது தவறாமல் கொண்டு வருவார். அவருடைய இத்தகைய சேவைப் பணிகள் காரணமாக குஞ்சு சுவாமி அவருக்கு 'பலாக்கொத்து சர்வாதிகாரி' என்று பட்டப்பெயர் சூட்டிவிட்டார்.

பலாக்கொத்து சாதுக்களுக்காக இராமநாத பிரம்மச்சாரி எதுவும் செய்ய ஆயத்தமாக இருந்தார். சிலர் அவரது இந்த மனப்பான்மையை தங்களுக்கு சாதகமாக்கிக் கொண்டு அற்பமானதும், விரும்பத் தகாததுமான வேலைகளை அவருக்குக் கொடுத்தாலும், அவர் ஒரு போதும் முகம் கோணாமல் முடித்துக் கொடுப்பார். தனது கடமைகளை எல்லாம் அடக்கத்தோடும், மகிழ்ச்சியோடும் செய்வதிலும், பகவானுக்கு மிகுந்த அன்போடும் பக்தியோடும் தொண்டாற்றுவதிலும், ஒரு நல்ல பக்தர் எப்படி இருக்கவேண்டும் என்பதற்கு அவர் ஒரு தலை சிறந்த முன்னுதாரணமாகத் திகழ்ந்தார்.

பல்வேறு சாதனைகள்

ஆன்மீக அறிவுரைகளுக்காக பகவானிடம் வந்த சில கிராமவாசிகள் பற்றி எனக்கு ஒரு சமயம் ஒரு விஷயத்தைச் சொன்னார்கள். அவர்கள் அவரிடம் முக்தி அடைவதற்கு நேரான வழி எது என்று கேட்டார்களாம். பகவான் வழக்கம் போலவே ஆத்ம விசாரமே மிகச்சிறந்த பயனளிக்கக் கூடிய ஆத்ம சாதனை என்றார். அப்போது ஹாலில் இருந்த கணபதி முனியின் மாணவர் ஒருவர் கணபதி முனிவரிடம் சென்று நடந்த இந்தச் சம்பவத்தைப் பற்றிக் கூறியிருந்திருக்கிறார்.

கணபதி முனிவர், "அது எப்படி இப்படிப்பட்ட மக்களால் ஆத்ம விசாரப் பயிற்சி செய்ய முடியும்? அவர்கள் அறிவுரைக்கு என்னிடம் வந்திருந்தால் அவர்களுக்கு ஏதாவதொரு நாம ஜபத்தை கற்றுக்கொடுத்திருப்பேன்" என்று கூறியிருப்பார் போலும்.

இந்தக் கருத்தைப் பற்றிக் கேள்விப்பட்ட பகவான் ஹாலில் இருந்தவர்களிடம், "என்னிடம் யாராவது தியானத்தைப் பற்றிக் கேட்டால் நான் எப்பொழுதும் அவர்களுக்கு மிகச்சிறந்த அறிவுரையையே வழங்குவேன். அதாவது நான் அவர்களை ஆத்ம விசாரம் செய்யச் சொல்லுவேன். நான் வேறு ஏதாவது வழிமுறையைப் பின்பற்றும் படிச் சொன்னால், நான் அவர்களுக்கு தரம் குறைந்த ஆலோசனை வழங்கி ஏமாற்றியவன் ஆவேன். அவர் விரும்பினால் மக்களுக்கு ஜபம் செய்யக் கற்றுக் கொடுக்கட்டும். நான் மக்களுக்கு ஆத்ம விசாரத்தை மேற்கொள்ளும்படி மிகச்சிறந்த ஆலோசனையை வழங்கிக்கொண்டே இருப்பேன்," என்றார்.

பகவான் தன்னிடம் வருவோரில் பெரும்பாலாருக்கு ஆத்ம விசார நெறியையே பின்பற்றும்படி அறிவுரை வழங்கி மேற்போந்த அவரது அறிவிப்பை மெய்ப்பித்த போதிலும், அவர் வேறு பயிற்சி முறைகளைப் பரிந்துரைத்த சில சம்பவங்களும் உண்டு. அவர் ஒரு முறை ஒரு தாழ்த்தப்பட்ட வகுப்பைச் சேர்ந்த ஒரு பக்தருக்கு ஜபம் செய்வதற்கு ஒரு மந்திரத்தைக் கொடுத்துள்ளார். அத்துடன், சில சமயம் அவர் அருணாச்சலத்தைப் பற்றி இயற்றியுள்ள பாடல்கள் சிலவற்றை

அல்லது அனைத்தையும் பாராயணம் செய்யும்படி வருவோரிடம் கூறுவதுண்டு.

அருணாசல ஸ்துதிபஞ்சகத்தைப் பாராயணம் செய்யும்படி அறிவுரை வழங்கப்பெற்ற ஒரு கிராமவாசிகளின் குழு ஹாலைவிட்டு வெளியேறியதும், ஒரு பக்தர், "கல்வி அறிவில்லாத இவர்கள் போன்றோர் இந்தப்பாடல்களில் உள்ள இலக்கியத் தமிழை எப்படிப் புரிந்து கொள்ள முடியும்?" என்று கேட்டார்.

"அவர்கள் அதன் பொருளைப் புரிந்துகொள்ள வேண்டியதில்லை." என்று பதிலளித்தார் பகவான், "அந்தச் செய்யுட்களைத் திரும்பத் திரும்பக் கூறினாலே அவர்களுக்கு சில நன்மைகள் கிடைக்கும்."

இது போன்ற மற்றொரு சம்பவம் என் நினைவுக்கு வருகிறது. செல்லம்மாளின் பேத்தி பகவானைப் பார்க்க வரும்போதெல்லாம், பகவான் அவளை உபதேச உந்தியாரை உரக்கப் படிக்கும்படி கூறுவார். அவள் ஏதாவது பிழை செய்தால் பகவான் அவளது உச்சரிப்பைத் திருத்துவார்.

அவள் உலகியல் நாட்டமுள்ளப் பெண்ணாகத் தோன்றியதால் நான் பகவானிடம், "இந்தப் பெண்ணுக்கு ஞானத்தின் மீது எந்த விருப்பமும் இருப்பதாகத் தெரியவில்லை. இங்கு வரும் ஒவ்வொரு முறையும் அவளை ஏன் உபதேச உந்தியாரைப் படிக்கச் சொல்கிறீர்கள்?" எனக் கேட்டேன்.

பகவான் விளக்கினார், "எதிர்காலத்தில் அவளுக்குத் துன்பங்கள் வரும் போது இந்தப் பாடல்களின் ஞாபகம் அவளுக்கு உதவியாக இருக்கும்."

அந்தப் பெண் இப்பொழுது வயது முதிர்ந்தவளாக ஆகிவிட்டாள். நாங்கள் ஒருவரை ஒருவர் பார்த்துப் பல ஆண்டுகள் ஆகிவிட்டன. சில மாதங்களுக்கு முன்பு நான் அவளைப் பார்த்த போது, பகவான் அவளுக்குக் கற்றுக் கொடுத்த பாடல்களை நினைவு படுத்தினேன்.

"இந்தப் பாடல்கள் என் வாழ்நாளெல்லாம் நினைவில் இருந்த போதிலும், அண்மையில் தான் பகவான் அருளால் நான் அவற்றின் பொருளை உணரத் தொடங்கியுள்ளேன்" என்றாள் அந்தப் பெண்மணி.

சுய திருத்தம்

மற்றவர்களிடம் குற்றம் கண்டுபிடிப்பதை விட தன்னைத் தானே சீர்திருத்திக் கொள்ள வேண்டும் என்று பகவான் அறிவுறுத்துவார். நடைமுறையில் இதன் பொருள் மற்றவர்களின் எண்ணங்களையும், செயல்களையும் பற்றிக் குறை கூறுவதை விட, ஒருவர் தன்னுடைய மனதின் மூலத்தை, ஆதாரத்தைக் கண்டறிய வேண்டும் என்பதே.

இதே பொருள் குறித்து பகவான் வழங்கிய வழக்கமான பதில் ஒன்று என் நினைவுக்கு வருகிறது.

பகவானுடன் மிக நெருக்கமாக பழகி வந்த ஒரு பக்தர், "பகவானுடன் வசித்து வரும் சிலபக்தர்கள் மிகவும் வினோதமாக நடந்துகொள்கிறார்கள். அவர்கள் பகவான் அங்கீகரிக்காத பல காரியங்களைச் செய்வது போலத் தெரிகிறது. பகவான் ஏன் அவர்களைத் திருத்தக் கூடாது?" என்று பகவானிடம் கேட்டார்.

பகவான் பதிலளித்தார், "தன்னைத் தானே திருத்திக் கொண்டாலே முழு உலகையும்

திருத்தியதாகும். சூரியன் அதன்பாட்டுக்குப் பிரகாசிக்கிறது. அது யாரையும் திருத்துவதில்லை. அது பிரகாசிப்பதால் உலகம் முழுதும் வெளிச்சம் நிறைந்துள்ளது. உங்களை நீங்களே திருத்திக் கொள்வது உலகெங்கும் வெளிச்சத்தைப் பரப்ப ஒரு வழியாகும்."

ஒரு முறை, நான் ஹாலில் அமர்ந்திருந்த போது, அங்கே அமர்ந்திருந்த வேறொரு பக்தரைப் பற்றி யாரோ, "அவர் இங்கே தியானம் செய்யவில்லை, அவர் தூங்கிக் கொண்டிருக்கிறார்" என்று பகவானிடம் குறை கூறினார்.

"உனக்கு எப்படித் தெரியும்?" திருப்பிக் கேட்டார் பகவான். "நீயே தியானிப்பதை விட்டுவிட்டு அவரைப் பார்த்ததால் தான். முதலில் நீ உன்னை கவனி; மற்றவர்களின் பழக்கங்களில் நீ அக்கறை கொள்ள வேண்டியதில்லை."

பகவான் சில சமயம், "இங்கே வரும் சிலருக்கு இரண்டு நோக்கங்கள் இருக்கின்றன; அவர்களுக்கு பகவான் அப்பழுக்கற்றவராக இருக்க வேண்டும், மற்றும் ஆஸ்ரமமும் அப்பழுக்கற்றதாக இருக்க வேண்டும். இந்த லட்சியத்தை அடைவதற்காக அவர்கள் எல்லாவிதக் குற்றங்களையும் ஆலோசனைகளையும் கூறுவார்கள். அவர்கள் இங்கே வருவது தங்களைத் தாங்களே திருத்திக் கொள்வதற்காக அன்றி மற்றவர்களைத் திருத்தவே. இவர்கள் முதலில் பகவானிடம் எதற்காக வந்தோம் என்பதையே நினைவில் வைத்திருக்க மாட்டார்கள் போலத் தோன்றுகிறது. நமக்கு ஒரு நமஸ்காரம் செய்துவிட்டால் அதற்குப் பிறகு ஆஸ்ரமமே அவர்களது ராஜ்ஜியம் என்று நினைத்துக் கொள்கிறார்கள். அத்தகையவர்கள் நாம் என்ன செய்யவேண்டும் என்று அவர்கள் நினைக்கிறார்களோ அதை மட்டுமே நாம் செய்து கொண்டு அவர்களது அடிமைகள் போல நடந்துகொள்ள வேண்டும் என்று நினைக்கிறார்கள்," என்று கூறுவது வழக்கம்.

அருணாசல முதலியார்

திருவண்ணாமலையில் ஆவாரங்காட்டுத் தெரு என்று ஒரு தெரு உண்டு. இந்த நூற்றாண்டின் தொடக்கத்தில் அங்கே அந்தத் தெருவுக்கே உரிய ஒரு சிவ பஜனைக் குழு ஒன்று இருந்தது. அந்தக் குழுவின் தலைவரான அருணாசல முதலியார் பகவானைப் பார்க்க விருபாக்ஷ குகைக்கு வருவது வழக்கம். பல ஆண்டுகள் வராமல் இருந்து விட்டு, 1930-களில் ஒரு சமயம் அவர் பகவானைப் பார்க்க மீண்டும் வந்தார். அவர் நமஸ்காரம் செய்துவிட்டு பகவானை சற்று நேரம் உன்னிப்பாக ஆய்வு செய்தார்.

இறுதியாக அவர், "பகவானே, நீங்கள் மலையில் வசித்து வந்த போது சூரியனைப் போலப் பிரகாசித்தீர்கள்; ஆனால், இப்போது அந்த நிலை போய்விட்டது. இப்போது உங்கள் தம்பி வந்து விட்டார், இந்தப் பசுக்கள் எல்லாம் வந்துவிட்டன, இந்த தட்டுமுட்டுச் சாமான்கள் எல்லாம் வந்துவிட்டன. உங்களைக் கெடுத்துவிட்டார்கள்," என்றார்.

"ஆம்! ஆம்!" என்று தலையசைத்து ஆமோதித்து பகவான் உடனே ஒப்புக்கொண்டார்.

தன்னுடைய சக்திகளை எல்லாம் இழந்துவிட்டதாக பகவான் ஒப்புக்கொண்டதைக் கேட்டு அருணாச்சல முதலியார் மிகவும் மகிழ்ச்சி அடைந்தது போலத் தோன்றினார். அவர் மீண்டும் நமஸ்காரம் செய்துவிட்டு சின்னசுவாமியோடு பேசுவதற்கு சென்றுவிட்டார்.

அவர் ஹாலை விட்டு வெளியேறிய பின் நான் பகவானிடம் கேட்டேன், "நீங்கள் கெட்டுப் போய் விட்டதாக இந்த ஆள் சொன்னதற்கு நீங்கள் ஏன் ஒப்புக்கொண்டீர்கள்?"

பகவான் சிரித்துக் கொண்டே பதிலளித்தார், "ஏனென்றால், அது தான் உண்மை. என்னுடைய

'நான்' நிரந்தரமாகக் கெட்டுப் போய் விட்டது."

இந்த மனிதர் சொன்னதை பகவான் ஆமோதித்த போது எனக்கு மிகவும் அதிர்ச்சியாகவே இருந்தது. ஆனால், அவரது விளக்கத்தைக் கேட்ட போது எனக்குத் திடீரென்று மிகவும் மகிழ்ச்சியாக இருந்தது. ஏனென்றால், மாணிக்கவாசகரின் ஒரு பாடல் என் நினைவுக்கு வந்தது; "என் அகந்தை கெட்டு, என் தேகம் கெட்டு, என் ஜீவனும் கெட்டு, என் மனமும் கெட்டது."

விருபாக்ஷ குகைக்குச் செல்வதற்கு நீண்ட காலத்துக்கு முன்பே, பகவானது 'நான்' கெட்டுவிட்டது. அவர் ஏன் இந்த விதமாக பேசினாரென்றால், அந்த ஆளுக்கு, தன்னை உணர்ந்த ஒரு ஞானியால் மீண்டும் சம்சாரம் என்னும் உலகியலில் விழவே முடியாது என்பதைப் புரிந்துகொள்ளும் திறன் இல்லாததால் தான்.

இதே போன்ற ஒரு சம்பவம் பகவான் மலை மீது வசித்து வந்த போதே நிகழ்ந்தது. அருணாசல முதலியார் பகவானின் தத்துவத்திற்கு முற்றிலும் வேறுபட்ட, அன்னியமான ஒரு தத்துவத்தை மிகவும் விரிவாக விளக்கிக் கொண்டிருந்தார். அவர் விரிவுரை ஆற்றிக் கொண்டிருந்த போது அருணாசல முதலியார் சொல்வதை தான் ஏற்றுக் கொண்டது போலத் தோன்றுமாறு பகவான் அடிக்கடி தலையை ஆட்டிக் கொண்டிருந்தார்.

அருணாச்சல முதலியார் சென்ற பிறகு அவரது மகன் பகவானைக் கேட்டார், "அவர் சொல்வதை ஒப்புக்கொண்டது போல் ஏன் நீங்கள் நடித்தீர்கள்? அவர் சொன்னது சரியல்ல என்று உங்களுக்கே தெரியும்."

பகவான் அவருக்கு பதிலாக, "ஏனென்றால், உண்மையைத் துல்லியமாக வார்த்தைகளால் பகர முடியாது. எனவே, உண்மையைப் பற்றிய ஒருவரது அபிப்பிராயத்தை வேறு ஒரு சொற்குவியலைக் கொண்டு கேள்வி எழுப்புவதில் அர்த்தமில்லை. நீ அவரது கருத்துக்களை ஏற்றுக்கொள்ளவில்லை என்று எனக்குத் தெரியும். அதற்காக நீ அவரோடு சண்டை போட வேண்டியதில்லை. அவர் உனக்கு மூத்தவர். அவர் இப்படிப் பேசத் தொடங்கும் போதெல்லாம் அவர் என்ன சொன்னாலும் ஒத்துக்கொள்வதாலும் உனது வாதங்களை ஒத்திவைப்பதாலும் உனக்கு ஒரு தீங்கும் நேர்ந்துவிடாது."

1908-இல் பகவான் 'விசார சாகரம்' எனும் ஒரு மிகப் பெரிய தமிழ் நூலை ஒரு சில பக்கங்களில் சுருக்கி எழுதினார். இந்தச் சுருக்கப்பட்ட நூலை அவர் 'விசார சாகர சார சங்கிரகம்' என்று அழைத்தார். அந்தப் புத்தகத்தை பகவானின் சொந்த நூலாகவே அச்சிட்டு வெளியிடலாமா என்று அவரை அருணாசல முதலியார் கேட்டார். 1909-இல் அந்த நூல் வெளிவந்த போது அதுவே பகவானின் நூலாக அச்சேறிய இரண்டாவது நூலாக இருந்தது. முதல் நூல் 1908-இல் வெளியான அவரது மொழிபெயர்ப்பான 'விவேக சூடாமணி' ஆகும்.

பல ஆண்டுகள் கழித்து முனகல வெங்கடராமையர் 'விசார சாகர சார சங்கிரகம்' நூலின் ஆங்கில மொழிபெயர்ப்பை (மவுண்டன் பாத்-1984, பக்கம் 93-இல் காண்க) வெளியிட ஏற்பாடு செய்துகொண்டிருந்த போது தான் பகவான், தானே அதன் ஆசிரியர் என்று ஒப்புக் கொண்டார். பகவானே அதன் ஆசிரியர் என்பது உறுதி செய்யப்பட்ட பிறகு அந்நூலின் பெயர் 'விசார மணி மாலை' என்று மாற்றப்பட்டது.

குறையுடைய உலகம்

சுப்ரமணியருக்கும் பிரம்மனுக்கும் இடையில் ஏற்பட்ட ஒரு வாக்குவாதம் பற்றிய புராணக் கதை ஒன்றை பகவான் ஒரு சமயம் எனக்குக் கூறினார்.

பிரம்மன் படைத்த உலகத்தைப் பார்த்த சுப்ரமணியருக்கு உலகத்தில் எல்லோருமே பொறாமை, கோபம், பேராசை போன்ற குணங்களால் பீடிக்கப்பட்டிருப்பதாகத் தெரிந்தது. இன்னும் சற்று நீண்ட நேரம் அவர் உலகைக் கவனித்தார். மக்கள் ஏறக்குறைய எப்பொழுதுமே துன்பப்பட்டுக் கொண்டிருப்பதும், ஒருவரோடொருவர் போராடிக்கொண்டும் வாக்குவாதத்தில் ஈடுபடுவதும் தெரிந்தது. அவர் பிரம்மனிடம் அவருடைய படைப்பு மோசமான குறைபாடுகளை கொண்டதாக இருக்கிறது என்றார்.

"நீர் பிரபஞ்சத்தை மிகச்சரியானதாக குறைபாடுகள் இல்லாததாக படைத்திருக்க வேண்டும்." என்றார் சுப்ரமணியர். "நீர் ஏன் உலகத்தை இப்படிப்பட்ட கெட்டவர்களைக் கொண்டு நிரப்பியிருக்கிறீர்?"

தான் எந்தத் தவறும் செய்ததாக பிரம்மன் ஒப்புக் கொள்ளாத போது இரு கடவுளர்களுக்கும் இடையே மூண்ட பூசலானது, சுப்ரமணியர் பிரம்மனை அடக்கி சிறைப்படுத்தி அவனது படைப்பு முழுவதையும் அழித்த பிறகு தான் முடிவுக்கு வந்தது.

தன்னுடைய வாதத்தில் இருந்த நியாயத்தை மெய்ப்பிக்க சுப்ரமணியர் அதன் பிறகு எல்லா விதத்திலும் முழுமையான ஒரு உலகத்தைப் படைக்கத் தீர்மானித்தார். தன் படைப்புப் பணியைத் தொடங்கிய அவருக்கு விரைவிலேயே தான் படைத்த உலகில் எவ்வித உயிர்ப்பையும், இயக்கத்தையும் கொண்டுவர முடியாமல் இருப்பது தெரிய வந்தது. அவர் படைத்த சூரியனும் சந்திரனும் கூட வான வீதியில் சுற்றி வர மறுத்தன. ஏனென்றால், உலகில் ஞானிகள் மற்றுமே வசித்தார்கள்; எங்கு பார்த்தாலும் முற்றிலும் சலனமற்ற நிலைமை நிலவியது.

சில காலத்துக்குப் பிறகு வந்து பார்த்த சிவபெருமான், "நீ ஏன் பிரம்மனை சிறையில் அடைத்து விட்டாய்?" எனக் கேட்டார்.

சுப்ரமணியர் பதிலளித்தார், "அந்த ஆள் நிறைய குளறுபடி செய்கிறார். எப்பொழுதும் வாக்குவாதம் செய்துகொண்டு, பிரச்சினைகளை உண்டாக்கும் மக்களையே படைத்துக் கொண்டிருக்கிறார். என்னுடைய படைப்பைப் பாருங்கள்! எல்லோரும் ஆத்மாவில் நிலைபெற்ற நிஷ்டர்கள்."

சிவபெருமான் கருத்துரைப்பதற்கு முன்பாக சற்று நேரம் உலகை ஆய்வு செய்தார், "உலகில் எந்த இயக்கமும் இல்லை, சூரியன் இல்லை, சந்திரன் இல்லை, நீ ஒரு சூன்ய உலகத்தைப் படைத்திருக்கிறாய்," என்றார்.

தன் படைப்பைத் திரும்பவும் பார்வையிட்ட சுப்ரமணியர், சிவபெருமான் கூறியதைச் சரியென்றே ஒப்புக்கொண்டார். அவர் பிரம்மனைச் சிறையிலிருந்து விடுவித்து முழுமை பெற்ற மற்றொரு உலகத்தைப் படைக்க அனுமதியளித்தார்.

'முழுமையான உலகம் என்று ஒன்று ஒருபோதும் இருக்கவே முடியாது; ஏனென்றால், உலகம் எப்பொழுதுமே ஒரு முழுமையற்ற மனதின் படைப்பாகவே இருக்கின்றது. ஒரு முழுமையற்ற ஒரு கருவியைக் கொண்டு முழுமையான ஒன்றை ஆக்கவே முடியாது,' என்று பகவான் கூறுவது வழக்கம்.

"மனம் இருக்கும் வரை நல்லதும் கெட்டதும் இருக்கும். ஆனால் மனமே இல்லாத ஞானிகளுக்கு நல்லதும் இல்லை, கெட்டதும் இல்லை, உலகே இல்லை" என்றும் அவர் சொல்வது வழக்கம்.

படைப்பைப் பற்றிய மற்றொரு குட்டிக் கதையை இங்கே குறிப்பிடுவது பொருத்தமாகும்;

ஆறாம் நூற்றாண்டைச் சேர்ந்த சைவ குருமார்கள் நால்வரில் ஒருவரான திருஞான சம்பந்தர் தென்னாட்டில் தலயாத்திரை மேற்கொண்டிருந்த போது தான் அதுவரை தரிசிக்காத ஒரு ஆலயத்தை அடைந்தார்.

அவர் அதற்குள்ளே நுழைவதற்கு முன்பாக அவருக்கு ஒரு கனவு; அதில் சிவபெருமான் தோன்றி, "உனக்கு ஒரு முத்துப் பல்லக்கு வழங்கப்படும்" என்றார்.

அந்த நாள் சிவபெருமான் அந்த ஆலயத்தின் அறங்காவலர்களுள் ஒருவரது கனவில், "உங்களுடைய பண்டகசாலையில் ஒரு முத்துப்பல்லக்கு உள்ளது. அதை ஞானசம்பந்தர் பயன்பாட்டுக்கு வழங்குக" என்று கூறியுள்ளார்.

பண்டகசாலைக்குச் சென்று அங்கிருந்த பல்லக்கை பார்த்த அந்த அறங்காவலர் அதை எடுத்து திருஞான சம்பந்தருக்கு வழங்கினார். அந்தப் பல்லக்கு அந்த ஆலயத்தின் உடைமைகளுள் ஒன்றாக இருந்ததில்லை. அது அறங்காவலர் கனவில் சிவபெருமான் தோன்றிய அன்று தான் மர்மமான முறையில் அங்கே தோன்றியுள்ளது.

நாங்கள் ஹாலில் அமர்ந்திருந்த போது பகவான் எங்களுக்கு இந்தக் கதையைக் கூறினார். கதை சொல்லி முடித்ததும் பகவானிடம் நான் கேட்டேன், "அந்தப் பண்டகசாலையில் அந்தப் பல்லக்கு எப்படித் தோன்றியது?"

பகவான், "ஒரு கணத்தில் இந்தப் பிரபஞ்சத்தையே படைக்க வல்ல கடவுளுக்கு ஒரு சிறிய பல்லக்கைப் படைப்பதா கடினம்?" என பதிலளித்தார்.

சமாதியும் பிராணாயாமமும்

தமிழ் பாராயணத்தைக் கேட்டுக்கொண்டே சில சமயம் பகவான் சமாதி நிலைக்குச் சென்று விடுவார்.

ஸ்கந்தாஸ்ரமத்திலும், ஸ்ரீ ரமணாஸ்ரமத்தில் 1920-களின் தொடக்கத்திலும் இப்படி அடிக்கடி நடந்தது என்று நான் கேள்விப்பட்டிருந்தேன். ஆனால், நான் ஆஸ்ரமத்துக்கு வந்து சேர்ந்த காலத்தில் அத்தகைய நிகழ்வுகள் பெரிதும் அரிதாகவே இருந்தன.

இப்படி நிகழ்வதை நான் முதன் முதலில் பார்த்த போது தண்டபாணி சுவாமி ஆஸ்ரம நிர்வாகியாக இருந்தார். மாலை நேர பாராயணத்தின் போது சமாதியிலாழ்ந்த பகவான் இரவு உணவுக்கான மணி அடித்தும் வெளிவராமலே இருந்தார். அவருக்கு விழிப்பூட்டும் முயற்சியாக, தண்டபாணி சுவாமி பகவானின் காதில் திரும்பத் திரும்ப சங்கை வைத்து ஊத, மற்றொரு பக்தர் அவரது கால்களைப் பிடித்து உலுக்கத் தொடங்கினார். இந்த இரு நடவடிக்கைகளாலுமே எந்தப் பயனும் இல்லை. இறுதியாக அவர்களுடைய உதவி எதுவும் இல்லாமலேயே சுமார் ஐந்து நிமிடம் கழித்து பகவான் இயல்பான உணர்வு நிலைக்குத் திரும்பினார்.

இந்த நிலைகளில் சற்று ஆர்வமடைந்த நான் பகவானிடம் ஒரு முறை, "சமாதி என்றால் என்ன?" என்று கேட்டேன்.

அதற்கு விடையாக பகவான் எனக்கு ரிபு கீதையின் நாற்பத்து மூன்றாம் அத்தியாயத்தில் உள்ள 25 ஆவது செய்யுளைக் காட்டினார். அதில் நிதாகன் தனது குரு ரிபுவுக்கு, தான் சமாதி நிலையை

எப்படி அடைந்தார் என்று விளக்குகிறார்.

"'நான்' எப்போதும் பிரம்மமே, பிரம்மமே 'நான்' - இந்த உறுதிப்பாடு திடமாக அனுபவப்படும் போது அதுவே அசைக்கப்படாத சமாதி எனப்படுகிறது. எல்லா வித இருமைத் தோற்றங்களிலிருந்தும் விடுபட்டு, எண்ணமற்ற, வேறுபாடற்ற நிலையில் உணர்வாய் உறுதியாய் இருப்பது நிர்விகல்ப சமாதி.

என் தலைவா, இந்த இருவகை சமாதி நிலைகளாலும் நான் ஜீவன் முக்தி நிலையின் பரமானந்தத்தை அடைந்து (வாழும் காலத்திலேயே முக்தனாகி) மாசற்ற முழுமுதற் பொருளாக உள்ளேன்."

பகவான் ஒரு சமயம் நிர்விகல்ப சமாதியின் உண்மை இயல்பை பின் வருமாறு வரையறை செய்தார்; "வெறுமனே வெளியே வேறுபாடுகளை காணாது இருப்பது மட்டும் உறுதியான நிர்விகல்பத்தின் உண்மையான இயல்பாகாது. **மனம் இறந்த நிலையில் வேறுபாடுகள் உதிக்காமல் இருப்பது மட்டுமே உண்மையான நிர்விகல்பம் என்று அறிவாய்.**" - குருவாசகக்கோவை, 893 ஆம் பாடல் - உள்ளது உள்ளபடி இரு (Be as you are) பக். 161 இல் மேற்கோள் காட்டியபடி.

பகவான் சில சமயம் வேறு சூழ்நிலைகளிலும் சமாதியில் ஆழ்ந்துள்ளார். தாயார் சன்னிதியில் நான் ஒரு முறை மாலை தொடுத்துக்கொண்டிருந்த போது பகவான் வந்து பக்கத்தில் அமர்ந்தார். ஒரு சில வார்த்தைகளைப் பேசிவிட்டு பகவான் கண்களைத் திறந்தவாறே ஆழ்ந்த சமாதி நிலைக்கு சென்றவர் சுமார் அரை மணி நேரம் அசையவே இல்லை. அவரது மூச்சின் அசைவே நின்று போகும் அளவுக்கு சிலை போல ஆகி விட்டார். கண்கள் சிமிட்டவோ, அசையவோ இல்லை; மூச்சு விடும் அறிகுறியே இல்லை. நான் அவரது முகத்தின் முன்னால் என் கையைக் கொண்டு சென்று சோதித்தேன், உடம்பில் ஒரு சலனமும் இல்லை. அவர் இயல்பு நிலைக்குத் திரும்பியதும் சிரித்துக் கொண்டே, எதுவும் நடக்காதது போல் தொடர்ந்தார்.

இது போன்ற ஆழ்ந்த சமாதி நிலைகள் சாதாரண நிகழ்வல்ல என்றாலும், பாராயணத்தின் போதெல்லாம் பகவான் எப்பொழுதும் ஏதோ ஒரு வகை சிறிய சமாதி நிலையில் இருப்பது போலவே தோன்றிற்று. கண்களில் ஒரு வகை ஒளி வீச அவர் சிலை போல அமர்ந்து இருப்பார். அதன் பிறகு பெரும்பாலும் பாராயணத்தின் பெரும்பகுதியைக் கேட்டதாகவே நினைவில்லை என்பார்.

எனக்கு ஒரு சுவையான சம்பவம் நினைவுக்கு வருகிறது. அந்தச் சம்பவம் ஒரு நாள் அதிகாலையில் பாராயணத்துக்கு முன்னதாக நிகழ்ந்தது. பல வாரங்களாக பகவான் இரவில் போதுமான உணவை உண்ணாமல் இருந்திருக்கிறார். அதன் விளைவாக மறு நாள் காலை 4.00 மணி அளவில் அவருக்கு சற்று பசியெடுக்கும். அந்தப் பசியை தணிக்க பகவான் தமது குமுட்டி அடுப்பில் நிலக்கடலையை வறுத்து உண்பார். அதை வறுத்த பிறகு அவரது அணுக்கத் தொண்டர் கிருஷ்ண சுவாமிக்கும் அந்த நேரத்தில் அங்கே இருந்தவர்களுக்கும் சிறிது வழங்குவார்.

குறிப்பிட்ட இந்த நாளன்று பகவான் தமது நிலக்கடலையை வெளியே எடுத்து கிருஷ்ண சுவாமியிடம், "அவர்கள் வேத பாராயணம் தொடங்குவதற்கு முன்பாக நாம் 'நிலக்கடலை பாராயணத்தை' நடத்துவோம்." என்று நகைச்சுவையாகக் கூறினார்.

அனுதினமும் வடமொழியில் ஓதப்படும் வேத பாராயணம் 1935-இல் தொடங்கப்பட்டதாகும். அதற்கு முன்பு நாள்தோறும் இரு முறை நடந்த பாராயணத்தில் தமிழ்ச் செய்யுள்கள்

மற்றுமே இடம் பெற்றிருந்தன.

வழக்கமான பாராயணத்தோடு கூட நாங்கள் ரிபு கீதையிலிருந்தும் நிறைய ஓதினோம். இந்த நூலைப் பற்றி பகவான் மிக உயர்ந்த மதிப்பு வைத்திருந்தார். எங்களில் பலருக்கும் அவர் இதனைச் சாதனையின் ஒரு பகுதியாக வாசிக்கும்படி அறிவுறுத்தியுள்ளார். இந்நூலை இடைவிடாமல் படித்தாலே சமாதி நிலையை அடையலாம் என்று கூட அவர் கூறியுள்ளார். இந்த நூலை வழக்கமாக வாசிக்கும்படி அறிவுறுத்தப்பட்ட பக்தர்களுள் நானும் ஒருவன். வழக்கமான பாராயணங்கள் காலையும் மாலையும் குறிப்பிட்ட நேரப்படி நடந்தன; ஆனால் ரிபுகீதை வாசிப்பு ஒரு முறையின்றி நடந்தது. சில சமயம் அதை பிற்பகல் மூன்று மணியளவிலும், சில சமயம் இரவு எட்டு மணியளவிலும் வாசிப்போம்.

வழக்கமான பாராயணம் முடிவுற்றதும் பகவானும், கூடியிருக்கும் பக்தர்களும் பெரும்பாலும் சுமார் அரை மணி நேரம் மௌனமாக அமர்ந்திருப்பார்கள். ஒரு சமயம் நான் கட்டிடப் பணிகளை மேற்பார்வை செய்து வந்த காலத்தில், இந்த மௌன வேளையின் போது நான் ஹாலுக்குள் நுழைந்து பகவானுக்கு சாஷ்டாங்க நமஸ்காரம் செய்தேன். அது வரை கண்களை மூடிக்கொண்டு உட்கார்ந்திருந்த பகவான், உடனடியாகக் கண்களைத் திறந்து கட்டிட வேலைகளைப் பற்றிப் பேசத் தொடங்கினார்.

எங்கள் உரையாடல் முடிவுற்றதும், பக்தர்களுள் ஒருவர் பகவானைப் பார்த்து, "நீங்கள் மௌனமாக கண்களை மூடி அமர்ந்திருந்தீர்கள். அண்ணாமலை சுவாமி தென்பட்டதும் உடனே கண்களைத் திறந்து கட்டிட வேலை பற்றி பேசத் தொடங்கி விட்டீர்கள்," என்றார்.

இந்தப் பூடகமான கேள்விக்கு பதிலளிக்கும் வகையில் பகவான், "அண்ணாமலை சுவாமியின் மனதில் கட்டிட வேலை பற்றிய எண்ணங்களே நிறைந்திருந்தன. நீங்களெல்லாம் இங்கே மௌனமாகவும், அமைதியகவும் அமர்ந்திருக்கிறீர்கள். நானும் மௌனமாக இருந்தேன். அண்ணாமலை சுவாமி ஆஸ்ரமத்தின் எல்லாக் கட்டிடப் பணிகளையும் தன் தலையில் சுமந்து கொண்டிருக்கிறார். அவர் இந்த ஹாலுக்குள் நுழைந்ததும் இந்தக் கட்டிட சிந்தனைகள் எல்லாம் என்னைப் பேச வைத்து விட்டன," என்று பதில் கூறினார்.

நமஸ்காரங்கள்

பகவான் எப்போதாவது பக்தர்கள், அளவுக்கு அதிகமாகவோ அல்லது பக்தி இல்லாமல் கவனக் குறைவாகவோ நெடுஞ்சாண் கிடையாக விழுந்து வணங்கும் போது எரிச்சலடைவதுண்டு. இதற்கு நான் பல எடுத்துக்காட்டுகளைத் தர முடியும். நான் ஒரு சமயம் தாயார் பூஜைக்காக மாலை தொடுத்துக் கொண்டிருந்தேன். அப்போது பகவான் ஆலயத்திற்குள் வந்து பத்மாசனத்தில் அமர்ந்தார்.

நான் அவருக்கு சாஷ்டாங்க நமஸ்காரம் செய்து கொண்டிருந்த போது அவர், "நீ இப்படிச் செய்தால் மற்ற எல்லோரும் இப்படியே செய்வதற்கு கடமைப்பட்டவர்களாக நினைப்பார்கள். நீங்கள் எல்லாம் ஏன் இது போல நமஸ்காரம் செய்கிறீர்கள்? நான் உங்களை விட உயர்ந்தவன் என்று நினைக்கவில்லை, நாமெல்லாம் ஒன்றே!" என்று அறிவுறுத்தினார்.

மற்றவர்கள் இந்தக் குறிப்பை சட்டை செய்யாமல் தங்களது சாஷ்டாங்க நமஸ்காரங்களைத் தொடர்ந்துகொண்டிருந்தார்கள்.

பகவான் ஹாலை விட்டு வெளியேறும் போது பக்தர்கள் யாரேனும் தரையில் உட்கார்ந்திருந்தால், அவர்கள் மரியாதைக்காக உடனே எழுந்து நிற்பார்கள். இந்த இயந்திரத்தனமான போலி

மரியாதை சில சமயங்களில் அவருக்கு எரிச்சலூட்டுவதுண்டு.

அத்தகைய ஒரு சந்தர்ப்பத்தின் போது அவர் நின்று கொண்டிருந்த பக்தர்களைப் பார்த்து, "நீங்கள் ஏன் இப்படி நின்று கொண்டிருக்கிறீர்கள்? தரையிலேயே உட்கார்ந்து கொண்டிருக்க வேண்டியது தானே! நான் என்ன புலியா, பாம்பா, நான் கண்ணில் படும் ஒவ்வொரு முறையும் நீங்கள் சடக்கென்று எழுவதற்கு?" என்று கூறினார்.

மற்றொரு சமயம், பகவான் மலையடிவாரத்தை ஒட்டி உலாவச் சென்று கொண்டிருந்த போது, ஆஸ்ரமப் பணியாளர் ஒருவர் அவரைப் பார்த்ததும் தன் வேலையை நிறுத்தி விட்டு, தரையில் நெடுஞ்சாண் கிடையாக வீழ்ந்து வணங்கினார்.

பகவான் அவருக்கு, "நீ உன் கடமையை ஒழுங்காகச் செய்தால் அதுவே மிகப் பெரிய நமஸ்காரம். ஒவ்வொருவரும் தனக்கென்று உள்ள கடமையை – ஸ்வதர்மத்தை - அதிலிருந்து தடம் புறளாமல் செய்து வந்தால், ஆன்மாவை அடைய அதுவே எளிய வழியாகும்," என்றார்.

பகவான் ஒரு சமயம் நமஸ்காரத்தின் தத்துவத்தை விளக்கிக்கூறி மக்கள் தமக்குத் தொடர்ந்து சாஷ்டாங்க நமஸ்காரம் செய்வது ஏன் தனக்குப் பிடிக்கவில்லை என்பதை விளக்கினார்.

"தொடக்கத்தில் மக்கள் தங்கள் மனதையும், உடம்பையும் கடவுளுக்கு அர்ப்பணிப்பதற்கான ஓர் உதவியாக பெரியவர்கள் நமஸ்காரத்தை அறிமுகம் செய்து வைத்தார்கள். இந்த உண்மையான நோக்கம் முழுவதுமாகத் தொலைந்து போய்விட்டது. இப்போதெல்லாம், 'நாம் சுவாமிக்கு ஒரு நமஸ்காரத்தைப் போட்டால் போதும் அவரை நம் விருப்பப்படி செயல்பட வசியப்படுத்துவதற்கு' என்று மக்கள் நினைத்துக் கொள்கிறார்கள். இது பெரும் தவறு; ஏனென்றால், சுவாமியை ஒருபோதும் ஏமாற்ற முடியாது. தவறான நோக்கங்களுக்காக நமஸ்காரம் செய்பவர்கள் தான் ஏமாற்றமடைவார்கள். இங்கே வந்து மக்கள் எனக்கு நமஸ்காரம் செய்வதை நான் பார்க்க விரும்புவதில்லை. என்ன நமஸ்காரம் வேண்டிக் கிடக்கிறது? ஒருவர் தன் மனதை சரியான ஆன்மிகப் பாதையில் வைத்திருப்பது மட்டுமே மிகப் பெரிய நமஸ்காரம்."

நாங்கள் அன்போடு நமஸ்காரம் செய்தால், பகவான் அதைத் தவறாக நினைக்கவில்லை என்று தோன்றியது; பக்தியால் அன்றி பழக்கம் காரணமாக மட்டும் நாங்கள் நமஸ்காரம் செய்து கொண்டு இருந்தோம் என்று அவர் நினைத்த சில சமயங்களில் மட்டுமே அவர் அதற்கு மறுப்பு தெரிவித்தார்.

இதை விளக்கும் வகையிலான சம்பவம் என் நினைவுக்கு வருகிறது. ஒரு நாள் மதிய உணவுக்குப் பிறகு நான் பகவானுடன் பலாக்கொத்தில் உலாவிக் கொண்டிருந்தேன். பகவான் ஒரு புதர் மறைவில் மலசலம் கழிக்கச் சென்றார் – அந்தக் காலத்தில் ஆஸ்ரமத்தில் முறையான கழிப்பிட வசதியெல்லாம் கிடையாது. அவர் திரும்பி வருவதற்காக காத்திருந்த போது, ஒரு பெரிய ராணுவ படைப் பிரிவு பெங்களூரை நோக்கிச் சென்று கொண்டிருந்ததை கவனித்தேன். பக்தனான ஒரு படை வீரர் தன் வாகனத்தை நிறுத்தி விட்டு, வெளியே வந்து ஆஸ்ரமத்துக்குள் ஓடினார். அவர் பெரும் அவசரத்தில் இருந்தது வெளிப்படையாகத் தெரிந்தது. ஏனென்றால், அவர் அந்தப் படைப் பிரிவோடு கூடவே சென்றாக வேண்டும். அவர் ஆஸ்ரமத்துக்குள் ஓடிச் சென்று உடனே, பகவான் எங்கே என்று கேட்டார் என்று ஆஸ்ரமத்தில் இருந்த பக்தர்கள் பிற்பாடு என்னிடம் கூறினார்கள். பகவான் பலாக்கொத்துக்கு சென்றுள்ளார் என்று அவருக்குத் தெரிவிக்கப் பட்டதும், அவர் ஓடிக்கொண்டே சில நிமிடங்களில் என்னிடம் வந்தடைந்தார்.

'பகவான் எங்கே? பகவான் எங்கே? என்று அவர் கூவிக்கொண்டே வந்ததால், பகவான் எழுந்து

நின்று புதரின் பின்புறமிருந்து வெளியே வந்தார்.

அது ஆண்டின் மிகவும் வெப்பமான காலத்தின் நண்பகல் நேரம், அங்கிருந்த மணலும், கற்களும் தொட்டாலே சுட்டுப்பொசுக்கும் அளவுக்குச் சூடு! இருந்தாலும் அந்தப் படை வீரர் பகவான் முன்னால் நெடுஞ்சாண் கிடையாக விழுந்து வணங்கினார்.

சில நொடிகள் கழித்து அவர் பகவானிடம் உணர்ச்சி பொங்கச் சொன்னார், "எனது கர்மா ரொம்ப கடினமானது, ஒரு சில வினாடிகளுக்கு மேல் என்னால் இங்கே நிற்க முடியாது. தயவுசெய்து என்னை ஆசிர்வதியுங்கள்."

நாங்கள் ஆஸ்ரமத்தை நோக்கி நடந்து கொண்டிருந்த போது, "மிகச்சிக்கலான கர்மா இருந்த போதிலும், என்னை வந்து பார்த்து விட வேண்டுமென்ற ஒரு மிக பலமான உந்துதல் அவருக்கு இருந்தது. ஒரு உன்னதமான பக்தி நிலையை அவர் அடைந்திருப்பதை அவரது செயல்களே காட்டுகின்றன," என பகவான் அந்தப் படைவீரரின் செய்கையைப் புகழ்ந்தார்.

பகவான் பலாக்கொத்திலோ அல்லது மலை மீதோ உலாவச் செல்லும் போது, அவரது அணுக்கத் தொண்டர் மட்டுமே உடன் செல்லலாம் என்ற ஒரு விதி இருந்தது. மற்ற யாரும் பகவான் அருகில் வராமலும், கேள்விகள் கேட்காமலும் பார்த்துக் கொள்ள அந்த அணுக்கத் தொண்டருக்கு கட்டளையிடப் பட்டிருந்தது.

எப்போதாவது ஹாலில் வெளிப்படையாகப் பேச விரும்பாத பிரச்சினைகள் உடைய பக்தர்கள், அவர் உலாவிக்கொண்டிருக்கும் போது அவரைப் பார்த்து தங்கள் பிரச்சினையைப் பேசுவார்கள்; ஆனால், இந்தச் சலுகை நெருக்கமான பக்தர்களுக்கு மட்டுமே வழங்கப் பட்டது. மற்றவர்கள் எல்லாம் விலக்கி வைக்கப்பட்டார்கள். நான் விதியை கண்டிப்பாக பின்பற்றியிருந்தால், அந்தப் படை வீரரை பகவானிடமிருந்து தூரவே நிறுத்தியிருப்பேன்; ஆனால், அவர் மிகவும் அவசரத்தில் இருந்தது தெரிந்ததால் அவர் ஒரு சிறிய தரிசனம் பெறுவதைத் தடுக்க நான் எந்த முயற்சியும் செய்யவில்லை.

ஒரு பக்தர் தன் காலில் விழுவதை பகவான் ஏற்றுக்கொண்ட மற்றொரு சம்பவம் என் நினைவுக்கு வருகிறது. பகவான் ஹாலுக்கு வெளியே ஒரு சோஃபாவில் அமர்ந்திருந்தார். அப்போது பக்தர்கள் பலரும் வந்து சாஷ்டாங்க நமஸ்காரம் செய்துவிட்டு சென்று கொண்டிருந்தார்கள். ஒரு கிறிஸ்தவ பாதிரியார் ஆஸ்ரமத்துக்குள் வந்தார்; ஆனால், அவர் பகவானுக்கு அருகில் வரவுமில்லை, நமஸ்காரமும் செய்யவில்லை. அவர் தூரத்திலேயே நின்று கொண்டு சுமார் நாற்பந்தைந்து நிமிடம் வியப்போடு பார்த்துக் கொண்டிருந்தார். இறுதியாக, ஒரு மரம் சாய்வது போல் தரையில் நெடுஞ்சாண் கிடையாக விழுந்து வணங்கிவிட்டு விடை பெற்றார். பகவானின் பெருமையை உணர்த்தும் விதமாக அவருக்கு ஏதோ ஒரு அனுபவம் ஏற்பட்டிருந்தது தெளிவாகத் தெரிந்தது; ஆனால், அது என்ன அனுபவம் என்று எங்களால் ஒருபோதும் தெரிந்துகொள்ள முடியாதவாறு அவர் ஒரு வார்தையும் பேசாமலே சென்று விட்டார்.

அவர் சென்ற பிறகு பகவான் சிரித்துக் கொண்டே சொன்னார், "அதற்கு மேல் அவரால் நமஸ்காரம் செய்யாமல் இருக்கும்படி தன்னைக் கட்டுப்படுத்திக்கொள்ள முடியவில்லை."

ஒரு முறை ஒரு பக்தர் பகவானிடம் வந்து அவரை விழுந்து வணங்கிக் காலைத் தொட்டுக் கும்பிடலாமா என்று கேட்டார்.

பகவான் பதிலளித்தார், "பகவானின் உண்மையான பாதம் பக்தனின் இதயத்தில் தான் உள்ளது.

இடைவிடாமல் அதைப் பற்றிக் கொண்டிருப்பதே உண்மையான சந்தோஷம். நீ என்னுடைய இந்தத் ஸ்தூலமான காலைப் பிடித்தால் ஏமாந்து போவாய்; ஏனென்றால், என்றாவது ஒரு நாள் இந்தத் ஸ்தூல உடம்பு மறைந்து தான் போகும். ஒருவருக்கு உள்ளே உள்ள குருவின் திருவடியை வழிபடுவது தான் மிகவும் உன்னதமான வழிபாடு."

நிர்வாகிகளும், நிர்வாகிகளாக வர இருப்போரும்

நான் முதன் முதலாக பகவானிடம் வந்த போது முருகனாரின் மாமனாரான தண்டபாணி சுவாமி ஆஸ்ரமத்தை நிர்வாகம் செய்து வந்தார். அவர் பணத்தை தாராளமாக செலவழிப்பதிலும் நல்ல உணவைச் சாப்பிடுவதிலும் மகிழ்ந்து திளைப்பவராகவும், உருவில் பெரிய பலம் வாய்ந்த மனிதராகவும் இருந்தார். அவர் நிர்வாகியாக இருந்த ஆண்டுகளில் ஆஸ்ரமப் பணத்தை மிகத் தாராளமாக செலவு செய்தார்; அதன் விளைவாக நாங்கள் அடிக்கடி கடனாளியாக ஆக வேண்டியிருந்தது. அந்த நாட்களில் ஆஸ்ரமம் மிகவும் ஏழ்மையில் இருந்தது.பணம் என்பது அரிதானதாக இருந்தது; பக்தர்கள் வழங்கிய நன்கொடைகள் எங்களது கடன்களை அடைக்கவே பயன்பட்டது. அதிர்ஷ்டவசமாக, எங்களுடைய தேவைகள் மிகச்சிலவாகவே இருந்தன. உணவைத் தவிர வேறெதையும் நாங்கள் அரிதாகவே வாங்க வேண்டியதாக இருந்தது. பக்தர்கள் வழங்கிய உணவு எங்கள் எல்லோருக்கும் போதுமானதாக இல்லாவிட்டால், நாங்கள் நகரத்தில் இருந்த ஒரு பக்தருக்குச் சொந்தமான கடையிலிருந்து உணவு வாங்கி வந்து அதை எங்களிடம் இருப்பதோடு கலந்து சமாளிப்பது எங்கள் வழக்கம். கோவிலுக்கு அருகில் திருஷூடல் தெருவை அடுத்து இருந்த அந்தக் கடை முதலாளியின் சொந்த ஊர் போளூர் என்பதால் அந்தக் கடை 'போளூரான் கடை' என்று அழைக்கப்பட்டது. அந்த முதலாளி எங்களுக்கு அளவில்லாமல் கடன் வசதி வழங்கியிருந்தார்; ஏனென்றால், உடனேயோ அல்லது சற்று மெதுவாகவோ யாராவது ஒரு பணக்கார பக்தர் வந்து எல்லாக் கடனையும் அடைத்து விடுவார் என்று அவருக்குத் தெரிந்திருந்தது.

இப்படிப்பட்ட கைக்கும் வாய்க்குமான வாழ்க்கை தண்டபாணி சுவாமியின் ஊதாரித்தனத்தால் மேலும் மோசம் அடைந்தது. யாராவது வந்து சிறிது பணம் நன்கொடை வழங்கினால், தண்டபாணி சுவாமி அதை முழுவதும் வடை, பாயசம், பாதாம் அல்வா போன்ற விலை உயர்ந்த உணவு வகைகளில் செலவிட்டு விடுவார். இரண்டு நாட்களுக்கு நாங்கள் அரசர்கள்போல விருந்துண்டு வாழ்வோம். அதன் பிறகு மூன்றாம் நாள், எங்களில்யாராவது ஒருவர் போளூரான் கடைக்குச் சென்று அடுத்த நாள் உணவைக் கடனாக வாங்கிவர வேண்டியதாக இருக்கும். பணம் கொஞ்சமாக அல்லது அறவே இல்லாமல் இருக்கும் போது கூட தண்டபாணி சுவாமி தாராளமாகவே செலவழிப்பார். ஒரு சமயம் அவர் தனது உறவினரில் ஒருவரை மாதம் பதினைந்து ரூபாய் சம்பளத்திற்கு சமையல்காரராக வேலைக்கு அமர்த்தினார். அவருக்கு சம்பளம் தர ஆஸ்ரமத்தில் பணம் இல்லை; மேலும் அவர் சமைத்த உணவும் கடனாக வாங்கப்பட்ட பொருட்களிலிருந்து உண்டாக்கப்பட்டது. பகவான் இந்தத் தேவையற்ற செலவை அங்கீகரிக்கவில்லை.

தண்டபாணி சுவாமியிடம் அவர் ஒரு சமயம் இவ்வாறு சொன்னது என் நினைவுக்கு வருகிறது. "நீ ஏன் பணத்தை இப்படி செலவழிக்கிறாய்? ஏதாவது கஞ்சியோ அல்லது வேறு ஏதாவது எளிய உணவை தயாரித்திருக்கலாம்; நம் செலவுகளைக் கட்டுப்படுத்தி இந்த நன்கொடைகளை நீண்ட காலம் பயன்படுத்தும்படிச் செய்திருக்கலாம். நீ பணத்தைத் தேவையற்ற விலையுயர்ந்த

பொருட்களில் செலவழித்துவிட்டு, மறு நாளே பணமில்லை என்று குறை சொல்கிறாய்."

தண்டபாணி சுவாமி கணக்கைச் சரிக்கட்டுவதற்கு பகவான் பெயரிலோ, ஆஸ்ரமத்தின் பெயரிலோ பணம் திரட்ட முயன்றார். பகவான் இதை முற்றிலும் எதிர்த்தார். பக்தர்கள் தாமாக முன்வந்து பணம் கொடுத்தால், அவர் அதைப்பற்றிக் கவலைப்படவில்லை; ஆனால், ஆஸ்ரம அதிகாரிகள் தனக்காக பணம் கேட்டுக்கொண்டிருக்கிறார்கள் என்று கேள்விப்பட்டால் அவர் அடிக்கடி கோபப்படலானார். பல சந்தர்ப்பங்களில் பகவான் இது பற்றித் தண்டபாணி சுவாமியிடம் பேசியிருந்தார்; ஆனால், இந்த விஷயம் இறுதியாக இராமநாதபுரம் இராஜா வருகை புரிந்த போது ஒரு முடிவுக்கு வந்தது.

இராஜா வந்து சேர்ந்த போது பகவான் சமையற் கூடத்தில் கீரைகளை ஆய்ந்து கொண்டிருந்தார். இராஜா வந்துவிட்டதாக பகவானுக்கு அறிவிக்கப்பட்டது; ஆனால் அவர் அதை கவனத்தில்கொள்ளவில்லை. அவர் தன்பாட்டுக்கு கீரைகளை மிகவும் மெதுவாகவும், முற்றிலுமாகவும் சுத்தம் செய்து கொண்டிருந்தார். இறுதியாக, அந்த வேலை முடிவடைந்ததும், அவர் ஹாலுக்கு வந்து அவரது சோஃபாவில் அமர்ந்தார். இராஜா அவருக்கு நமஸ்காரம் செய்துவிட்டு சுமார் ஒரு மணி நேரம் தங்கியிருந்து சில கேள்விகளைக் கேட்டுவிட்டுப் பிறகு புறப்பட்டார்.

இராஜா ஆஸ்ரமத்தை விட்டு வெளியேறிய போது, தண்டபாணி சுவாமி அவர் கூடவே தக்ஷிணாமூர்த்தி ஆலயம் வரை உடன் சென்றார்.

இருவரும் நடந்து சென்று கொண்டிருந்த போது தண்டபாணி சுவாமி இராஜாவிடம் கூறினார், "நீங்களே பார்த்தீர்கள்; பகவானுக்கு ஒரு சரியான கட்டிடம் இல்லை. அதற்கெல்லாம் எங்களிடம் இருக்கும் பணம் மிகவும் குறைவு. சில சமயம் எங்களிடம் சாப்பாட்டிற்கே கூட பணம் இருக்காது."

நேரடியாக பணம் கேட்காமல் ஒரு நன்கொடை கொடுத்தால் நன்றாக இருக்கும் என்று நன்றாகவே தெளிவு படுத்தி விட்டார்.

வேறு பக்தர்கள் சிலர் இந்த உரையாடலை காற்று வாக்கில் கேட்டு விட்டு பகவானிடம் தெரிவித்தனர். தண்டபாணி சுவாமி இராஜாவை வழியனுப்பி வைத்து விட்டுத் திரும்பி வந்த போது, பகவான் அவரை மிகவும் கடுமையாகக் கண்டித்தார்.

"நீ அந்த இராஜாவைக் கெடுத்து விட்டாய்," என்றார் அவர். "அவரிடம் அரண்மனை உண்டு, பணம் உண்டு, பணத்தால் வாங்க முடிந்த எல்லா சுகங்களும் உண்டு, ஆனாலும், அவருக்கு சலிப்பு தட்டிவிட்டது. ஏனென்றால், மகிழ்ச்சியை பணத்தால் வாங்க முடியாது என்பதை அவர் புரிந்துகொள்ளத் தொடங்கிவிட்டார். கோவணத்தைத் தவிர வேறு ஒன்றும் இல்லாத என்னிடம் வந்து அவர் கேட்கிறார், 'நான் ஒரு மகிழ்ச்சி இல்லாத மனிதன். நான் மகிழ்ச்சி அடைய ஏதேனும் வழியுண்டா?' இவர் இங்கே வந்தது மகிழ்ச்சியைக் கண்டடைய; ஆனால், நீர் குறை கூறி அழுது பிச்சை கேட்டு அவரது நம்பிக்கைகளை எல்லாம் சிதறடைத்துவிட்டீர். இப்பொழுது அவர் நினைத்துக் கொள்வார், 'இந்த மனிதர் தனது ஏழ்மை நிலையில் மகிழ்ச்சியாக இல்லை. அவர் இன்னும் பொருட்களைக் கேட்டுக் கொண்டிருக்கிறார். ஏழ்மை தீர்வாகாது. பணத்தாலும், பணத்தால் வாங்கக்கூடிய எல்லா விதப் பொருட்களாலுமே மகிழ்ச்சி கிடைக்கும்,' இவ்வாறு எண்ணிக்கொண்டே அவரது ஊர் போய்ச் சேர்வார். இப்படிப் பேசி அந்த மனிதரைக் கெடுத்து விட்டீர். எதிர்காலத்தில் யார் வந்தாலும், சுவாமிக்கு பணம் தேவைப்படுகிறது என்று நீர் மீண்டும் ஒரு போதும் சொல்லக்கூடாது. பணம் வேண்டுமென்று மீண்டும் ஒருபோதும் கேட்காதீர்,"

தண்டபாணி சுவாமி முரட்டுத்தனமானவராகவும் வாக்குவாத சுபாவம் உள்ளவராகவும் இருந்ததும் பிரச்சினைகளை உண்டாக்கியது. நான் ரமணாஸ்ரமத்துக்கு வருவதற்கு சில ஆண்டுகளுக்கு முன்பு பகவானை கௌரவிக்கும் முகமாக பலாக்கொத்தில் வழங்கப்பட்ட ஒரு பிக்ஷையின் போது (அன்னதானத்தின் போது) சின்னசுவாமியை அவர் உடலளவில் தாக்கினார். சின்னசுவாமி சில பக்தர்களை தவறாக நடந்துகொண்டதற்காகத் திட்டத் தொடங்கிய போது இந்த பிரச்சினை எழுந்தது. சின்னசுவாமி திட்டியதைக் கவனித்த பகவான் அதற்காக அவரைக் கண்டித்தார்.

இதைப்பார்த்த தண்டபாணி சுவாமி, "நீ ஏன் இப்படி பகவானின் விருப்பங்களுக்கு மாறாகப் போகிறாய்?" என்று சின்னசுவாமியை கோபமாகக் கண்டித்தார்.

சின்னசுவாமி ஏதோ ஒரு பதில் சொல்ல, அவர்களுக்கிடையே ஒரு பெரிய வாக்குவாதம் மூண்டுவிட்டது.

தண்டபாணி சுவாமிக்கு கோபம் மிகுதியாகி, சின்னசுவாமியைக் கழுத்தைப் பிடித்து பலாக்கொத்துக் குளத்தை நோக்கித் தள்ளிக்கொண்டு சென்றார். பகவான் இதையெல்லாம் மௌனமாகப் பார்த்துக்கொண்டே இருந்திருக்கிறார். ஆனால், தண்டபாணி சுவாமி சின்னசுவாமியைத் தண்ணீருக்குள் தள்ளிவிடுவார் போலத் தோன்றியபோது, பகவான் தலையிட்டு தண்டபாணி சுவாமியின் முதுகில் தமது கைத்தடியால் அடித்திருக்கிறார். அந்தச் சண்டை உடனே முடிவுக்கு வந்தது.

அதன் பிறகு பகவான் இருவரையும் பார்த்து, 'இந்தச் சண்டையில் யாருக்கு வெற்றி என்பதில் எனக்கு அக்கறையில்லை. அது என் வேலையுமில்லை. ஆனால் நீங்கள் இருவருமே சன்னியாசிகளுக்கான காவி உடை அணிந்திருக்கிறீர்கள். உங்களில் யாராவது ஒருவர் மற்றவரைக் கொலை செய்தால், எங்கெங்கும் உள்ள துறவிகளுக்கும் கெட்ட பெயர் உண்டாகிவிடும். எனவே நிறுத்துங்கள்." என்று கூறினார்.

இந்தச் சம்பவம் பற்றி அச்சிடப்பட்ட மூன்று அறிக்கைகளை நான் கண்டுபிடித்தேன்; ஒன்று சாது நடனானந்தர் எழுதியது (ரமண தரிசனம், அத்.45), மற்றொன்று எம்.வி. கிருஷ்ணன் எழுதியது (மவுண்டன் பாத், 1979, பக் 225), வேறொன்று ரா. கணபதி எழுதியது (கல்கி தீபாவளி மலர் 1986 பக்.109 – 110). இவை எதுவுமே எல்லா வகையிலும் மற்றவைகளோடு ஒத்துப்போவதாக இல்லை. என்றாலும், அவை யாவுமே சின்னசுவாமிக்கும், தண்டபாணி சுவாமிக்கும் இடையே தள்ளு முள்ளு நடந்ததையும், பிறகு பகவான் அடி கொடுத்து நிறுத்தியதையும் ஒப்புக்கொள்கின்றன. அண்ணாமலை சுவாமி இந்த சம்பவத்தை நேரடியாகப் பார்க்கவில்லை. அவர் இரண்டாம் தரப்பினரிடமிருந்து கேட்டறிந்தது மட்டுமே இந்தக் கதை. அவர் கேட்டறிந்தது சாது நடனானந்தரால் பதிப்பிக்கப்பட்ட அறிக்கையோடு மிகவும் ஒத்துப்போவதாக உள்ளது.

தண்டபாணி சுவாமிகள் நிர்வாகியாக இருந்து வந்த காலத்தில் பகவானும், சின்னசுவாமியும் அவரைத் திருத்துவதற்கு எவ்வளவோ முயற்சி செய்தும் இருவருக்குமே அவ்வளவாக வெற்றி கிட்டவில்லை. அறிவுறுத்தல்கள் தோல்வியடைந்த போது, சின்னசுவாமி ஆஸ்ரமவாசிகளிடையிலும், வருகை தரும் பக்தர்களிடையிலும், தண்டபாணி சுவாமி பணத்தை வீணாக்கி ஆஸ்ரமத்தை தவறாக நிர்வகிக்கிறார் என்று அவருக்கு எதிராக பிரச்சாரம் செய்யத் தொடங்கினார். இறுதியாக அவர் போதுமான ஆதரவைத் திரட்டி தண்டபாணி சுவாமியை வெளியேற்றி விட்டார்.

ஆஸ்ரம நிர்வாகிகளை பகவான் நியமிப்பதில்லை. அவர்களை பக்தர்களே தேர்ந்தெடுத்தார்கள். ஒரு நிர்வாகி பெரும்பான்மையான பக்தர்களின் நல்லெண்ணத்தை இழக்கும் போது அவரது பதவியில் தொடர முடியாத நிலைமை உண்டாகிறது. தண்டபாணி சுவாமியின் விஷயத்தில் நடந்தது இது தான். சின்னசுவாமியின் பிரச்சாரத்தின் பலனாக நகரத்திலிருந்து அதிருப்தி அடைந்த பக்தர்களின் குழு ஒன்று வந்து, இனிமேலும் அவர் நிர்வாகியாக இருப்பதை தாங்கள் விரும்பவில்லை என்று அவரிடம் கூறினார்கள். அவரது நிதி நிர்வாக அத்துமீறல்களை இனிமேலும் பொறுத்துக் கொள்ளப் போவதில்லை என்று அவர்கள் அவரிடம் கூறிய பிறகு, அன்றே வெளியேறுமாறு ஆணையிட்டார்கள். அவர் எப்போதாவது திரும்பி வர விரும்பினால், அவருக்கு மூன்று நாட்களுக்கு மேல் அங்கே தங்க அனுமதியில்லை என்றும் கூறப்பட்டது. தண்டபாணி சுவாமி தன்னுடைய பதவியைத் தக்கவைத்துக் கொள்ள பகவானை நாடினார். ஆனால் பகவான் தலையிட மறுத்துவிட்டார்.

அவர் தண்டபாணி சுவாமியிடம் கூறினார்; "முன்பு நீ உன்னுடைய அதிகாரத்தைப் பயன்படுத்தி எல்லோர் மீதும் ஆதிக்கம் செய்தாய். இப்போது அவர்கள் உன்மீது ஆதிக்கம் செய்கிறார்கள். நான் என்ன சொல்ல முடியும்? நடப்பதைப் பார்த்துக் கொண்டிருப்பது மட்டுமே என் வேலை."

பகவான் தன்னைக் காப்பாற்றப் போவதில்லை என்பதை உணர்ந்த தண்டபாணி சுவாமி பக்தர்களின் கோரிக்கையை ஏற்று ஆஸ்ரமத்தை விட்டு வெளியேறினார்.

இந்த புரட்சிகரமான மாற்றத்தை நிறைவேற்றிய பிறகு ஆஸ்ரமத்தின் பக்தர்களும், நகரத்திலிருந்து வந்த பக்தர்களும் இணைந்து புதிய நிர்வாகியாக சின்னசுவாமி இருக்க வேண்டும் என்று தீர்மானம் செய்தார்கள். பகவான் இந்த விவாதத்தில் கலந்துகொள்ளவே இல்லை. அவரிடம் பக்தர்களின் தீர்மானம் பற்றி அறிவிக்கப்பட்ட போது அவர் வெறுமனே அதை ஆமோதித்தார். இந்தத் தீர்மானத்தால் சின்னசுவாமி மகிழ்ச்சியடைந்தார்; ஏனென்றால், பல ஆண்டுகளாக அந்தப் பணியை அவர் விரும்பி வந்திருந்தார்.

இந்தத் தீர்மானம் எல்லோரையும் திருப்திப் படுத்தவில்லை. எடுத்துக் காட்டாக, இந்தப் பணி தனக்கு வரவேண்டும் என்று கணபதி முனி விரும்பி வந்திருந்தார்; ஆனாலும், அவரால் போதுமான ஆதரவைத் திரட்ட முடியவில்லை. இந்த குறைபாடு அவரைத் தடுத்துவிடவில்லை. சின்னசுவாமி அதிகாரத்துக்கு வந்த பிறகு, சில மாதங்கள் கழித்து அவர் பக்தர்களை எல்லாம் புறக்கணித்து விட்டு, நேரே பகவானிடமே சென்று ஆஸ்ரம நிர்வாகத்தை தானே மேற்கொள்ளட்டுமா என்று கேட்க முடிவு செய்தார்.

அவர் தமது தொண்டர்கள் சிலருடன், ஆஸ்ரமத்தை நோக்கி நடந்து வந்து கொண்டிருந்த போது, சேஷாத்திரி சுவாமி அவரைப் பார்த்து விட்டார். அவரது மனதைப் புரிந்துகொண்டு உரக்கச் சிரித்தார்.

"ஓஹோ!" என்று கத்திய அவர், "நீ ரமணாஸ்ரமத்தை நிர்வாகம் செய்யப் போகிறாயாக்கும்!" என்றார்.

சேஷாத்திரி சுவாமி ஒரு விசித்திரமான ஞானி; அண்ணாமலை சுவாமிகளுடனான அவரது சந்திப்பு அத்தியாயம் ஒன்றில் தரப்பட்டிருக்கிறது. 1920-களில், பகவானிடம் தங்கள் கோரிக்கை ஏதாவது நிறைவேற வேண்டிய விருப்பம் பெற்றவர்கள் முதலில் சேஷாத்திரி சுவாமியைப் பார்த்து தங்கள் விருப்பம் நிறைவேறும் வாய்ப்பிற்கான அறிகுறிகளைத் தெரிந்துகொள்வார்கள். சேஷாத்திரி சுவாமி அவர்கள் எண்ணத்தைத் தெரிந்துகொண்டு பகவான் அந்த விருப்பத்தை நிறைவேற்ற மாட்டார் என்று தெரிந்தால் எதிர்மறையாக

செயல்படுவார்.

சேஷாத்திரி சுவாமி அவ்வளவு ஏளனமாக உரைத்த இந்த எதிர்மறையான கருத்து எவரையும் தடுத்திருக்கும்; ஆனால், கணபதி சளைத்தவர் அல்ல. அவர் தனது திட்டப்படியே செயல்பட்டார். அவர் பழைய ஹாலுக்குச் சென்று பகவானிடம் சின்னசுவாமி ஆஸ்ரமத்தை முறையாக நிர்வாகம் செய்யவில்லை என்று கூறினார்.

ஆஸ்ரமத்தைத் தானே நிர்வாகம் செய்ய விரும்புவதாக அவர் பகவானிடம் சொல்லிக் கொண்டிருந்த போதே, பகவான் குறுக்கிட்டு, "நீர், இதற்காகத் தான் இங்கு வந்தீரா? சின்னசுவாமி அந்த வேலையை ஏற்கனவே செய்து கொண்டிருக்கிறார். அவர் இந்த வேலையைப் பெறுவதற்காக பல வருடங்கள் தவம் செய்திருக்கிறார். நீர் ஏன் குறுக்கிடுகிறீர்?" என்றார்.

பகவான் தன்னுடைய கோரிக்கைக்கு ஆதரவாக இருக்க மாட்டார் என்பதை உணர்ந்த கணபதி முனி நகரத்துக்குத் திரும்பிச் சென்றார். இது பற்றி அதன் பிறகு அவர் பேச்செடுக்கவே இல்லை.

தண்டபாணி சுவாமியும், சின்னசுவாமியும் நிர்வாக விஷயங்களுக்காக வாக்குவாதம் செய்த போது பகவான் தலையிட்டதில்லை. ஆனால், ஆஸ்ரமத்தை நிர்வகிப்பதில் கணபதி முனிக்கு எதிராகத் தெளிவாகவே கூறிவிட்டார். இந்தச் சம்பவத்துக்குப் பிறகு கணபதி முனியையும் அவரது சீடர்களையும் பற்றி பகவான் சின்னசுவாமியோடு பேசிக்கொண்டது என் காதில் விழுந்தது.

"பிச்சா" பகவான் கூறினார், "இவர்களிடம் கவனமாக இரு. இங்கே இவர்களுக்கு ஏதாவது அதிகாரம் கிடைத்தால், சீக்கிரமே முழுவதையும் ஆக்கிரமித்துக் கொள்வார்கள். அதன் பிறகு நீ வாலை ஆட்டுவதற்குக் கூட அவர்களிடம் அனுமதி கோர வேண்டும்."

பிச்சா என்பது சின்னசுவாமிக்கு சிறு வயதில் வழங்கப்பட்டிருந்த செல்லப்பெயர்.

இந்த நிர்வாகப் பூசல்கள் நடை பெற்றுக் கொண்டிருந்த போது, சின்னசுவாமிக்கும் கணபதி முனிக்கும் இடையே நிறைய உரசல்கள் இருந்தன. அவர்கள் இருவருமே வலிமை மிக்க ஆளுமைகள்; ஆஸ்ரமத்தின் கொள்கை குறித்த பல்வேறு அம்சங்கள் பற்றி அவர்கள் அடிக்கடி மோதிக் கொண்டனர். அவர்கள் அர்த்தமில்லாத அற்ப விஷயங்களுக்காகக் கூட வாக்குவாதத்தில் ஈடுபட்டனர். அவர்கள் எல்லோர் முன்னிலையிலும் சிறுபிள்ளைத்தனமாக சண்டையிட்டுக் கொண்ட ஒரு நிகழ்வு எனக்கு நன்றாக நினைவிருக்கிறது. பகவானின் தலைமை சீடராக கணபதி முனி தன்னைக் கூறிக் கொண்டிருந்திருந்தார். இந்த அறிவிப்பு சின்னசுவாமிக்கு எரிச்சலாக இருந்தது. ஏனென்றால், தன்னையே பகவானின் முதன்மையான பக்தராக நினைத்துக் கொள்வதை சின்னசுவாமி எப்பொழுதும் விரும்புவார். கணபதி முனி எடுத்துக்கொண்ட உரிமையை ஏற்க மறுத்த சின்னசுவாமி, தானே சிறந்த பக்தன் என்று கணபதி முனியிடம் கூறினார். கணபதி முனி அதை ஏற்க மறுத்த போது அவர்களிடையே ஒரு வாக்குவாதம் மூண்டது. இறுதியில் அவர்கள் தங்கள் வழக்கை பகவானிடம் கொண்டு சென்று அவரையே தீர்ப்பளிக்கும்படி கேட்டுக்கொண்டனர். தொடக்கத்தில் பகவான் எந்தக் கருத்தும் கூறவில்லை. ஆனால், ஹாலில் சில நாட்களுக்குத் தொடர்ந்த பொது விவாதத்திற்குப் பிறகும், இந்தப் பூசல் அடங்கப் போவதில்லை என்று தெரிந்ததும், அவர் தலையிடுவதென்று முடிவு செய்தார். அப்போது நான் தான் பகவானின் அணுக்கத் தொண்டனாக இருந்தேன். ஆகவே, இந்தப் பூசலின் படிப்படியான வெளிப்பாடுகளையும், அதற்கான பகவானின் மறுமொழியையும் நன்றாக கவனிக்கும் வாய்ப்பு எனக்குக் கிடைத்திருந்தது. பகவான் முதலில் சின்னசுவாமி பற்றி சில நல்ல கருத்துக்களைக் கூறிய பிறகு, கணபதி முனி பற்றியும் புகழ்ந்து கூறினார். ஆனால்,

அவர்கள் இருவரில் யாருக்கும் சாதகமாக எந்த முடிவும் கூறவில்லை. அதன் பிறகு, அவர்கள் இருவருக்கும் பொதுவாக ஆன்மிக மார்க்கத்தில் அடக்கமுடைமை எவ்வளவு இன்றியமையாதது என்பதை மென்மையாக நினைவூட்டினார்.

'எவரொருவர் என்ன முயற்சி செய்தாலும், மெய்ப்பொருள் என்பது எப்பொழுதும் இருக்கும். எவரும், அவர் எப்பேர்பட்ட ஆளாக இருந்தாலும் மற்றொருவருக்கு முக்தியையோ பந்தத்தையோ கொடுத்துவிட முடியாது.'

'உலகிலுள்ள எல்லோருக்கும் தன்னைத் தெரிந்திருக்க வேண்டும், எல்லோரும் தன்னைப் புகழ வேண்டும் என்று எண்ணுவது இயல்பே, ஆனால், இந்த எண்ணம் இருந்தால் ஒருவரால் உண்மையான பெருமையையும், மகிழ்ச்சியையும் அடைய முடியாது. தங்களது பெருமைக்கு உரிமை கோரும் யார் மீதும் கடவுளுக்கு நாட்டமில்லை. கடவுளைத் திருப்திப்படுத்தாத யாரொருவரும் இழிவானவரே, உயர்ந்தவரல்ல. தன் மனதையும், உடலையும் இயன்ற வழியிலெல்லாம் கடவுளுக்கு அர்ப்பணிக்கின்ற எவரையும் கடவுள் புகழ்பெறச் செய்து, உலகெங்கும் உள்ள மக்களால் பாராட்டப்படவும் செய்வார்.'

பகவான் பின்னர் தன் கருத்துக்கு அரண் சேர்க்கும் விதமாக 'வைராக்கிய சதகம்' நூலிலிருந்து ஒரு செய்யுளை எடுத்துரைத்தார்.

"ஏ மனமே! உலக மக்களெல்லாம் உன்னைப் பெருமையாகக் கருதும்படிச் செய்ய என்ன செய்யலாம் என்று நீ சிந்திக்கிறாய். நிரந்தர இருப்புள்ள இறைவன் மட்டுமே பந்தத்தையும், முக்தியையும் அருள வல்லவர். உன் பெருமையை மற்றவர்கள் தெரிந்து கொள்வதால் என்ன பயன்? ஓ! மனமே! புனிதமான இறைவனின் பொன்னடிகளில் சரணடையும் அரிய தவத்தை நீ இயற்று. அப்பொழுது இறைவன் உன்னை உலகெல்லாம் அறிந்து புகழுமளவுக்கு மிகப் பெருமை பெறச் செய்வார். இப்படியாகத் தெரிந்து கொள்!'

அதன் பிறகு அன்று நான் பகவானுடன் தனியாக மலை மீது உலாவச் சென்ற போது இந்தச் சம்பவம் பற்றி அவரோடு பேசினேன்.

"நீங்கள் கணபதி முனியையும் சின்னசுவாமியையும் மாறி மாறிப் புகழ்ந்து பேசிய போது, நீங்கள் உண்மையில் யாரை ஆதரிக்கிறீர்கள் என்று என்னால் சொல்ல முடியவில்லை."

பகவான் சிரித்துக் கொண்டே சொன்னார், "சின்னசுவாமி 'நான் தான் பெரியவன்' என்று நினைத்துக் கொண்டிருக்கிறார். கணபதி முனி 'நான் தான் பெரியவன்' என்று நினைத்துக் கொண்டிருக்கிறார். உண்மையில் இவர்களில் யாரும் பெரியவரில்லை.

ஹாலுக்குத் திரும்பிவந்த பிறகு பகவான் என்னிடம் 'சிவபோக சாரம்' என்ற ஒரு தமிழ் நூலைக் கொடுத்து, அதிலிருந்த தொண்ணூற்றாறாவது செய்யுளை எனக்குச் சுட்டிக் காட்டினார்;

"நான் மிகப்பெரியவன்' எனும் எண்ணத்தின் மீது கவனத்தைச் செலுத்தாமல் அதை அடக்கி வைப்பவர்களையே வேதம் பெரியவர்கள் என்று கூறுகிறது. 'நான் மிகப்பெரியவன்' என்பவர்களே சிறியவர்கள். சொல், அவர்களைத் தவிர இவ்வுலகில் துன்பப்படுபவர்கள் வேறு யார் உளர்?"

1938-இல் அண்ணாமலை சுவாமி இந்தப் பூசலைப் பற்றி அவருடைய டைரியில் எழுதி வைத்தார். அந்தச் சம்பவம் நிகழ்ந்ததோ 1928-இல். முனகல வெங்கடராமையா தாம்

வெளியிட இருந்த நூலின் கையெழுத்துப் பிரதியில் சேர்ப்பதற்கான புதிய தகவல்களைத் திரட்டிய போது, இந்த டைரியை இரவல் வாங்கி, அவர் இந்தக் கதையை மிகவும் சுருக்கித் தணிக்கை செய்து விட்டார். அந்த புத்தகம் "Talks with Sri Ramana Maharishi" (ஸ்ரீ ரமண மஹரிஷிகளுடன் உரையாடல்கள்) என்ற பெயரில் வெளிடப்பட்டது. அவரது இந்தத் தணிக்கைக்குப் பிறகு எஞ்சிய விஷயம்Talks No 544 (544 ஆவது உரையாடலாக) அச்சிடப்பட்டது. இந்தச் சுருக்கமான அறிக்கையில் கணபதி முனியும், சின்னசுவாமியும் இரண்டு பக்தர்கள் என்றே குறிப்பிடப்பட்டுள்ளனர்.

அந்த சமயத்தில் பகவானின் போதனைகளான அடக்கத்தையும், தன்னலமற்ற சேவையையும் கடைபிடிப்பதில், குறைந்த பட்சம் என்னைப் பொறுத்தவரையில், முன்னுதாரணமாகத் திகழ்ந்த ஒரு பக்தர் இருந்தார். அவரது பெயர் வீரன்; அவரை ஆஸ்ரமத்தில் தண்ணீர் கொண்டு வருவதற்காக வேலைக்கு அமர்த்தி இருந்தனர்.

ஆஸ்ரமத்தின் ஆரம்ப காலத்தில் எப்பொழுதுமே தண்ணீருக்குத் தட்டுப்பாடு இருந்து வந்தது. ஆஸ்ரமக் கிணற்றில் எங்கள் தேவைகளையெல்லாம் நிறைவு செய்யப் போதுமான தண்ணீர் ஊறாததால், நாங்கள் வெளியிலிருந்து தண்ணீர் கொண்டுவர வேண்டியதாக இருந்தது.

நாள்தோறும் மாலையில் சுமார் 4 மணி அளவில் பகவானைத் தவிர ஆஸ்ரமத்தில் இருந்த ஒவ்வொருவரும் ஒரு வாளியில் தண்ணீர் கொண்டுவர பலாக்கொத்திலிருந்து குளத்துக்குச் சென்றாக வேண்டும். நாங்கள் ஒவ்வொருவரும் தினமும் ஆளுக்குப் பத்து வாளி தண்ணீர் கொண்டுவரவேண்டும். இது மிகவும் ஆயாசமான பணியாக இருந்தது. ஏனென்றால், ஆஸ்ரமக் கட்டிடங்கள் அந்தக் குளத்திலிருந்து150 கெஜம் தொலைவில் இருந்தன. கோடை காலத்தில், பலாக்கொத்துக் குளத்தில் நீர் மட்டம் மிகவும் தாழ்ந்து விடும் போது, எங்களுக்கான குடிநீர் நகரத்தில் பள்ளிவாசலுக்கு அருகிலிருந்து பூமாந்த குளத்திலிருந்து வண்டியில் கொண்டுவரப்பட்டது. இந்த நீரையெல்லாம் ஆஸ்ரமத்தில் பெரிய பாத்திரங்களில் சேமித்து வைக்க வேண்டியதாக இருந்தது.

இந்த எல்லா நடவடிக்கைகளுக்குப் பிறகும் எங்களது எல்லாத் தேவைகளுக்கும் போதுமான தண்ணீர் சேராததால், நாங்கள் வீரனை பலாக்கொத்து குளத்தில் இருந்து ஆஸ்ரமத்துக்கு தண்ணீர் கொண்டுவர முழுநேரப் பணியாளராக வேலைக்கு அமர்த்தினோம். தண்ணீர் கொண்டுவரும் பணியைத் தவிர்த்து, ஆஸ்ரமத்துக்கு உள்ளேயும், அடுத்தும் செய்யப்பட வேண்டிய பல்வேறு சிறு சிறு வேலைகளையும் அவர் செய்வது வழக்கம்.

அவர் முக்கியமாக ஆஸ்ரமப் பணிகளையே செய்வதற்காக அமர்த்தப் பட்டிருந்தாலும், அங்கே தங்கியிருந்த பக்தர்கள் யாருக்கேனும் அவர்களது அன்றாடப் பணிகளில் உதவி தேவைப்பட்டால் அவர்களுக்கும் உதவ அவர் எப்போதும் தயாராக இருப்பார். மிகவும் எளிமையான அவருக்கு மற்றவர்களை மகிழ்விப்பதே வாழ்க்கையின் முக்கியக் குறிக்கோளாகத் தோன்றியது. அவர் ஒரு தாழ்த்தப்பட்ட இனத்தவர் என்பதற்காக யாராவது அவரை மரியாதைக் குறைவாக நடத்தினால், பகவான் உடனே தமது எதிர்ப்பைத் தெரிவிப்பார்.

"அவரை ஏன் அப்படி அழைத்தீர்?" பகவான் கேட்பார், "அவர் உமக்கு ஏதாவது வேலை செய்ய வேண்டும் என்றால், நீர் அவரை அன்போடும் கனிவோடும் அழைக்க வேண்டும்."

பகவான் வீரன் மீது அடிக்கடி நிறையவே அன்பைப் பொழிவார்; ஏனென்றால், அவர் மிகவும் அடக்கத்தோடு இருந்தது மட்டுமல்லாமல், தம்முடைய பணிகளையெல்லாம் அன்போடும், பக்தியோடும் செய்து வந்தார்.

அவரது பணிகளால் ஈர்க்கப்பட்டது பகவான் மட்டுமல்ல, ஒரு செல்வந்தரான பக்தர் வீரனின் வேலையைப் பார்த்துவிட்டு, அவரது மகனின் கல்விச் செலவுக்கு உதவ முடிவு செய்தார். அந்த பக்தர் வீரனின் பையனை சென்னையில் இருந்த ஒரு நல்ல பள்ளியில் சேர்த்து அவனது எல்லாச் செலவுகளையும் ஏற்றுக்கொண்டார். ஆஸ்ரமவாசிகளும் சமையற்கூடத்தில் மீதப்படும் உணவையெல்லாம் அவரது குடும்பத்தினருக்காக வீட்டிற்குக் கொண்டு செல்லக் கொடுப்பர்.

பகவானின் போதனைகளுக்கான ஒரு முன்மாதிரியான செயல் வடிவமாக வீரனின் அடக்க குணம் திகழ்ந்தது.

பகவான் பலமுறை என்னிடம் கூறியுள்ளார்; "நம்மை விடச் சின்னவன் யாரும் இருக்கக்கூடாது என்று பொறாமைப்பட வேண்டும். சின்னவனாக இருக்க தெரிந்தவன் தான் பெரியவனாக ஆவான். உண்மையில் நீ ஒன்றுமில்லாமல் ஆக வேண்டும். தன்முனைப்பு இல்லாதவன் மட்டுமே ஆன்மாவில் ஒடுங்கி நிலைக்க முடியும்."

அடக்கமுடைமையின் இன்றியமையாமை பற்றி பகவான் எங்களிடம் அடிக்கடி பேசுவதுண்டு. மற்றொரு சமயம் அவர் என்னிடம், "நமக்குக் கீழ்ப்பட்டவராக யாரும் இருக்கக் கூடாது. கீழ்ப்பட்டவனாக இருக்கக் கற்றுக்கொண்டவனே அனைவரிலும் உயர்ந்தவனாவான்," என்று கூறினார்.

சின்னசுவாமி, கணபதி முனி மற்றும் தண்டபாணி சுவாமி ஆகியோரோடு கூட பெருமாள் சுவாமி என்பவரும் ஆஸ்ரமத்தின் நிர்வாகி ஆக ஆசைப்பட்டார்.

ஸ்ரீ ரமணாஸ்ரம வரலாற்றின் அத்தியாயங்களில் பெருமாள் சுவாமியின் சரித்திரம் மிகவும் திகைப்புக்குரிய ஒன்று என்பதோடு, மிகவும் பிரபலமாகாத ஒன்றுமாகும். அது ஒரு அதிகார வேட்கையும், பழி வாங்கும் பண்பும் கொண்ட மனிதரின் சில இழிவான நடத்தைகள் அடங்கிய நீண்ட ஒரு கதையாகும்.

ஒரு ஞானி வெளிப்படுத்தும் ஆற்றலானது சில சமயம் அகங்காரங்களை அமைதிப்படுத்துவதற்கு மாறாக, எப்படி அவற்றைத் தூண்டிவிடுகிறது என்பதற்கும் அது ஒரு தனிச்சிறப்பு மிக்க எடுத்துக்காட்டாகும். நான் இந்தக் கதையைப் பற்றி விசாரித்துக் கொண்டிருந்த போது, அண்ணாமலை சுவாமிகளிடம் யதார்த்தமாக, பெருமாள் சுவாமியின் நடவடிக்கைகள் பற்றி எந்த விதமான முறையான விவரங்களும் இது வரை அச்சிடப்பட்டதாகத் தெரியவில்லை என்றேன்.

அண்ணாமலை சுவாமி சிரித்துக்கொண்டே கூறினார்; "பெருமாள் சுவாமியைப் பற்றிக் குறிப்பிடாமல் பகவானின் கதையைச் சொல்ல முயற்சிப்பது, இராவணனைக் குறிப்பிடாமல் இராமாயணக் கதையை சொல்ல முயற்சிப்பது போன்றதாகும்,"

இந்தக் கதை சம்பந்தமான எல்லாத் தகவல்களையும் திரட்டிய பிறகு நானும் அதே முடிவுக்கு வந்து, அந்த விவரங்களை விரிவாக அச்சிட முடிவு செய்தேன்.

என்னுடைய சொந்தக் கதைகளுள் ஒன்றை இணைப்பதற்கு இதுவே பெரிதும் பொருத்தமான இடமாகும். இந்த நூலின் முதற்கட்ட வரைவினை நான் முடித்திருந்த போது ஒரு கனவு கண்டேன். அதில் நான் பழைய ஹாலில் இந்த நூலின் கையெழுத்துப் பிரதியடங்கிய ஒரு கோப்பை மடியில் வைத்துக் கொண்டு பகவான் முன்னால் உட்கார்ந்திருந்தேன்.

"அது என்ன?" என்று கோப்பைச் சுட்டிக்காட்டி பகவான் கேட்டார்.

"நான் அண்ணாமலை சுவாமியைப் பற்றி ஒரு புத்தகம் எழுதியிருக்கிறேன்," என நான் பதிலளித்தேன். "இதில் சில பகுதிகள் சர்ச்சைக்குரியனவாக இருக்கலாம் என்பதால் என்ன செய்வதென்று யோசிக்கிறேன்."

"அதை எனக்குக் காட்டு" என்றார் பகவான்.

நான் கோப்பைக் கொடுத்தேன். பகவான் தமது மூக்குக்கண்ணாடியை மாட்டிக்கொண்டு ஒவ்வொரு பக்கத்தையும் சில வினாடிகள் உற்று நோக்கிக்கொண்டே கையெழுத்துப் பிரதியின் இதழ்களைப் புரட்டத் தொடங்கினார். ஆழ்ந்த கவனத்துடனும், தீவிர முக பாவத்துடனும் அவர் அதைப் பார்வையிடத் தொடங்கினார்; ஆனால், சில பக்கங்களைத் திருப்பிய பிறகு அவர் புன்முறுவல் புரிவதைப் பார்த்தேன்.

இறுதியாக அவர் உரக்கச் சிரித்துக் கொண்டே என்னைப் பார்த்து, "இது மிக நன்றாக இருக்கிறது. இதில் உள்ளபடியே அச்சிடு" என்றார்.

பகவான் விருபாக்ஷி குகையில் வசித்து வந்த காலத்தில் பெருமாள் சுவாமி முதன் முதலாக ஆஸ்ரமத்துக்கு வந்தார். தொடக்கத்தில் பகவானின் அணுக்கத் தொண்டராக சேவையாற்றிய அவர் சில ஆண்டுகளுக்குப் பிறகு ஆஸ்ரமத்தின் நிர்வாகப் பணியையும் மேற்கொண்டார். பகவான் மலையை விட்டிறங்கி ஸ்ரீ ரமணாஸ்ரமத்தில் வசிக்க வந்துவிட்ட பிறகு அவர் அருணாசலேஸ்வரர் ஆலயத்தில் இருந்த மூல மண்டபத்தில் வசிக்கச் சென்றுவிட்டார். இருந்தாலும் பகவானைப் பார்க்க அவ்வப்போது வந்தார்; ஆனால் 1922 க்குப் பிறகு அவர் ஆஸ்ரம நிர்வாகத்தில் எந்தப் பங்கும் வகிக்கவில்லை. அவர் சென்ற பிறகு, கோபால் ராவ், வாசுதேவ சாஸ்திரி, மற்றும் தண்டபாணி சுவாமி ஆகிய மூவர் நிர்வாகிகளாக இருந்து பின் விலக, இறுதியாக சின்னசுவாமி நிர்வாகியாகவும், சர்வாதிகாரியாகவும் பொறுப்பேற்றார்.

ஆஸ்ரமத்தின் நிர்வாகத்தை முழுமையாக சின்னசுவாமி தன் கட்டுப்பாட்டுக்குள் எடுத்துக் கொள்வதற்கு முற்பட்ட ஆண்டுகளில் ஆஸ்ரமத்தின் சில பிரிவுகள் கிட்டத்தட்ட முழு சுதந்திரத்துடன் செயல்பட்டன. எல்லா நடவடிக்கைகளையும் சின்னசுவாமி தன் கட்டுப்பாட்டின் கீழ் கொண்டு வந்த போது, அவர் தனக்குத் தானே 'சர்வாதிகாரி' என்று பட்டம் சூட்டிக்கொண்டார். ஆஸ்ரமத்தின் பல்வேறுபட்ட நடவடிக்கைகள் அனைத்தின் செயல்பாட்டுக்கும் தான் மட்டுமே பொறுப்பு என்ற செய்தி எல்லோருக்கும் எட்டவேண்டும் என்பதற்காகவே அவர் அந்தப் பட்டத்தைச் சூட்டிக்கொண்டார்.

1922 க்குப் பிறகு சில ஆண்டுகள் ஆஸ்ரமத்துக்கு அதனுள்ளேயே தங்கியிருந்து செயல்படும் நிர்வாகியாக யாரும் இல்லை. அதன் நடவடிக்கைகளையெல்லாம் நகரத்தில் இருந்த மூல மண்டபத்தில் வசித்து வந்த ஒரு சாதுக்களின் குழுவே கையாண்டு வந்தது. அவர்கள் நிதியையும், உணவையும் சேகரித்து ஸ்ரீ ரமணாஸ்ரமத்தில் தங்கியிருந்தவர்களுக்கு அனுப்பி வந்தனர். அவர்களே பகவான் இயற்றிய நூல்களையும் அச்சிட்டு, மூல மண்டபத்திலேயே இருந்த 'ரமணீய வாணி' புத்தகசாலையில் விற்பனை செய்தனர். இந்தக் குழுவில் மிகவும் துடிப்பாகச் செயல்பட்டு வந்தவர் கோபால் ராவ் ஆவார். அவர் ஏறக்குறைய தனியொரு ஆளாக திரட்டிய நிதியைக் கொண்டே பழைய ஹால் கட்டப்பட்டது. பெருமாள் சுவாமி, ஈஸ்வர சுவாமி மற்றும் பலரையும் உள்ளடக்கிய இந்தக் குழு தங்களைத் தாங்களே 'பிரம்மச்சாரி ஆஸ்ரமம்' என்று அழைத்துக் கொண்டது.

நான் ஆஸ்ரமத்துக்கு வந்து சேர்ந்த 1928-இல் இந்தக் குழுவே ஆஸ்ரமத்தின் நிதியை நிர்வகித்து வந்தது. ஆஸ்ரமத்திற்கு வந்திருந்த பக்தர் ஒருவர் இரு நூறு ரூபாய் நன்கொடையை என்னிடம் கொடுத்த போது நான் இதைத் தெரிந்து கொண்டேன்,

நான் அத்தொகையை சின்னசுவாமியிடம் கொடுத்த போது அவர் அதை ஏற்க மறுத்து, "நன்கொடைகளை ஏற்றுக்கொள்ளும் அதிகாரம் எனக்கு இல்லை. நீ இதை நகரத்தில் இருக்கும் வாசுதேவ சாஸ்திரியிடம் கொண்டுபோய் கொடுத்தாக வேண்டும்," என்றார்.

ஶ்ரீ ரமணாஸ்ரமத்தில் தங்கியிருந்த பலரும், பிரம்மச்சாரி ஆஸ்ரமத்தின் உறுப்பினர்களில் சிலர் ஆஸ்ரமத்துக்குக் கிடைக்கும் நன்கொடைகளையெல்லாம் ஆஸ்ரமத்திற்கு அனுப்புவதில்லை என்று உணர்ந்தார்கள். மாறாக, அவர்கள் அதைத் தங்களுக்காகப் பயன்படுத்திக் கொண்டனர். நிர்வாகத்தைத் தான் கையெடுத்துக் கொண்டதும் சின்னசுவாமி இதற்கு ஒரு முற்றுப்புள்ளி வைத்தார். இந்தக் குழுவைத் தவிர்த்து விட்டு தங்கள் நன்கொடைகளை நேரடியாக ஶ்ரீ ரமணாஸ்ரமத்துக்கு வழங்குமாறு அவர் பக்தர்கள் அனைவருக்கும் அறிவுறுத்தினார். அவர் ஆஸ்ரமத்தில் தமது சொந்த புத்தக சாலையைத் திறந்தார். இப்படிச் செய்ததன் மூலம் அவர் பிரம்மச்சாரி ஆஸ்ரமத்தின் ஒரு முக்கியமான வருவாய் ஆதாரத்தைப் பறித்துவிட்டார். சின்னசுவாமிக்கு பல எதிர்ப்பாளர்கள் இருந்தார்கள். ஆனாலும், நன்கொடைகள் எல்லாம் ஆஸ்ரமப் பணிகளுக்கே பயன்படுத்தும் வகையில் ஒரு வலுவான மத்திய நிர்வாகத்தை உருவாக்கிய பெருமை அவருக்கே அளிக்கப்பட வேண்டும்.

பிற்காலத்தில் பால் பிரண்டனால் தொகுக்கப்பட்டு, ஶ்ரீ ரமணாஸ்ரமத்தால் வெளியிடப்பட்ட 'Conscious Immortality' (மரணமில்லாப் பேருணர்வு) புத்தகத்தின் கையெழுத்துப் பிரதியில் பெருமாள் சுவாமி பற்றியும் அந்தக் காலகட்டத்தில் இருந்த நிர்வாகச் சிக்கல்கள் பற்றியும் பல குறிப்புகள் அடங்கியுள்ளன. துரதிட்ட வசமாக, அவை யாவும் வெளியிடுவதற்கு முன்பாக தணிக்கை செய்யப்பட்டு விட்டன. அடுத்து வரும் என்னுடைய கருத்துரைகளில் இந்தக் கையெழுத்துப் பிரதியை நான் 'பிரண்டன் கையெழுத்துப் பிரதி' என்று குறிப்பிடுவேன். இந்த ஆவணத்தின் 114 ஆவது பக்கத்தில் தண்டபாணி சுவாமிக்கு முன்பு ஆஸ்ரம நிர்வாகத்தைக் கவனித்துக் கொண்டவர்கள் மீது பகவான் எந்த அளவுக்கு அதிருப்தியோடு இருந்தார் என்பதை பிரண்டன் பதிவு செய்துள்ளார்.

தனக்கு முன்பு இருந்த நிர்வாகிகளின் (சின்னசுவாமியையைத் தவிர) லௌகீக நடத்தைகளைப் பற்றி குறைப்பட்டுக் கொண்ட தண்டபாணி சுவாமியிடம் பகவான், ஆன்மீக முன்னேற்றத்துக்காக உலகியல் வாழ்க்கையில் இருந்து ஓய்வு பெற விரும்புபவர்களை ஒன்று சேர்ப்பது என்கின்ற தங்களது மூல நோக்கத்தை ஒரு ஆஸ்ரமம் மறக்கத் தொடங்குவது அடிக்கடி நிகழ்வது தான் என்று கூறினார். ஒரு ஆஸ்ரமம் அதன் பொருளியல் ரீதியிலான அமைப்பின் விவரங்களில் கூடுதல் அக்கறை எடுத்துக்கொண்டு, அதன் ஆன்மீக நோக்கத்தில் குறைவான அக்கறை காட்டி, இப்படியாக தனது ஆன்மிகப் பாதையிலிருந்து விலகி விடுவதும் அடிக்கடி நிகழ்வது தான். ஆனால், எந்த விஷயத்திலும் ஒரு ஆஸ்ரமத்தின் பொருளியல் தொடர்புள்ள சேவைகளும், வேலைகளும், உடலுழைப்பும், அலுவலகப் பணிகளும் உண்மையில் செயல்பாடுகளில் வேட்கையுள்ள ராஜச குணம் பொருந்தியவர்களுக்கு உரியதே ஆகும். ஆனால், அதே நேரத்தில், சாத்விக குணம் பொருந்திய, (ஆன்மீகத்தில்) கூடுதல் முன்னேற்றம் அடைந்தவர்கள் ஆஸ்ரமத்திலிருந்து விலகியிருந்து தங்களுடைய தனிமையில் பொருந்தியவாறே தங்கள் தியானத்தைச் செய்யக் கூடும் என்றார் மகரிஷி.

ஆஸ்ரமத்திலுள்ள பெரும்பாலானவர்கள் இதயபூர்வமாக வேலையிலும், ஆஸ்ரமத்தின் பொருளியல் நிர்வாகத்திலும் தங்களை மும்முறமாக ஈடுபடுத்திக் கொள்வதிலும் காட்டும் அக்கறை, ஆன்ம ஞானத்தை அடைவதில் அவர்களுக்கு இல்லை என்பதனால் தான் அவர்களிடம் தான் மௌனமாகவே இருப்பதாகவும் மேலும் அதன் காரணமாகவே தான் அவர்களிடம் உயர்ந்த ஆன்மிக விஷயங்களைப் பற்றிப் பேசிப் பயனில்லை என்று தனக்குள்ளே முடிவு செய்து கொண்டதாகவும் உண்மையில் ஒப்புக்கொள்ளவும் செய்தார் மகரிஷி.

1928 இல் நான் முதன் முதலாக ஆஸ்ரமத்திற்கு வந்திருந்த போது, பெருமாள் சுவாமி இன்னும் தானே ஆஸ்ரமத்தின் உண்மையான நிர்வாகி என்று உரிமை பாராட்டிக் கொண்டிருந்தார். அவருக்குப் பிறகு அந்தப் பணியிலிருந்த மூன்று பக்தர்களுமே தன்னுடைய பதவியை முறைகேடாக அபகரித்துக் கொண்டவர்களே என்று நினைத்தார். அவரிடம் மிகுதியான கோபமும், மனக்கசப்பும் இருந்தது. ஏனென்றால், தனக்கு மட்டுமே ஆஸ்ரமத்தை நிர்வகிக்க உரிமை உண்டு என்ற விசித்திரமான எண்ணம் அவருக்கு இருந்தது. அவர் பகவானைப் பார்க்க வந்த போதெல்லாம் அன்றும் அடக்கத்தோடும், மரியாதையோடும் நடந்து கொண்ட போதிலும், அவர் தனது உண்மையான உணர்வுகளை மறைத்துக்கொண்டிருந்தார் என்பதை எளிதாகப் பார்க்க முடிந்தது. சின்னசுவாமி நிர்வாகியாக நியமிக்கப்பட்டதும் தான் இந்தக் கோபமெல்லாம் வெளிப்பட்டு வெளிச்சத்துக்கு வந்தது.

பெருமாள் சுவாமி எப்பொழுதுமே அப்படி இருந்ததில்லை, ஸ்கந்தாஸ்ரமத்தில் இருந்த ஆரம்ப நாட்களில் அவர் பகவானிடம் மிகுந்த பக்தியை வெளிப்படுத்தினார். ஒரு சமயம் பகவான் வயிற்றுப் போக்கு நோயால் பாதிக்கப்பட்டு பலவீனமாக இருந்த போது, பெருமாள் சுவாமி இரவு பகலாக அவரோடு இருந்தார். இந்தக் காலகட்டத்தில் ஒரு சமயம் பகவானுக்கு மோசமான வயிற்றுப் போக்கு இருந்த போது எழுந்து வெளியே செல்வது பகவானுக்கு வேதனையாக இருக்குமென்று அவருக்குத் தெரிந்ததால், மலத்தைக் கைகளில் பிடித்து அப்புறப்படுத்தினார். அவருடைய பக்தி வேறு வழிகளிலும் வெளிப்பட்டது. அவர் ஸ்கந்தாஸ்ரமத்தின் நிர்வாகியாக இருந்த போது பகவானின் ஜெயந்தியை பெரிய அளவில் விமரிசையாகக் கொண்டாட நிறைய நன்கொடை திரட்டினார். ஒவ்வோர் ஆண்டும் ஜெயந்தி அன்று பகவானின் படத்தை முன்னால் கொண்டு செல்ல, திருவண்ணாமலை வீதிகளின் வழியாக ஒரு பெரிய ஊர்வலம் நடைபெற அவர் செலவு செய்தார். மேலும் பஞ்ச லோகத்தால் பகவானின் உருவச் சிலையை வடிக்கவும் நிதி திரட்டினார். இந்தச் சிலை சுமார் மூன்றடி உயரமுள்ளது. அவர் ஸ்கந்தாஸ்ரம நிர்வாகத்திலிருந்து விலகிய பிறகும் பல ஆண்டுகளுக்கு பகவான் ஜெயந்தி அன்று நகர வீதிகள் வழியாக ஊர்வலம் நடத்திக் கொண்டாடினார்.

ஸ்கந்தாஸ்ரமத்துக்கு சின்னசுவாமி வந்து சேர்ந்தது அவரது வாழ்க்கையில் ஒரு திருப்பு முனை போல் வந்தமைந்தது. புதியவராக இருந்ததால், சின்னசுவாமி ஆஸ்ரமத்தில் தங்கலாமா என்று பெருமாள் சுவாமியிடம் கேட்க வேண்டியதாக இருந்தது.

இந்த விவரத்தைப் பெருமாள் சுவாமி பகவானிடம் அறிவித்த போது, பகவான் வேடிக்கையாக, "இந்த ஆள் உனக்கு எதிரியாக வருவான். நீ பத்திரமாக இருக்கவேண்டுமென்றால், அவனை நீ வெளியே அனுப்பி வைத்துவிட வேண்டும்," என்றார்.

பெருமாள் சுவாமி அந்த ஆலோசனையை நிராகரித்து விட்டு, அவரைத் தங்குவதற்கு அனுமதித்தார்.

பகவானது கருத்து விரைவிலேயே உண்மையாகிவிட்டது. சின்னசுவாமி ஆஸ்ரமத்தில் தன்னைத்

தானே நிலைநாட்டிக் கொண்ட பிறகு, அதன் நிர்வாகத்தில் ஆர்வம் காட்டத் தொடங்கினார். இது பல சமயம் பெருமாள் சுவாமி ஆமோதிக்காத காரியங்களை அவரைச் செய்ய வைத்தது. ஆஸ்ரமச் செயல்பாடுகளில் தன் செல்வாக்கைக் காட்ட முயன்று கொண்டிருந்த தண்டபாணி சுவாமியின் நடவடிக்கைகளாலும் பெருமாள் சுவாமியின் நிர்வாகச் சிக்கல்கள் பெருகின. இந்த ஆளுமைகளின் போராட்டத்தில், தனது தம்பி என்பதால் சின்னசுவாமியை பகவான் ஆதரிப்பதாக, மிகத் தவறாக பெருமாள் சுவாமி முடிவு கட்டிவிட்டார். தனது அதிகாரமும், பதவியும் வலுவிழந்து வருவதை உணர்ந்த பெருமாள் சுவாமி மேன்மேலும் கூடுதலாக சர்வாதிகாரப் போக்கைக் காட்டலானார். தான் மட்டுமே நிர்வாகி என்றும், எல்லாம் தன் வழியில்தான் நடைபெற வேண்டுமென்றும் வலியுறுத்தத் தொடங்கினார். இந்த மனப்பாங்கு கூடுதல் பூசல்களை உருவாக்கியது.

(பகவான் ஸ்கந்தாஸ்ரமத்தில் வசித்த காலத்தில் அங்கே உடனிருந்தவர்களுள் ஒருவரான) ராமசாமி பிள்ளையோடு நான் உரையாடிய போது, அவர் அங்கு நிகழ்ந்த அரசியல் பூசலில் சாதி முக்கியப்பங்கு வகித்தது என்று குறிப்பிட்டார். பெருமாள் சுவாமியும் மற்றும் சில பிராம்மணரல்லாத பக்தர்களும் பிராம்மணர்கள் தங்கள் கட்டுப்பாட்டை நிலைநாட்ட முயற்சிப்பதாக நினைத்தார்கள். கூடுதல் பொறுப்புகளை எடுத்துக்கொள்ளும் அவர்களது முயற்சிகளை, அவையெல்லாம் தன் அதிகாரத்தை வலுவிழக்கச் செய்யும் தந்திரங்கள் என்று நினைத்து பெருமாள் சுவாமி அவற்றைத் தடுத்தார்.

தொடக்கத்தில், அவ்வளவு நல்ல பக்தராக இருந்த பெருமாள் சுவாமி ஏன் ஆஸ்ரமத்தின் எதிரியாக ஆனார் என்று நான் ஒரு முறை பகவானைக் கேட்டேன்.

பகவான் பதிலளித்தார், "அவர் அடக்கத்தோடு சேவை செய்யவில்லை; எப்பொழுதும் ஒரு அகங்கார உணர்வோடு தான் சேவை செய்தார். 'நான் இந்த ஆஸ்ரமத்தின் ஒரு நிர்வாகியாக இருக்க வேண்டும்' என்ற உணர்வு அவருக்கு எப்பொழுதும் இருந்தது."

தொடர்ந்து பகவான் எனக்கு ஜெய-விஜயர்களின் கதையைக் கூறினார். மகாவிஷ்ணு அவர்களை வைகுண்டத்தின் காவலர்களாக நியமித்திருந்தார். அவர்கள் இருவருமே விஷ்ணுவிடம் பக்தி மிக்கவர்கள். ஆனால் அவர்களுக்குத் தங்கள் பதவியின் பேரில் மிகுந்த பெருமை. இது அவர்களை மிகுந்த அகங்காரம் கொண்டவர்களாக ஆக்கியது. அவர்களுக்கு மிகுதியான அதிகாரம் இருந்தது. ஏனென்றால் வைகுண்டத்திற்குள் நுழையும் ஒவ்வொருவருமே அவர்களது அனுமதி பெற்றுத்தான் நுழைய வேண்டும். ஒரு நாள் மகாவிஷ்ணுவைத் தரிசிக்க நான்கு ரிஷிகள் - சனகர், சனந்தனர், சனத்சுஜாதர், சனத்குமாரர் - வைகுண்டத்திற்கு வந்தனர். ஜெய-விஜயர்கள் எந்தக் காரணமும் இல்லாமலே, அவர்கள் மீது மிகவும் கோபம் கொண்டு, உள்ளே அனுமதிக்க மறுத்து விட்டனர். இப்படி மறுத்ததால் கோபம் கொண்ட ரிஷிகள் ஜெய-விஜயர்களை சபிப்பது என்று முடிவு செய்தனர். இந்த இரண்டு வாயிற்காவலர்களும் மீண்டும் வைகுண்டத்திற்குள் அனுமதிக்கப்படுவதற்கு முன் தொடர்ந்து மூன்று பிறவிகளுக்கு மகாவிஷ்ணுவின் எதிரிகளாகப் பிறப்பார்களாக என்று சபித்து விட்டனர். இந்தச் சாபம் செயல்படத் தொடங்கியதும், நரசிம்மாவதாரம், ராமாவதாரம், கிருஷ்ணாவதாரம் ஆகிய அவதாரங்களின் போது ஜெய-விஜயர்கள் அசுரர்களாகப் பிறந்தார்கள்.

வலுவான அகங்கார உணர்வோடு அவர்கள் சேவை செய்ததனால் விஷ்ணுவின் எதிரிகளாக அவர்கள் பிறப்பெடுக்க நேர்ந்தது. பெருமாள் சுவாமியும் ஸ்கந்தாஸ்ரமத்தில் பலமான அகங்கார உணர்வுடன் சேவை செய்தார். அவரது அகங்காரம் எல்லை மீறிப்போனதும் ஆஸ்ரமத்தின் எதிரியாகி விட்டார்," என்று கூறி இந்தக் கதையை முடித்தார் பகவான்.

பெருமாள் சுவாமியின் அகங்காரமும் பகவான் மீதான அவரது பகைமை உணர்வும் அவர் ஸ்கந்தாஸ்ரமத்தில் கழித்த கடைசி ஆண்டுகளில் தெளிவாகவே தெரிந்தது. இதைச் சிறப்பாக சித்தரிக்கும் ஒரு சம்பவத்தை பகவான் என்னிடம் கூறினார்; அப்போது நான் பகவானுக்கு குளிப்பதற்கு உதவி செய்து கொண்டிருந்தேன். அவரது கால் பெருவிரல்களுள் ஒன்று சற்று கோணலாக இருந்ததைக் கவனித்த நான், அது ஏன் இப்படியானது என்று கேட்டேன்.

"நான் ஸ்கந்தாஸ்ரமத்தில் இருந்த போது இப்படி ஆகிவிட்டது என்றார் பகவான்." அப்போது அம்மா உடல் நலமில்லாமல் இருந்தார்கள். நான் அவர்களைக் கவனித்துக் கொண்டிருந்தேன். அம்மாவின் தலையைச் சற்று உயர்த்தி வைப்பது நல்லது என்று நினைத்தேன். அதனால் பெருமாள் சுவாமியிடம் தலையணை போலப் பயன்படுத்தக் கூடிய ஒரு சிறிய மரப்பலகையைக் கொண்டுவரும்படி கேட்டுக்கொண்டேன். ஏதோ ஒரு வாக்குவாதம் காரணமாக பெருமாள் சுவாமி பேசாமல் இருந்தார். அந்தப் பலகையை என்னிடம் கொடுப்பதற்கு பதிலாக என்னிடம் தூக்கி எறிந்தார். அது இந்தக் கால் பெருவிரலைத் தாக்கி அதை இப்படி ஆக்கிவிட்டது. அது முதல் இது கோணலாகவே இருந்து வருகிறது. நான் அப்போது பெருமாள் சுவாமியிடம் ஒன்றும் சொல்லவில்லை. அந்தப் பலகையை தாயாரின் தலைக்கடியில் வைத்து அவரைத் தொடர்ந்து பராமரித்து வந்தேன்," என்றார்.

பெருமாள் சுவாமி ஸ்கந்தாஸ்ரமத்தில் கழித்த கடைசி மாதங்களில் தன்னுடைய அணுக்கத் தொண்டர் நிலையைக் கைவிட்டு விட்டு உண்மையில் பகவானுக்குக் கட்டளையிடத் தொடங்கி விட்டார்.

எனக்குத் தெரிவிக்கப்பட்ட ஒரு சம்பவத்தில் பெருமாள் சுவாமி பகவானிடம், "இது என் ஆஸ்ரமம்; நீங்கள் நான் சொல்வதைச் செய்யவேண்டும்" என்று கூறியுள்ளார்.

பகவான், "இது உன் ஆஸ்ரமம் என்றால் நீயே வைத்துக் கொள். நான் வேறு எங்கேயாவது போய் இருந்து கொள்கிறேன்," என்று பதிலளித்துள்ளார்.

இதற்குப் பிறகு வெகு விரைவிலேயே பகவான் ஸ்கந்தாஸ்ரமத்தை விட்டு வெளியேறி ரமணாஸ்ரமத்தில் வசிக்கச் சென்றுவிட்டார். இந்த வாக்குவாதம் தான் தாம் வெளியேறுவதற்கான காரணம் என்று பகவான் ஒரு போதும் கூறியதில்லை. ஆனால், அவர் வெளியேற முடிவெடுத்ததற்கு அதுவும் ஒரு காரணமாக இருந்திருக்கலாம்.

பிரண்டன் கையெழுத்துப் பிரதியில், பக்கம் 124 இல் பெருமாள் சுவாமி பகவானிடம் ஒரு முறை, "இது (ஸ்கந்தாஸ்ரமம்) என் கட்டிடம், என் சொத்து, நான் எழுப்பியது" என்று கூறியதாக அறிவிக்கப்பட்டுள்ளது.

பகவான், "உன்னிடம் 'நான்' நிறைந்திருக்கிறது. நான் இதற்கு நேர் எதிர். எனவே நான் உன்னைவிட்டுச் செல்கிறேன்" என்று கூறியுள்ளார்.

அதன் பிறகு, பிரண்டன் கூற்றுப்படி, "மகரிஷி திடீரென்று ஸ்கந்தாஸ்ரமத்தைப் பெருமாள் சுவாமியிடம் விட்டுவிட்டு மலையின் அடிவாரத்தில் தாயார் சமாதிக்கு அருகில், இப்போதுள்ள ஹால் கட்டப்படும் வரை, ஒரு குடிசையில் தங்கியிருந்தார்."

பின் வரும் ஆண்டுகளில், பகவான் ஏன் ஸ்கந்தாஸ்ரமத்தை விட்டு வந்தார் என்று பக்தர்கள் கேட்டால், அவர் குறிப்பிடும்படியான ஒரு காரணமும் இல்லை என்றோ, 'கடவுள் சித்தம்' தன்னை வெளியேறும்படி தூண்டியது என்றோ கூறுவார். (காண்க: Ramana maharishi & Path of

Self Knowledge, பக்கம் 80)

பகவானைப் பற்றிய பல நூல்களிலும் பக்தர்கள் அவரைச் சந்திக்க வசதியாக இருக்கும் என்பதற்காகவே மலையடிவாரத்தில் இருந்த தாயார் சமாதிக்கு அருகில் இடம் பெயர்ந்ததாகக் கூறப்பட்டுள்ளது. அவருடைய வயதான பக்தர்கள் பலருக்கும் அவரைப் பார்ப்பதற்கு பல நூறடி உயரத்தில் மலைமேல் இருந்த ஸ்கந்தாஸ்ரமத்திற்கு ஏறுவது மிகவும் சிரமமாகத் தெரிந்தது உண்மையே என்றாலும், இந்தக் கருத்துக்கு ஆதரவாக பகவான் கூறியது என்று அச்சிடப்பட்ட எதுவும் எனக்கு அகப்படவில்லை.

பகவான் ஸ்ரீ ரமணாஸ்ரமத்தில் வசிக்கத் தொடங்கிய போது, பெருமாள் சுவாமி அவரை மிக நன்றாகவே நடத்தினார். அவர் நமஸ்காரம் செய்துவிட்டு சற்று நேரம் அமைதியாக உட்கார்ந்திருந்து விட்டு நகரத்துக்குத் திரும்பச் சென்று விடுவார். ஒரு முறை அவர் பகவானுக்கு ஒரு செப்புப் பாத்திரத்தில் சிறிதளவு காப்பி கொண்டு வந்து கொடுத்ததை நான் பார்த்தேன். பகவான் ஒரு சிறிது உறிஞ்சிக் குடித்து விட்டு மீதியைப் பிரசாதமாகத் திருப்பிக் கொடுத்தார். ஆனாலும், சின்னசுவாமியை நிர்வாகியாக நியமித்ததும் பெருமாள் சுவாமியின் பழைய கோபம் மீண்டும் மூண்டெழுந்து, பகவானுக்கும், ஆஸ்ரம நிர்வாகத்துக்கும் எதிரான கொடிய பிரச்சாரமாக வெளிப்பட்டது.

அவர் நகரத்தில் இருந்த தலைமை அஞ்சலகத்தில் ஆஸ்ரமத்தின் கடிதங்களை எல்லாம் வாங்கத் தொடங்கினார். தானே இன்னும் ஆஸ்ரமத்தின் நிர்வாகியாக இருப்பதாக தலைமை அஞ்சலக அதிகாரியை நம்பச் செய்து, ஆஸ்ரமக் கடிதங்களை எல்லாம் வாங்கி நிறைய நன்கொடைகளை அவரால் திருடிக்கொள்ள முடிந்தது. தன் திருட்டை மறைப்பதற்கு ஸ்ரீ ரமணாஸ்ரமம் என்ற பெயரில் ஒரு முத்திரையையும் செய்து வைத்துக்கொண்டார். பணத்தைத் திருடிக் கொண்டு பக்தர்களுக்கு அவர்களது நன்கொடை பெற்றுக் கொள்ளப்பட்டதற்கான ரசீதுகளில் அவற்றை அதிகாரபூர்வமாகக் காட்ட இந்த முத்திரையைக் குத்தி அனுப்பி வைப்பார்.

இது பற்றிய தகவல் ஆஸ்ரமத்துக்கு எட்டியதும் ரமண மகரிஷி அல்லது ஸ்ரீ ரமணாஸ்ரமம் என்ற பெயருக்கு வரும் கடிதங்களை வாங்கிக் கொள்ள சின்னசுவாமிக்கு மட்டுமே அனுமதி வழங்கும் ஒரு ஆவணத்தை பகவான் உண்டாக்கினார்.

கூடுதல் முன்னெச்சரிக்கையாக சின்னசுவாமியும் பக்தர்கள் அனைவருக்கும் ஆஸ்ரமத்திற்கான நன்கொடைகளை அது முதல் சின்னசுவாமி என்ற தன் பெயருக்கே அனுப்பும்படி கடிதமும் எழுதினார்.

இந்த நிகழ்வுகளுக்கு முன்பாக சின்னசுவாமி எல்லாக் கடிதப் போகுவரத்திலும் 'அழகம்மாள் புரம்' என்ற முத்திரையையே குத்தி வந்தார்.

அழகம்மாள் என்பது பகவானின் தாயார் பெயர். இந்தச் சம்பவம் நிகழும் வரை ஆஸ்ரமத்துக்கு பகவான் பெயரை விட, தம் தாயார் பெயரையே சின்னசுவாமி சூட்ட விரும்பியிருந்தார்.

பெருமாள் சுவாமி தனது கடிதப் போக்குவரத்துக்களில் ஸ்ரீ ரமணாஸ்ரமம் என்ற பெயரை முத்திரையாக குத்தத் தொடங்கியதும், சின்னசுவாமியும் 'அழகம்மாள் புரம்' முத்திரையை கைவிட்டு விட்டு 'ஸ்ரீ ரமணாஸ்ரமம்' என்ற முத்திரையைப் பயன்படுத்தத் தொடங்கினார். உண்மையான ஸ்ரீ ரமணாஸ்ரமம் எங்கே இருக்கிறது என்பது பற்றிய சந்தேகம் இருக்கக் கூடாது என்பதற்காகவே அவர் இவ்வாறு செய்தார்.

பல ஆண்டுகளுக்குப் பிறகு பகவானிடம் இது பற்றிக் கேட்ட போது அவர், "நான் எங்கே இருக்கிறேனோ அதுவே ஸ்ரீ ரமணாஸ்ரமம்," என பதிலளித்தார்.

அஞ்சலக விவகாரம் அடங்கிய பிறகு பெருமாள் சுவாமி பகவானை அவமதிக்க ஒரு ஐயங்கார் பிராம்மணரை நகரத்திலிருந்து ஆஸ்ரமத்துக்கு வரவழைத்தார். அவரை அழைத்து வருவதற்கு முன்பாக அந்த மனிதர் தம் பணியை சிறப்பாகச் செய்வதற்காக அவரை செம்மையாக கள்ளும், சாராயமும் குடிக்க வைத்தார். அவர்கள் இருவரும் ஒன்றாகவே ஆஸ்ரமத்திற்கு வந்து பழைய ஹாலின் தெற்கு வாயிலில் நின்றார்கள். பெருமாள் சுவாமி பக்கத்திலேயே அமைதியாக புன்முறுவலுடன் நின்று கொண்டிருக்க, ஐயங்கார் பகவானை நோக்கி உரத்த குரலில் திட்டினார். அவர்கள் வரும்போது நான் ஹாலில் இல்லை. நான் கோவிலில் ரங்க சுவாமியோடு மாலை கட்டிகொண்டிருந்தேன். ஒரு குடிகாரன் பகவானைத் திட்டிக்கொண்டிருப்பதாக இராமகிருஷ்ண சுவாமி வந்து கூறியதும் நான் மிகவும் கோபமடைந்தேன்.

இராமகிருஷ்ண பரமஹம்ஸரின் ஒரு பொன்மொழியை நினைத்துக் கொண்டேன்; "யாராவது உன் குருவை அவமதித்தால் நீ அவனை ஆஸ்ரமத்திலிருந்து வெளியே தூக்கி எறிய வேண்டும் அல்லது அவமானத்தோடு நீயே வெளியேறி விட வேண்டும்."

நான் இந்த அறிவுரைப்படி நடந்து கொள்ள முடிவு செய்தேன். இத்தகைய பிரச்சினைகளிலிருந்து பகவானைக் காப்பது நம் கடமை என்பதை ரங்க சுவாமிக்கு அறிவுறுத்திய பிறகு, நாங்கள் இருவரும் ஹாலுக்கு ஓடிச் சென்றோம்.

இந்தக் காட்சியை பெருமாள் சுவாமி மௌனமான சாட்சியாக மட்டுமே பார்த்துக் கொண்டிருந்த போதும், அவரது முகத்தில் தவழ்ந்த புன்முறுவல் இதற்கெல்லாம் பின்னணியில் இருந்த சூத்திரதாரி இவர் தான் என்பதைத் தெளிவு படுத்தியது. என் கோபம் இன்னும் தணியாமல் நான் அவரிடம் சென்று என் கை முட்டியை அவரது மூக்கிற்குக் கீழே ஆட்டினேன்.

அவரது இடது தாடையைச் சுட்டிக் காட்டி,"நான் உன் முகத்தில் இந்தப் பக்கம் குத்தினால், நான் குத்து விடுகின்ற வேகத்தில் உனது அந்தத் தாடையும் சேர்ந்து வீங்கி விடும்!" என்றேன்.

அந்தக் காலத்தில் எனக்கு வலிமையான பருத்த உடல் இருந்தது. எனவே, எளிதாகவே நான் பயமுறுத்தியபடியே செய்திருப்பேன். நான் உண்மையாகவே தீவிரமாக இருந்ததைப் பார்த்த பெருமாள் சுவாமி ஐயங்கார் பிராம்மணரைப் பார்த்து நிறுத்தும்படி சொன்னார். மேலும் ஒரு வார்த்தை கூட பேசாமல் இருவரும் ஆஸ்ரமத்தை விட்டு வெளியேறினர்.

சின்னசுவாமியும், வேறு சில பிராம்மணர்களும் எங்களுடைய தைரியத்தைப் பார்த்து பாராட்டினார்கள். இதுபோன்ற தாக்குதல்களில் இருந்து பகவானைப் பாதுகாக்க அச்சமற்ற இருவர் இன்னும் ஆஸ்ரமத்தில் இருப்பதை அறிய தங்களுக்கு மிகவும் மகிழ்ச்சியாக இருப்பதாக அவர்கள் எல்லோரும் கூறினார்கள். இதற்கு முந்தைய ஆண்டுகளில் தங்களைப் பாதுகாத்துக் கொள்ள தண்டபாணி சுவாமியின் பலத்தைச் சார்ந்திருந்தார்கள்.

பகவானின் மனப்பாங்கை மதிப்பிடுவது கடினமாக இருந்தது. தாக்குதல் நடந்துகொண்டிருந்த போது அவர் சோஃபாவில் காலை மடக்கி உட்கார்ந்திருந்தவாறு கண்களை மூடிக்கொண்டிருந்தார். அவரது உடல் சற்று நடுங்கிக் கொண்டிருந்தது. அவரைப் பார்க்கும் போது எனக்கு அவர் தன் கோபத்தை அடக்க முயற்சி செய்பவரைப் போலத் தோன்றினார். அவர் இந்தச் சம்பவத்தைப் பற்றி என்னிடம் ஒரு போதும் பேசவில்லை; ஆனால், இதில் நான் ஆற்றிய பங்கை அவர் ஆமோதித்ததாக எனக்குத் தோன்றியது. இதைத் தொடர்ந்த நாட்களில் அவர் என்

மீது வழக்கத்துக்கு அதிகமாக அருளைப் பொழிந்தார். இதை நான் எனது குறுக்கீட்டுக்கான அங்கீகாரமாக எடுத்துக் கொண்டேன்.

பிரண்டன் கையெழுத்துப் பிரதி பக்கம் 114: "பெருமாள் சுவாமியின் அடியாள் ஒருவன் மகரிஷியை அவருக்கு நேரில் நின்று கொண்டு வன்மையாகத் திட்டிய போது அத்தனை வசவுகளை கேட்டுக் கொண்டு மௌனமாக இருந்தார்."

முடிவில் அவர் 'ஒரு நாள் நான் எழுந்து ஒரேயடியாகப் போய்விடுவேன்' என்றார்."

அப்போது பகவான் இப்படி ஒரு கருத்து கூறியது அண்ணாமலை சுவாமிக்கு நினைவுக்கு வரவில்லை.

ஏறக்குறைய இந்த சந்தர்ப்பத்தில் தான் பெருமாள் சுவாமி பகவானது புகழ் பெற்ற சிலையை அழித்து விட முயற்சித்தார். அவர் அந்தச் சிலையை, பகவான் மலை மீது சென்றடைவதற்கு முன்பு தங்கியிருந்த ஆலயங்களில் ஒன்றான பவழக்குன்றில் வைத்திருந்திருக்கிறார். பெருமாள் சுவாமி அந்தச் சிலையை ஒரு கொல்லரிடம் காட்டி, அதற்கு ஒரு வண்டி செய்து தருமாறு கேட்டார். அந்தக் கொல்லர் வண்டியை வைத்து என்ன செய்யப் போகிறீர்கள் என்று கேட்டதற்கு, அந்தச் சிலையை திருவண்ணாமலை நகரத் தெருக்கள் வழியே இழுத்துச் செல்ல எண்ணியிருப்பதாகவும், அப்படிச் செய்யும் போது அதன் மீது தொடர்ந்து துப்பிக்கொண்டே இருக்கப் போவதாகவும் சொன்னார். இறுதியில் இதைப் பார்த்து போதுமான கூட்டம் சேர்ந்ததும் அவர்கள் முன்னால் அதை அடித்து நொறுக்க நினைத்திருப்பதாகவும் கூறினார். பகவானின் பக்தரான அந்தக் கொல்லர் அவருடைய திட்டப்படி எதையும் செய்ய மறுத்துவிட்டார். இறுதியாக அந்தச் சிலைக்கு என்ன நேர்ந்தது என்பது எனக்குத் தெரியாது. எனக்குத் தெரிந்ததெல்லாம், திருவண்ணாமலையில் யாரும் அவருக்கு அந்த வண்டியைச் செய்து தர முன்வரவில்லை என்பது தான்.

ஐயங்கார் சம்பவத்திற்குப் பிறகு விரைவிலேயே பெருமாள் சுவாமி ஆஸ்ரமத்தின் முன் கேட்டிற்கு உள்ளே நின்றிருக்கும் இலுப்பை மரத்திற்கு அருகிலே ஒரு குடிசை கட்டத் தீர்மானித்திருந்தார். ஆஸ்ரமத்திற்கு உள்ளேயே தங்கி இருந்தால் தன்னுடைய துஷ்பிரச்சாரத்தை சிறப்பாக நடத்தலாம் என்று அவர் நினைத்திருக்கக் கூடும். அங்கே கட்டுவதற்கு சின்னசுவாமி தனக்கு ஒருபோதும் அனுமதி அளிக்க மாட்டார் என்று அவருக்குத் தெரிந்திருந்ததால், அவர் தன் குடிசையை நள்ளிரவில் ரகசியமாகக் கட்டுவது என்று முடிவு செய்தார். நகரத்திலிருந்த ஒரு பக்தர் இதைக் கேள்விப்பட்டு, எங்களை முன் கூட்டியே எச்சரித்தார்.

திருவண்ணாமலையில் காவல்துறை துணை கண்காணிப்பாளராக இருந்தவர் ஒரு பகவான் பக்தர். டி. கே.சுந்தரேச ஐயர் அவரிடம் இந்தப் புதிய அச்சுறுத்தலுக்கு என்ன செய்யலாம் என்று யோசனை கேட்க அவரைப் போய் பார்த்திருக்கிறார். ஆஸ்ரமத்தை அடைத்து, முன்னால் ஒரு சிறிய கேட் வைத்து ஒரு தற்காலிக வேலியை நாங்கள் அமைத்தால், பெருமாள் சுவாமி இரவில் நிலத்திற்குள் நுழைய முடியாதபடி இரண்டு காவலர்களை அங்கே நிறுத்தி வைப்பதாக துணைக் கண்காளிப்பாளர் கூறினார். ஆஸ்ரமத்தில் செலவிடுவதற்கு மிகக் குறைந்த அளவே பணம் இருந்தது; ஆனாலும், அவர் அறிவுறுத்தியபடி நாங்கள் மூங்கில் கழிகளையும், கயிறையும் கொண்டு ஆஸ்ரம வளாகத்தை முழுவதும் அடைத்து ஒரு வேலி அமைத்தோம். இதற்கு முன்பு ஆஸ்ரமத்தின் நிலப்பரப்பு ஒரு போதும் அடைக்கப்பட்டதில்லை. பெருமாள் சுவாமிக்கு வேலியைப் பற்றியோ காவல் கண்காணிப்பு பற்றியோ யாரும் தகவல் தரவில்லை போலும். சில இரவுகள் கழித்து அவர் ஒரு மாட்டு வண்டி நிறைய மூங்கில் கழிகளையும், தென்னங்கீற்றுக்களையும் ஏற்றிக்கொண்டு குடிசை கட்டும் நோக்கத்தோடு வந்து சேர்ந்தார்.

கேட்டில் பணியில் இருந்த காவலர்கள், அவரை உள்ளே அனுமதிக்கக் கூடாது என்று தங்களுக்கு உத்தரவு இருப்பதாகக் கூறி அவருக்கு கல்தா கொடுத்து விட்டனர்.

ஆஸ்ரமத்துக்குள்ளே நுழைய அவர் மேற்கொண்ட முயற்சி தோல்வி அடைந்ததும், பெருமாள் சுவாமி, பகவான் மீதும், சின்னசுவாமி மீதும் ஒரு வழக்குத் தொடுத்தார். எனக்கு முழு விவரமும் தெரியாது; ஏனென்றால், சின்னசுவாமி ஆஸ்ரம விவகாரங்களை பக்தர்களோடு பகிர்ந்து கொண்டதில்லை. ஆனால் ஆஸ்ரமத்தின் உண்மையான நிர்வாகி தானே என்று பெருமாள் சுவாமி உரிமை கோரினார் என்று எனக்குத் தெரியும்.

நீதிமன்றத்தில் சமர்ப்பித்த கோரிக்கையில் பெருமாள் சுவாமி தன் தரப்புக்கு ஆதரவாக சில பொருந்தாத வாதங்களை எடுத்து வைத்திருந்தார். முதலாவதாக, பகவான் ஒரு சன்னியாசி ஆனதால் அவர் சட்டபூர்வமாக தனக்குச் சொந்தமாக சொத்தோ, நிலமோ வைத்துக்கொள்ள முடியாது. அப்படி இருப்பதால், பகவானுக்கு ஸ்ரீ ரமணாஸ்ரமம் எனும் சொத்தின் மீது எந்த உரிமையும் இல்லை. என்பது பெருமாள் சுவாமியின் வாதம். தன் வாதத்தைத் தொடர்ந்த பெருமாள் சுவாமி, பகவான் ஆஸ்ரம சொத்து எதற்கும் சொந்தம் கொண்டாட முடியாது என்பதால், அதை நிர்வாகம் செய்ய சின்னசுவாமியை நியமிக்கவும் அவருக்கு அதிகாரம் இல்லை. சின்னசுவாமியின் அதிகாரத்தை இவ்வாறு அப்புறப்படுத்திவிட்டு, தன் தரப்பை எடுத்து வைத்த பெருமாள் சுவாமி, தான் ஸ்கந்தாஸ்ரமத்தின் மறுக்க முடியாத நிர்வாகியாக இருந்து வந்திருப்பதால், தானே ஆஸ்ரம நிர்வாகியாக இன்னும் இருக்க வேண்டும்; ஏனென்றால், தன்னை நீக்கவோ அல்லது தனக்கு பதிலாக வேறொருவரை நியமிக்கவோ பகவானுக்கோ அல்லது வேறு ஒருவருக்கோ சட்டப்படி உரிமை இல்லை என்று வாதாடினார்.

நீதிமன்றத்தில் பெருமாள் சுவாமி சமர்ப்பித்த புகாரில் இரண்டு முக்கியமான கருத்துக்கள் வசதியாக புறக்கணிக்கப்பட்டிருந்தன;

1. பகவான் ஒருபோதும் தன்னை சன்னியாசி என்று சொல்லிக்கொண்டதில்லை. எந்த சன்னியாச சம்பிரதாயத்திலும் அவர் முறையாக ஒருபோதும் தீக்ஷை ஏற்றுக் கொள்ளாததால், அவருக்கு சொத்து வைத்துக் கொள்ளவும் விற்கவும் அப்போதும் அவருக்கு உரிமை இருந்தது.
2. பெருமாள் சுவாமி 1922-இல் தாமாக முன்வந்து ஆஸ்ரமத்தின் நிர்வாகி என்ற பொறுப்பைக் கைவிட்டு விட்டார். அந்த நாளிலிருந்து (நீதிமன்ற நடவடிக்கை தொடங்கப்பட்டது 1933-இல்) அவர் ஆஸ்ரமத்தில் வசிக்கவில்லை. நிர்வாகத்தில் எவ்விதத்திலும் பங்கும் பெற்றதில்லை.

பெருமாள் சுவாமியின் உரிமை கோரிக்கை போலியானது என்பது தெளிவாகவே தெரிந்த போதும், இந்தக் குற்றச்சாட்டுக்கு பதிலளிக்க நீதிமன்றத்துக்கு வருமாறு பகவானுக்கு ஆணை பிறப்பிக்கப்பட்டது. பகவானின் ஒரு பக்தராக இருந்த கிராண்ட் டஃப் என்ற பிரிட்டிஷ் அரசின் ஒரு ராஜதந்திரி, பகவான் ஒரு தீங்கும் இழைக்காத ஆத்மா என்றும், அவரை நீதி மன்றத்தில் தோன்றும்படி செய்வது கூடாது என்றும் பிரிட்டிஷ் அதிகாரிகளுக்கு வற்புறுத்தினார். அதற்கு மாறாக, நீதிமன்றம் ஆஸ்ரமத்திலேயே பகவானின் சாட்சியத்தைப் பதிவு செய்ய ஏற்பாடு செய்தார்.

வழக்கறிஞர்கள் வந்த போது நீதிமன்ற நடவடிக்கைகளை நாங்கள் எல்லோருமே கேட்க அனுமதிக்கப்பட்டது. பகவானின் பதில்கள் மிகவும் சுவாரசியமாக இருந்தமையால் நான் அவற்றில் சிலவற்றை என் டைரியில் குறித்துக் கொண்டேன்.

வழக்கறிஞர்: சுவாமி தங்கள் பெயர் என்ன?

பகவான்: மக்கள் என்னைப் பல்வேறு பெயர்களால் அழைக்கிறார்கள். அதில் எதை என்னுடையது என்பது?

வழக்கறிஞர்: இப்பொழுது மக்கள் உங்களை ரமண மகரிஷி என்று அழைக்கிறார்கள். இது உண்மையா?

பகவான்: ஆம்.

வழக்கறிஞர்: இந்து சாத்திரங்களின்படி பிரம்மச்சரியம், கிருஹஸ்தம், வானப்பிரஸ்தம், சன்னியாசம் என்று நான்கு ஆசிரமங்கள் உண்டு. நீங்கள் எந்த ஆசிரமத்தில் இருக்கிறீர்கள்?

பகவான்: நான் அதிவர்ணாசிரமத்தில் இருக்கிறேன். அது மற்ற நான்கு ஆசிரமங்களையும் கடந்தது.

இந்துமத மரபின்படி ஆசிரமங்கள் எனப்படும் நான்கு நிலைகளாவன: பிரம்மச்சரியம், இதில் ஒருவர் பிரம்மச்சாரியாக வாழ்ந்துகொண்டு சமய இலக்கியங்களைப் பயில்கிறார்; கிருஹஸ்தம், இதில் ஒருவர் திருமணம் செய்துகொண்டு இல்லற வாழ்க்கை நடத்துகிறார்; வானப்பிரஸ்தம், இதில் அவர் உலக வாழ்க்கையிலிருந்து விலகி தமது நேரத்தை தியானத்தில் கழிக்கிறார்; சன்னியாசம், இதில் ஒருவர் தம் குடும்பத்துடனான மற்றும் உலகத்துடனான எல்லாத் தொடர்புகளையும் முற்றாகத் துறந்து விடுகிறார். குறிப்பிட்ட மரபுவழி விதிமுறைகளும், நடைமுறைகளும் ஒவ்வொரு ஆசிரம வாழ்க்கையையும் கட்டுப்படுத்துகின்றன.

'அதிவர்ணாசிரமம்' என்றால் எல்லாச் சாதிகளுக்கும், ஆஸ்ரமங்களுக்கும் அப்பாற்பட்டது என்று பொருள். இது மரபு வழி வரும் நான்கு ஆசிரமங்களுள் ஒன்றல்ல என்பதால், வழக்கறிஞர் பகவானை இந்த நிலை பற்றி சாத்திரங்களில் கூறப்பட்டுள்ளதா என்று கேட்டார். அண்ணாமலை சுவாமி இந்தக் கேள்வியைப் பற்றி எழுதாமல் விட்டுவிட்டார்; ஆனால், இது நீதிமன்ற ஆவணங்களில் பதிவாகியுள்ளது. பகவான் இந்த ஆசிரமம் பற்றிய அதிகாரபூர்வ நூலான 'ஸ்கந்த புராணத்தின்' ஒரு உட்பிரிவான 'சூத சம்ஹிதை' யை மேற்கோள் காட்டி பதிலளித்தார். (காண்க: Talks with Sri RamaNa Maharishi' பக்.291)

'சூத சம்ஹிதை' மிக உயர்வாக மதிக்கப்பட்ட ஒரு சாத்திரம். ஆதி சங்கரர் தமது புகழ்பெற்ற விளக்க உரை நூல்களை இயற்றுவதற்கு முன்பு, இந்த சாத்திரத்தை 18 முறை படித்திருக்கிறார் என்படுகிறது. 'சூத சம்ஹிதையின் ' முக்தி காண்டத்தில் ஐந்தாம் அத்தியாயத்தில் 14 முதல் 30 வரையிலான செய்யுள்கள் அதிவர்ணாசிரம நிலையை வருணிக்கின்றன. அதிலுள்ள 29 மற்றும் 30 ஆம் பாக்கள் பகவானின் நிலையை சுருக்கமாக எடுத்துரைக்கின்றன:

ஆத்ம ஞானம் அடைவதன் மூலம் வர்ணாசிரம தர்மம் விதிக்கும் கட்டுப்பாடுகள் (அந்தந்த வருணத்தின் கடமைகள், பொறுப்புகள்) தாமாகவே நழுவிவிடுகின்றன. அத்தகைய ஒருவர் ஆசிரமங்களுக்கும், வர்ணங்களுக்கும் உரிய தடைகளைக் கடந்து தனது ஆத்மாவிலேயே நிலைத்து விடுகிறார். இவ்வாறாக, அனைத்து வர்ணங்களையும், ஆசிரமங்களையும் கடந்து ஆத்மாவில் நிலைத்து இருப்பவரையே அனைத்து வேதாந்த வல்லுனர்களும் அதிவர்ணாசிரமி என்று அழைக்கின்றனர்.

வழக்கறிஞர்: அது உண்மை என்றால், இந்த ஆசிரமத்துக்கு ஏதேனும் விதிமுறைகள் உண்டா?

பகவான்: அதிவர்ணாசிரமிக்கு எந்த விதிமுறையும் கிடையாது.

வழக்கறிஞர்: இந்த உலகத்துப் பொருட்கள் மீது உங்களுக்கு ஏதேனும் விருப்பம் உண்டா?

பகவான்: உலகில் உள்ள எதன் மீதும் வெறுப்பு இல்லை.

இந்த விடையின் ஒரு பகுதி காணப்படவில்லை. நீதிமன்றத்தின் சுருக்கெழுத்தரின் பதிவின் படி பகவானின் பதிலாவது: "எனக்கு சொத்து சேர்க்க விருப்பமில்லை. ஆனால், சொத்துக்கள் வந்தால் அவற்றை ஏற்றுக்கொள்வேன். சொத்துக்கள் வைத்திருப்பது லௌகீகம் என்பதை ஒப்புக்கொள்கிறேன்; ஆனால், உலக நடவடிக்கைகளை நான் வெறுப்பதில்லை."

(எழுதப்பட்ட குறிப்பின் நகல் O. S. 30/36. மாவட்ட முன்சீஃப், திருவண்ணாமலை, 15 நவம்பர், 1936)

வழக்கறிஞர்: நாள் தோறும் பலரும் உங்களைப் பார்க்க வருகிறார்கள். அவர்கள் எதற்காக வருகிறார்கள்?

பகவான்: வருவதற்கு ஒவ்வொருவருக்கும் சொந்தக் காரணம் இருக்கும். அவர்களை நான் வரவோ, போகவோ அல்லது இருக்கவோ சொல்வதில்லை.

வழக்கறிஞர்: உங்களுக்கு யாரேனும் எதிரிகள் உண்டோ?

பகவான்: எனக்கு எதிரிகளும் இல்லை, நண்பர்களும் இல்லை.

வழக்கறிஞர்: உங்கள் குரு யார்?

பகவான்: எனக்கு குருவும் இல்லை, சீடரும் இல்லை.

வழக்கறிஞர்: குரு இல்லாமல் ஒருவரால் எதையேனும் சாதிக்க முடியுமா?

பகவான்: உண்மையில் முடியாது.

வழக்கறிஞர்: அப்படியானால் யார் உங்களது குரு?

பகவான்: எனக்கு ஆன்மாவே குரு.

வழக்கறிஞர்: நீங்கள் பணத்தைக் கையாள்வதுண்டா?

பகவான்: இல்லை.

வழக்கறிஞர்: நீங்கள் சுப்பிரமணியரின் அவதாரம் என்று மக்கள் கூறுகிறார்கள்.

பகவான்: அந்தக் கடவுளும் மற்ற எல்லாக் கடவுளரும் நானே (சிரிப்பு).

வழக்கறிஞர்: நீங்கள் சுப்பிரமணியக் கடவுளின் அவதாரம் என்று பெருமாள் சுவாமி தனது டைரியில் குறித்துள்ளார்.

(அப்பொழுது வழக்கறிஞர் பெருமாள் சுவாமியின் டைரியில் உள்ள ஒரு செய்யுளை பகவானுக்குக் காட்டுகிறார்.)

நீங்கள் சுப்பிரமணியர் என்று இந்தச் செய்யுள் கூறுகிறது. இந்தக் கையெழுத்து உங்களுடையதா?

பகவான்: அந்தக் கையெழுத்து என்னுடையதே. ஆனால், அந்தக் கருத்து பெருமாள் சுவாமியினுடையது.

பகவான் இந்தச் செய்யுளை அவர் விருபாக்ஷ குகையில் வசித்து வந்த காலத்தில் இயற்றியுள்ளார். அந்தக் கால கட்டத்தில் பகவானின் பக்தர்கள் பலரும் அவரைப் புகழ்ந்து பாடல் இயற்றும் பழக்கத்தைக் கொண்டிருந்தனர். இது போன்ற கவிதைகளைப் புனையும் திறன் தனக்கு இல்லாததால் தான் தனிமைப் படுத்தப்பட்டது போன்று உணர்வதாக பெருமாள் சுவாமி பகவானிடம் முறையிட்டுள்ளார். பகவான் அவருக்கு உதவும் பொருட்டு தன்னையே சுப்பிரமணியராகப் புகழ்ந்து கூறும் இக்கவிதையை இயற்றி, அதைப் பெருமாள் சுவாமியின் டைரியில் எழுதிக் கொடுத்துள்ளார். கவிதையின் இறுதியில், விரும்பினால் தானே இதை இயற்றியதாக பெருமாள் சுவாமி உரிமை கோரிக்கொள்ளும் பொருட்டு, 'பெருமாள் சுவாமி' என்ற பெயரையும் எழுதியுள்ளார். புலமை மிக்க பக்தர்கள் யாராவது வந்து பகவானைப் புகழ்ந்து கவிதை இயற்றும் போது பெருமாள் சுவாமி இந்தக் கவிதையைப் படித்துக் காட்டி அதைத் தன்னுடையது என்று சொல்லிக்கொள்ளலாம் என்பதே பகவானுடைய எண்ணம் என்று தோன்றியது. அந்தக் கவிதை கூறுவதாவது:

"அஞ்சேல் எனக் கூறி தன் பக்தர்களின் குறைகளைக் களைய
அழகம்மைக்கும் சுந்தரம் ஐயருக்கும் மகவாய் திருச்சுழியில் அவதரித்த
ஆறுமுகக் கடவுளாய், தன் திருவடியில் சரணடையும் பக்தர்களின்
கர்ம வினைகளை அழித்தொழித்து தன் நிலையை
அவர்க்களிக்க பன்னிரு கரங்களைத் தாங்கியவனும்,
ஐம்புலன்களையும் வெற்றிகொண்டு உயர்ந்தோங்கிய
உள்ளக் கமலமாகிய மயில் மீதமர்ந்து அதனை இயக்குபவனும்,
ஞானக்கண்ணோட்டம் எனும் வேலை வீசி விளையாடுபவனும்
ஆகிய அந்தக் கடவுளே தான் உண்மையில் அருணாசல
ரமணனாக ஆனந்தமாய் வீற்றிருக்கின்றான்."

இது மவுண்டன் பாத் 1984-இதழில் பக்கம் 94 இல் வெளிவந்த ஆங்கில மொழிபெயர்ப்பின் தமிழாக்கம். ஆறுமுகக் கடவுள் சுப்பிரமணியர்; அழகு மற்றும் சுந்தரம் ஆகியோர் பகவானின் பெற்றோர்; திருச்சுழி பகவான் பிறந்த ஊர்; பன்னிரு கரங்களும், வேலும், மயிலும் சுப்பிரமணியரின் உருவச்சிலையில் அமைந்துள்ள அம்சங்கள்.

பகவானின் பக்தர்கள் பலரும் பகவானை முருகக் கடவுளின் அவதாரம் என்றே நம்பினர். இந்தக் கவிதையில் பகவானே இவ்வாறு உரிமை கோருவதாகத் தோன்றினாலும், அவர் இதனைப் பெருமாள் சுவாமியின் கண்ணோட்டத்திலிருந்து எழுதினார் என்பதையும், அவரது பார்வையிலிருந்தல்ல என்பதையும் நினைவிற்கொள்ள வேண்டும். பகவான் உண்மையிலேயே ஒரு தெய்வீக அவதாரம் என்று நம்பியவர்களுள் பெருமாள் சுவாமியும் ஒருவராவார். இதனை பகவான், 'கையெழுத்து என்னுடையது, கருத்து பெருமாள் சுவாமியினுடையது' என்று கூறுவதிலிருந்து உணரலாம். பகவான் ஒரு போதும் தாமே

அப்படி உரிமை பாராட்டிக்கொண்டதில்லை. கேள்வி கேட்ட வழக்கறிஞர், பகவான் தன்னை கடவுளின் அவதாரம் என்று உரிமை கோர வைத்து அவரை இழிவு படுத்திவிடலாம் என்று நம்பியிருந்ததாகத் தோன்றுகிறது.

வழக்கறிஞர்: நீங்கள் அதிவர்ணாசிரமி என்று உங்களைக் கூறிக்கொண்டீர்கள். உங்களுக்குத் தெரிந்த வேறு யாராவது இந்த நிலையில் இருக்கிறார்களா?

பகவான்: இல்லை

வழக்கறிஞர்: கடந்த காலத்தில் யாராவது இருந்தார்களா?

பகவான்: சுகர், ஜடபரதர் மற்றும் வேறு சிலர்

வழக்கறிஞர்: ஏன் உங்கள் ஆஸ்ரமத்தைப் பற்றி வெவ்வேறு மனிதர்கள் வெவ்வேறு விதமாகப் பேசுகிறார்கள்?

பகவான்: ஏனென்றால் ஒவ்வொரு மனிதனின் மனமும் வெவேறு விதமாகப் பார்ப்பதால் தான்.

வழக்கறிஞர்: உங்கள் தம்பியின் பேரில் உங்களுக்கு விசேஷமான அன்பு உண்டா?

பகவான்: நான் எல்லோரையும் நேசிப்பது போலவே அவரையும் நேசிக்கிறேன்.

வழக்கறிஞர்: ஆஸ்ரமத்துக்கு நன்கொடைகளைப் பெற்றுக்கொள்வது யார்?

பகவான்: அவையெல்லாம் என் பெயரிலேயே கொடுக்கப்படுகின்றன; ஆனால், அதை நான் மட்டுமே பயன்படுத்திக் கொள்ளவில்லை. இங்கே இருக்கும் எல்லோரும் பகிர்ந்து கொள்கிறார்கள்.

வழக்கறிஞர்: பெருமாள் சுவாமி ஆஸ்ரமத்தில் தங்கியிருக்க விரும்பினால் அவர் தங்கியிருக்க அனுமதிப்பீர்களா?

பகவான்: அவர் எல்லா பக்தர்களையும் போல நடந்துகொள்ள உறுதியளித்தால், அவர் இங்கே தங்கியிருக்க அனுமதிக்கப்படுவார்.

வழக்கறிஞர்: யாராவது ஆஸ்ரமத்தில் தங்கியிருக்க விரும்பினால் அவர் யாரைக் கேட்க வேண்டும்?

பகவான்: அது என் வேலையல்ல. அவர்கள் சர்வாதிகாரியைத் தொடர்புகொள்ள வேண்டும்.

வழக்கறிஞர்: பெருமாள் சுவாமி ஸ்கந்தாஸ்ரமத்தின் நிர்வாகியாக இருந்தாரா?

பகவான்: நான் ஸ்கந்தாஸ்ரமத்தில் இருந்த போது அவர் நிர்வாகம் செய்து வந்தார்; ஆனால், அங்கேயும் அவரது நடத்தை நன்றாக இல்லை. அவர் நிறைய பணத்தை விரயம் செய்துவிட்டார்.

இந்த நேர்காணலின் போது ஆஸ்ரமத்தில் தங்கியிருந்த பக்தர் ஒருவர் பகவானின் பதில்களை (கேள்விகளை அல்ல) படியெடுத்துக் கொண்டார். பதினேழு ஃபுல்ஸ்கேப் பக்கங்கள் முழுவதும்

கையால் எழுதப்பட்ட இந்தக் கையெழுத்துப் பிரதி ஸ்ரீ ரமணாஸ்ரம அலுவலகத்தில் கோப்புகளில் பாதுகாக்கப்படுகிறது. அண்ணாமலை சுவாமிகளின் டைரியில் உள்ளது இந்தக் கையெழுத்துப் பிரதியுடன் மிகவும் ஒத்துப்போகிறது; இருப்பினும் இது சுருக்கமாக இருப்பதோடு கேள்விகளின் வரிசையில் சிறிது வேறுபடுகிறது. இந்த விசாரணையின் அரைகுறையான வேறு பதிவுகள் 'Talks with Ramana Maharishi' (No 281, 291) மற்றும் 'The Brunton Manuscript' நூல்களில் இடம் பெற்றுள்ளன. அண்ணமலை சுவாமியின் டைரியில் உள்ள விவரங்கள் "ஏனென்றால் ஒவ்வொரு மனிதனின் மனமும் ஒவ்வொரு விதமாகப் பார்ப்பதால்" என்ற பதிலுடன் முடிவடைகிறது. அடுத்து வரும் கேள்விகளும், பதில்களும், நான் அவரை நேர் காணல் செய்த போது அவருக்கு நினைவுக்கு வந்தவை; ஆனால், விசாரணை நடந்த போது எழுதிவைக்கத் தவறியவை. இவை வேறு எந்தப் பதிவுகளிலும் காணப்படாதவை. இந்தக் கருத்துக்கள் வேறு சந்தர்ப்பத்தில் பகவான் கூற அண்ணாமலை சுவாமி கேட்டவைகளாகவும் இருக்கலாம்.

பெரும்பாலும் நிர்வாக விஷயங்கள் தொடர்பான வேறு பல கேள்விகள் இருந்தன. இந்தக் கேள்விகளைக் கேட்ட வழக்கறிஞர் தேவையில்லாமல் மரியாதை இல்லாமலும், விதண்டாவாதியாகவும் நடந்து கொண்டார். சில வாரங்களிலேயே அவரது மகனுக்கு பைத்தியம் பிடித்து மனித மலத்தை கையில் வாரிக்கொண்டு திருவண்ணாமலைத் தெருக்களைச் சுற்றிவரத் தொடங்கிவிட்டான். அதன் பிறகு அந்த வழக்கறிஞருக்கே பைத்தியம் பிடித்துவிட்டது. வழக்கறிஞரும் அவரது மகனும் விரைவிலேயே இறந்தும் விட்டனர். அவருக்கு இப்படி நேரக் காரணம் அவர் பகவானிடம் மரியாதை இல்லாமல் நடந்துகொண்டது தான் என்று பக்தர்கள் பலரும் கருதினர்.

வழக்கில் தோல்வி அடைந்தாலும், பெருமாள் சுவாமி, 'ரமண மகரிஷியின் நிஜ ஸ்வரூபம்' என்ற ஒரு சிறிய நூலை வெளியிட்டு ஆஸ்ரமத்துக்கு எதிரான தனது பிரச்சாரத்தைத் தொடர்ந்தார். அந்நூல், பகவான் தனது பெண்பால் பக்தர்களுடன் தவறான பாலியல் நடத்தை வைத்திருந்தார் என்று குற்றம் சாட்டியதோடு, அவருடைய குணக்கேடுகளாக ஒரு நீண்ட பட்டியலை வழங்கியது. சின்னசுவாமி பெருமாள் சுவாமிக்கு எதிராக சட்டபூர்வமாக நடவடிக்கை மேற்கொள்ள விரும்பினார்; ஆனால், பகவான் அதைத் தடுத்துவிட்டார்.

அவரது குணக்கேடுகள் பற்றிய பகுதியைப் படித்த பகவான் சிரித்துக்கொண்டே கூறினார்; "இதையெல்லாம் எழுதுவதற்கு முன் என்னிடம் வந்திருக்கலாமே! இன்னும் நிறைய, எனக்கு மட்டுமே தெரிந்த என் குறைபாடுகளையெல்லாம் சொல்லியிருப்பேனே? "

அந்நூலின் இறுதியில் இருந்த மிகச்சுருக்கமான பெருமாள் சுவாமியின் குறிப்பு; "பகவானின் கெட்ட குணாதிசயங்களைப் பற்றி வேறு பல கதைகளையும் கூற முடியும்; ஆனால், துரதிர்ஷ்டவசமாக அவற்றையெல்லாம் பதிப்பிக்க என்னிடம் போதிய பணமில்லை,"

இதைப் படித்த பகவான் மீண்டும் சிரித்துக் கொண்டே, "பணம் பற்றாவிட்டால் எங்களிடம் வந்திருக்கலாமே! நாங்கள் அவருக்கு ஒரு நன்கொடை கொடுத்திருப்போம்," எனக் கூறினார்.

நீதிமன்ற வழக்கு தன் புத்தகத்துக்கு ஒரு விளம்பரமாக இருக்குமென்று பெருமாள் சுவாமி நம்பிக்கொண்டிருந்தார். ஆஸ்ரமம் எவ்வித நடவடிக்கையும் எடுக்க மறுத்துவிட்ட போது, அவர் பாதிக்கப்பட்ட பக்தன் என்ற போர்வையில் தானே சட்ட நடவடிக்கை தொடங்க முயற்சித்தார். பகவானின் பக்தர்களுள் ஒருவரான தேவராஜ முதலியார் என்ற வழக்கறிஞரை ஆஸ்ரமத்தின் சார்பில் நடவடிக்கை மேற்கொள்ளுமாறு பகவான்

கேட்டுக்கொண்டார். நீதிமன்ற நடவடிக்கை தொடங்கும் முன்பாகவே வழக்கை நிறுத்தி வைப்பதில் முதலியார் வெற்றி பெற்றார். 'My Recollections' (எனது நினைவுகள்) என்ற அவரது குறுநூலில் இந்த நிகழ்வு பற்றிய விவரங்களைக் காணலாம்.

பகவானுக்கு நீராட உதவி புரிந்து கொண்டிருந்த போது, இந்தப் புத்தகத்தைப் பற்றி பகவானிடம் கூறினேன்.

பகவான், "அந்தப் புத்தகத்தை ஆஸ்ரம கேட்டின் முன்னால் வைத்து விற்றுக் கொள்ளட்டும்," என்று கூறினார்.

இப்படிக் கூறிய போது பகவான் ஒரு பாதி தீவிரத்தோடும், ஒரு பாதி நகைச்சுவையோடும் கூறினார்.

அவர் விளக்கத்தைத் தொடர்ந்தார், "சாதாரண மக்கள் இதைப் படித்தால் நம்பிவிடுவார்கள், ஆஸ்ரமத்திற்கு வருவதை நிறுத்தி விடுவார்கள். இத்தகைய அபத்தங்களை நம்பாத நல்ல பக்தர்கள் தொடர்ந்து வருவார்கள்."

பகவானுக்கு பெருந்திரளாக மக்கள் பார்க்க வருவது பிடிக்காது. அவருடைய பெயருக்கும், புகழுக்கும் சறுக்கல் ஏற்பட்டால், பார்க்க வருபவர்களின் எண்ணிக்கை குறையும் என்று அவர் கருதினார்.

பிரண்டன் கையெழுத்துப் படிவம் (The Brunton Manuscript) பக்கம் 113: நகரத்தில் யாரோ ஒருவர் பகவானைப் பற்றிக் கீழ்த்தரமாகப் பேசியதைக் கேட்டு உணர்ச்சி வசப்பாட்டார் ஒரு மாணவர்.

'மகரிஷி கூறினார், "அவர் அப்படிப் பேச நான் அனுமதிக்கிறேன். இதற்கு மேலும் கூட அவர் பேசட்டும். மற்றவர்களும் அதைப் பின்பற்றட்டும். அவர்கள் என்னைத் தனியாய் விட்டாலே போதும். யாராவது இந்த அவதூறான வார்த்தைகளை நம்ப விரும்பினால், நான் அதை அவர்கள் எனக்குச் செய்யும் மிகப் பெரிய சேவையாகக் கருதுவேன். ஏனென்றால், அவர் (பெருமாள் சுவாமி) மக்கள் என்னை ஒரு போலி சாமி என்று நினைக்கும்படி தூண்டினால், அதன் பிறகு அவர்கள் என்னைப் பார்க்க வரமாட்டார்கள்; நானும் அமைதியாக வாழ முடியும். நான் தனியாக இருக்கவே விரும்புகிறேன்; எனவே நான் இந்த அவதூறான துண்டுப்பிரச்சாரத்தை வரவேற்கிறேன். பொறுமை, மேலும் பொறுமை - சகிப்பு, மேலும் சகிப்பு."

பெருமாள் சுவாமி செய்யும் தீங்குகளுக்கு எல்லையே இருக்காது போல் தோன்றியது. சில மாதங்கள் ஓய்வுக்குப் பிறகு, ஆஸ்ரமத்துக்குத் தொல்லை கொடுக்க அவர் ஒரு புதிய வழியைக் கண்டுபிடித்தார். அந்த சமயத்தில் ஆஸ்ரமக் கட்டிடங்கள் எல்லாம் 'பாவாஜி மடம்' என்னும் ஒரு நிறுவனத்துக்குச் சொந்தமான நிலத்தில் இருந்தன. இதன் மடாதிபதி திருவண்ணாமலையில் வசித்து வந்தார். அவருக்கு பகவான் மீது உயர்ந்த மதிப்பு இருந்ததால், அந்த நிலத்தைப் பயன்படுத்திக்கொள்ள ஆஸ்ரமத்துக்கு அனுமதி அளித்திருந்தார். ஒரு முறை அவர் தரிசனத்துக்கு வந்திருந்த போது, தனது நிலத்தில் ஒரு மகாத்மா வசிப்பதில் தனக்கு மிக்க மகிழ்ச்சி என்று கூறியுள்ளார். அவரிடமிருந்து அந்த நிலத்தை வாங்க ஆஸ்ரமம் ஒரு சமயம் முயற்சி செய்தது; ஆனால் அது வெற்றி பெறவில்லை. ஏனென்றால், அந்த நிலத்தின் பத்திரத்தில் இருந்த ஒரு ஷரத்து, பாவாஜி மடம் அந்த நிலத்தை யாருக்கும் விற்பதைத் தடை செய்தது.

பெருமாள் சுவாமி ஆஸ்ரமத்துக்கு எதிரான தன் முதல் வழக்கில் தோல்வி கண்டதும், இந்த மடாதிபதியைத் தூண்டிவிட்டு பகவானுக்கு எதிராக மற்றொரு வழக்கைத் தொடுக்கத் தொடங்கினார். அந்த மடாதிபதி உள்ளூர் நீதிமன்றத்தில் கொடுத்த தன் விண்ணப்பத்தில், பகவானைத் தன்னுடைய நிலத்திலிருந்து வெளியேறும்படி உத்திரவிடுமாறு பெட்டிஷன் கொடுத்தார். பெருமாள் சுவாமி எவ்வாறு அவரை இப்படி ஒரு வழக்கைத் தொடுக்கத் தூண்டினார் என்று எனக்குத் தெரியவில்லை. பகவான் மீது அந்த மடாதிபதி முன்பு உயர்ந்த மரியாதை வைத்திருந்ததை நினைக்கும் போது, எப்படியோ மசிய வைத்து அவரை மாற்றியிருக்க வேண்டும் என்று மட்டுமே எனக்கு அணுமானிக்க முடிந்தது. மற்ற வழக்கைப் போல இது அவ்வளவு கடினமானதாக இல்லை. மடாதிபதியை சந்திக்க ஒரு தூதுக்குழுவை அனுப்பி பேச்சு வார்த்தை நடத்திய பிறகு அந்த வழக்கு முழுவதும் நீதிமன்றத்துக்கு வெளியிலேயே சுமுகமாகத் தீர்த்துக் கொள்ளப்பட்டது. ஒப்பந்தத்தின் நிபந்தனைகளின் படி ஆஸ்ரமக் கட்டிடங்கள் இருக்கும் அதே பரப்பளவுள்ள நிலத்தை ஸ்ரீ ரமணாஸ்ரமம் திருவண்ணாமலையில் வாங்கியது. புதிதாக வாங்கிய இந்த நிலம், ஆஸ்ரமம் பயன்படுத்தி வந்திருந்த நிலத்திற்கு ஈடாக பாவாஜி மடத்துக்கு வழங்கப்பட்டது.

இதுவே ஆஸ்ரமத்திற்குத் தொல்லை தர பெருமாள் சுவாமியின் தீவிரமான இறுதி முயற்சியாகும். வெகு விரைவிலேயே அவரது உடல் நலம் மிகவும் சீர்கெட்டு அவரது வாழ்க்கையின் இறுதி 20 ஆண்டு காலத்தை அவர் வீட்டிலேயே முடக்கப்பட்ட நோயாளியாகக் கழித்தார். ஆண்டுகள் கழியக் கழிய அவரது நோயும் மிகுதியாகி விட, தான் எவ்வளவு மோசமாக நடந்து கொண்டிருந்தோம் என்பதை அவர் உணரத் தலைப்பட்டார். ஆஸ்ரமத்திற்கு இறுதியாக மேற்கொண்ட ஒரு வருகையின் போது, (மோசமான உடல்நிலை காரணமாக நடக்க இயலாமற் போனதால் குதிரை வண்டியில் வந்தார்) அவர் ஹாலுக்கு வந்து பகவானுடன் பேசினார்.

"பகவான், நான் நிறைய கெடுதல்களைச் செய்திருப்பதால் நரகத்திற்குச் செல்வேன். தயவு செய்து என்னை மன்னித்து விடுங்கள்; என்னை மறந்து விடாதீர்கள்!" என்று அவர் கூறினார்.

பகவான் பதிலளித்தார், "நீயே என்னை மறந்தாலும், நான் உன்னை மறக்க மாட்டேன்."

"ஆனால், நான் நரகத்தில் தானே இருப்பேன்!" பெருமாள் சுவாமி கதறினார்.

பகவான் அவரைச் சற்று நேரம் பார்த்துக்கொண்டு இருந்து விட்டு, "அங்கேயும் நான் இருக்கிறேன்" எனக் கூறினார்.

தனது இறுதி நாட்களில் பெருமாள் சுவாமியை அவரது நண்பர்கள் எல்லாம் கைவிட்டு விட்டதுடன், அவரது பணத்தையெல்லாம் ஏமாற்றி விட்டனர். இந்தக் கால கட்டத்தில் அவர் முதலியார் என்று அழைக்கப்பட்ட ஒருவரது இல்லத்தில் வசித்தார். அந்த மனிதர் பெருமாள் சுவாமியின் பணத்தையெல்லாம் கடனாக வாங்கிக்கொண்டு திருப்பிக் கொடுக்க மறுத்து விட்டார். தனக்குக் கொடுக்க பெருமாள் சுவாமியிடம் பணமில்லை என்று தெரிந்ததும், முதலியார் அவரை வீட்டை விட்டுத் துரத்தி விட முயற்சி செய்தார். அவர் ஒரு குதிரை வண்டியை வரவழைத்து, அதில் பெருமாள் சுவாமியை ஏற்றி, அவரை ஸ்ரீ ரமணாஸ்ரமத்தில் இறக்கி விடும்படி வண்டிக்காரரிடம் கூறினார்.

"நான் உம்மை ஸ்ரீ ரமணாஸ்ரமத்திற்கு அனுப்பி வைக்கிறேன்," கூறினார். அவர், "அங்கே பலரும் பணம் ஒன்றும் கொடுக்காமல் சாப்பிட்டுக்கொண்டு இருக்கிறார்கள். பல ஆண்டு காலம் நீர் அவர்களுக்கு சேவை செய்திருப்பதால் நிச்சயம் உம்மை கவனித்துக் கொள்வார்கள்."

இதைக் கூறிய பிறகு, வண்டிக்காரரிடம் 'இவரை ஆஸ்ரமத்தின் கேட்டுக்கு உள்ளே போட்டுவிட்டு எவ்வளவு விரைவாக வர முடியுமோ அவ்வளவு விரைவாகத் திரும்பி வந்து விடு' என்று கூறினார்.

முதலியார் அனுப்பி வைத்த 'பார்ஸலை' ஆஸ்ரம அதிகாரிகள் ஏற்றுக்கொள்ள மறுத்து விட்டனர். அவர்கள் மற்றொரு குதிரை வண்டியை அமர்த்தி அவரை முதலியார் வீட்டிற்கே திருப்பி அனுப்பினர். அவர் திரும்பி வந்ததை விரும்பாத முதலியார், அவரை உள்ளே சேர்க்க மறுத்துவிட்டார். மாறாக, மற்றொரு வண்டியைப் பிடித்து மீண்டும் பெருமாள் சுவாமியை ஆஸ்ரமத்திலேயே ஒப்படைத்து விடும்படி வண்டிக்காரரிடம் கூறினார். ஆஸ்ரமம் மீண்டும் அவரை ஏற்றுக்கொள்ள மறுத்து, மறுபடியும் முதலியார் வீட்டிற்கே அனுப்பியது. இறுதியாக, தனது தோல்வியை ஒப்புக்கொண்ட முதலியார், பெருமாள் சுவாமியைத் தன்னுடன் மீண்டும் தங்க வைத்துக் கொண்டார்.

இறுதியாக 1950-களில் பெருமாள் சுவாமி தனிமையில் கவனிப்பாரற்று நகரில் எங்கேயோ ஒரு கல் பெஞ்சின் மீது கிடந்தவாறு காலமானார். அப்போது அவருக்கு ஏதேனும் அனுதாபம் காட்டியவர்கள் வெகு சிலரே. ஏறக்குறைய எல்லோருமே பகவானுக்கு எதிராக அவர் தொடுத்த பொய்ப் பிரச்சாரங்களின் விளைவாகவே அவருக்கு இந்தத் துன்பங்களெல்லாம் ஏற்பட்டன என்ற முடிவுக்கு வந்தனர்.

நடேச ஐயர்

லக்ஷ்மண சர்மா

கணபதி முனி

மாதவ சுவாமி

வலமிருந்து இடமாக நிற்பவர்கள்: 2 ராமகிருஷ்ண சுவாமி, 3 (தடியுடன்) தண்டபாணி சுவாமி, 4 முருகனார், 5 (செருப்புகளை கையில் ஏந்தியவாறு) பெருமாள் சுவாமி, 6 குமர குரு (சுப்பிரமணியனின் தந்தை) 7 ஸ்ரீ பகவான்.

நிற்பவர்கள் வலமிருந்து இடம்: 1 மாதவ சுவாமி, 2 வாசுதேவ சாஸ்திரி, 8 கோபால் ராவ், 9 குஞ்சு சுவாமி, 10 டி கே சுந்தரேச ஐயர். அமர்ந்து இருப்பவர்கள் வலமிருந்து இடம்: 2 சின்னசுவாமி, 4 ஸ்ரீ பகவான், 5 கணபதி சாஸ்திரி.

அண்ணாமலை சுவாமி ரமணாஸ்ரமத்தில் சில காலம் தன்னுடன் அறையைப் பகிர்ந்துகொண்ட சாட்விக்குடன்.

153

முன்புறச் சுவர் எழுப்பப்படும் முன் ஆரம்ப காலங்களில் ரமணாஸ்ரமத்தின் நுழைவு வாயில். இந்த வளைவு வாயில் இப்பொழுதும் இருக்கும் ஒன்றாகவே தோன்றுகிறது.

1922 வரையில் 6 வருடங்கள் ஸ்ரீ பகவான் தங்கியிருந்த கந்தாஸ்ரமம்.

கட்டிடப் பணிகள் – 2

1930-கள் முழுவதும் ஏறக்குறைய 1938 வரை நான் முழுநேரமும் கட்டிட வேலைகளில் ஈடுபட்டிருந்தேன். இந்தக் காலகட்டத்தில் நான் மேற்கொண்ட மிகப் பெரிய பணி புதிய உணவுக் கூடத்தையும், சமையற் கூடத்தைக் கட்டும் பணியையும் மேற்பார்வை பார்த்ததாகும். சுமார் 25 சதுர கெஜம் பரப்பளவு கொண்டுள்ள ஒரு கட்டிடத்தைக் கட்ட நாள் தோறும் சுமார் 30-40 மேஸ்திரிகள் பணி புரிந்தனர். அதிர்ஷ்டவசமாக, அந்த கட்டிட வேலையின் எல்லா நிலைகளிலும் பகவான் பேரார்வம் கொண்டு எனக்கு வழிகாட்டி வந்தார். மாலை நேரத்தில், நான் எனது அன்றாட அறிக்கையை சமர்ப்பிக்கும் போது, மறுநாள் என்னென்ன வேலைகள் நடக்க வேண்டுமென்று அவர் எனக்கு அறிவுறுத்துவார். கடினமான வேலைகள் ஏதேனும் இருந்தால், அவற்றை எப்படிச் செய்ய வேண்டும் என்று அவர் எனக்கு விளக்கிக் கூறுவார்.

முதலில் நான் செய்ய வேண்டிய பணிகளுள் ஒன்றாக இருந்தது என் சொந்த அறையை இடிக்க வேண்டி இருந்ததே. புதிய சமையற் கூடம் அமைய இருக்கும் இடத்தில், என்னுடைய குடில் உள்ளிட்ட, சுமார் பத்து கீற்றுக் கொட்டகைகள் இருந்தன. இவை எல்லாவற்றையும் பிரித்து அகற்றி வேறு இடத்தில் கட்ட வேண்டியதாக இருந்தது. ஏறக்குறைய அதே சமயத்தில் பண்டக சாலை (ஸ்டோர் ரூம்) முன்பாக ஒரு ஓடு வேய்ந்த அறை கட்டப்பட்டது. நான் அந்த அறைக்குள் குடியேறி அங்கே பல ஆண்டு காலம் தங்கியிருந்தேன்.

உணவுக் கூடத்தின் கட்டுமானப் பணி முழு வீச்சில் நடைபெற்றுக் கொண்டிருந்த போது, ஒரு நாள் ஒரு கடுமையான புயல் வீசியதால் பகவானிடமிருந்து எந்த ஆலோசனையையும் என்னால் பெற்றுக் கொள்ள முடியாமல் போய் விட்டது. அந்நாட்களில், பகவான் மாலை உணவருந்தி விட்டு வெளியே வரும் போது அவரோடு கட்டிட விஷயங்களைப் பற்றிப் பேசுவதை வழக்கமாகக் கொண்டிருந்தேன்.

அன்றிரவு பலத்த மழை காரணமாக பகவான் என்னுடன் பேசாமல் நேரே ஹாலுக்குச் சென்றுவிட்டார். பகவான் அந்தத் திட்டங்களை பொதுவில் விவாதிக்க விரும்பாததால் அன்று அவருடன் பேச எனக்கு மீண்டும் ஒரு வாய்ப்பு கிடைக்கவேயில்லை.

மறுநாள் காலை வேலை தொடங்குவதற்கு முன்பாக நான் பகவானிடம் சென்று, "இன்றைய திட்டம் என்ன?" என்று கேட்டேன்.

"ஸ்வாமி உன் உள்ளேயே இருக்கிறார், போய் வேலையைச் செய்," என பகவான் பதிலளித்தார்.

இது எனக்கு ஒரு வகையில் அதிர்ச்சியாக இருந்தது; ஏனென்றால், நான் ஆலோசனைக்கு பகவானைச் சார்ந்திருந்து பழகிவிட்டேன். ஒரு வகையில் பகவான் என்னை உண்மையில் பாராட்டியே இருந்தார். அவர் எனக்கு உதவ மறுத்தது, கட்டிட வேலையை நானே சொந்தமாக

நிர்வகிக்க போதிய பயிற்சி பெற்றுவிட்டேன் என்று அப்பொழுது அவர் திருப்தி அடைந்திருந்ததையே சுட்டிக்காட்டியது. நான் பணியிடத்துக்குச் சென்று என் அறிவுரைகளை வழங்கும் முன்பாக பகவானிடம் எனக்கு வழிகாட்டி

உதவுமாறு மௌனமாக பிரார்த்தித்துக் கொண்டேன். காலை சுமார் 9 மணியளவில், நான் என்ன செய்துகொண்டு இருக்கிறேன் என்பதைப் பார்க்க ஹாலை விட்டு வெளியே வந்தார் பகவான். பணியை மேற்பார்வை செய்த பிறகு, தமது புன்னகையுடன், "பேஷ்!" என்ற ஒரு வார்த்தை பாராட்டையும் கூறியதன் மூலம் எனக்குக் 'கட்டிடக்கலை டிப்ளமோ' வழங்கிவிட்டார்.

உணவுக் கூடத்தின் கட்டுமானத்தோடு தொடர்புடைய இரண்டு சிறிய சம்பவங்கள் நினைவுகூறத் தக்கவையாகும். முதலாவது, தன் மீது சிறப்பு கவனம் செலுத்தும் பக்தர்களை பகவான் எப்படி விரும்பாதிருந்தார் என்பதற்கு நல்லதொரு எடுத்துக்காட்டு. நான் வெளியே சுண்ணாம்பு வண்டியிலிருந்து இறக்கப் படுவதை மேற்பார்வை செய்து கொண்டிருந்தேன். வெய்யிலிருந்து பாதுகாத்துக் கொள்ள ஒரு குடையும், சுண்ணாம்புத் தூசி கண்களில் விழாது காக்க கறுப்புக் கண்ணாடியும் என்னிடம் இருந்தன. நான் என்ன செய்கிறேன் என்பதைப் பார்க்க பகவான் வந்த போது, நான் மரியாதைக்காக என் செருப்புகளைக் கழற்றி விட்டு, குடையை மடக்கிக் கொண்டேன். பகவான் உடனே, "அந்த மாதிரி செய்வதை நிறுத்து," என்றார்.

"என்னைப் பார்த்ததும் நீ ஏன் இதையெல்லாம் செய்கிறாய்? எனக்கு ஏன் இப்படி சிறப்பு மரியாதை செலுத்துகிறாய்? இவை உன்னை வெய்யிலிலிருந்தும், தூசியிலிருந்தும் பாதுகாப்பதற்கு உரியவை. இனிமேல் நீ குடையை மடக்காமல், செருப்பைக் கழற்றாமல் இருப்பேன் என்று உறுதியளித்தால் மட்டுமே உன்னைப் பார்க்க வருவேன்," என்றார்.

இரண்டாவது சம்பவம் இன்னும் விசித்திரமானது. நான் உணவுக் கூடத்தில் பணியை மேற்பார்வை செய்து கொண்டிருந்த போது, என்னுடைய அகம்பாவம் மிகவும் வலுவடைந்துகொண்டு வருவதை நான் உணர்ந்தேன். தேவையில்லாத தற்பெருமையும், சாதித்துவிட்ட உணர்வும் இருப்பதை என்னால் உணர முடிந்தது.

'இதற்கெல்லாம் நானே காரணகர்த்தா! நான் மட்டுமே இவ்வளவு பெரிய வேலையை மேற்பார்வை செய்கிறேன்!'

நான் இந்த வலிய எண்ணங்களால் தாக்கப்பட்ட போது பகவான் என்னைப் பார்க்க வந்தார். அவர் என்னிடம் வந்து சேர்வதற்கு முன்பாக ஒரு கரிய நிழல் போன்ற மேகம் என் உடம்பை விட்டு வெளியேறியதை நான் பார்த்தேன். அது என்னை விட்டு வெளியேறிய உடனேயே என்னுடைய அகங்கார எண்ணங்களும் அதோடு கூடவே போய்விட்டதை என்னால் உணர முடிந்தது. நான் இந்த விசித்திரமான சம்பவத்தை பகவானிடம் கூறினேன். 'பூசாரியைப் பார்த்தால் பேய் பறந்தோடும்' என்ற பழமொழியைக் கூறி அவர் வழக்கத்துக்கு மாறாக ஏதோ நடந்திருக்கிறது என்பதை உறுதிப் படுத்தினார்.

உணவுக் கூடத்தின் கட்டுமான வேலைகளுக்கு முன்பு, பகவான் எப்பொழுதும் தமது கட்டிடம் பற்றிய ஆலோசனைகளை யார் காதிலும் விழாதவாறு எனக்குக் கூறுவதில் கவனமாக இருந்தார். பகவான் கட்டிட வேலைகளைப் பற்றி என்னிடம் பேசியதை யாரும் எப்போதுமே பார்த்திராததால் நான் என்னுடைய சொந்தத் திட்டங்களையே பின்பற்றுகிறேன், பகவானுடையதை அல்ல என்ற முடிவுக்கு சில பக்தர்கள் வந்திருந்தனர். நான் இந்தக் குழுவினரிடையே நீண்ட காலமாகவே பிரபலமற்றவனாகவே இருந்துவந்தேன்; ஏனென்றால், மிகப்பெரிய கட்டிடங்களைக் கட்டி நான் ஆஸ்ரமப் பணத்தை வீணடித்துக் கொண்டிருப்பதாக அவர்கள் எல்லோரும் நினைத்தார்கள்.

நான் கட்டிட மேற்பார்வை செய்து வந்த முதல் சில ஆண்டு காலம் என்னால் அவர்களது கருத்தை ஒரு போதும் பொய்யாக்க முடியவில்லை, காரணம், எனக்குத் திட்டங்களைத் தருவது தானே என்று பகவான் ஒருபோதும், ஒரு முறை கூட எல்லோர் முன்பாகவும் ஒப்புக்கொண்டதில்லை.

ஏதோ சில காரணங்களுக்காக பகவான் கட்டிடப் பணிகளில் தமக்கிருந்த பங்கை ஒரு ரகசியமாகவே வைத்திருக்க விரும்பினார்.

"நான் தான் இந்த வேலையைச் செய்யச் சொன்னேன் என்று யாரிடமும் சொல்ல வேண்டாம்; வேலையை மட்டும் செய். எதிர்காலத்தில் என்ன செய்ய நினைத்திருக்கிறாய் என்றும் யாரிடமும் சொல்லாதே. அடுத்து நீ என்ன செய்யத் திட்டமிட்டிருக்கிறாய் என்று பிறருக்குத் தெரிய வந்தால் தங்கள் சொந்தத் திட்டங்களைக் கொண்டு வந்து, நீ அவற்றை ஏற்றுக்கொள்ளும் படிச் செய்ய முயற்சிப்பார்கள். இப்படி ஏதாவது நடந்தால் நீ குழம்பிப் போக வாய்ப்பிருக்கிறது," என்று பகவான் பலமுறை என்னிடம் கூறியிருந்தார்.

கேள்விகளுக்குப் பதிலளிப்பதைக் கூட எப்படித் தவிர்ப்பது என்றும் பகவான் எனக்குச் சொல்லிக் கொடுத்திருந்தார்.

"இந்த வேலைகளையெல்லாம் எப்படி செய்து முடிக்கப் போகிறாய் என்று எஞ்சினியர்கள் யாராவது வந்து கேட்டால், 'இப்போது எனக்கு நிறைய வேலை இருக்கிறது, விளக்கமளிப்பதற்கு எனக்கு நேரமில்லை' என்று கூறிவிடு. பிறகு விலகிச் சென்று, ஏதாவது ஒரு வேலையைச் செய்யத் தொடங்கி விடு. இந்தக் கட்டிட வேலையில் ஆர்வமுள்ளவர்கள் பலர் இங்கே இருக்கிறார்கள். அவர்கள் எல்லாரும் வந்து தங்கள் திட்டங்களை உனக்குச் சொல்ல விரும்புவார்கள். நீ அவர்கள் சொல்வதைக் கேட்கத் தொடங்கினால், அது உன் வேலையை மேலும் சிரமமானதாக்கி விடும்."

மேஜர் சாட்விக் ஆஸ்ரமத்திற்கு வந்த பிறகு விரைவிலேயே இந்த மொத்த ரகசியக் காப்புக் கொள்கை மாற்றம் கண்டது. சாட்விக் அடிக்கடி வந்து நான் வேலை செய்வதைக் கவனிப்பார். மதிய வேளைகளில் நானும் பகவானும் பார்வையிட்டு வரச் செல்லும் போது அவரும் அடிக்கடி எங்களுடன் வருவார். இந்தப் பயணங்களின் போது தான் பகவான் எனக்கு அறிவுரைகளை வழங்குவது வழக்கம்; ஏனென்றால், நாள் தோறும் அந்த நேரத்தில் தான் நாங்கள் வேலை நடைபெறும் இடத்தில் தனியாக இருக்க முடிந்தது. எங்கள் மதிய நேர உலாவின் போது சாட்விக் எங்களோடு இணைந்து கொள்ளத் தொடங்கிய பிறகும் பகவான் தமது திட்டங்களை என்னுடன் பகிர்ந்து கொள்வதைத் தொடர்ந்தார்.

நான் என் சொந்த விருப்பத்தில் செயல்பட்டுக் கொண்டிருப்பதாக ஆஸ்ரமத்தில் பலரும் நம்புவதாக பின்னர் கேள்விப்பட்ட சாட்விக், பகவான் எனக்கு அறிவுரை வழங்கியதை தானே நேரில் கண்டதாக ஒவ்வொருவரிடமும் கூறுவதை ஒரு வேலையாகவே வைத்துக் கொண்டார். ரகசியம் அம்பலமானதும் திட்டமிடுவதில் தமக்கு எந்த ஈடுபாடும் இல்லை என்பது போல் நடிப்பதை கைவிட்டு விட்டு ஹாலிலேயே எல்லோர் முன்னிலையிலேயும் எனக்கு அறிவுரை வழங்கத் தொடங்கினார் பகவான்.

இந்த மாற்றத்திற்கு முன்பு, அலுவலகப் பணியாளர்களோடும், ஆஸ்ரமப் பணியாளர்கள் சிலரோடும் நான் நிறைய இடர்ப்பாடுகளை அனுபவிக்க நேர்ந்தது. எனது சொந்த ஆடம்பரமான திட்டங்களில் நான் பணத்தை விரயம் செய்து கொண்டிருப்பதாக நினைத்தவர்கள் எனக்கு உதவி தேவைப்பட்ட போது ஒத்துழைக்க மறுத்துவிட்டனர்.

எடுத்துக்காட்டாக, ஆஸ்ரமத் தோட்டத்தில் எப்பொழுதும் 6 முதல் 8 பேர் முழு நேரப் பணியில்

இருந்தனர்; ஆனால், எனக்கு உதவி செய்ய யாரையாவது அழைத்தால் மேற்பார்வையாளர் அவர்களை அனுப்பி வைக்க மறுப்பார். நிஜமாகவே ஒரு கட்டத்தில் என்னுடைய நிலைமை ஆஸ்ரமத்தில் யாருமே என் உதவிக்கு வராமலிருக்கும் அளவுக்கு தாழ்ந்து விட்டது. நான் கூலிக்கு அமர்த்தும் வேலைக்காரர்களை மட்டுமே சார்ந்திருக்க வேண்டியதாக இருந்தது.

இந்தக் காலகட்டத்தில், ஒரு முறை நான் பகவானுடன், இட்லி சாப்பிட்டுக்கொண்டிருந்த போது, "இன்று காலையில் மேஸ்திரிகள் எல்லோரும் வருவதற்கு முன்பாக நீ சில பெரிய கற்களை நகர்த்த வேண்டும்" என்று என்னிடம் அவர் கூறினார்.

அந்தக் கற்கள் எவை என்று பகவான் கூறிய போது, அது ஒரு ஆளால் ஆகக் கூடிய வேலையல்ல என்று எனக்கு உடனே தெரிந்துவிட்டது.

"இந்த வேலையை நான் எப்படிச் செய்வேன்?" என்று நான் பகவானிடம் கேட்டேன். "இதற்கு ஒன்றுக்கு மேற்பட்ட ஆட்கள் தேவை. ஆஸ்ரமப் பணியாளர்கள் யாரும் எனக்கு உதவியாக வர அலுவலகத்தில் இருப்பவர்கள் அனுமதிக்க மாட்டார்கள்," என்றேன்.

"அப்படியானால், உனக்கு உதவியாக நானே வருகிறேன்," என பகவான் கூறினார்

சில கடினமான உடல் உழைப்பு வேலையைச் செய்ய பகவானே முன் வந்திருக்கிறார் என்று அலுவலகத்தில் இருந்தவர்கள் காதில் விழுந்ததுமே அவர்கள் முனுசாமி என்பவரை எனக்கு உதவி புரிவதற்கு அனுப்பி வைத்தனர். அந்த வேலையை, அதுவும் விரைவாக செய்தாக வேண்டும் என்று பகவானே விரும்பியதால், தாணு பிள்ளை என்பவரும் எனக்கு உதவி புரிய வந்தார். நாங்கள் மூவரும், ராகவேந்திர ராவ் என்பவர் செய்த ஒரு சிறு உதவியுடன் அந்த வேலையை மேஸ்திரிகள் வந்து சேர்வதற்கு முன்பே செய்து முடித்தோம்.

இதே போன்று சமையற்கூட பணியாளர்களிடமிருந்தும் எனக்கு ஒத்துழைப்பு கிடைக்காத நிலையை அனுபவித்தேன். என்னைப் பொறுத்தவரைக்கும் எந்த வித உணவுப் பிரச்சினையும் இல்லை; ஏனென்றால், பகவானும், சின்னசுவாமியும் நான் சமையலறையில் என்ன வேண்டுமானாலும் எடுத்துக் கொள்ளலாம் என்று சமையற்கூடப் பணியாளர்களிடம் சொல்லி வைத்திருந்தார்கள். ஆனால், நான் வேலைக்கமர்த்தும் வேலைக்காரர்கள் யாருக்கும் உணவு கொடுக்கக் கூடாது என்று சமையற்கூடப் பணியாளர்களுக்குக் கட்டளையிடப் பட்டிருந்தது. இது என்னுடைய பணியாளர்களுக்கு மட்டுமே பொருந்தும் சிறப்பு விதியாக இருந்தது. ஆஸ்ரமத்தின் வேறு வேலைகளுக்காக அமர்த்தப்பட்ட பணியாளர்களுக்கு உணவுக் கூடத்தில் உணவருந்த அனுமதி இருந்தது.

ஒரு நாள் என்னுடைய பணியாளர்களுள் ஒருவர் வந்து காலையில் தான் உணவருந்தவில்லை என்று என்னிடம் கூறினார். ஆஸ்ரமத்தில் காலை உணவு ஏதாவது கிடைக்கும் என்று அவர் நம்பிக்கொண்டிருந்தார். குறிப்பிட்ட அந்த மனிதரால் அன்று ஒரு முக்கியமான வேலை ஆகவேண்டியதாக இருந்தது. அந்த வேலை முடியாத வரை, மற்ற பணியாளர்களால் தங்கள் பணியைத் தொடர முடியாத நிலைமை.

குறிப்பிட்ட அந்த பணியாளரை மகிழ்விக்க நான் சமையலறைக்குச் சென்று அங்கிருந்த பெண்களிடம், "எனக்கு மீண்டும் பசிக்கிறது, இன்னும் கொஞ்சம் இட்லி தாருங்கள்" என்று கேட்டேன்.

அவர்களுள் ஒரு பெண்மணி, "நீ இப்போது தானே சாப்பிட்டாய், ஏன் இன்னும் வேண்டுமென்று

கேட்கிறாய்?" என்று கேட்டாள்.

இந்த நேரம் பார்த்து பகவான் உரக்கச் சிரிப்பது என் காதில் விழுந்தது. என்னால் பார்க்க முடியாத இடத்தில், சமையல் அறையின் ஒரு பக்கத்திலிருந்து அவர் வேலை செய்து கொண்டிருந்திருக்கிறார்.

பகவான் காது பட மீண்டும் பொய் சொல்லிக்கொண்டிருக்க என்னால் முடியாது என்பதை உணர்ந்த நான் அந்தப் பெண்மணியிடம் கூறினேன், "நான் சாப்பிடுவதற்கு மட்டும் தான் நீங்கள் உணவு கொடுப்பீர்கள். உண்மையில், அது என் வேலைகாரர்களில் ஒருவருக்காக."

பகவான் அப்போது தன் முகத்தில் பெரிய புன்முறுவலோடு வெளிப்பட்டு, நான் கேட்ட இட்லியை எனக்குக் கொடுக்கும் படி அவரிடம் கூறினார்.

நாமெல்லாம் பகவானை முற்றிலும் நேர்மையானவர் என்றும் உண்மையானவர் என்றும் கருதுகிறோம். எனவே அவர் வீட்டை விட்டு திருவண்ணாமலையை நோக்கி புறப்பட்ட நாளிலிருந்து மூன்று பொய்களை சொல்லியிருப்பதாக பகவானே என்னிடம் ஒரு முறை கூறிய போது அது எனக்கு பேராச்சரியமாக இருந்தது.

முதலாவதாக அவர் கூறியது அவர் திருவண்ணாமலையை நோக்கி வந்து கொண்டிருந்த வழியில் முத்துகிருஷ்ண பாகவதர் வீட்டில். தன்னுடைய எல்லாப் பணத்தையும் உடைமைகளையும் தொலைத்துவிட்டதாக அவர் முத்துகிருஷ்ண பாகவதரிடம் தவறாகக் கூறியிருந்திருக்கிறார்.

திருவண்ணாமலை நோக்கிய தன் பயணத்தைத் தொடர்வதற்கான பணத்தைப் பெறுவதற்காக அவர் தன்னுடைய கடுக்கன்களை முத்துகிருஷ்ண பாகவதர் வீட்டில் அடமானம் வைத்தார். அவர் தன்னுடைய உடைமைகள் எதையும் தொலைத்து விடவில்லை, அவருக்குப் பயணத்தை முடிக்கப் போதிய பணம் மட்டும் தான் இல்லை.

இரண்டாவதாகக் கூறிய பொய் அவரது தாயார் பவழக்குன்றில் அவரோடு தங்கியிருந்த போது ஒரு நாள் கூறியதாகும்.

பவளக்குன்று என்பது அண்ணாமலையார் ஆலயத்திலிருந்து சுமார் 300 கெஜ தூரத்தில் உள்ள ஒரு பெரிய பாறையின் மீது அமைந்த ஒரு கோவிலாகும். பகவான் 1890-களில் அங்கு சில காலம் தங்கி இருந்திருக்கிறார். இந்தக் கதை அவர் அங்கு பிந்நாளில் மேற்கொண்ட வருகைகளில் ஒன்றின் போது நிகழ்ந்ததாக இருக்க வேண்டும்; ஏனென்றால், 1915 வரை அவருடைய தாயார் அவருடன் தங்க வரவில்லை. எஸ். எஸ்.கோஹன் (Guru Ramana பக்-13, 14) இந்த நிகழ்வு பற்றி எழுதியிருக்கிறார் என்று தோன்றுகிறது. ஆனால் அதன் நிகழ்விடத்தை ஸ்கந்தாஸ்ரமம் என்று குறிப்பிடுகிறார். நான் இதை அண்ணாமலை சுவாமியிடம் கூறிய போது, இது பவளக்குன்றில் நடந்தது என்று பகவான் தன்னிடம் கூறினார் என்று அவர் உறுதிபடக் கூறினார்.

கோவிலின் உள்ளே பகவான் ஒரு வகை சமாதி போன்ற ஒரு நிலையில் அமர்ந்திருந்த போது, அவரது தாயார் நகரத்துக்குச் சென்று எச்சம்மாளைப் பார்த்து வர முடிவு செய்தார். போவதற்கு முன்பு அம்மையார், யாரும் பகவானுக்கு தொந்தரவோ, தீங்கோ செய்ய முடியாதவாறு, பகவானை உள்ளே விட்டு வெளியே பூட்டிவிட்டுச் செல்ல முடிவு செய்தார். பகவான் உண்மையில் சமாதி நிலையில் இல்லை; கண்களை மட்டும் மூடிக்கொண்டு இருந்திருக்கிறார். தாயார் வெளியே சென்றதும், கதவிலிருந்த ஒரு துவாரத்தின் வழியாக தமது கையை வெளியே விட்டு

தாழ்ப்பாளை விலக்கிக் கொண்டு பகவான் வெளியே வந்து விட்டார். இவ்வாறு விடுதலை பெற்று வெளியே வந்தவர், கதவை சாத்தி மீண்டும் தாழ்ப்பாளைப் போட்டு விட்டார். தாயார் திரும்பி வந்து பார்த்த போது அவர் தாழ்ப்பாள் இடப்பட்டகதவின் வெளியே உட்கார்ந்திருப்பதைப் பார்த்து அதிர்ச்சி அடைந்தார். திடப்பொருட்களை ஊடுருவிச் செல்லும் ஏதோ ஒரு வகை சித்தி தனக்குக் கிடைத்திருப்பதாக தன் தாயார் நினைப்பது பகவானுக்குத் தெரிந்தது. நகைச்சுவைக்காக, அவர் தமது தாயாரின் சந்தேகத்தை உறுதிப்படுத்தினார்.

"நீ எப்படி வெளியே வந்தாய்?" என்று தாயார் கேட்ட போது, "ஆகாய மார்க்கமாக" என்று மிகவும் மிடுக்கான தோரணையில் பதிலளித்தார்.

மூன்றாவதாகக் கூறிய பொய் ஸ்கந்தாஸ்ரமத்தில் கூறப்பட்டதாகும். ஒரு நாள் தாயார் காது வலியால் துன்பப்பட்டுக் கொண்டிருந்த போது, காதின் உட்பகுதியைப் பார்ப்பதற்கு வசதியாக தலையைச் சற்று சாய்க்கும்படி பகவான் அவரைக் கேட்டிருந்திருக்கிறார். உண்மையில் அங்கே பார்ப்பதற்கு ஒன்றுமில்லை; ஆனால், பகவான் உள்ளே உற்று நோக்கிய போது தாயார் காதுக்குள்ளே ஒரு குளவி இருப்பது தனக்குத் தெரிந்தது போல பாவித்திருக்கிறார். அதன் நடவடிக்கைகளைப் பற்றித் தன் தாயாருக்கு ஒரு சுருக்கமான நேரடி வருணனையும் வழங்கியிருக்கிறார்.

"அங்கே ஒரு குளவி சுற்றிச் ஊர்ந்து வந்து கொண்டிருக்கிறது. அது வெளியே வந்து கொண்டே இருக்கிறது. அது இப்போது காதின் விளிம்புக்கு அருகே நின்று கொண்டிருக்கிறது. ஆ! இப்போது அது பறந்து போய்விட்டது!"

இந்தக் கற்பனைக் குளவியே தன் வலிக்குக் காரணம் என்று அம்மையார் அப்படியே நம்பிவிட்டால், பகவான், "அது பறந்து போய்விட்டது!" என்றதுமே தாயாருக்கு வலியும் முற்றாக மறைந்தே விட்டது.

உணவுக்கூட வேலைக்காக நான் ஆண்களும், பெண்களுமாக இருபாலாரையும் வேலைக்கு அமர்த்தியிருந்தேன். அந்தப் பெண்களில் சிலர் மிகவும் கவர்ச்சியானவர்களாக இருந்தனர்; நானும் எப்போதாவது பாலியல் இச்சைகளால் துன்பப்பட்டேன் என்பதை இங்கே நான் ஒப்புக்கொண்டாக வேண்டும். நான் ஆஸ்ரமப் பணியில் அமர்ந்த ஆரம்பத்திலேயே இந்தப் பிரச்சினை பற்றி பகவானுடன் பேசியிருக்கிறேன்.

"எனக்கு மோட்சமே வேண்டாம். பெண்கள் மீதான ஆசை என் மனதுக்குள் நுழையாமல் இருக்க வேண்டும் என்று மட்டும் விரும்புகிறேன்" என்று நான் பகவானிடம் கூறினேன்.

அந்த சந்தர்ப்பத்தில் பகவான் சிரித்துவிட்டு, "எல்லா மகாத்மாக்களும் இதற்காகத்தான் பாடுபட்டுக் கொண்டிருக்கிறார்கள்," என சொன்னார்.

அவருடைய பதில் இந்தப் பிரச்சினையால் நான் மட்டும் துன்பப்படவில்லை என்பதை உறுதி செய்த போதிலும், நான் எப்படி அதிலிருந்து மீள்வது என்பதற்கான எவ்வித தீர்வுக்கான குறிப்பையும் வழங்கவில்லை. நான் நாளெல்லாம் பெண்கள் வேலை செய்வதை கண்காணிக்காமல் இருந்தால் பாலியல் சிந்தனைகளைத் தவிர்ப்பது மிக எளிதாக இருக்கும் என்று நானே ஒரு தத்துவத்தை உருவாக்கிக் கொண்டேன். அந்த நாட்களில் நாங்கள் ஆண்களுக்கு நாலணாவும், பெண்களுக்கு மூன்று அணாவும் ஒரு நாள் கூலியாக கொடுத்து வந்தோம். ஒரு சில அணாக்களை உபரியாகக் கொடுத்து பெண் தொழிலாளர்களுக்கு பதிலாக ஆண்களை வைத்துக் கொண்டால் எனக்கு சிறிதாவது மன நிம்மதி கிடைக்கும் என்ற எண்ணம்

எனக்குத் தோன்றியது. எனவே, நான் அந்தப் பெண்களிடம் அடுத்த நாளிலிருந்து அவர்களுக்கு வேலை இல்லை என்று கூறிவிட்டேன்.

அன்றிரவு பகவான் வழக்கம் போல, அடுத்த நாளுக்குரிய வேலைத் திட்டம் என்ன என்று என்னை விசாரித்தார்.

"அஸ்திவாரச் சுவர் முடிவடைந்து விட்டது. நாளைக்கு கட்டிடத்தின் உள்ளே நிறைய மணலைக் கொட்டி உணவுக் கூடத்தின் தரை மட்டத்திற்கு தளத்தை உயர்த்த வேண்டும் என்று நினைத்திருக்கிறேன்," என்று நான் அவரிடம் கூறினேன்.

அதற்குப் பிறகு பகவான், "எத்தனை ஆண்கள், எத்தனை பெண்களை வேலைக்கு வைத்திருக்கிறாய்?" எனக் கேட்டார்.

நான் பெண்கள் யாரையும் வேலைக்குச் சேர்க்கவில்லை என்றும், அதற்கான காரணம் என்ன என்பதையும் பகவானுக்கு விளக்கிக் கூறினேன். என்னுடைய விளக்கம் பகவானுக்கு எவ்விதத்திலும் சமாதானமாக இல்லை. நான் என் மனதைக் கட்டுப்படுத்த முடியாததற்காக அந்தப் பெண்கள் துன்பப்பட வேண்டும் என்பது அவருக்கு சரியான காரணமாகத் தோன்றவில்லை.

"இனி பெண் தொழிலாளர்கள் தேவையில்லை என்று ஏன் சொன்னாய்? என்று அவர் கேட்டார். நீ பெண்களை வேலைக்கு சேர்த்துக் கொள்! நீ பெண்களை வேலைக்கு சேர்த்துக்கொள்! நீ பெண்களை வேலைக்கு சேர்த்துக்கொள்!" எனக் கூறினார்.

ஒரு கருத்தின் அல்லது சொற்றொடரின் முக்கியத்துவத்தை வலியுறுத்த விரும்பும் போது, பகவான் அதை மூன்று முறை திரும்பத் திரும்பக் கூறுவதை நான் இதற்கு முன்பு கவனித்திருக்கிறேன். அவருடைய அறிவுரையைப் பின்பற்றி எல்லாப் பெண்களையும் மீண்டும் வேலைக்கு சேர்த்துக் கொண்டேன்.

என்னுடைய பாலியல் சிந்தனைகள் என்னை ஏறக்குறைய அடக்கி ஆண்ட மற்றொரு சம்பவம் என் நினைவுக்கு வருகிறது. அது கோடை காலத்தின் நடுப்பகுதியில் மதியம் மணி ஒன்று இருக்கும். நான் பண்டக சாலையின் கதவுக்கு முன்னால் உட்கார்ந்திருந்தேன்; அப்போது மிகவும் அழகான ஒரு பெண்மணி பகவானை தரிசிக்க வருவதைப் பார்த்தேன். சில நிமிடங்களுக்குப் பிறகு ஹாலை விட்டு வெளியே வந்த அந்தப் பெண் மலையை நோக்கி நடக்கத் தொடங்கினார். அந்தப் பெண்ணின் தோற்றத்தால் மிகவும் வசீகரிக்கப் பட்ட நான் அவர் மனித வடிவில் வந்த ஒரு தேவதையாக இருக்குமோ என்று வியந்தேன். ஒரு வலிமை மிக்க பாலியல் உணர்வு எனக்கு உள்ளே எழுவதை நான் உணர்ந்தேன். அந்தக் கணத்தில் பகவான் திடீரென்று தோன்றி நான் எத்தகைய மனநிலையில் இருந்தேன் என்பதைப் பார்த்தார். அவர் என்னை வெளியே அழைத்து பண்டக சாலைக்கு அருகில் இருந்த ஒரு பெரிய பாறை மீது வெய்யிலில் நிற்கும்படி கூறினார். என் கால்களில் செருப்பு இல்லாததால் அந்தப் பாறையின் சூடு என் கால்களுக்கு பெரும் வேதனையை உண்டாக்கியது. பகவான் என்னுடைய துன்பத்தை சிறிதும் கண்டுகொள்ளவில்லை.

கட்டிடப் பணிகள் பற்றி அவர் பல நிமிடங்கள் என்னோடு அமைதியாகப் பேசிக்கொண்டே இருந்தார். கொளுத்தும் வெய்யிலால் என் கால்களில் இருந்த வேதனை தாங்க முடியாத அளவை எட்டியது; ஆனாலும், பகவான் குறிப்பாக அந்தக் கல்லின் மீது என்னை நிற்கும்படி கூறியிருந்ததால் எனக்கு நகர்வதற்கு துணிவு வரவில்லை. சிறிது நேரத்துக்குப் பிறகு, நான் அது வரை அனுபவித்துக் கொண்டிருந்த வேதனை அந்தப் பெண் மீது எனக்கெழுந்த ஆசையை

முற்றாக நீக்கிவிட்டது என்பதை உணரத் தலைப்பட்டேன். இந்த எண்ணம் என் மனதில் நுழைந்ததுமே பகவான் தமது உரையாடலை திடீரென்று முடித்துக் கொண்டு விலகிச் சென்று விட்டார். நான் மகிழ்ச்சியோடு கொதிக்கும் பாறையிலிருந்து இறங்கி இளைப்பாற மீண்டும் நிழலுக்குச் சென்றேன். பகவானது சிகிச்சை ஒரு முழுமையான தீர்வாக அமைந்தது. வலி அடங்கியதும் அந்தப் பெண் மீது எனக்கிருந்த ஈர்ப்பு அதன் பிறகு அடியோடு இல்லாமர் போனதைக் கண்டேன்.

ஒரே விதமான சூழ்நிலைகளில் வெவ்வேறு விதமாக நடந்து கொள்வது பகவானின் சுபாவங்களுள் ஒன்று. 1938-இல் நான் மீண்டும் ஒரு முறை பாலியல் இச்சைகளால் தொல்லைக்கு ஆளாகிய போது, அவர் முற்றிலும் வேறு விதமாக நடந்து கொண்டார். மூன்று நாட்களுக்கு என் மனம் பாலியல் எண்ணங்களால் நிரம்பியிருந்தது. அது அளவுக்கு மீறியதாகத் தோன்றியதால், "இடைவிடாது இது போன்ற எண்ணங்கள் வந்தால், நான் என்றாவது கடைத்தேற முடியுமா?" என்று நினைக்கத் தொடங்கினேன்.

அந்த மூன்று நாட்களும் அதே சிந்தனைகளின் தொந்தரவால் எனக்கு சரிவர சாப்பிடவோ, தூங்கவோ முடியவில்லை. இறுதியாக, பகவான் மட்டுமே எனக்கு உதவ முடியும் என்ற முடிவுக்கு வந்தேன். அன்று மாலை பகவான் வெளியே உலாவச் சென்ற போது நானும் பின் தொடர்ந்து சென்று என் பிரச்சினையை அவருக்கு விளக்கிக் கூறினேன்.

"இந்தப் பெண்ணாசை எனக்கு வந்த அந்த நாளிலிருந்து, சென்ற மூன்று நாட்களாக நான் தூங்கவும் இல்லை, சாப்பிடவும் இல்லை. இந்த எண்ணங்கள் எனக்கு அடிக்கடி ஏற்படுவதால், இறுதியில் எனக்கு என்ன ஆகும்? "

பகவான் ஒரு இரண்டு நிமிட நேரம் அமைதியாக இருந்து விட்டு, "நீ ஏன் முன்பு இன்னின்ன நேரங்களில் எனக்கு கெட்ட எண்ணம் உண்டானது என்று எப்பொழுதும் நினைத்துக் கொண்டே இருக்கிறாய்? அதற்கு பதிலாக, 'இந்த எண்ணம் யாருக்கு வருகிறது?' என்று தியானித்தால், அது தானாகவே பறந்து போய்விடும். மனமோ உடம்போ நீ அல்ல, நீ ஆன்மா, இதை தியானம் செய்; உன்னுடைய ஆசைகளெல்லாம் உன்னை விட்டு நீங்கிவிடும்," என்றார்.

பல சமயங்களில் கட்டிடப்பணி நடந்துகொண்டிருக்கும் போது பகவான் வந்து ஒரு கல் மீது அமர்ந்து கொண்டு நாங்கள் செய்துகொண்டிருக்கும் வேலையை மேற்பார்வையிடுவார். சில சமயங்களில் அவரே கூட சேர்ந்துகொள்வார்.

"நான் வெளியே இருக்கும் போது மிக ஆரோக்கியமாக இருக்கிறேன். நான் உட்காருவதற்காக நீங்கள் செய்திருக்கும் ஆறடி சோஃபா எனக்கு ஒரு சிறை போலத் தான் இருக்கிறது" என்று அவர் அடிக்கடி சொல்வார்.

பகவான் எங்களோடு அடிக்கடி மணிக்கணக்காக பொழுதைக் கழிப்பார். அவருக்கு மேற்பார்வை செய்யும் ஆர்வம் வந்துவிட்டால், புதிய பக்தர்கள் தரிசனத்திற்காக வந்திருக்கிறார்கள் என்று அவருக்கு செய்தி வந்தால் மட்டுமே ஹாலுக்குத் திரும்பிச் செல்வார். இது போன்ற சமயங்களில், ஹாலை கவனித்துக்கொள்ள நியமிக்கப்பட்டிருந்த மாதவ சுவாமி வந்து சில புதியவர்கள் வந்திருக்கிறார்கள் என்று எங்களுக்குச் சொல்வார். அது போல ஒரு சமயம் எங்களை நோக்கி மாதவ சுவாமி வருவதை பகவான் பார்த்து விட்டார். சில புதியவர்கள் வந்திருக்கிறார்கள் என்று சொல்லத்தான் அவர் வருகிறார் என்பது வெளிப்படையாகவே தெரிந்தது.

பகவான் என்னைப் பார்த்து, "என்னைக் கைது செய்ய புதிய வாரண்ட் வருகிறது, நான் ஜெயிலுக்குத் திரும்பிச் சென்றாக வேண்டும்" எனக் கூறினார்.

வேலையில் இணைந்து கொள்ளும் வாய்ப்பை பகவான் எப்பொழுதும் வரவேற்பார். என் ஆரம்ப கால ஆஸ்ரம நாட்களிலிருந்து இதற்கு ஒரு நல்ல எடுத்துக்காட்டை நான் தர முடியும். அந்த காலத்தில் ஆஸ்ரமத்தின் அரிசி மூட்டைகளைப் பாதுகாப்பாக வைக்க ஒரு இடமும் இல்லாமல் இருந்தது. தரை ஈரமாகிவிட்டால் பத்திரமாக வைக்க ஒரு நீர்புகாத மேடை தேவைப்பட்டது. அது போன்ற ஒரு மேடையை சிமெண்டும், செங்கல்லும் கொண்டு ஒரு சிறிய குடிசையில் அமைக்குமாறு பகவான் என்னிடம் சொன்னார். அந்தக் குடிசை பழைய அலுவலகம் இருந்த இடத்தில் அமைந்திருந்தது. அந்த வேலையை முடித்த பிறகு நான் ஒரு பழைய செங்கல்லைக் கொண்டு அதன் மேற்பரப்பை நிரவி சமப்படுத்தி வழவழப்பாக்கிக் கொண்டிருந்தேன். பகவான் மற்றொரு செங்கல்லை எடுத்துக்கொண்டு அந்த வேலையில் என்னோடு சேர்ந்து கொண்டார். அவர் இரண்டு கைகளாலும் அதைப் பிடித்துக்கொண்டு மிக வேகமாகத் தேய்க்கத் தொடங்கினார்.

"பகவான் ஏன் இந்த வேலையைச் செய்ய வேண்டும் ? நானே எளிதாக இந்த தேய்ப்பு வேலைகளை எல்லாம் முடித்து விடுவேன்" என்று கூறி அவர் வேலை செய்வதைத் தடுக்க முயன்றேன்.

"எனக்கு உடற்பயிற்சி தேவைப் படுவதால் இதைச் செய்கிறேன்" என்றார் பகவான். "நான் கொஞ்சம் வேலை செய்தால் என் உடம்பு மேலும் பலம் பெறும். இப்பொழுது எனக்குப் பசியே இல்லை. நான் சிறிது வேலை செய்தால் எனக்குப் பசியெடுக்கும். நான் நிறைய வேலை செய்தால் என் வாய்வுத் தொல்லைகளும் நீங்கும்," என்றார்.

நான் மீண்டும் அவரைத் தடுக்க முயலவில்லை; ஏனென்றால், அவர் இதனால் மிகவும் மகிழ்ச்சி அடைந்தார் என்பது தெளிவாகத் தெரிந்தது.

கடினமான ஆஸ்ரம வேலைகளை பகவான் செய்ய விடாமல் நாங்கள் விலக்கி வைத்திருந்ததால், அவர் மலைமீது அடிக்கடி உலாவச் செல்வதன் மூலம் தம்மை ஆரோக்கியமாக வைத்துக் கொண்டார். இதோடு 1940-களில் அவர் தமது ஜீரண சக்தியை அதிகரிப்பதற்காக தினசரி சில உடற்பயிற்சிகளையும் செய்து வந்தார். அவர் தம் கைகளை தலைக்கு மேலே உயர்த்தி நீட்டி, முழங்காலை வளைக்காமல் விரைப்பாக வைத்துக் கொண்டு இடுப்பை வளைத்துக் குனிந்து, தமது கால் விரல்களைத் தொட முயற்சிப்பார். ஒவ்வொரு நாளும் காலையில் இதை சுமார் 30 முறை செய்வார். சாதாரணமாக, அவர் இந்தப் பயிற்சிகளை யாரும் பார்க்காத இடத்தில் செய்வார்; ஆனால் மலையில் விறகு பொருக்குவதற்காக அலைந்து கொண்டிருக்கும் விறகு வெட்டிப் பெண்கள் சில சமயம் அவர் பயிற்சி செய்யும் போது பார்த்திருக்கிறார்கள்.

பகவான் மீண்டும் மீண்டும் குனிவதைப் பார்த்த அந்தப் பெண்களில் ஒருத்தி, "பகவான் ஆஸ்ரமத்தில் அளவுக்கு மீறி சாப்பிட்டுவிட்டு, வாந்தி எடுக்கப் பார்க்கிறார்" என்று தன் அனுமானத்தை உரைத்தாள்.

இன்னும் சிறப்பான கற்பனை வளம் கொண்ட மற்றொருத்தி அதை மறுத்துரைத்தாள்.

"இல்லை, இவை சிறப்புப் பயிற்சிகள், பகவான் மலையிலுள்ள கற்களை எடுத்துத் தங்கமாக மாற்றி கொண்டிருக்கிறார். தாயாரின் கோவிலுக்கு நிதி திரட்ட அவர் அந்தத் தங்கத்தை உபயோகிக்கிறார். வேறு எப்படி அவரால் பணம் கொடுக்க முடியும்? பகவானுக்குப் பக்கத்தில் உள்ளவர் (அணுக்கத் தொண்டர்) அவரைக் காவல் காக்கிறார். பகவான் தங்கம் உண்டாக்கும்

போது அவரை யாரும் தொந்தரவு செய்யாமல் அவர் பார்த்துக் கொள்கிறார். அதோடு அதை யாரும் திருடிவிடாமல் தடுப்பதோடு ஆஸ்ரமத்துக்கு எடுத்துச் செல்லவும் அத்தொண்டர் உதவி புரிகிறார்."

1940-களில் ஆஸ்ரமத்தின் வளம் பெருகுவது பற்றி உள்ளூர் வாசிகளால் பரவலாகப் பேசப்பட்டது. அவர்களில் பலரும், உண்மையில் ஆஸ்ரமத்திற்கு நிதி எப்படி வருகிறது என்பது பற்றி எதுவும் தெரியாமல், ஆஸ்ரமத்தின் வளர்ச்சிக்கு வேண்டிய நிதியை அதன் நிர்வாகம் கள்ள நோட்டாக அச்சடித்து உண்டாக்குகிறது என்ற தவறான முடிவுக்கு வந்துவிட்டனர். பக்தர்கள் அல்லாத பலரும் இந்த வதந்தியைப் பரப்புவதை நான் கேட்டிருக்கிறேன். ஒரு முறை, நான் ஆஸ்ரம அலுவலகத்திற்கு அருகில் நின்றுகொண்டிருந்த போது, மெளனி சீனிவாச ராவ் ஏதோ தட்டச்சு செய்து கொண்டிருந்ததை ஒரு உள்ளூர் கிராமவாசி கவனித்துக் கொண்டிருந்ததைப் பார்த்தேன். தட்டச்சு இயந்திரத்தையே தன் வாழ்நாளில் பார்த்தே இராத அந்த கிராமவாசி எல்லா கள்ள நோட்டுகளும் அந்த இயந்திரத்தைக் கொண்டுதான் அச்சிடப்படுகிறது என்ற முடிவுக்கு வந்துவிட்டார். அலுவலகத்திற்கு அருகில் பக்தர்கள் தரிசனத்திற்கு செல்லும் போது தங்கள் பைகளை விட்டுச் செல்ல ஒரு அறை இருந்தது. அவர்களின் உடைமைகளுக்குக் காவலாக இந்த அறைக்கு வெளியே எப்பொழுதும் ஒரு காவலாளி இருந்ததால், கிராமவாசிகள் பலரும் பணத்தை அச்சிட்டுப் பாதுகாக்கும் அறை இதுவாகத் தான் இருக்கும் என்று முடிவு கட்டிவிட்டனர்.

பகவான் தமது செரிமானத் திறனை மேம்படுத்தவும், முழங்கால்களில் இருந்த தசைப் பிடிப்புக்களைத் தளர்த்திக் கொள்ளவுமே அடிக்கடி உலாவச் சென்று வந்தார். என் ஆரம்பகால ஆஸ்ரம நாட்களில் கூட பகவானுக்கு முழங்கால்களில் வீக்கமும், வலியும் இருந்ததை கவனித்திருக்கிறேன். ஆண்டுகள் செல்லச் செல்ல இந்தப் பிரச்சினை மென்மேலும் மோசமடைந்தே வந்தது. பகவான் இது பற்றிய ஒரு ரசமான நகைச்சுவையை பல சமயங்களில் கூறியுள்ளார்.

"அனுமான் பிடித்தது ராமருடைய காலை, ஆனால் அவரது அப்பா பிடித்தது என் காலை!" என்பார் பகவான்.

ராமாயண இதிகாசத்தின் படி, குரங்குகளின் அரசனான அனுமான் ராமனின் முதன்மையான பக்தன். அனுமனின் தந்தை காற்றுக்கு அதிபதியான வாயு பகவான் என்று கூறப்படுகின்றது. காலில் வீக்கம் கண்டால் காலில் வாயு இருப்பதாகக் கூறுவது எப்பொழுதும் தமிழ் மரபு.

பகவானின் அணுக்கத் தொண்டர்கள் முறையாக அவரது முழங்கால்களுக்குத் தைலமிட்டு உறுவி விடுவது வழக்கமாக இருந்தும் பெரிய வித்தியாசம் எதுவும் தெரியவில்லை. வலி மிகவும் மோசமாக இருந்ததாலும் கால்களை நேராக நீட்டி உட்காருவது மிகவும் வலித்ததாலும் தொண்டர்கள் அவரது முழங்கால் முட்டிகளுக்கு அடியில் ஒரு தலையணையை வைக்க வேண்டியதாக இருந்தது. பழைய ஹாலில் உள்ள சோஃபா மீது இப்பொழுது இருக்கும் பிரசித்தமான புகைப்படத்தைப் பார்த்தால் பகவானின் வளைந்த கால்களுக்குத் தாங்கலாகத் தலையணைகள் எப்படிப் பயன்படுத்தப்பட்டன என்பதைப் பார்க்கலாம். தனக்குப் பிடித்துவிடுவதற்கு பகவான் தமது தொண்டர்களை அனுமதித்தாலும், வலி நிவாரணியாக உடற்பயிற்சியையே அவர் பெரிதும் நம்பினார்.

"நான் தினமும் உலாவச் செல்லாமல் இருந்தால் கால்களில் வலி வந்துவிடும்" என்று அவர் அடிக்கடி கூறுவது வழக்கம்.

ஒரு நாள் நான் பகவானின் கால்களுக்கு ஏதோ ஒரு எண்ணை தேய்த்து உறுவி விட்டுக்கொண்டு

இருந்த போது, ஒரு வயதான பெண்மணி வந்து என்ன பிரச்சினை என்று என்னிடம் கேட்டார்.

"நான் பகவானின் கால்களைப் பிடித்துவிட்டுக் கொண்டிருக்கிறேன்; அவருக்கு அங்கே வலி இருக்கிறது" என்று அவரிடம் சொன்னேன்.

அந்தப் பெண்மணி அந்த விளக்கத்தைக் கேட்டு என்னை ஏளனம் செய்தார்.

"பகவானுக்கு எந்த வலியும் இல்லை; நீ தான் இப்படிச் செய்து உன் பாவங்களைப் போக்கிக் கொள்கிறாய்!" என்றார்.

எங்களுடைய அன்றாடப் பணிகளில் உதவி செய்ய பகவான் முயலும் போது, ஆஸ்ரமவாசிகளான பக்தர்களிடமிருந்து நிறைய எதிர்ப்புகளை அவர் எதிர்கொண்டார். மிகச் சாதாரண வேலைகளைச் செய்ய நாங்கள் அவரை அனுமதிக்கும் போது, நாங்கள் அவருக்கு முறையான மரியாதை தருவதில்லை என்று எம்மில் பெரும்பாலானோர் உணர்ந்தோம். எடுத்துக்காட்டாக, என் ஆஸ்ரம வாழ்க்கையின் ஆரம்ப ஆண்டுகளின் போது ஒரு நாள், அன்று நடக்க வேண்டிய வேலைகள் அனைத்தையும் தங்களுக்குள்ளேயே பகிர்ந்துகொள்ள பக்தர்களெல்லாம் ஒரு கூட்டத்தை நடத்தினார்கள். சமையல் வேலையைச் செய்ய ஒருவர் முன்வந்தார்; துப்புறவுப் பணிகளுக்கு ஒருவர், மற்றும் இப்படியே.

கூட்டத்தின் முடிவில், ஒரு வேலையும் வழங்கப்படாத பகவான், "நீங்கள் ஒரு வேலையைப் பகிர்ந்து கொடுக்க மறந்து விட்டீர்கள். துணி துவைக்கும் வேலைக்கு யாரையும் நியமிக்கவில்லை. உங்கள் துணிகளையெல்லாம் என்னிடம் கொடுத்தால், நான் யம தீர்த்தத்திற்கு கொண்டுபோய் துவைத்துக் கொண்டு வருவேன்," என்றார்.

யாரும் இந்த வேலையை பகவான் செய்வதை விரும்பவில்லை. துவைக்கும் வேலையை நாங்கள் வேறொருவருக்கு ஒப்படைத்து பகவானை வேலையற்றவராக இருக்கச் செய்தோம்.

யம தீர்த்தம் என்பது ஆஸ்ரமத்திலிருந்து சுமார் ஒரு மைல் தொலைவிலுள்ள ஒரு குளம். அக்குளத்தில் ஆண்டு முழுவதும் தண்ணீர் இருக்கும். ஆனால், ஆஸ்ரமத்தின் அருகில் இருந்த குளம் கோடையில் அடிக்கடி காய்ந்து போகும். ஆகவே, இந்த நிகழ்வு கோடைக்காலத்தில் நடந்திருக்க வேண்டும் என்று நாம் ஊகிப்பது சரியாகவே இருக்கும். குளிர்காலத்தில் அல்லது மழைக்காலத்தில் அருகிலேயே துவைத்துக் கொண்டிருந்திருப்பார்கள்.

இருப்பினும் பகவான் சில சமயம் வெற்றிகரமாகத் திட்டமிட்டு பணிகளைத் தாமே செய்து கொள்வார். அவர் ஒரு சமயம், பழைய சமையல் அறையின் உள்கட்டில் செங்கல்லும், மண்ணும் பயன்படுத்தி ஒரு அலமாரி அமைக்க முடிவு செய்தார். அவர் அதில் ஊறுகாய் பாத்திரங்களை வைப்பதற்கு திட்டமிட்டிருந்தார். ஒரு ஆறடி நீளக் கடப்பாறையைக் கொண்டு அவரே மண்ணைத் தோண்டினார். பிறகு சமையற்காரர்களுள் ஒருவரான சாந்தம்மாள் அதைப் பதமான சேறாகப் பிசைந்தார். பகவான் அந்த வேலையை என்னிடம் விட்டுவிடாமல் தாமே செய்தார்; ஏனென்றால், சமையற் கட்டிற்குள் பிராம்மணர் அல்லாதாருக்கு அனுமதியில்லை. நான் சமையற்கட்டை ஒட்டியிருந்த உணவுக் கூடத்தில் ஏதோ ஒரு வேலையாக இருந்தேன். ஆனால், பகவான் என்ன செய்துகொண்டிருந்தார் என்பதை என்னால் பார்க்க முடியவில்லை, காரணம், ஒரு மிக ஆச்சாரமான பிராம்மணப் பெண்மணி சமையல் அறை வாயிலின் குறுக்காக ஒரு சேலையை விரித்துப் பிடித்து அறையை மறைத்துக் கொண்டிருந்தார். நான் பிராம்மணர் அல்லாத காரணத்தால் அவர் நான் சமையல் அறையில் என்ன நடக்கின்றது என்பதைப் பார்க்க கூட

அனுமதிக்கப் படக்கூடது என்று அவர் நினைத்திருக்க வேண்டும்.

பகவான் தமது செங்கல் பதிக்கும் பணியிலிருந்தவர், அந்தப் பெண்மணியின் செயலைப் பார்த்துவிட்டுக் கேட்டார், "நீ ஏன் அந்த சேலையை அப்படி பிடித்துக்கொண்டு இருக்கிறாய்? இது நம்ம அண்ணாமலை சுவாமி தான்!"

அந்த நேரத்தில் சின்னசுவாமி திடீரென்று தோன்றினார். அவர் என்னைப் பார்த்து புன்முறுவலோடு, "பகவான் உனக்கு ஒரு புதிய பட்டம் கொடுத்துள்ளார், 'இஷ்ட பிராம்மணன்'" என்று கூறினார்.

விளக்கத்திற்காக இங்கே நான் ஒன்றைக் கூறியாக வேண்டும். அதாவது, சாப்பாடு விஷயத்தில், பகவான் மிகவும் வைதீகமாக சாதி பாராட்டுபவராக இருந்தாலும், முக்கியமாக பிராம்மண பக்தர்களுக்காக, இல்லையென்றால் அவர்கள் ஆஸ்ரமத்தில் சாப்பிட மாட்டார்கள் என்பதற்காக, அதன் சில தீவிரமான வெளிப்பாடுகளை எதிர்க்கும் போக்குடையவராகவே இருந்தார்.

பகவான் விரும்பிய மற்றொரு பயிற்சியும் இருந்தது. அதாவது, கைத்தடிகளைச் செய்வது. அவருடைய கவனத்தையோ, காலத்தையோ செலவிட வேறு வேலைகள் ஏதும் இல்லாத போது அவர் சில சமயங்களில் இதைச் செய்வார். ஒரு முறை மிகவும் சுறுசுறுப்பாக பல கைத்தடிகளைச் செய்ததை நான் பார்த்திருக்கிறேன். சின்னசுவாமி ஒரு சிறிய விறகுக் கட்டு வாங்கியிருந்தார். பகவான் அவரது தொண்டர் ஒருவரை அழைத்து அதிலிருந்து நான்கோ, ஐந்தோ நேரான குச்சிகளைத் தேர்ந்தெடுக்குமாறு கேட்டார். முதலில் அவர் அவற்றின் மேல்பரப்பை ஒரு சிறிய கத்தியைக் கொண்டு சுத்தம் செய்தார். பிறகு அவற்றை ஒரு கண்ணாடித் துண்டைக் கொண்டு தேய்த்தார். ஒரு இலையைக் கொண்டு அவற்றிற்கு இறுதியாக மெருகூட்டினார். பகவானின் உடலெங்கும் அந்த தூசிகள் விழுந்தன. அவற்றில் சில அவர் மேனியிலேயே தங்கியிருக்க மற்றவை அவர் உடலெங்கும் வழிந்தோடிய வியர்வை ஆற்றில் அடித்துச் செல்லப்பட்டன.

நான் அவருக்கு விசிறி விட முயற்சித்த போது, "நான் வியர்வை வருவதற்காகவே வேலை செய்கிறேன், தங்கு தடையின்றி வியர்வை ஓடும்போது தான் உடம்பு ஆரோக்கியமாக இருக்கும். இது போல் விசிறி விட்டால், வியர்வை எல்லாம் போய்விடும்," என்று கூறி என்னைத் தடுத்து விட்டார்.

அந்தக் காலத்தில் மின்விசிறி இல்லாததால், விசிறி விடும் வேலையெல்லாம் கையால் தான் நடக்கும். வழக்கமாக, யாராவது அவருக்கு விசிறி விட்டால் பகவான் அவர்களை நிறுத்தச் சொல்வார். இருந்தாலும், முதலியார் பாட்டி போன்ற சில பக்தர்கள் அவருக்கு விசிறி விடுவதில் விடாப்பிடியாக இருப்பர். ஒரு முறை, கோடைக் காலத்தின் நடுவில், பகவானின் உடம்பு வியர்வையால் மினுமினுத்துக் கொண்டிருந்த போது, திருட்டுத் தனமாக அவருக்கு விசிறி விட முயற்சித்த முதலியார் பாட்டியின் கையிலிருந்த விசிறியை பகவான் வெடுக்கென்று பிடுங்கியதை நான் பார்த்தேன். சில நிமிடங்களுக்கு முன்பு தான் அவர் பாட்டியிடம், "விசிற வேண்டாம்" என்று கூறியிருந்தார்.

விசிறியைப் பிடுங்கியபடியே, "நன்றாக வியர்ப்பது உடம்புக்கு நல்லது, விசிறி விட்டு ஏன் அதைத் தடுக்கிறீர்கள்?" என்று வழக்கம் போல கண்டித்தார்.

நான் வந்து சேர்வதற்கு முன்பாக, ஆஸ்ரமத்தில் அதிகமான பணிகள் இல்லாதிருந்த போது, பகவான் தமது பெரும்பாலான நேரத்தை ஹாலில் உட்கார்ந்திருந்தே கழித்தார். அவர் நித்தம் சமையலறையில் வேலை செய்வதோடு, மலை மீது உலாவி வரச் செல்வார்; ஆனால்,

பெரும்பாலான நேரம் சரீர உழைப்பில்லாத வகையில் தான் அவர் வாழ்க்கை அமைந்திருந்தது. கட்டிடத் திட்டம் தொடங்கியதோடு இதெல்லாம் மாறி விட்டது. நாங்கள் என்ன செய்கிறோம் என்பதைப் பார்க்க அவர் அடிக்கடி வெளியே வந்தார். எங்களுக்கு ஆலோசனைகளையும், அறிவுரைகளையும் சரளமாக வீசுவார்; அவ்வப்போது வேலைகளிலும் எங்களோடு அவரே கலந்து கொள்வார். பகவானின் தலையீடு எதுவும் இல்லாமலே, ஆஸ்ரமம் அவரைச் சுற்றி தானாகவே வளர்ச்சி அடைந்தது என்று சிலர் கருதிக் கொண்டிருக்கிறார்கள். அவர்கள் மட்டும் பகவான் 1930-களில் வேலை செய்ததைப் பார்த்திருந்தால். விரைவில் தங்களது கருத்தை மாற்றிக் கொண்டிருந்திருப்பார்கள். கட்டிடங்களை எப்போது கட்ட வேண்டும், எங்கே கட்ட வேண்டும், அவை எந்த அளவில் கட்டப்பட வேண்டும், என்னென்ன பொருட்களைப் பயன்படுத்த வேண்டும், கட்டுமான வேலைக்கு யார் பொறுப்பாக இருக்க வேண்டும் என்பதையெல்லாம் பகவான் மட்டுமே தீர்மானித்தார்.

"இங்கே நடக்கும் நடவடிக்கைகள் எதிலும் எனக்கு அக்கறையில்லை. நான் நடப்பதை எல்லாம் வெறும் சாட்சியாக மட்டும் பார்த்துக்கொண்டு இருக்கிறேன்," என்று பகவான் கூறுவது வழக்கம்.

ஆன்மாவின் நிலையிலிருந்து பார்த்தால் இது உண்மையாக இருக்கலாம். ஆனால், நடைமுறையில் அவருக்குத் தெரியாமலோ, அவரது அனுமதி இல்லாமலோ ஒரு கல் கூட நகர்த்தப்பட்டதில்லை என்று நான் உறுதியாகச் சொல்ல முடியும். நான் முன்பே கூறியது போல, அவர் தலையிடுவதற்கு மறுத்துவிட்ட ஒரே துறை நிதித்துறை மட்டுமே. செலவு செய்ய பணமே இல்லாத போதும், கட்டிடப்பணிகளின் விளைவாக உண்டாகக் கூடிய பொருளாதார நெருக்கடி பற்றிய சின்னசுவாமியின் கணிப்புகளை எல்லாம் துணிச்சலுடன் புறக்கணித்து விட்டு, அவர் திட்டங்களைத் தொடங்கி விடுவார். அவர் ஒருபோதும் யாரிடமும் பணம் கேட்டதில்லை; ஆஸ்ரமத்தின் பெயரில் சின்னசுவாமியையும் நன்கொடை கேட்டு பிச்சையெடுக்கக் கூடாது என்று தடுத்தார். ஆனாலும், ஒவ்வொரு கட்டிடத்தையும் கட்டி முடிக்க போதுமான நன்கொடைகள் எப்படியோ வந்து சேர்ந்தன.

ஆஸ்ரமத்தின் நிதி சம்பந்தமான விஷயங்களையும் பொறுப்புகளையும் தானே தலையில் தாங்குவதாக கருதிக்கொண்டிருந்த சின்னசுவாமி, சரியான நிதி வசதி இல்லாமலே பகவான் தொடங்கிய திட்டங்கள் பற்றி பெரிதும் கவலைப்படும் முனைப்புடைவராக இருந்தார்.

அத்தகைய சந்தர்ப்பங்களில், பகவான், "நான் இருக்கிறேன், அவன் கவலைப்படத் தேவையில்லை," என்று கூறுவதை அடிக்கடி கேட்டிருக்கிறேன்.

பகவான் இப்படிப் பேசுவதை எல்லாம் நான் சின்னசுவாமிக்கு அவ்வப்போது அறிவித்து விடுவேன். அந்தத் தகவல்கள் அவருக்கு தற்காலிகமாக உற்சாகமளிக்கும்; ஆனால், அடுத்ததாக ஒரு நீண்ட பில் வந்ததும் அவருக்கு புதிதாக கிடைத்த இந்த நம்பிக்கை கரைந்து போய்விடும்.

பகவான் தன்னைப் போலவே பக்தர்களும் ஆஸ்ரமத்தின் நிதி வசதி பற்றி கவலையற்று இருக்க வேண்டும் என்று எதிர்பார்த்தார். பக்தர்கள் விரும்பினால் ஆஸ்ரமத்திற்கு நன்கொடை வழங்க அவர் அனுமதித்த போதிலும், ஆஸ்ரமத்தின் நிதி நிர்வாகத்தில் நன்கொடையாளர்கள் தலையிடுவதை அவர் விரும்பவில்லை. ஒரு முறை பகவான் மிகவும் நோய்வாய்ப்பட்டிருந்த போது, மாரிஸ் ஃப்ரீட்மன் சின்னசுவாமியிடம் ஆயிரம் ரூபாய் கொடுத்து பகவானுக்குப் பழங்கள் வாங்கப் பயன்படுத்திக் கொள்ளும்படி கேட்டுக் கொண்டார். அந்நாளில் அது ஒரு மிகப்பெரிய தொகை. எல்லோருக்கும் சமமாகப் பகிர்ந்து கொடுத்தாலன்றி பகவான் எந்தப் பழத்தையும் சாப்பிட மாட்டார் என்று அறிந்திருந்த சின்னசுவாமி, நாள் தோறும் ஆஸ்ரமத்தில் இருந்த எல்லோருக்காகவும் பழம் வாங்குவது வீண் பண விரயம் என்று முடிவு செய்தார். சில மாதங்கள்

கழித்து, ஃப்ரீட்மன் வந்து தான் கொடுத்த பணத்தைத் தனது ஆலோசனைப்படி செலவிட்டாரா என்று சின்னசுவாமியைக் கேட்டார். சின்னசுவாமிக்கு அவர் மீது கோபம் வந்து, ஆஸ்ரமத்தின் செலவுகள் விஷயத்தில் அவர் தலையிட முடியாது என்று அவரிடம் கூறினார். இந்த விஷயத்தில் பகவான் சின்னசுவாமியை ஆதரித்தார்.

ஃப்ரீட்மன் ஹாலுக்கு வந்து தனது நன்கொடை முறையாகச் செலவிடப்படவில்லை என்று புகார் கூறிய போது, பகவான், சற்று கோபமாகவே, "நீ எதையாவது கொடுத்தால், அதோடு அந்த வேலை முடிந்துவிட்டதாகக் கருத வேண்டும். உன் அகங்காரத்தை வளர்த்துக் கொள்வதற்கு இந்த நன்கொடையைப் பயன்படுத்திக் கொள்ள உனக்கு என்ன தைரியம்?" என்று கேட்டார்.

பகவானைப் பொறுத்த வரை செயல்கள் தம்மளவில் நல்லவையுமல்ல, தீயவையுமல்ல; அவற்றைத் தூண்டிய மனநிலைகளிலும், நோக்கங்களிலுமே அவர் எப்பொழுதும் அக்கறை கொள்வார்.

நான் ஆஸ்ரமக் கட்டிடங்கள் பலவற்றையும் கட்டிக்கொண்டிருந்த போது, பக்தர்களாகவும் இருந்த பல பொறியாளர்கள் கட்டப்படவிருந்த பல்வேறு கட்டிடங்களுக்குத் தேவையான வரைபடங்களை வரைந்து கொடுக்க முன்வந்தார்கள். இந்தத் திட்டங்களை நான் செயல்படுத்த வேண்டும் என்று சின்னசுவாமி விரும்பினார். ஆனால், அது இயலவில்லை, ஏனென்றால், நான் கட்டவேண்டும் என்று அவர் விரும்பிய கட்டிடங்கள் ஒவ்வொன்றிற்கும் வெவ்வேறு விதமான, முரண்பட்ட திட்டப் படங்களாக அவை இருந்தன. ஒரு திருப்திகரமான சமரசத்தை எட்டுவதற்கான எங்களது முயற்சிகள் கூடுதல் குழப்பத்திலும், கட்டிடப் பணி தாமதமாகப் போவதிலுமே முடிந்த போது, எல்லா திட்டங்களையும் பகவானிடம் கொடுத்து இறுதி முடிவை அவரிடம் விட்டுவிடுவோம் என்று நான் ஆலோசனை கூறினேன். நான் எல்லா திட்டப் படங்களையும் பழைய ஹாலுக்குக் கொண்டு சென்றேன்; ஆனால், பகவான் அவற்றைப் பிரித்துக் கூடப் பார்க்கவில்லை.

அவற்றை எல்லாம் ஒரு ஓரமாக வைத்துவிட்டு, "நாங்கள் இங்கே வருவதற்கு முன்பே இந்த எல்லாக் கட்டிடங்களுக்குமான திட்டங்களை ஏற்கெனவே ஒரு மகா சக்தி தீட்டிவிட்டது. எல்லாமே அந்தத் திட்டத்தின்படி விதிக்கப்பட்ட நேரத்தில் விதிக்கப்பட்ட விதத்தில் நடைபெறும். ஆகவே, இந்த எழுத்துத் திட்டங்களைப் பற்றியெல்லாம் நாம் ஏன் கவலைப்பட வேண்டும்?" என்றார் பகவான்.

ஆஸ்ரமக் கட்டிடங்கள் அனைத்திற்குமான வரைபடங்களை எல்லாம் வரைந்தவர் பகவானே. ஒவ்வொரு நாளும் வேலை தொடங்குவதற்கு முன்பாக என்ன செய்ய வேண்டும் என்பதை அவர் எனக்குச் சொல்வார்.

சிக்கலான அறிவுரைகளாக இருந்தால் சில சமயம் அவர் தாம் கூறுவதை தெளிவு படுத்த அல்லது விளக்கிக் காட்ட ஒரு தாளில் சில கோடுகளை வரைந்து காட்டுவார். இந்தச் சிறிய வரைபடங்கள் மட்டுமே எங்களுக்கிருந்த திட்ட வரைபடங்கள். தலைமை ஸ்தபதியால் வரையப்பட்ட திட்டப்படி கட்டப்பட்ட தாயார் ஆலயமும், உள்ளூர் காண்ட்ராக்டர் ஒருவரால் ஆரம்பத்தில் வடிவமைக்கப்பட்ட பண்டகசாலையையும் (ஸ்டோர் ரூம்) தவிர்த்து மற்ற கட்டிடங்கள் எல்லாமே பகவானின் சொந்த, முறைசாரா திட்டங்களின் படி கட்டப்பட்டவையே ஆகும்.

பகவான் என்னிடம் ஒரு திட்டத்தைக் கொடுக்கும் போது, எப்பொழுதும் அது ஒரு யோசனை மட்டுமே என்று தான் கூறுவார். அவர் ஒருபோதும் எனக்குக் கட்டளையிடுவதாக நினைத்துக் கொண்டதில்லை.

வழக்கமாக அவர், "இப்போது தான் இந்தத் திட்டம் என் மனதில் பட்டது. இதை செய்யலாம் என்று தோன்றினால் செய்; இல்லாவிட்டால் விட்டு விடு" என்றே சொல்வார்.

பகவான் இது போலப் பேசுவதையெல்லாம் கட்டாயமாக நான் நேரடிக் கட்டளையாகவே எடுத்துக் கொள்வேன். நான் ஒருபோதும் எந்த வேலையையும் மறுத்ததும் இல்லை; பகவானின் திட்டங்களை எந்த விதத்திலும் மாற்ற வேண்டுமென்று ஒரு போதும் ஆலோசனை கூறியதுமில்லை.

உணவுக் கூடமும், சமையற் கூடமும் ஏறக்குறைய முடிவடைந்த போது, சின்னசுவாமி தமது சொந்தமான ஒரு ரகசிய திட்டத்தோடு என்னிடம் வந்தார். உணவுக் கூடத்தின் மேல் மாடியில் பகவான் தங்குவதற்கு ஒரு அறை கட்டவேண்டுமென்று அவர் விரும்பினார். அந்த அறையில் ஒரு மின் தூக்கி (Lift) அமைக்கவும், அது உணவுக் கூடத்தின் தரை தளத்தோடு இணைக்கப் பட வேண்டுமென்றும் விரும்பினார்.

பகவானை தரிசிக்க வரும் பக்தர்கள் முதலில் தன் அனுமதியைப் பெற வேண்டும் என்பதற்காகவே இந்த ஏற்பாட்டை அவர் விரும்பினார். அவருடைய அனுமதியைப் பெற்றவர்கள் மட்டுமே மின்தூக்கிக்குள் நுழைய அனுமதிக்கப்படுவர்.

பகவானிடம் இந்தத் திட்டத்தை தெரிவிக்குமாறு சின்னசுவாமி என்னிடம் கேட்டுக்கொண்டார். விவரங்களை எல்லாம் சுருக்கமாகக் கூறியதோடு, "நீர் தினமும் பகவானுக்கு குளிக்க உதவும் பொருட்டு அவரது குளியலறைக்குச் செல்கிறீர். பகவான் எப்பொழுதும் தமது கட்டிடத் திட்டங்களை நேரடியாக உம்மிடம் தான் கொடுக்கிறார். நீர் சென்று பகவானிடம் இந்த விஷயத்தைக் கலந்தாலோசித்து, இந்தத் திட்டத்திற்கு அவருடைய அனுமதியைப் பெற முடியுமா என்று பாரும். இதற்கு மட்டும் நீர் அவரை சம்மதிக்க வைத்து விட்டால், நான் உமக்கு 'சர் அண்ணாமலை சுவாமி' என்பது போன்ற ஒரு பெரிய பட்டத்தைக் கொடுப்பேன். அதை விடப் பெரியதாகவே கூட கொடுப்பேன்" என்றார்.

இது முற்றிலும் அபத்தமான திட்டம், பகவான் ஒரு போதும் இதற்கு சம்மதிக்க மாட்டார் என்று எனக்குத் தெரியும். பல ஆண்டுகளுக்கு முன்பே, விருபாக்ஷ குகையின் உரிமையாளர் பகவானைப் பார்ப்பதற்கு கட்டுப்பாடுகள் விதிக்க முற்பட்ட போது, பகவான் அந்தக் குகையை விட்டே வெளியேறி விட்டார். பக்தர்களிடமிருந்து அவரைப் பிரித்து வைக்கும் எந்தத் திட்டத்திற்கும் பகவான் ஒப்புக்கொள்ளவே மாட்டார் என்று எனக்குத் தெரியும். இருப்பினும், சின்னசுவாமியின் திட்டம் என்ன என்பதை அவருக்குத் தெரிவிப்பதில் ஒரு தவறும் இல்லை என்று நான் நினைத்தேன்.

அது என்னுடைய கருத்தல்ல என்பதை முற்றிலும் தெளிவாக விளக்கிவிட நினைத்திருந்தேன்.

அன்று பகவானிடம் இந்தத் திட்டத்தைக் கூறலாம் என்ற நோக்கத்தோடு அவரது குளியலறைக் கதவை நெருங்கிய போது, பகவான், "நில்! உள்ளே வராதே! இன்றைக்கு உள்ளே வராதே!" என ஆணையிட்டார்.

நான் அதிர்ச்சி அடைந்தேன். பகவான் குளிப்பதற்கு உதவி செய்து வந்த இத்தனை ஆண்டுகளில் நான் குளியலறைக்குள் நுழைய எனக்கு ஒரு போதும் அனுமதி மறுக்கப் பட்டதில்லை. நான் அவரை எதற்காகப் பார்க்க வருகிறேன் என்பது அவருக்குத் தெரிந்துவிட்டதையே இந்த வழக்கத்துக்கு மாறான கட்டளை காட்டுகிறது என்று முடிவு கட்டினேன். மேலும், அவர் என்னைப் பார்க்க விரும்பாததன் பொருள், அவர் அந்த திட்டத்தை அந்த அளவுக்கு வெறுக்கிறார் என்பதே

என்று உணர்ந்தேன். அவருக்கு என்னோடு அது பற்றி விவாதிக்கக் கூட விருப்பமில்லை. நான் சின்னசுவாமியிடம் திரும்பிச் சென்று நடந்ததை விளக்கினேன். நான் இந்தத் திட்டத்தோடு எவ்விதத் தொடர்பும் வைத்துக் கொள்ள விரும்பவில்லை; ஏனென்றால், பகவான் இந்தத் திட்டத்தை முற்றிலும் எதிர்க்கிறார் என்பது எனக்கு உறுதியாகி விட்டது என்று அவரிடம் கூறினேன். "பகவானின் அனுமதி உங்களுக்குத் தேவைப்படவைப்பட்டால், நீங்களே அவரிடம் கேட்க வேண்டும்," என்றும் கூறினேன்.

சின்னசுவாமி தோல்வியை ஒப்புக்கொண்டார். அத்தகைய முறைகேடான திட்டத்தோடு பகவானை நேரடியாக அணுக அவருக்கு மிகவும் அச்சம் இருந்த காரணத்தால் அந்த திட்டம் முழுவதுமாக கைவிடப்பட்டது.

பண்டகசாலை மற்றும் கோசாலை மீதான ஆரம்பகால வாக்குவாதத்திற்குப் பிறகு சின்னசுவாமியுடனான எனது உறவு முன்னேற்றமடைந்தது. இருந்தாலும் அவர் எப்போதாவது கட்டிடங்கள் பற்றி எனக்கு அறிவுரை கூற முயற்சிப்பார்.

ஆனால், நான் அவற்றைச் செயலாக்கம் செய்ய மறுத்தால் அவர் ஒரு போதும் புகார் அளித்ததில்லை; ஏனென்றால் நான் நேரடியாக பகவானுக்குக் கீழே பணியாற்றுபவன் என்பது அவருக்குத் தெரியும். தன்னுடையதும், பகவானுடையதுமாக இரு முற்றிலும் முரண்பட்ட அறிவுரைகளை ஒரே சமயத்தில் என்னால் செயலாக்கம் செய்ய முடியும் என்ற விசித்திரமான கருத்து அவரிடம் எப்பொழுதும் இருந்து வந்தது.

"நீர் பகவானின் கட்டளைகளையே நிறைவேற்றி வந்தாலும், நான் சொல்வதையும் நீர் கேட்க வேண்டும்" என்று அவர் என்னிடம் சொல்வது வழக்கம்.

ஆஸ்ரமத்தில் நிகழும் ஒவ்வொன்றையும் தன்னுடைய முழுக் கட்டுப்பாட்டில் வைத்திருக்க சின்னசுவாமி எப்பொழுதும் முயன்று வந்தார்.

கட்டுமானப் பணிகள் மீதோ அல்லது என் மீதோ அவருக்கு எவ்விதக் கட்டுபாடும் இல்லாமல் இருக்கும் நிதர்சனமான உண்மை அவரை பெருமளவு எரிச்சலடையச் செய்தது. அவருக்கும் எனக்கும் இடையிலிருந்த அனைத்துப் பூசல்களுக்கும் முக்கியமான காரணம் இது தான் என்று நினைக்கிறேன்.

வெளியில் அவர் பகைமைப் போக்கைக் காட்டி வந்த போதிலும், ஆண்டுகள் செல்லச் செல்ல, அவர் என் பணிகளின் மீது ஒரு ஆழ்ந்த மரியாதை காட்டத் தொடங்கியதுடன், என்னுடைய பொது நலவாழ்வில் அன்பார்ந்த அக்கறை காட்டவும் தொடங்கினார். அடிக்கடி என் உடல் நலம் பற்றி விசாரித்ததோடு, முறையாகச் சாப்பிடும் படியும் அடிக்கடி நினைவூட்டுவார். ஒவ்வொரு நாளின் முடிவிலும் நான் வெந்நீரில் குளிக்க வெந்நீர் வைத்துத் தரும்படியும் கூட அவர் கட்டளையிட்டிருந்தார்.

"நீர் நோய்வாய்ப்பட்டால் வேலையைக் கவனிப்பது யார்? நீர் சரிவர சாப்பிட வேண்டும்; போதுமான ஓய்வும் எடுத்துக் கொள்ள வேண்டும்" என்று அவர் என்னிடம் சொல்வது வழக்கம்.

என்னை ஆரோக்கியமாக வைத்திருக்கும் முயற்சியின் ஒரு பகுதியாக, நான் வேலையில் இருக்கும் போது குறிப்பிட்ட இடைவேளைகளில் மோர் கொண்டுபோய்க் கொடுக்கும்படி சமையலறைப் பெண்களிடம் அவர் அறிவுறுத்தியிருந்தார்.

உணவுக் கூடத்தின் மொட்டைமாடிக் கூரை 'மதராஸ் டெர்ரஸ்' என்ற பாணியில் அமைக்கப் படவேண்டும் என்று பகவான் முடிவு செய்திருந்தார், அதாவது, மரத்தாலான உத்திரங்களால் தாங்கப்படும்படியாக செங்கல்களையும், சுண்ணாம்பையும் கொண்டு அடுக்கடுக்காக ஓட்டி தளத்தை அமைப்பது. செங்கற்களை ஓட்டும் பணியைத் தொடங்கும் நாளன்று நான் சுமார் 30 கொத்தனார்களை வேலைக்கு அமர்த்தியிருந்தேன். ஏதோ ஒரு காரணத்திற்காக, அவர்களில் யாருமே வேலையை சிறப்பாகச் செய்வதில் மிகவும் ஆர்வம் உள்ளவர்களாகத் தெரியவில்லை.

அவர்கள் அவ்வளவு மோசமாக வேலை செய்வதை நான் கவனித்த போது, அவர்களிடம், "நம் காலம் சீக்கிரமே முடிந்துவிடும்; ஆனால், நாம் செத்த பிறகும் பல ஆண்டு காலம் இந்தக் கட்டிடங்கள் நிலைத்திருக்கும். எனவே, நாம் இதை முடிந்த அளவு பலமாக அமைக்க வேண்டும்" என்றேன்.

அந்தக் கொத்தனார்கள் அனைவரிடத்தும், "செங்கற்களுக்கு இடையில் நீங்கள் சரியான அளவு சுண்ணாம்புக் காரையை வைக்க வேண்டும். இல்லாவிட்டால் அந்த இடத்தில் செங்கற்களுக்கு உறுதியான பிடிமானம் இருக்காது," எனக் கூறினேன்.

கொத்தனார்களுக்கு இது ஏற்கெனவே தெரியும்; ஆனாலும், தலைமைக் கொத்தனார் உள்ளிட்ட பலரும் என் அறிவுறுத்தல்களைப் புறக்கணித்தனர்.

இறுதியில், நான் அந்தத் தலைமைக் கொத்தனாரிடம், "நீ தான் இங்கே பெரிய கொத்தனார்! நீயே ஒழுங்காக வேலையை செய்யா விட்டால், உன் வேலைக்காரர்கள் சரியாகச் செய்வார்கள் என்று எப்படி எதிர்பார்க்க முடியும்?" என்று உரக்க குரல் கொடுத்தேன்.

என்னுடைய உரத்த குரல் வேலையின் தரத்தில் சிறிய விளைவையே ஏற்படுத்தியது போல் தெரிந்தது. காலை 10 மணியளவில் கத்திக் கத்தி எனக்கும் முழுக்கத் தொண்டை கட்டிக்கொண்டது.

நான் பகவானைச் சென்று பார்த்து கரகரத்த குரலில், "என்னால் இந்த ஆட்களைச் சரிவர மேற்பார்வை செய்ய முடியாது. கத்திக் கத்தி என் தொண்டையே கட்டிவிட்டது. ஆனால், நான் கத்தாவிட்டால் அவர்கள் யாரும் சரிவர வேலை செய்ய மாட்டார்கள்," என்றேன்.

பகவான் என்னுடைய பிரச்சினையை நன்கு உணர்ந்தவராய், "நீ போய் ஓய்வெடு, வேலையை நானே கண்காணிக்கிறேன்" என்றார்.

பகவான் ஹாலை விட்டு வெளியேறி, சின்னசுவாமியையும், சுப்பிரமணியம் என்ற மற்றொருவரையும் அழைத்துக்கொண்டு வேலையை மேற்பார்வையிட மாடிக்குச் சென்றார். மிகவும் உரத்த குரல் வளம் பெற்றிருந்த சுப்பிரமணியம் கூச்சலிடும் பணியை எடுத்துக்கொண்டார்; பகவானும், சின்னசுவாமியும் வேலை சரிவர நடப்பதை உறுதி செய்ய வேலைக்காரர்களைக் கண்காணித்தனர். செங்கல் பதிப்பதை மூன்று பேர் கவனித்துக் கொண்டிருந்தால், மேற்பார்வையின் பலன் மிகவும் சிறப்பாக இருந்தது. வேலையின் தரம் உயர்ந்தது; வேலையும் விரைவில் நிறைவடைந்தது.

அந்த நாட்களில், நான் வேலையாட்களிடம் நிறைய கூச்சலிட வேண்டியதாக இருந்ததால் எனக்கு அடிக்கடி தொண்டை கட்டிக் கொள்ளும். சமையற்காரர்களில் ஒருவரான சம்பூர்ணம்மாள் சோறு வடித்த நீரும், நெய்யும், பனை வெல்லமும் கலந்து ஒரு பானம் தயாரித்து எனக்கு ஒரு டம்ளரில் தருவது வழக்கம். என் தொண்டை வலிக்கு அது நல்ல குணமளிக்கும் என்று அந்த அம்மாள்

சொல்வார். நான் அந்த பானத்தை தினமும் பருகினேன்; ஏனென்றால், சம்பூர்ணம்மாள் சொன்னது போலவே அது தொண்டை வலிக்கு மிக நல்ல நிவாரணியாக இருந்தது.

அந்த பானத்தை அந்த அம்மாள் அவ்வளவு அன்போடும், பாசத்தோடும் தருவதைப் பார்த்து ஒரு நாள், "இந்த பானத்தை எனக்குத் தயாரித்துக் கொடுக்கும்படி பகவான் சொன்னாரா?" என்று கேட்டேன்.

அந்த அம்மாள் சற்று காட்டமாகக் கூறினார், "நீ வேலை செய்வது யாருக்காக? இதை உனக்கு செய்து கொடுப்பதற்கு பகவான் வந்து எனக்குச் சொல்ல வேண்டுமென்பது அவசியமா?"

வேலையைச் செய்து முடிப்பதற்காக வேலைக்காரர்களோடு அடிக்கடி நான் கோபித்துக்கொள்ள வேண்டியதாக இருந்தது. நான் கத்தாவிட்டால் வேலையின் அளவும், தரமும் குறைந்து போவதை நான் வேலையை ஏற்றுக்கொண்ட ஆரம்ப காலத்திலேயே கண்டுகொண்டேன். ஒரு சந்தர்ப்பத்தில் நான் அத்துமீறிச் சென்று வேலைக்காரர்களில் ஒருவரை அடித்தே விட்டேன். ஏனென்றால், அவன் வேண்டுமென்றே என்பேச்சைக் கேட்காமல் இருந்தான். அது நான் உணவுக் கூடத்தின் வேலையைக் கண்காணித்துக் கொண்டிருந்த போது ஒரு நாள் நடந்தது. அன்று அதிகாலையில் வேலையாட்கள் வருவதற்கு முன்பாக, கல் உடைப்பவரிடம் ஒரு ஒன்றரை அடி நீளமுள்ள கல்லை உடைத்துத் தரும்படி சொல் என்று பகவான் என்னிடம் கூறியிருந்தார். அளவு மிகவும் துல்லியமாக இருந்தாக வேண்டும்; ஏனென்றால் அது உணவுக் கூடத்தின் சுவரில் ஒரு குறிப்பிட்ட இடத்தில் பதிக்கத் தேவைப்பட்டது. இந்தக் கல்லைப் பற்றி மிகத் துல்லியமாக எனக்கு பகவான் கட்டளை கொடுத்திருந்ததால் கல்லை உடைக்கும் போது மிகவும் கவனமாக இருக்க வேண்டும் என்று கல் உடைப்பவரிடம் கூறினேன். கல்லைப் பிளந்து போகாமல் உடைப்பது எப்படி என்று நான் அவருக்கு வழிமுறைகளை விளக்கிக் கூறினேன். நான் வேறொரு வேலையைக் கண்காணிக்கச் சென்றிருந்த போது, அந்தக் கல் உடைப்பவர் என் அறிவுரைகளை எல்லாம் புறக்கணித்துவிட்டு வேறொரு வழியில் உடைக்க முயற்சித்து கல்லைப் பிளந்து விட்டார். நான் திரும்பி வந்து அவர் செய்திருந்ததைப் பார்த்து மிகவும் கோபமடைந்து அவரது முதுகில் ஒரு அடி கொடுத்தேன்.

இது நடந்த போது காலை சுமார் 9 மணி. இப்படி கோபத்தை கட்டுப்படுத்த முடியாமல் நடந்து கொண்டதற்காக அன்று நாள் முழுவதும் குற்ற உணர்வு என்னை மிகவும் உறுத்திக்கொண்டே இருந்தது. அன்று மாலை நான் என்னுடைய அன்றாட அறிக்கையை வழங்கிய போது, பகவானிடம் என் குற்றத்தை ஒப்புக்கொண்டு என் செயலுக்காக மன்னிப்பும் கேட்டுக்கொண்டேன்.

பகவான் என்னைக் கேட்டார், "இந்தக் கோபம் எப்பொழுது வந்தது? நீ எப்போது அவரை அடித்தாய்?"

காலை 9 மணி அளவில் அந்தச் சம்பவம் நடந்தது என்று நான் அவரிடம் கூறினேன்.

"காலையில் 9 மணிக்கு வந்த கோபம் ஏற்கெனவே போய்விட்டது. நீ ஏன் கோபத்தில் அவரை அடித்துவிட்டதாக இன்னும் நினைத்துக் கொண்டு இருக்கிறாய்? நீ ஏன் உன் மனதில் இந்த எண்ணங்களை சுமந்துகொண்டு இருக்கிறாய்? செய்து விட்டதற்காக குற்ற உணர்வு கொள்ளாமல், 'இந்தக் கோபம் யாருக்கு வந்தது?' என்று விசாரி. இன்று காலை கோபப்பட்டவனின் உண்மை சொரூபம் என்ன என்பதைக் கண்டுபிடி," என பகவான் கூறினார்.

"செயல்பாட்டுக்கு அந்தக் கோபம் தேவைப்பட்டது. இப்பொழுது அதெல்லாம் போய்விட்டது. நீ அதைப்பற்றி இன்னும் சிந்தித்துக்கொண்டு இருக்கத் தேவையில்லை. ஆகவே, கோபப்பட்டதை

மறந்துவிட்டு அடுத்த வேலையைத் தொடர்," என்றார்.

ரமணாஸ்ரமத்தில் நான் வாழ்ந்த காலத்தில் பகவான் என் முதுகில் இரண்டு முறை அடித்திருக்கிறார்; ஆனால், ஒவ்வொரு முறையும் அவர் விளையாட்டாகவே அடித்தாரே தவிர, கோபத்தினால் அல்ல.

நான் முதலில் அடி வாங்கிய போது, நாங்கள் பழைய ஹாலின் முன்னால் நின்றுகொண்டு சில புதிய படிக்கட்டுகளை அமைப்பது பற்றி கலந்தாலோசித்துக் கொண்டிருந்தோம். அது சுமார் மூன்று படி சிமெண்டு தேவைப்படும் ஒரு சிறிய வேலை.

"நமக்கு எத்தனை படிகள் வேண்டும்?" என்று பகவான் கேட்ட போது, அவர் எத்தனை படி சிமெண்டு தேவைப்படும் என்று கேட்பதாக நான் நினைத்துக்கொண்டேன். வேலையை முடிக்க 3 படி சிமெண்டு போதும் என்று நான் அவரிடம் கூறினேன். பகவான் எத்தனை படிகள் என்று மூன்று முறை கேட்டார்; மூன்று முறையும் நான் எவ்வளவு சிமெண்டு தேவைப்படும் என்பதை அவருக்குக் கூறினேன்.

பகவான் இறுதியாக என் முதுகில் ஒரு அடி கொடுத்து "நான் இங்கே அமைக்கவேண்டிய படிகளைப் பற்றிப் பேசிக்கொண்டிருக்கிறேன்; நீ சிமெண்டைப் பற்றிப் பேசிக்கொண்டிருக்கிறாய்!" என்று கூறி மொழிச் சிக்கலைத் தீர்த்து வைத்தார். என் தவறு உடனே எனக்குப் புரிந்து விட்டதால், நாங்கள் இருவருமே அதற்காக நன்றாக சிரித்துக் கொண்டோம்.

அடுத்த அடியை நான் சில ஆண்டுகளுக்குப் பிறகு வாங்கினேன். ஆஸ்ரம சமையல் பணியாளர்கள் கம்பு தானியத்தைக் கொண்டு ஏதோ ஒரு வகை உணவைத் தயாரித்திருந்தார்கள்.

அதை உணவுக் கூடத்தில் சாப்பிட்டுக் கொண்டிருந்த போது, பகவான் ஆஸ்ரம சமையல் பணியாளருள் ஒருவரான சாந்தம்மாளைப் பார்த்து, "அண்ணாமலை சுவாமி எங்கே?" என்று கேட்டிருக்கிறார்.

என்னைத் தேடி வந்த சாந்தம்மாள் உணவுக் கூடத்தின் நுழைவாயிலிலே என்னைப் பார்த்து விட்டார். கம்பு தயாரித்திருக்கிறோம்; நீர் எங்கே என்று பகவான் விசாரித்ததிலிருந்து அவர் உம்மைச் சாப்பிட அழைக்கிறார் போலும் என்று அந்த அம்மையார் என்னிடம் கூறினார். நான் உணவுக் கூடத்தினுள் நுழைந்து, எனக்கு முன்னால் பரிமாறப்பட்ட உணவை உண்ணத் தொடங்கினேன். நான் சாப்பாட்டிற்கு காலம் தாழ்த்தி வந்ததால், மற்ற எல்லோரும் எழுந்து சென்ற பிறகும் நான் சாப்பிட்டுக் கொண்டிருந்தேன். அவர்கள் வரிசையாக வெளியேறிக் கொண்டிருந்த போது, பகவான் எனக்கு அருகில் நின்று கொண்டு நான் சாப்பிட்டு முடிப்பதைப் பார்த்துக்கொண்டிருந்தார்.

பிறகு தம் கைத்தடியைக் கொண்டு என் தட்டைச் சுட்டிக் காட்டி கேட்டார், "இது எதைக்கொண்டு செய்யப்பட்டது என்று உனக்குத் தெரியுமா?" என்று.

நான் இது 'கம்பு' என்றதும் பகவான் சற்று வியப்புற்றது போலத் தோன்றினார். அதன் மூலப் பொருள் என்னவென்று தெரியாதவாறு அவ்வளவு சிறப்பாகப் பக்குவப் படுத்தப்பட்டிருந்ததாக அவர் நினைத்திருக்கிறார்.

"இது கம்பைக் கொண்டு செய்யப்பட்டது என்று உனக்கு எப்படித் தெரிந்தது?" என்று அவர்

கேட்டார்.

என்னை சாப்பிட அழைத்த போது சாந்தம்மாள் அந்த உணவைப் பற்றிச் சொன்னார் என்று அவருக்கு நான் தெரிவித்தேன்.

பகவான் சிரித்துக்கொண்டே, "இதுவும் கம்பு தான்" என்று சொல்லிக்கொண்டு அவரது கைத்தடியால் என் முதுகில் செல்லமாக அடித்தார்.

உணவுக் கூடத்தில் எஞ்சியிருந்த இறுதி வேலைகளுள் ஒன்று அந்தக் கட்டிடத்தின் கிழக்குச் சுவருக்கு மேலே அதன் பெயரை அமைத்து வைப்பதாக இருந்தது. இரண்டரை அடி நீளமும், ஒன்பது அங்குல உயரமும் இருக்கும்படியாக அந்த எழுத்துக்கள் சிமென்ட்டால் அமைக்கப்பட வேண்டும். உணவுக் கூடம் என்னும் பொருள் தரும் 'பாகசாலை' எனும் தமிழ்ச்சொல்லை பகவானே ஒரு தாளில் பெரிய எழுத்துக்களாக எழுதினார். வரையரைக்கப்பட்ட இடத்துக்குள் எழுத்துக்களை எப்படி வடிவமைப்பது மற்றும் இடைவெளி விட்டு எழுதுவது என்பதை அவர் எனக்குக் காண்பிக்க விரும்பினார்.

அவர் கவனமாக அந்த எழுத்துக்களை வரைந்துகொண்டே என்னிடம் கூறினார், "இன்று எனக்குச் சும்மா உட்கார்ந்திருக்க முடியாது போலத் தோன்றியது. நான் ஏதாவது வேலை செய்தாகவேண்டும் என்று இருந்தது. அதனால், இதை உனக்காகச் செய்து கொண்டிருக்கிறேன். நான் இங்கே வரைந்திருப்பது போலவே இதே வடிவிலும், இதே அளவிலும், இதே விதத்திலும் இந்த எழுத்துக்களை உன்னால் செய்ய முடியுமென்று நினைத்தால் நீயே செய், இல்லாவிட்டால், இதை வேறு யாராவது செய்ய விட்டுவிடு."

இதையெல்லாம் கவனித்துக் கொண்டிருந்த சீனிவாசராவ் என்பவர் பகவானிடம் வந்து, "அவன் ஒரு பட்டிக்காட்டுப் பையன், அவனுக்கு சரிவர எழுதக் கூடத் தெரியாது. அவனுக்காக நான் அந்த வேலையைச் செய்கிறேன்," என்று கூறினார்.

பகவான் அவருக்கு அந்த வேலையைக் கொடுக்க மறுத்து விட்டார். "அவனுடைய வேலையில் தலையிடாதே! வேறெங்காவது சென்று நீ உன் வேலையை பார்! அது போதும்!" என்றார் பகவான்.

அந்த வேலையை நான் தான் செய்ய வேண்டுமென்று பகவான் தெளிவுபடுத்தி விட்டதால், நான் என் திறமையையெல்லாம் பயன்படுத்தி முடிந்த அளவு சிறப்பாக அந்த வேலையைச் செய்து முடித்தேன். 1938 என்ற ஆண்டை மேலேயும், 'பாகசாலை' என்று தமிழில் கீழேயும் போட்டிருந்தேன். பகவானின் மற்றுமொரு ஆலோசனையின் படி, 'ஸ்ரீ ரமணாஸ்ரமம் ' என்ற பெயரை தேவநாகரி எழுத்துக்களில் அதற்குக் கீழே எழுதினேன்.

இந்தி மற்றும் சம்ஸ்க்ருத மொழிகளை எழுதப் பயன்படுவது தேவநாகரி எழுத்துக்களாகும். பின் வரும் கதை ஆஸ்ரமத்தின் வேத பாடசாலையின் கட்டிடப் பணி பற்றியதாகும். பாடசாலை என்று அழைக்கப்படும் கல்வி நிறுவனங்கள் பிராம்மண சிறுவர்களுக்கு வேதங்களை கற்பிக்கின்றன.

உணவுக் கூடத்தின் கட்டிடப் பணி நடந்து கொண்டிருந்த போது, நான் பாடசாலையின் கட்டிடப் பணியையும் மேற்பார்வை செய்து கொண்டிருந்தேன். இந்தக் கட்டிடத்திற்கான முதல் யோசனை கணபதி முனியின் பக்தராக இருந்த ஒரு உள்ளூர் பிராம்மணரான ராஜகோபால சாஸ்திரியிடமிருந்து வந்ததாகும். அவர் பல ஆண்டுகளாக தாயார் சன்னிதியில் வேத பாராயணம் செய்வதற்காக ஆஸ்ரமத்திற்கு வந்து கொண்டிருந்தவர். அவர் வேத மரபில் மிகப்

பெரும் நம்பிக்கை உள்ளவராக இருந்ததால், ஆஸ்ரமத்தில் ஒரு வேத பாடசாலை இருக்க வேண்டுமென்ற ஆலோசனையை சின்னசுவாமியிடம் கூறினார். இந்தத் திட்டத்திற்கு சின்னசுவாமி, பகவான் இருவருமே ஒப்புக்கொண்ட போது, அந்தக் கட்டிடப் பணியை மேற்பார்வையிட என்னை நியமித்தார்கள்.

அது உணவுக் கூட வேலையை விட எளிதாக இருந்ததால், நான் அதை எந்தச் சிரமமும் இல்லாமல் கட்டினேன். என் நினைவுக்கு வரும் ஒரே விநோதமான சம்பவம் அந்தக் கட்டிடப் பணி முடிவடைந்த பிறகு சில நாட்களில் நிகழ்ந்ததாகும். குறிப்பிட்ட எந்த ஒரு காரணமும் இல்லாமல், நான் மேலே மொட்டைமாடிக்குச் சென்றேன்; அங்கே பகவான் முன்னும் பின்னுமாக தரையில் உருண்டுகொண்டிருப்பதைப் பார்த்தேன். இந்த விசித்திரமான நடத்தைக்கு அவர் எந்த விளக்கமும் தரவில்லை; எனக்கும் அவர் என்ன செய்து கொண்டிருந்தார் என்று கேட்பதற்கு துணிச்சலில்லை. அவர் ஏதோ ஒரு விதத்தில் அந்த கட்டிடத்திற்கு ஆற்றல் ஊட்டிக் கொண்டிருந்தார் என்பது எனது சொந்தக் கணிப்பு.

இது சற்று வளமான கற்பனையாகத் தோன்றலாம். ஆனால், அதற்கு முன்பு வேறு கட்டிடங்களுள் ஒன்றைப் புனிதப் படுத்தியதையும் ஆற்றல் ஊட்டியதையும் நான் பார்த்திருக்கிறேன். ஆஸ்ரம அலுவலகத்தின் திறப்பு விழாவில் பகவான் கலந்துகொண்ட போது, எதிர்பாராத விதமாக அவர் சின்னசுவாமியின் இருக்கையில் அமர்ந்து பதினைந்து நிமிடங்கள் அப்படியே இருந்தார். அவர் அங்கே அமர்ந்திருந்த போது பாராயணத்தின் போது அடிக்கடி இருப்பது போலவே அவர் ஆன்மாவிற்குள் உள்முகப்பட்டவராக இருந்தார். அங்கிருந்த நாங்கள் எல்லோரும் அவருடைய மோன நிலையின் சக்தியை நன்கு உணர முடிந்தது. எங்களுள் பெரும்பாலானவர்கள் அவர் அவ்வாறு செய்தது பொதுவாக சர்வாதிகாரிக்கும், அலுவலகத்துக்கும் ஆற்றலை செலுத்தவும் மற்றும் தன் பெயரில் செயல்பட்டு ஆஸ்ரமத்தை நன்றாக நிர்வகிக்கவுமே என்ற முடிவுக்கு வந்தோம். நிச்சயமாக இது ஒரு ஊகமே. பகவானும் அன்றைய தமது செயல்பாட்டுக்கு எந்த விளக்கமும் அளிக்கவில்லை.

உணவுக் கூடத்தின் அனைத்து வேலைகளும் நிறைவடைந்த போது ஒரு பெரிய திறப்பு விழா நடந்தது. பகவான் உட்பட எல்லோரும் அதில் கலந்து கொண்டனர். அந்த விழாவின் போது சின்னசுவாமி ஒரு பெரிய மாலையைக் கொண்டு வந்து, எனக்கு உதவி புரிந்து வந்த, ஓய்வு பெற்ற பொறியாளர் இராகவேந்திர ராவின் கழுத்தில் அதை அணிவிக்க முயன்றார்.

அவர் அதை ஏற்க மறுத்து, "நான் ஒரு உதவியாளன் மட்டுமே. பொறுப்பில் இருந்தவர் அண்ணாமலை சுவாமி, கட்டிடத்தைக் கட்டி முடிக்க மிகவும் கடுமையாக உழைத்தவர், மாலையை அவருக்குப் போடுங்கள்," என்றார்.

நான் ஒரு சிறந்த வேலையைச் செய்திருப்பதாகத் தனிமையில் என்னிடம் சின்னசுவாமி கூறியிருந்தாலும், என்னுடைய பங்கை எல்லோர் முன்னிலையிலும் அறிவிக்க அவர் விரும்பவில்லை, சில கணங்கள் தயங்கிய பிறகு, அவர் அந்த மாலையை அங்கு வைக்கப்பட்டிருந்த பகவானின் படத்திற்குப் போட்டுவிட்டு அமர்ந்தார்.

இந்தக் கால கட்டத்தின் ஒரு சமயத்தில் துல்லியமாக அது எப்போது என்று எனக்கு நினைவுக்கு வரவில்லை, பாலி தீர்த்தத்தில் ஆஸ்ரமத்தின் பக்கம் இருக்கும் கரையில் பக்தர்கள் எளிதாக இறங்கிச் சென்று நீர்ப் பரப்பை அடையும்படி சில படிகளைக் கட்டுமாறு பகவான் என்னிடம் கூறினார். அவர் என்னை அக்குளத்திற்கு அழைத்துச் சென்று படிகள் எங்கே இருக்க வேண்டும் என்ற தம் விருப்பத்தைக் கூறி, அவை எவ்வளவு அகலம் இருக்க வேண்டும் என்பதையும் சுட்டிக் காட்டினார்.

பாலி தீர்த்தம் என்பது ஆஸ்ரமத்தை ஒட்டி மேற்குப் புறம் இருக்கும் ஐம்பது கெஜ நீள, அகலம் கொண்ட சதுரமான ஒரு குளம். மலையிலிருந்து வரும் ஒரு ஓடை நீர் இங்கே தேங்குகிறது. நிறைந்திருக்கும் நிலையில் அதன் நீர்ப்பரப்பு சுமார் பதினைந்தடி ஆழம் இருக்கும்.

அப்போது அங்கே படிகளே இல்லை. அதில் தண்ணீர் எடுக்க விரும்பும் பக்தர்கள் குளத்தின் கிழக்குக் கரையில் பதிந்து கிடந்த பாறைகள் பலவற்றின் மீது நடந்து தான் சென்றடைய வேண்டும். என் முதல் வேலை இந்தப் பாறைகளை அகற்ற வேண்டியதாக இருந்தது. ஆட்கள் யாரையும் வேலைக்கமர்த்த அன்று நேரம் கடந்து விட்டதால் நானே வேலையைத் தொடங்கினேன். சில பாறைகளை நகர்த்த நான் முயன்ற போது, அவை எனக்கு மிகவும் கனமாகத் தோன்றின. என்னுடைய சில முயற்சிகள் எல்லாம் தோல்வி கண்ட பிறகு, நான் ராமசாமி பிள்ளையிடம் சென்று, அவருடைய வேலைக்காரர்கள் சிலரை அனுப்ப முடியுமா என்று கேட்டேன். அந்த நாட்களில் அவர் வேறு ஏழு அல்லது எட்டு பேர்களுடன் சேர்ந்து ஆஸ்ரமத்தின் தோட்டத்தைப் பராமரித்து வந்தார். ராமசாமிப் பிள்ளைக்கு என்னுடைய பிரச்சினைகளில் அவ்வளவாக அக்கறையில்லை. அவருடைய ஆட்கள் யாவரும் சில முக்கியமான பணிகளில் இருப்பதால் யாரையும் அனுப்ப முடியாது என்று அவர் கூறிவிட்டார். நான் பகவானிடம் திரும்பிச் சென்று அந்தப் பாறைகளை நானாக அகற்ற முடியாது என்றும், ராமசாமிப் பிள்ளை தனது வேலைக்காரர்கள் ஒருவரையும் அனுப்பி உதவ மறுத்துவிட்டார் என்றும் கூறினேன்.

என்னுடைய பிரச்சினையைக் கேட்ட பகவான் மிகவும் ஆச்சரியப்படும் விதமாக, "அந்த வேலையைச் செய்ய உதவிக்கு உனக்கு வேறு யாரும் கிடைக்காததால், நானே உன் உதவிக்கு வருகிறேன்," என்றார்.

பகவான் அந்தக் குளத்துக்கு நடந்து வந்து வெளியே துருத்திக் கொண்டிருந்த ஒரு பெரிய பாறையை சுட்டிக்காட்டி, "அந்தக் கல்லிலிருந்து நம் வேலையைத் தொடங்கலாம்," என்று சொன்னார்.

நாங்கள் இருவரும் அதைத் தூக்குவதற்கு முயற்சித்துக் கொண்டிருந்த போது, அவர் தோளிலிருந்து துண்டு நழுவி சேற்றில் விழுந்து விட்டது. இந்த வேலை எங்களால் செய்ய முடியக் கூடியதல்ல என்பது விரைவிலேயே தெளிவாகத் தெரிந்தது. நாங்கள் ஒரு பக்கமாக அதைச் சில அங்குலங்கள் தூக்க முடிந்ததே தவிர, எங்களால் அதைச் சரிவிலிருந்து பெயர்த்தகற்ற முடியவில்லை. என்னை அந்தக் கல்லை கீழே விட்டுவிடும்படி கூறிய பகவான், "இது ரொம்ப கனம்; நம்மால் அசைக்க முடியாது" என்றார். கீழே விழுந்த அந்தப் பாறை பகவானின் துண்டை உறுதியாக சேற்றில் பற்றிக் கொண்டது. பிறகு பகவான் வியப்பூட்டும் விதமாக, வேலையையும், தமது துண்டையும் விட்டுவிட்டு ஹாலுக்குத் திரும்பிச் சென்றுவிட்டார்.

எஞ்சியிருப்பவர்களில் எனக்கு உதவி செய்யக் கூடிய ஒரே மனிதர் சின்னசுவாமி மட்டுமே என்று முடிவு செய்தேன்.

நான் அவரிடம் சென்று, "பகவானுடைய துண்டு எங்கே இருக்கிறது என்று உங்களுக்குத் தெரியுமா? அது பாலி தீர்த்தத்தில் ஒரு பாறைக்கு அருகில் சிக்கிக் கொண்டிருக்கிறது," என்றேன்.

நான் அவரைக் குளத்திற்கு அழைத்துச் சென்று அந்தத் துண்டைக் காட்டினேன். அன்று அங்கே என்ன நடந்தது என்று சுருக்கமாக் சொன்னேன்.

ஆஸ்ரமத்தில் எனக்கு உதவி செய்ய யாருமே கிடைக்காததால் பகவான் ஒரு கூலிக்காரரை போல வேலை செய்ய நேர்ந்ததைக் கேட்டு சின்னசுவாமி அதிர்ச்சி அடைந்து போனார். அவர் ராமசாமிப்

பிள்ளையிடம் சென்று அவருடைய தோட்ட வேலைக்காரர்கள் எல்லாரையும் குளத்திற்கு அனுப்பி வைக்கும்படி கூறினார். ஆரம்பத்தில் ராமசாமிப் பிள்ளை மறுத்தார்.

"அவர்கள் தோட்ட வேலைக்காரர்கள். அவர்களையெல்லாம் நான் ஏன் குளத்தில் கல் சுமக்க அனுப்ப வேண்டும்? அவர்கள் எல்லாம் அங்கே வேலை செய்தால் தோட்டத்தை கவனிப்பது யார்? "

சின்னசுவாமி அவரது வாதத்தை நிராகரித்து எல்லாத் தோட்ட வேலைக்காரர்களையும் எனக்கு உதவி செய்ய அனுப்பி வைத்தார். நடந்தவற்றை சிந்தித்துப் பார்த்தால், எனக்கு உதவுவதற்கான பகவானின் சிறிய அந்த முயற்சியானது எனக்கு கூடுதலான வேலைக்காரர்கள் கிடைப்பதற்கான ஒரு தந்திரம் என்றே நினைக்கிறேன். தன்னுடைய துண்டு சிக்கிக் கொள்ளும் என்று தெரிந்தே தான் அவர் என்னிடம் அந்தப் பாறையை விட்டுவிடும்படி கட்டளையிட்டு இருந்திருக்கிறார். இது போன்ற செய்தியைக் கேள்விப்பட்டால் சின்னசுவாமி எப்படி நடந்து கொள்வார் என்பதும் கடந்தகால அனுபவங்களிலிருந்து அவருக்கு தெரிந்திருந்தது.

பகவான் தரும் சில வேலைகளைச் செய்வது பெரும்பாலும் எனக்குச் சிரமமானதாகத் தெரிந்தது. குறிப்பிட்ட ஒரு வேலையை நானே தனி ஆளாகச் செய்து முடிப்பது என்பது முடியாத காரியம் என்பதை இரண்டு அல்லது மூன்று சந்தர்ப்பங்களில் நான் அவருக்கு சொல்லவேண்டி வந்தது. ஒவ்வொரு முறையும் பகவான் தானே உதவி செய்ய முன்வருவார். உடலுழைப்பு தேவைப்படும் வேலைகளை பகவான் செய்வதை மற்ற பக்தர்களுக்குப் பார்க்கப் பிடிக்கவில்லை. ஆகவே, செய்ய வேண்டிய சிறு சிறு வேலைகளுக்கு எனக்கு உதவியாக ஒரு நிரந்தர வேலைக்காரரைக் கொடுப்பதற்கு சின்னசுவாமியை வற்புறுத்தினார்கள். இதெல்லாம் பின்னாளில் நடந்தது. பாலி தீர்த்தப் படிகளை நான் கட்டிய போது சிறு சிறு வேலைகளையெல்லாம் அப்பொழுதும் நானே செய்ய வேண்டியதாகத் தான் இருந்தது.

சின்னசுவாமியின் தலையீட்டினால் மிகவும் தொந்தரவுக்கு ஆளானவராக இருந்தார் ராமசாமிப் பிள்ளை. "பகவானும், சின்னசுவாமியும் இரண்டு பேருமே அண்ணாமலை சுவாமிக்கு சாதகமாகவே இருக்கிறார்கள். இதற்கு மேலே நான் இங்கே வேலை செய்வதாக இல்லை. நான் என் கிராமத்திற்கே போய் இருந்து விடுகிறேன்," என்று அவர் நினைத்துக்கொண்டார்.

பின்னர் அவர் ஆஸ்ரமத்தை விட்டு வெளியேறினார்; ஆனால் வெகு விரைவில் அதற்காக வருந்தினார். ஒரு மாதத்திற்குள்ளாகவே சின்னசுவாமிக்கு ஒரு பூடகமான கருத்தமைந்த குறிப்பை எழுதி அனுப்பினார்; "கொல்லர்கள் தெருவில் நான் ஊசி விற்க முயன்று விட்டேன். தெருவில் எல்லோரும் ஊசி செய்யும் போது, என்னிடம் யார் வாங்க வருவார்கள்? "

தான் திரும்பி வர விரும்புவதாக அவர் நேரடியாகச் சொல்லாவிட்டாலும், அவர் அனுப்பிய குறிப்பின் நோக்கம் அது தான் என்று நாங்கள் எல்லாரும் ஊகித்தோம். சின்னசுவாமி அந்தக் குறிப்பை பகவானிடம் காட்டி, என்ன செய்யலாம் என்று கேட்டார். பதில் எதுவும் எழுத வேண்டாம் என்றார் பகவான். சுமார் ஒரு மாதம் கழித்து, ராமசாமி பிள்ளை தாமாகவே திரும்பி வந்த போது, சின்னசுவாமி மகிழ்ச்சியோடு அவரது பழைய வேலையையே அவருக்கு மீண்டும் கொடுத்தார்.

மீண்டும் பாலி தீர்த்தக் கதைக்கு வருகிறேன். பகவான் இரண்டு படிக்கட்டுகளை அமைக்கும்படி எனக்கு அறிவுறுத்தினார்; ஒன்று, கிழக்குக் கரையின் மையத்தில் அகலமான படிகளுடன்; மற்றொன்று, ஆஸ்ரமக் கட்டிடங்களுக்கு அருகில் சற்றே அகலம் குறைவான படிகளுடன். பல நாட்கள் வேலை செய்த பிறகு, நான்கைந்து படிகளைத்தவிர அனைத்து அகலமான படிகளையும், மற்றும் குறுகிய படிகளையும் அமைத்து முடித்தேன். கோடை காலத்தின் மத்தியில் ஒரு சாதாரண

வேலை நாளின் முடிவில் இருந்த நிலைமை இது. அப்போது திடீரென்று எனக்கு அன்றே அந்த வேலையைச் செய்து முடிக்க வேண்டும் என்ற பெரிய உத்வேகம் ஏற்பட்டதை உணர்ந்தேன். நானே அதைத் தனியாக செய்ய முடியாது என்று எனக்குத் தெரிந்ததால், உடன் இருந்து எனக்கு உதவி செய்தால் பணியாளர்களுக்கு கூடுதல் கூலி தருவதாகக் கூறினேன். அவர்கள் எல்லோரும் வேலை முடியும் வரை இருப்பதற்கு ஒப்புக்கொண்டனர். என்னுடைய திட்டத்தை பகவான் அங்கீகரித்தது போலத் தோன்றியது. அவர் ஹாலில் அணுக்கத் தொண்டராகப் பணியாற்றிக் கொண்டிருந்த கிருஷ்ண சுவாமியிடம் நாங்கள் செய்யும் வேலையை தெளிவாக பார்த்து செய்வதற்கு ஏதுவாக இருக்கும் பொருட்டு சில மின் விளக்குகளை அமைக்கும்படி கேட்டுக்கொண்டார்.

"இரவோடு இரவாக வேலையை முடித்துவிட வேண்டுமென்று அண்ணாமலை சுவாமிக்கு திடீரென்று ஒரு வைராக்கியம் பிடித்துவிட்டது. போய் சில விளக்குகளை அமைத்துக் கொடுத்து அவருக்கு உதவு," என பகவான் கூறினார்.

வேலை சுமுகமாக நடைபெற்றது. இரவு 11 மணி அளவில் கடைசிப் படியை அமைத்து முடித்தோம். சுமார் ஒரு மணி நேரத்துக்குப் பிறகு புயலும், மழையுமாக கோடை மழை கனமாகப் பெய்து ஒரு மணி நேரத்திற்கு உள்ளாகவே குளம் நிறைந்துவிட்டது. புயலுக்கு முன் குளம் ஏறக்குறைய காலியாகவே இருந்தது. ஆஸ்ரமத்திற்குப் பின்புறம் இருந்த ஓடை ஒரு சில நிமிடங்களில் பூஜ்யத்திலிருந்து ஐந்தடி அகலமும், இரண்டடி ஆழமும் கொண்ட நீரோடை ஆகிவிட்டது. குளத்தின் நீர் மட்டம் பல வாரங்களுக்கு இறங்காமலேயே இருந்தது. அன்று மாலை நாங்கள் இருந்து அந்தப்படிகளை கட்டி முடிக்காமல் இருந்திருந்தால், அந்த வேலை முடிய காலவரையின்றி தாமதமாகியிருக்கும். எனக்கு நேரம் கடந்து வேலை செய்ய நெஞ்சுறுதியைக் கொடுத்தது பகவான் தானா? நான் கூற முடியாது என்றாலும் அது உண்மையாக இருந்தாலும் வியப்பதற்கில்லை.

இரவில் வேலை செய்வது எனக்கு ஒன்றும் புதிதல்ல. பகவானைப் பொறுத்த வரையில் நான் நாள்தோறும் இருபத்திநான்கு மணி நேரமும் பொறுப்பில் இருப்பவன். அடி அண்ணாமலையிலிருந்து நாங்கள் வாங்குவதற்கு ஒப்புதல் கொடுத்திருந்த பெரும் கருங்கற்கள் வந்து இறங்குவதைக் கண்காணிக்க நான் அடிக்கடி நள்ளிரவிலும் படுக்கையை விட்டு எழ வேண்டியிருந்தது.

அந்தக் கற்களில் சில பத்து அல்லது பன்னிரண்டு அடி நீளமுள்ளனவாக இருக்கும்; அவற்றை நகர்த்துவது கடினமான வேலை. அந்த வண்டிக்காரர்கள் இந்த வேலையை பகலில் வெய்யில் நேரத்தில் செய்ய விரும்புவதில்லை, அதற்கு மாறாக அவர்கள் நள்ளிரவுக்கும் காலை இரண்டு மணிக்கும் நடுவில் வருவார்கள். வண்டிகள் கல் இறக்க வந்ததும் பகவான் என் அறைக்கு வந்து என்னை எழுப்புவார். எதிர்பாராமல் ஏதாவது லாரி கல் இறக்குவதற்கு வந்தால் அதற்கு ஏதுவாக இருக்க நான் எப்பொழுதும் என் அறையில் ஒரு அரிக்கேன் விளக்கை ஆயத்தமாக வைத்திருப்பேன்.

வழக்கமாக பகவான் வந்து "உன் அரிக்கேன் விளக்கை எடுத்துக் கொண்டு கற்களை எங்கே இறக்க வேண்டும் என்று இவர்களுக்கு காட்டு. அதோடு அவர்களுக்கு அவற்றை எளிதாக நகர்த்துவதற்கு ஒரு கடப்பாறையைக் கொடு," என்பார்.

இந்தக் கற்களை விலை பேசி வாங்க ஒப்புதல் கொடுப்பது என்னுடைய வேலைகளில் மிகவும் மகிழ்ச்சியான ஒன்று. அடி அண்ணாமலை கிராமம் கிரி பிரதக்ஷிண சாலையில் ஆஸ்ரமத்திலிருந்து மூன்றரை மைல் தொலைவில் இருந்தது. எங்களுக்குப் புதிய கற்கள்

தேவைப்படும் போது நான் காலை 6 மணிக்கெல்லாம் ஆஸ்ரமத்தை விட்டுக் கிளம்பி கிராமத்தை நோக்கி நடப்பேன். சில இட்லிகள், வாழைப்பழங்கள் மற்றும் சோறு இவற்றை பொட்டலமாக கட்டி எடுத்துக் கொள்வேன்; ஏனென்றால் இந்தக் கல் கொள்முதலில் பேரம் படிவதற்கு பெரும்பாலும் பல மணி நேரம் ஆகிவிடும். நான் போவதற்கு முன்பு எப்பொழுதுமே பகவானிடம் சென்று செல்லத் திட்டமிட்டிருப்பதைத் தெரிவிப்பேன். இந்த வேலையை பகவான் தானே செய்ய விரும்பியிருப்பார் என்று எனக்குத் தோன்றியது.

அவர் பல முறை என்னிடம், "எனக்கு இந்த மாதிரி சாப்பாடு கொடுத்தால், நான் சந்தோஷமாக இந்த வேலையைச் செய்வேன்," என்று கூறியிருக்கிறார்.

அந்தக் கிராமத்துக்கு நடந்து போய்ச் சேர சுமார் ஒன்றரை மணி நேரம் ஆகும். அதன் பிறகு கல் உடைப்பவர்கள் எல்லோருக்கும் எங்கள் தேவையின் விவரங்களை விளக்கிக் கூறவே காலை நேரத்தின் பெரும் பகுதி கழிந்துவிடும். வேலை முடிந்ததும் நான் அடி அண்ணாமலை ஆலயத்திற்குச் செல்வேன்; ஏனென்றால் அங்கே நல்ல குடிநீர் கிடைக்கும். என் மதிய உணவை அங்கே சாப்பிட்டுக் கொள்வேன். சுமார் 1 மணி அளவில் நான் என் கிரி வலத்தை முடித்துக்கொண்டு ஆஸ்ரமத்திற்குத் திரும்பி விடுவேன்.

எனக்கு வேலைப் பளு மிகுதியாக இருந்த போதிலும், பகவான் தானே தேர்ந்தெடுத்திருந்த 'சிவானந்த லஹரி' நூலில் உள்ள பத்து ஸ்லோகங்களை நான் மனப்பாடம் செய்ய வேண்டுமென்று அவர் ஒரு முறை வற்புறுத்தினார்.

மற்றொரு சந்தர்ப்பத்தில் அவர் என்னிடம், "உனக்கு மோட்சம் வேண்டுமென்றால் இந்த (எல்லாம் ஒன்றே) புத்தகத்தை உன் நோட்டுப் புத்தகத்தில் நகல் எடுத்துக்கொண்டு, அதைப் படித்து அதில் உள்ள தத்துவங்களின்படி வாழ்ந்து வா," என்றார்.

நான் பகவானிடம், "நீங்கள் எனக்கு நிறைய வேலை வைத்துக்கொண்டே இருக்கிறீர்கள். நகல் எடுப்பதற்கெல்லாம் எனக்கு நேரமில்லை. யாராவது எழுதிக் கொடுத்தால், நான் மகிழ்ச்சியாக அதைப் படித்துக் கொள்வேன்," என்றேன்.

'எல்லாம் ஒன்றே' என்பது 19 ஆம் நூற்றாண்டைச் சேர்ந்த ஒரு தமிழ் அத்வைத சாத்திரம். நான் தேடிய வரையில் எனக்குத் தெரிந்த இதன் ஒரே ஆங்கில மொழி பெயர்ப்பு பகவானின் 71 ஜெயந்தியை நினைவு கூறும் வகையில் இலங்கையில் 1950 ஆம் ஆண்டு தனிப்பட்ட முறையில் பதிப்பிக்கப்பட்டதாகும்.

பகவான் என்னுடைய சால்ஜாப்பை ஏற்றுக் கொள்ளவில்லை "உனக்கு தினமும் கணக்கேடு எழுத நேரம் இருக்கு. நீ மோட்சத்தை விலை கொடுத்து வாங்கலாம் என்று பார்க்கிறாயா? நீயே அதை எழுத வேண்டுமென்று சொன்னேன்; ஏனென்றால், அப்படிச் செய்தால் தான் அது உன் மனதில் பதியும். ஒரு முறை எழுதுவது பத்து முறை படிப்பதற்குச் சமம். தினமும் கொஞ்சம் எழுது. ஒன்றும் அவசரமில்லை. ஒரு மாதம் ஆனாலும் நீயே தான் எழுத வேண்டும்," என்றார் பகவான்.

அன்று முதல், நகல் எடுப்பதற்கு சிறிது நேரம் ஒதுக்கினேன். என்னுடைய நோட்டுப் புத்தகத்தில் பொருளடக்கம் பக்கத்தில் பகவான் தம் கைப்பட அத்தியாயத் தலைப்புகளை எழுதிக் கொடுத்தார். தமது கைப்படவே கடைசி வரியையும் எழுதி நகலெடுக்கும் வேலையை அவரே முடித்தும் வைத்தார்.

நகலெடுக்கும் வேலை முடிந்ததும், அந்த நோட்டுப் புத்தகத்தை அவரே படித்துப் பார்த்து

எ‌ன்னுடைய பிழைகளையெல்லாம் திருத்தினார். எனக்கு ஓரளவு நன்றாகவே வாசிக்க முடியும் என்றாலும், சரியாக எழுதுவதற்கு கற்றுக் கொள்ள நான் ஒருபோதும் அக்கறை எடுத்துக் கொண்டதில்லை.

மற்றொரு சந்தர்ப்பத்தில், அவர் எனக்கு ஏதோ கட்டிடத் திட்டங்களைக் கொடுத்துக் கொண்டிருந்த போது, திருக்குறளிலிருந்து ஒரு குறளை எனக்கு எழுதிக் கொடுத்தார்.

" நிலையிற் றிரியாது அடங்கியான் தோற்றம்

மலையினும் மாணப் பெரிது"

நான் இன்னும் அந்தக் குறளை வைத்திருக்கிறேன். அது இப்போது என் அறையில் உள்ள ஒரு பகவான் படத்தின் கீழ் ஒட்டப்பட்டுள்ளது.

நான் வேலை செய்து கொண்டிருக்கும் போது கூட ஆன்ம உணர்வோடு இருக்க வேண்டும் என்று பகவான் அடிக்கடி என்னிடம் கூறுவார்.

"உன் சொரூபத்தை மறந்து விடாதே. நீ உட்கார்ந்து தான் தியானம் செய்ய வேண்டும் என்பதில்லை. எப்பொழுதும், வேலை செய்து கொண்டிருக்கும் போது கூட தியானத்தில் இருக்க வேண்டும்," என்று அவர் திரும்பத் திரும்ப கூறுவார்.

நான் முதன் முதலில் பகவானிடம் வந்த போது, ஆரம்பத்தில் அவரிடம் ஒரு மந்திரம் உபதேசிக்கும்படி கேட்டேன். அதற்கு அவர், 'சிவ சிவ' என்று இடைவிடாது சொல்லும்படி கூறினார். பிறகு, நான் வேலை செய்யும் போதும் என் கவனத்தை இதயத்தில் வைத்திருக்கும்படி அறிவுறுத்தினார். மார்பின் வலது பக்கம் இருக்கும் இதயத்தானத்தைப் பற்றி பகவான் பேசியிருப்பதை நான் படித்திருந்தேன். இந்தக் குறிப்பிட்ட மையத்தில் தான் பகவான் என் கவனத்தைக் குவிக்கச் சொல்கிறார் என்று நான் எடுத்துக் கொண்டேன். ஆனால், நான் அப்படிப்பயிற்சி செய்யத் தொடங்கிய போது, பகவான் என்னைத் தடுத்துத் திருத்தினார்.

"இந்த வலது பக்க இதய மையம் உண்மையான இதயம் அல்ல. உண்மையான இதயத்தானம் எந்த ஒரு இடத்திலும் இல்லை. அது எங்கும் நிறைந்துள்ளது," என்றார் அவர்.

"இதய மையத்தில் தியானிப்பதை நிறுத்து. ஆதாரத்தைக் கண்டுபிடி. அது தான் உண்மையான இதயம். எப்படி ஒவ்வொருவர் வீட்டில் இருக்கும் மீட்டர் பெட்டியிலிருந்து மின்சாரம் வராமல், அதன் மூலமான மின் உற்பத்தி நிலையத்திலிருந்து வருகிறதோ, அது போலவே உலகம் முழுவதற்கும் மூலமாக இருப்பது ஆன்மா அல்லது இதயம் ஆகும். இந்த எல்லையற்ற ஆற்றலின் மூலத்தைத் தேடி விசாரித்தறி. இந்த ஆன்ம மையம் உண்மையில் உடம்புக்குள்ளே இருந்திருக்குமானால், உடம்பு சாகும் போது அதுவும் மரித்து போய்விடும்," என்றார் பகவான்.

ஒருவர் வீட்டில் இருக்கும் மீட்டர் பெட்டியை மட்டும் பார்த்துக்கொண்டே இருப்பதனால் மட்டும் எப்படி மின்சாரத்தின் இயல்பையும், மூலத்தையும் அனுபவித்து உணர முடியாதோ, அது போலவே இதய மையத்தில் மட்டும் கவனத்தைக் குவித்து ஆன்ம சக்தியை நேரடியாக அனுபவித்து உணர முடியாது என்பதை நான் பகவானின் விளக்கத்தைக் கொண்டு புரிந்துகொண்டேன். எனவே இந்த மையத்தில் கவனத்தைக் குவிப்பதை நிறுத்திவிட்டு பகவானின் அறிவுரையை பின்பற்ற முயற்சி செய்தேன்.

நான் வேலை செய்து கொண்டிருக்கும் போதும் என் கவனத்தை ஆன்மாவிலேயே வைத்திருக்க, பாரம்பரியமான அணுகுமுறையான 'நேதி, நேதி' (இதுவல்ல, இதுவல்ல) என்னும் அணுகுமுறையையும் 'நான் உடம்புமல்ல, மனமுமல்ல, நானே ஆன்மா, நானே அனைத்தும்' எனும் திட சங்கல்பத்தையும் பகவானின் அனுமதியோடு மேற்கொள்ளலானேன்.

ஆன்மீகத்தைப் பற்றிப் பேசும் போது, நான் பகவானிடமிருந்து ஒரு விதமான ஹஸ்த தீக்ஷை பெற்றுக் கொண்டதைக் கூறியாக வேண்டும். ஆனால், நிச்சயமாக தமது நோக்கம் அதுவல்ல என்றே பகவான் மறுப்பார்.

அது பழைய உணவுக் கூடத்தில் நிகழ்ந்தது. அங்கே ஆஸ்ரமத்தின் முக்கிய நீர் ஆதாரமாக விளங்கிய ஒரு குழாய் இருந்தது. பக்தர்கள் தங்கள் வாளிகளில் அங்கே தண்ணீர் பிடித்துக் கொள்வது வழக்கம்; அவர்களுள் ஒரு சிலர் அங்கேயே குளித்துக் கொள்வதும் உண்டு. இடையறாது நீர் ஓடிக்கொண்டே இருந்ததால், அந்தக் குழாயைச் சுற்றியிருந்த தரை மிகவும் சேறாகவே இருக்கும். எனவே, அந்தக் குழாயைச் சுற்றி செங்கல்லும், சிமெண்டும் கொண்டு ஒரு மேடை அமைக்குமாறு பகவான் என்னிடம் சொன்னார். பகவான் அருகில் ஒரு நாற்காலியில் அமர்ந்திருக்க, நான் அந்த வேலையைச் செய்தேன். ஒரு கட்டத்தில், நான் எழுந்து நின்ற போது எதிர்பாராத விதமாக என் தலை குழாயில் இடித்து விட்டது. உடனே ஒரு பெரிய காயம் ஏற்பட்டுவிட்டது. பகவான் மாதவ சுவாமியை எனக்கு சிறிது ஜாம்பக் (ஒரு வலி நிவாரணி) கொண்டு வந்து தருமாறு கேட்டார். அது வந்ததும் பகவான் அதை என் தலையில் தேய்த்துவிட்டு, சுமார் பதினைந்து நிமிடம் தமது இரண்டு கரங்களாலும் பாதிக்கப்பட்ட பகுதியைப் பிடித்துவிட்டுக் கொண்டேயிருந்தார். இதற்கிடையே நான் வேலையைச் செய்து கொண்டே இருந்தேன்.

பகவான் எப்போதும் நான் உடம்பல்ல என்று கூறுவார். எனவே நான் ஏன் இந்த சின்ன வேதனைக்கு பெரிய ஆர்ப்பாட்டம் செய்ய வேண்டும்? என்று நினைத்துக் கொண்டேன்.

அப்பொழுது எனக்கு வேறொரு எண்ணமும் உதித்தது, "வந்தது துன்பம் தான்; ஆனால், இந்தத் துன்பம் ஒரு நல்லாசியாக இருந்தது. இந்த விபத்து காரணமாகவே பகவானின் திருக்கரங்கள் என் தலையில் பதிவதற்கான ஒரு நல்வாய்ப்பு எனக்குக் கிடைத்துள்ளது. முதலில் நான் இதை உணராவிட்டாலும், இப்பொழுது பகவான் எனக்கு ஹஸ்த தீக்ஷை அளித்து நல்லாசி வழங்கிக் கொண்டிருக்கிறார்."

பலரும் பகவானிடம் எவ்வளவோ கெஞ்சிக் கேட்டும் கூட, பகவான் எந்த வித ஹஸ்த தீக்ஷையையும் வழங்க எப்பொழுதும் மறுத்து விடுவார். இந்த முறையில் தீக்ஷைபெற விரும்பியவர்களுள் சாட்விக்கும் ஒருவராவார். 1930-களில் ஒரு சமயம் பகவானிடம் ஹஸ்த தீக்ஷை பெறுவதற்கு ஏதுவாக பகவானை தம்முடைய அறைக்குள் வரவழைக்க அவர் முயற்சி செய்தார். அந்த நாட்களில் நாள்தோறும் மதியம் சுமார் ஒரு மணி அளவில் டிஸ்பென்சரிக்குப் பின்புறமுள்ள ஆலமரங்களை ஒட்டியுள்ள பாதையில் பகவான் பலாக்கொத்துக்கு நடந்து செல்வது வழக்கம். அப்பொழுது பகவானின் அணுக்கத் தொண்டராகப் பணியாற்றிய ரங்க சுவாமியை பகவான் ஆஸ்ரமத்திற்குத் திரும்பிச் செல்லும் போது தன்னுடைய அறை வழியாக அழைத்து வரும்படி சாட்விக் கேட்டுக்கொண்டார். ஆஸ்ரமத்திற்கு பகவான் திரும்பிச் செல்லும் வழியில் தன்னுடைய அறைக்கு எளிதாக வரும் வகையில் அவர் ஏற்கெனவே ஒரு பாதையை சிறப்பாக அமைத்து வைத்திருந்தார். என்ன நடந்துகொண்டு இருந்தது என்பது பகவானுக்குத் தெரிந்திருக்க வேண்டும். ஏனென்றால், ரங்க சுவாமி அவரது வழியை மாற்ற முயன்ற அன்று, அவர் வழக்கமாகத் திரும்பிச் செல்லும் வழியில் கூட செல்ல மறுத்துவிட்டார். அதற்கு மாறாக அவர் சுற்றி வளைத்து வந்து இறுதியாக மலை மீதிருந்த ஒரு பாதை வழியாகத் திரும்பி வந்தார்.

சாட்விக் பகவானுடைய உட்குறிப்பைப் புரிந்துகொண்டு தம்முடைய திட்டத்தைக் கைவிட்டார்.

மேஜர் சாட்விக் அவர்களை அவர் ஸ்ரீ ரமணாஸ்ரமத்திற்கு வந்த முதல் நாளே நான் சந்தித்தேன். உண்மையில், 1935-இல் அவர் ஆஸ்ரமத்தின் நுழைவாயிலுக்குள் நுழைந்ததும் அவர் முதன் முதலில் சந்தித்த ஆஸ்ரமவாசி நான் தான். முக்கிய நுழைவாயிலுக்கு அருகில் இன்றும் நின்றுகொண்டிருக்கும் இலுப்பை மரத்தடியில் நான் நின்று கொண்டிருந்தேன். சாட்விக் என்னை நோக்கி வந்து, நான் தான் ரமண மகரிஷி என்று முடிவு செய்து, என் கால்களில் நெடுஞ்சாண்கிடையாக விழுந்து வணங்கினார்.

நான் அவருக்கு, "நான் ரமண மகரிஷி அல்ல. மகரிஷி உள்ளே இருக்கிறார். அவரை நீங்கள் தரிசிக்க விரும்பினால், நான் அவருடைய இருப்பிடத்தை உங்களுக்குக் காட்டுகிறேன்," என்று சொல்ல முயற்சித்தேன்.

இவையெல்லாம் சைகைகளாலும், சொற்களாலும் பரிமாறிக் கொண்டவை. ஏனென்றால் நாங்கள் இருவருமே மற்றவரின் மொழியைப் புரிந்துகொள்ள முடியாமல் இருந்தோம். விஷயங்களைத் தெளிவுபடுத்த நான் அவரை ஹாலுக்கு அழைத்துச் சென்று உண்மையான பகவான் யார் என்று சுட்டிக்காட்டினேன். அறிமுகமாகி முடிந்ததும், சாட்விக்கும் பகவானும் பல மணி நேரம் ஆங்கிலத்தில் உரையாடிக்கொண்டனர். இது மிகவும் வழக்கத்துக்கு மாறானதாகும். பகவானுக்கு போதுமான அளவு சரளமாக ஆங்கிலத்தில் பேச முடியுமென்றாலும், அவர் ஆங்கிலத்தில் நீண்ட நேரம் உரையாடுவது அபூர்வமே.

ஆஸ்ரமத்தில் நீண்ட நாள் தங்குவதே சாட்விக்கின் திட்டம் என்பது விரைவில் தெளிவாகியது. இது ஒரு சிறிய பிரச்சினையை உண்டாக்கியது, காரணம் அவருக்கு பொருத்தமான உறைவிட வசதி எங்களிடம் இல்லை. ஆஸ்ரமத்திலேயே மிகப் பெரிய அறைகளுள் ஒன்று என்னுடைய அறையாக இருந்ததால், இறுதியாக என்னுடைய அறையை சாட்விக்குக்காக நான் காலி செய்து தரவேண்டுமென்று சின்னசுவாமி முடிவெடுத்தார். இது எனக்கு ஒரு பிரச்சினையாக இல்லை; ஏனெனில், ஆஸ்ரமத்தின் கீற்றுக் கொட்டகைகளுள் ஏதாவதொன்றிற்கு நான் எளிதாக மாறிக்கொள்வேன். சாட்விக்குக்கு இந்தக் கீற்றுக் கொட்டகையை வழங்க முடியாது, காரணம் ஒரு அயல் நாட்டவர் வசிப்பதற்கு மிகவும் அநாகரிகமாக இருக்கும் என்று நாங்கள் எல்லோரும் கருதினோம். நான் என் பொருட்களை மூட்டை கட்டிக்கொண்டிருந்த போது, என் அறையை சாட்விக்கிற்குக் காட்டினார்கள்.அவருக்கு இடமளிப்பதற்காகவே நான் அந்த அறையை விட்டு வெளியேற்றப்படுவது தெரிந்ததும் அவர் அந்த அறையை ஏற்றுக்கொள்ள மறுத்துவிட்டார்.

"எனக்கு இந்த மனிதரை மிகவும் பிடித்து விட்டது. எனக்காக இவரை இந்த அறையிலிருந்து வெளியேற்றக் கூடாது. நீங்கள் அவரைப்போகச் சொன்னால், நானும் போய்விடுவேன்; வேறு எங்கேயாவது தங்கிக் கொள்வேன். இது ஒரு பெரிய அறை. நாங்கள் இதைப்பகிர்ந்து கொள்ள முடியும்," என்றார் சாட்விக்.

எங்களுக்கெல்லாம் வியப்பாக இருந்தது; பெரிய கனவானைப் போல தோற்றமளிக்கும் இந்த அயல் நாட்டவர், தாம் விரும்பினால் முழு அறையையும் தானே வைத்துக்கொள்ள முடியும் என்ற நிலையில், முற்றிலும் முன்பின் தெரியாத ஒரு அன்னியனோடு அறையைப் பகிர்ந்துகொள்ளத் தயாராக இருக்கிறார் என்பது. ஆனாலும், இந்த ஏற்பாட்டிற்கு எந்த ஒரு எதிர்ப்பும் இல்லாததால், சாட்விக் என்னுடைய அறைக்குள் வந்து என்னுடன் சுமார் ஒன்றரை ஆண்டு காலம் தங்கியிருந்தார்.

பகவானுடன் தான் கழித்த ஆண்டுகளைப் பற்றிய விவரங்களைத் தரும் 'ஒரு சாதுவின்

நினைவுகள்' (A Sadhu's reminiscences) என்ற தமது நூலில் சாட்விக் தாம் மூன்று மாதங்கள் மட்டுமே அந்த அறையைப் பகிர்ந்துகொண்டதாக எழுதியுள்ளார். நான் இதை அண்ணாமலை சுவாமியிடம் கூறிய போது, சாட்விக் சரியான கால கட்டத்தை மறந்து போயிருக்கலாம் என்றார். சுமார் ஒரு வருடத்திற்கு மேலாக அவர்கள் அந்த அறையில் ஒன்றாகத் தங்கியிருந்தது தனக்கு நன்றாக நினைவிருப்பதாக அண்ணாமலை சுவாமி கூறுகிறார்.

ஆரம்பத்தில் நாங்கள் ஒருவருக்கொருவர் அவ்வளவாகப் பேசிக்கொள்ள முடியவில்லை. ஆனால், பிற்பாடு நான் ஓரிரு ஆங்கில வார்த்தைகளைத் தெரிந்து கொண்டேன்; அவரும் சிறிது தமிழ் கற்றுக்கொண்டார். நாங்கள் விரைவிலேயே நெருங்கிய நண்பர்கள் ஆகிவிட்டோம். நாங்கள் சேர்ந்தே அடிக்கடி மலையை சுற்றி வலம் வருவோம். வழக்கமான சாலை வழியாகச் செல்லாமல், காட்டு வழியாகச் செல்வோம். இந்த சமயங்களில், நாங்கள் நடந்து கொண்டிருக்கும் போது, நான் அவருக்கு 'யோக வாசிஷ்டம்' மற்றும் 'கைவல்ய நவநீதம்' ஆகிய நூல்களிலிருந்து கதைகளைக் கூறி அவரை மகிழ்விப்பேன்.

'கைவல்ய நவநீதம்' என்பது ஒரு தமிழ் அத்வைத இலக்கியம்; பெரும்பாலும் தத்துவங்களைக் கூறுவது. 'யோக வாசிஷ்டம்' என்பதும் வால்மீகி மகரிஷி எழுதியதாகக் கூறப்படும் ஒரு அத்வைத நூல்; அதில் ராமரின் வினாக்களுக்கு வால்மீகி மகரிஷி விடையளிக்கிறார்.

நிச்சயமாக நான் பகிர்ந்துகொண்டது ஒரு மிகவும் தெளிவற்ற முறையில் அக்கதைகளின் சுருக்கத்தைச் சொல்வது போலத் தான் இருந்திருக்கும், காரணம் எனக்கு ஆங்கிலத்தில் தெரிந்தது சுமார் ஒரு ஐம்பது வார்த்தைகள் மட்டுமே. இந்த வினோதமான கொச்சை ஆங்கில உரையாடல்களை கேட்கவேண்டியிருப்பதை சாட்விக் பொருட்படுத்தவில்லை; ஏனென்றால், அது அவருக்கு பகவானோடு பிறகு பேசுவதற்கு ஒரு வாய்ப்பளித்தது.

நாங்கள் உலாவிவிட்டுத் திரும்பியதும் அவர் பகவானிடம் சொல்வார், "அண்ணாமலை சுவாமி எனக்கு யோக வாசிஷ்டம் கதை ஒன்றை சொல்ல முயற்சி செய்தார், ஆனால் எனக்கு அதில் சிறிதளவு தான் புரிந்துகொள்ள முடிந்தது."

பகவான் அப்பொழுது, நான் சொன்னது எந்த சம்பவத்தைப் பற்றி என்று என்னைக் கேட்பார். நான் அந்தக் கதை பெயரைச் சொல்வேன்; அதன் பிறகு அவர் சாட்விக்கிற்கு அந்த முழுக்கதையையும் ஆங்கிலத்தில் சொல்வார்.

எங்களுடைய ஒரு பிரதக்ஷிணத்தின் போது சாட்விக்கின் செருப்பின் ஒரு வார் அறுந்து போனது. இது அவருக்குப் பெரும் பிரச்சினை ஆகிவிட்டது, காரணம், காலணி இல்லாமல் அவரால் அந்தக் காட்டுப் பாதையில் நடக்க முடியாது. அவர் கீழே அமர்ந்து, 'அருணாசலா! அருணாசலா!' என்று உரத்த குரலில் அழைக்கத் தொடங்கிவிட்டார். சில வினாடிகள் கழித்து இந்த அழைப்புக்கு விடையளிப்பது போல 'ஓம் அருணாசலா' என்று எங்களுக்கு ஒரு குரல் கேட்டது. பதில் கொடுத்த ஒரு இடையன் ஒரு பாறையின் பின்புறமிருந்து வெளிவந்து, 'எதற்காக அழைத்தீர்கள்?' என்று கேட்டான். சாட்விக்கின் செருப்பு அறுந்து போன விஷயத்தை அவனிடம் சொல்லி அறுந்துபோன செருப்பின் வாரையும் அவனுக்குக் காட்டினேன். எங்களைக் காப்பாற்ற வந்த அந்த இடையன் தன் செருப்பிலிருந்து இரண்டு சிறிய ஆணிகளைப் பிடுங்கியெடுத்து அவற்றைக்கொண்டு அறுந்த செருப்பைச் செப்பனிட்டான். சில நிமிடங்கள் கழித்து தன் ஆடுகளைப் பார்த்துக்கொள்ள வேண்டியிருப்பதாகக் கூறி அவன் விடை பெற்றான். ஆஸ்ரமத்திற்குத் திரும்பியதும் சாட்விக் பகவானிடம் இந்தச் சம்பவத்தைக் கூறினார்.

சாட்விக் கதையைச் சொல்லி முடித்த பிறகு, "நான் அருணாசலத்தை அழைத்தேன். அருணாசலமே உதவிக்கு வந்துவிட்டார்," என்றார்.

"ஆம்! அருணாசலமே உம் உதவிக்கு வந்துவிட்டார்," என்று பகவானும் ஆமோதித்தார்.

நாங்கள் இருவரும் சேர்ந்து வசித்து வந்த காலத்தில் எனக்கே சங்கடமாக இருக்கும் அளவுக்கு எனக்கு மரியாதை காட்டுவதில் சாட்விக் உறுதியாக இருந்தார். ஒரு சமயம் அவர் எனக்கு நெடுஞ்சாண் கிடையாக விழுந்து வணக்கம் செய்ய, அதை அவரது வேலையாளைக் கொண்டு புகைப்படம் எடுத்துக்கொண்டார். நான் கட்டிடப் பணிகளை மேற்பார்வையிடும் போதும் அவர் பல புகைப்படங்களை எடுத்திருக்கிறார். இந்தப் படங்கள் எல்லாம் என்ன ஆனது என்று எனக்குத் தெரியவில்லை; ஏனென்றால், சின்னசுவாமி அவற்றையெல்லாம் சாட்விக் தன்னிடம் ஒப்படைக்கும்படி செய்துவிட்டார்.

நான் இந்தப் படங்கள் சிலவற்றை இந்நூலில் சித்திர விளக்கமாகப் பயன்படுத்தலாம் என்று நினைத்துக்கொண்டு ஸ்ரீ ரமணாஸ்ரமத்தின் புகைப்படங்களின் காப்பகத்தில் உள்ள படங்களையெல்லாம் ஆய்வு செய்தேன். துரதிர்ஷ்டவசமாக, அவற்றில் எதுவுமே அங்கு எஞ்சியிருக்கவில்லை. இந்நூலில் உள்ள படங்களில் பெரும்பான்மையனவை காப்பகத்தின் வேறு ஆதாரங்களிலிருந்து பெறப்பட்டவை ஆகும்.

ஒன்றரை ஆண்டுகளுக்குப் பிறகு தனக்கென்று ஒரு தனி அறை தேவை என்று சாட்விக் முடிவு செய்தார். ஆஸ்ரமத்திற்குள்ளாகவே ஒரு அறை கட்டிக்கொள்ள அவருக்கு சின்னசுவாமி அனுமதியளித்தார்; அந்தக் காலத்தில் அது அபூர்வமாகக் கிடைத்த ஒரு சலுகையாகும். அந்தப் புதிய அறையைக் கட்டும் போது இருந்த மேற்பார்வைப் பணியில் பகவான் எனக்கு உதவியாக இருந்ததிலிருந்து அவருக்கும் அதில் உடன்பாடு தான் என்பது தெரிந்தது. அவர் அதன் கிரஹப்பிரவேசத்திலும் கலந்துகொண்டார். சாட்விக் முன்யோசனையோடு பகவானுக்காக அமைத்திருந்த மர நாற்காலியில் அமர்ந்தவாறு அவர் அந்த நிகழ்ச்சிக்கு தலைமை தாங்கினார்.

அந்த அறையைக் கட்டி முடித்த சிறிது காலத்திற்குள் சாட்விக் ஒரு மாத கால பயணமாக ஜப்பானுக்குச் செல்லத் தீர்மானித்தார். அவருக்கு அங்கே பல ஆண்டுகள் தங்கி இருக்க வேண்டும் என்ற விருப்பம் வெளிப்படையாகத் தெரிந்தது. சாட்விக் வெளியூர் சென்றிருந்த போது அவரது அறையின் முன்-சுவருக்கும் வராண்டாவின் கீற்று கூரைக்கும் இடையே மழை நீர் வழிந்தோடுவதை பகவான் கவனித்து விட்டால், அறையின் மேற்கூரையைச் சுற்றிலும் வடிகால் அமைக்குமாறு பகவான் என்னை நியமித்தார். அந்த வேலையை எப்படிச் செய்யவேண்டும் என்று கூறிய அவர், பின்னர் அது முறையாகச் செய்யப்பட்டதை உறுதி செய்ய, அங்கு வந்து பார்வையிடலானார். சாட்விக் ஜப்பான் சென்றிருந்த ஒரு மாத காலமும் அவரது மலையாளி வேலைக்காரருக்கு கேரளாவுக்குத் திரும்பிச் செல்ல அனுமதி அளிக்கப்பட்டது. சாட்விக், தான் திரும்பி வரும் தேதியைக் குறித்து ஆஸ்ரமத்திற்கு கடிதம் எழுதியதும், உரிய காலத்தில் திரும்பி வரத் தேவையான ஏற்பாடுகளைச் செய்ய இந்த வேலைக்காரருக்குத் தெரிவிக்கும்படி பகவான் அனுவலகத்திற்கு அறிவுறுத்தினார். நான் இந்த அற்ப நிகழ்ச்சிகளைக் கூட தெரிவிக்கக் காரணம், பகவான் தமது உண்மையான பக்தர்கள் மீது எவ்வளவு கவனிப்பும், அக்கறையும் காட்டினார் என்பதை இவை தெளிவு படுத்தும் என்பதற்காகவே.

சாட்விக் ஆஸ்ரமத்தில் சில மாதங்கள் தங்கிய பிறகு, சேஷ ஐயர் என்ற ஒரு பக்தர், தபால் மூலமாக சாட்விக் இறைச்சியைப் பார்சலாகப் பெறுகிறார் என்று பகவானிடம் புகார் கூறினார். இது ஒரு அபத்தமான குற்றச்சாட்டாக இருந்தது. ஆனாலும், ஆஸ்ரம நிர்வாகம் ஆஸ்ரம வளாகத்தில் மாமிசம் புசிக்க அனுமதி கொடுப்பதில்லை என்பதால், பகவான் என்னை

வரவழைத்து அது உண்மைதானா என்று விசாரித்தார். நானும் சாட்விக்கும் ஒரே அறையைப் பகிர்ந்து கொண்டதாலும், ஒவ்வொரு நாளும் அவர் என்ன சாப்பிடுகிறார் என்பதை நான் கவனித்திருந்ததாலும் இந்தக் குற்றச்சாட்டு முற்றிலும் ஆதாரமற்றது என்று நான் பகவானுக்கு உறுதியாகக் கூற முடிந்தது.

அப்பரின் தேவாரத்திலிருந்து ஒரு பாடலை மேற்கோள் காட்டி பகவான் இந்தப் பிரச்சினைக்கு முடிவு கட்டினார்.

"ஆவுரித்துத் தின்றுழலும் புலைய ரேனும்
கங்கைவார் சடைக்கரந்தார்க் கன்ப ராகில்
அவர்கண்டீர் நாம்வணங்குங் கடவு ளாரே."

நான் அண்ணாமலை சுவாமிகளின் உரையாடல்களைத் தொடரும் முன்பு, இந்நூலுக்கான தகவல்களை எப்படித் திரட்டிக் கொடுத்தேன் என்பதைப் பற்றி விளக்கிவிட விரும்புகின்றேன். 1987-இல் நான் அண்ணாமலை சுவாமிகளை ஆறு மாதத்திற்கு மேலாக நேர்முகமாக சந்தித்துப் பேசி வந்தேன். 50-60 ஆண்டுகளுக்கு முன்பு நிகழ்ந்தவற்றின் சிறு சிறு விவரங்களையெல்லாம் நினைவு கூறும் திறன் அவருக்குச் சிறப்பாக இருந்த போதிலும் அவை எந்த வரிசையில் நிகழ்ந்தன என்பதையோ அல்லது ஒரு குறிப்பிட்ட சம்பவம் எந்தத் தேதியில் நிகழ்ந்தது என்பதையோ அவரால் நினைவுபடுத்திக் கூற முடியவில்லை. ஒரு நியாயமானதும், நம்பகமானதும் ஆன காலக்கிரமத்தை நிறுவும் பொருட்டு நான் அவருடைய கதைகளை மற்ற அச்சேறிய விவரங்களோடு ஒப்பு நோக்கியதோடு, குறிப்பிட்ட திட்டப் பணிகள் எப்போது செயல்படுத்தப்பட்டன என்பதை உறுதி செய்ய பழைய ரமணாஸ்ரம கணக்குப் புத்தகங்களை கூர்ந்து பார்த்தேன். அந்தக் கட்டிடங்கள் எல்லாம் எந்த வரிசையில் கட்டப்பட்டன என்பதைக் கண்டறிய ஆஸ்ரமத்தின் பழைய புகைப்படங்களையும் ஆய்வு செய்தேன். இந்தக் கதைகளுக்கு வலு சேர்க்கும் முயற்சியாக நான் 1920-களிலும், 1930-களிலும் ஆஸ்ரமத்தில் வசித்துப் பணியாற்றி வந்தவர்களான ராமசாமிப் பிள்ளை மற்றும் குஞ்சு சுவாமி ஆகிய பக்தர்களுடனும் உரையாடினேன். இந்த ஆய்வின் விளைவாக இந்தக் கதைகள் அண்ணாமலை சுவாமியின் நினைவிலிருந்தும், அவரது டயரியிலிருந்தும் வந்தவையே என்றாலும் இந்நூலின் ஒட்டுமொத்த அமைப்பும், அந்தக் கதைகள் இங்கே வழங்கப்பட்டுள்ள வரிசை முறையும் முற்றிலும் என்னுடையவையே. இறுதியாக உறுதிப்படுத்தும் பொருட்டு அண்ணாமலை சுவாமிகளே என் கையெழுத்துப் பிரதியை இரு முறை சரிபார்த்து, அதில் பல்வேறு திருத்தங்களுக்குப் பிறகு, தம்முடைய கதைகள் துல்லியமாக எடுத்துரைக்கப்பட்டிருப்பதாக திருப்தி தெரிவித்தார்.

ஒன்றிரண்டு சமயங்களில் நான் ஆய்வு செய்து கண்டறிந்த தேதிகள் அண்ணாமலை சுவாமிகள் தமது சொந்த நினைவிலிருந்து கூறியதை விட நம்பகமானவையாக இருந்தன என்று அவரை நான் நம்பவைக்க முடிந்தது. எடுத்துக் காட்டாக, சேஷாத்திரி சுவாமிகள் (அண்ணாமலை சுவாமிகள் ரமணாஸ்ரமத்திற்கு முதன் முதலில் வந்த போது தரிசித்தவர்) ஜனவரி 1929-இல் காலமானார் என்று அவருக்கு நான் மெய்ப்பிக்கும் வரை, தான் பகவானிடம் வந்தது 1930-இல் என்றே அவர் உறுதியாக நம்பி வந்தார். தாயார் சமாதி ஆலயக் கட்டிடப் பணிகள் தொடர்பாக ஒரு கதைத் தொகுப்பே இருந்தது. அதைக் குறித்து எங்களிடையே ஒருபோதும் ஒரு உடன்பாடு எட்டப்படவே இல்லை. அண்ணாமலை சுவாமி 1938-இல் ஆஸ்ரமத்தை விட்டு வெளியேறி (அதன் சூழ்நிலைகள் இந்த அத்தியாயத்தில் பின்னர் விவரிக்கப்படும்) முழு நேரம் தியானத்தில் ஈடுபடும் பொருட்டு பளாக்கொத்தில் குடியேறினார். நான் தோண்டி எடுத்த சான்றுகளெல்லாம் தாயார் சமாதி ஆலய

கட்டுமானம் 1939-இல் தொடங்கியது என்றே சுட்டுகின்றன. அந்தப் பணியைத் தொடங்கி வைப்பதற்கான சடங்கு அந்த ஆண்டு செப்டம்பர் மாதம் நடைபெற்றது. இதன் நினைவாக அந்தத் தேதி பொறிக்கப்பட்ட கல்லை ஆலயத்தின் தெற்குச் சுவரில் வெளிப்புறத்தில் இன்றும் காணலாம். ஆனாலும், நான் உரிய ஆவணங்களையெல்லாம் அண்ணாமலை சுவாமிக்கு காண்பித்தும், இந்த ஆலயத்தில் அவர் பணியாற்றியது அவர் ஆஸ்ரமத்தை விட்டு வெளியேறுவதற்கு முன்பாக 1938-இன் மத்தியில் என்றே அவர் இன்னும் நம்புகிறார். எனவே, அவருடைய விருப்பத்திற்கு மாறாகவே ஆலயம் பற்றிய கதைகளை நான் இந்த அத்தியாயத்தில் சேர்த்திருக்கிறேன். என்னைப் பொறுத்த வரை இவை 1940 களின் தொடக்கம் அல்லது நடுப்பகுதியைச் சேர்ந்தவை என்றே நினைக்கிறேன். அந்தக் காலகட்டத்தில் தான் அண்ணாமலை சுவாமி ஆஸ்ரமத்தின் மேற்பார்வைப் பணியை மீண்டும் மேற்கொண்டிருந்தார்.

நான் ஆஸ்ரமத்தில் இறுதியாக மேற்கொண்ட பெரும் பணி தாயார் சமாதி ஆலயத்தின் கர்ப்பக்கிரஹத்தில் சில வேலைகளை மேற்பார்வை செய்ததாகும். தலைமை ஸ்தபதியே எல்லாவற்றிற்கும் பொறுப்பேற்றிருந்தார். நான் சில வேலைக்காரர்களை மட்டும் மேற்பார்வை செய்து ஒவ்வொரு நாளும் அவர்களுக்கான கூலியை முடிவு செய்து வந்தேன். பல ஆண்டுகளாகவே சின்னசுவாமி தமது தாயாரின் சமாதிக்கு மேல் ஒரு பெரிய கோவிலைக் கட்டவேண்டும் என்று விரும்பினார். இந்தக் கோவில் திட்டத்தை பகவான் அங்கீகரித்திருந்த போதிலும், ஆஸ்ரமத்தின் பிற கட்டிட வேலைகள் எல்லாம் பெரும்பாலும் நிறைவுறும் வரை, அதன் கட்டுமானப் பணி காலந்தாழ்ந்து கொண்டே வந்தது. 1930-களின் பிற்பகுதியில் ஒரு சமயம் சின்னசுவாமி என்னிடம் கோவிலைப் பற்றிய பகவானின் உண்மையான கருத்து என்ன என்பதைக் கண்டுபிடித்துச் சொல்லும்படி கேட்டுக்கொண்டார்.

'பகவான் தம் திட்டங்களை உம்மிடம் நேரடியாகச் சொல்கிறார். தயவு செய்து தாயார் கோவிலைப் பற்றி நாம் என்ன செய்ய வேண்டும் என்று அவரிடம் கேளும். அதை எளிய முறையில் அமைப்பதா அல்லது ஒரு பெரிய கோவிலாகவா?" என்று அவர் கேட்டார்.

நான் இந்தத் தகவலைப் பகவானிடம் தெரிவித்தேன். அவரது பதில், "அதை நன்றாகவும், பெரிதாகவும் கட்டினால் நான் மிகவும் மகிழ்ச்சி அடைவேன்" என்பதாக இருந்தது.

பகவானுடைய நோக்கத்தைப் பற்றிப் பல ஆண்டுகளாவே சந்தேகத்தில் இருந்து வந்த சின்னசுவாமிக்கு இந்தச் செய்தியைக் கேட்டதும் மிகப் பெரிய மகிழ்ச்சி. அவர் உடனடியாகவே அதன் கட்டுமானப்பணிகளுக்கு ஆயத்தமாகத் தொடங்கிவிட்டார்.

அது ஒரு சாதாரணமான கொத்தனார் வேலையல்ல என்பதால் வெளியிலிருந்து ஒரு நிபுணரை வரவழைக்க வேண்டியதாக இருந்தது. அந்தக் கட்டுமானப் பணி முழுவதுமே ஆலய அமைப்பிலும் பொறியியற்துறையிலும் நிபுணராக இருந்த ஒருவரிடம் ஒப்படைக்கப்பட்டது. அவர் தம்மோடு ஆலயக்கட்டுமானங்களில் நீண்ட அனுபவம் பெற்ற, கற்களின் வேலைப்பாடு அறிந்த நிபுணர்கள் பலரை உடன் அழைத்து வந்தார். வேலைக்காரர்களுக்கு எல்லாம் அன்றாட அடிப்படையில் கூலி வழங்கப்பட்டால், கொடுக்கும் பணத்திற்கான உழைப்பை ஆஸ்ரமம் பெறுவதை உறுதி செய்யும் பொருட்டு அவர்களுள் சிலரை மேற்பார்வை செய்யும்படி நான் கேட்டுக்கொள்ளப்பட்டேன். கோவில் கட்டிடப் பணிகள் பற்றி எனக்கு எதுவுமே தெரியாத போதிலும், எனக்கு வேலையாட்களை மேற்பார்வை செய்வதில் போதிய அனுபவம் இருந்ததால், அந்தக் கல்வேலை செய்யும் கொத்தனார்கள் வேண்டுமென்றே வேலையை மிகவும் மெதுவாகச் செய்ததை என்னால் கண்டுபிடிக்க முடிந்தது. அவர்கள் சிறப்புத் திறமை பெற்ற தொழிலாளர்கள் என்ற வகையில் வந்ததால் அவர்கள் செய்யும் மிகக் குறைந்த வேலைக்கு மிகப் பெரிய அளவில்

நாட்கூலி வழங்கப்பட்டது. ஒரு நாளில் முடிக்க வேண்டிய வேலையை அவர்கள் மூன்று நாட்களுக்கு நீட்டித்தார்கள். அவர்கள் ஆஸ்ரமத்தை ஏமாற்றுவதாக அவர்களிடம் கூறினேன்; நேர்மையாக வேலை செய்வதற்கு அவர்களை ஊக்குவித்துப் பார்த்தேன், ஆனாலும் அவர்கள் தங்கள் போக்கை மாற்றிக்கொள்வதாக இல்லை.

அவர்களுள் ஒருவர், "நீங்களெல்லாம் ஒன்றும் செய்யாமலே சாப்பிடுவதும், தூங்குவதுமாக இருக்கிறீர்கள். எங்கள் வேலையைப் பற்றிப் பேசி ஏன் எங்களுக்குத் தொந்தரவு தருகிறீர்கள்? நாங்கள் மெதுவாக வேலை செய்தால் உங்களுக்கு என்ன இழப்பு?" எனக் கேட்டார்.

அவர்களை வேலை செய்ய வைப்பதற்கு நான் மேற்கொண்ட ஒரு சில முயற்சிகள் தோல்வி கண்ட பிறகு, அது பற்றி பகவானிடம் தெரிவித்தேன்.

"கோவில் வேலைக்காரர்கள் மிகவும் மந்தமாக வேலை செய்கிறார்கள். கூலிப் பட்டியலில் நான் எழுதிக் கொடுப்பதை சின்னசுவாமி கொடுத்துவிடுகிறார். நேர்மையற்ற வேலைக்காரர்களுக்கு ஆஸ்ரமப் பணத்தை வீணாகச் செலவிடுவதை நான் விரும்பவில்லை; ஆனால் அவர்களை வேலையை விட்டு நீக்கும் அதிகாரம் எனக்கில்லை.

நாள் தோறும் கணக்கேட்டில் அவர்களுக்கு முழு நாள் கூலி கொடுக்கப்பட வேண்டும் என்று எழுதுகிறேன். ஆனால் அவர்கள் ஒரு நாள் வேலையை முடிக்க மூன்று நாட்கள் எடுத்துக்கொள்கிறார்கள். செய்யாத வேலைக்கும் அவர்களுக்கு கூலி தரவேண்டும் என்று நான் எழுதினால், நானும் ஆஸ்ரமத்தை ஏமாற்றுவதாகாதா?" என்றேன்.

"இதைப் பற்றிக் கவலைப் படாதே. அவர்கள் இப்படி ஏமாற்றி, ஆஸ்ரமத்திலிருந்து உழைக்காமல் ஊதியம் பெற்றால், அந்தப் பணம் அவர்களிடம் தங்காது. அவர்களது சுத்தியலும், உளியும் மட்டுமே அவர்களுக்குக் கடைசியில் மிஞ்சும். அநியாயமாக அவர்கள் வாங்கும் கூலி வீணாகித்தான் போகும். அவர்கள் தங்களைத் தாங்களே ஏமாற்றிக் கொள்ளலாமே தவிர, பகவானை ஏமாற்ற முடியாது. அவர்களால் பகவானை சுரண்ட முடியாது," என பகவான் கூறினார்.

சிறிது நேர மௌனத்திற்குப் பிறகு அவர் மேலும், "அவர்கள் ஆஸ்ரமத்தின் பணத்தை ஏமாற்றிச் சுரண்டிச் செல்கிறார்கள். அந்தப் பணம் அவர்களிடம் தங்காது. இந்த வேலைக்கான பணத்தைப் பற்றி நாம் கவலைப்படக் கூடாது, காரணம் நமக்குத் தேவையான பணத்தை எல்லாம் இறைவன் கொடுப்பார்," என்றார்.

வழக்கம் போலவே பகவானின் நம்பிக்கை மெய்யானது. கோவில் பணி ஆஸ்ரமத்தின் நிதி நிலைமையில் மோசமான தாக்கத்தை ஏற்படுத்தினாலும் நாங்கள் எப்பொழுதும் வேலை நடைபெறும்படி சமாளித்து வந்தோம். சில நாட்களில் அன்று மாலை தர வேண்டிய கூலிக்கு அன்று கிடைக்கும் நன்கொடைகளையே நம்பி இருக்கவேண்டியதாக இருந்தது. வேலைக்காரர்களுக்கு கூலி கொடுக்க எங்களிடம் பணம் இல்லை என்று தெரிந்தும் நாங்கள் அவர்களை வேலைக்கு அமர்த்துவோம். அன்று எப்படியோ பல வழிகளில் நன்கொடைகள் வந்து சேரும்; அன்று மாலைக்குள் வேலைக்காரர்களுக்கு கூலி பட்டுவாடா செய்யப் போதுமான அளவு பணம் எப்பொழுதும் இருக்கும்.

இதற்கு மேலும் என் மனசாட்சி இந்தக் கோவில் வேலை செய்பவர்களை மேற்பார்வை செய்ய இடம் கொடுக்காது என்று இறுதியாக நான் முடிவெடுத்தேன்.

"இனி மேல் இந்த வேலையைச் செய்ய எனக்கு விருப்பமில்லை" என்று நான் சின்னசுவாமியிடம் கூறினேன். "கூலிப்பட்டியலை எழுதிக் கொடுக்கும் ஒவ்வொரு முறையும் நான் ஆஸ்ரமத்தை ஏமாற்றுவதாக உணர்கிறேன்," என்றேன்.

சின்னசுவாமி என் ராஜினாமாவை ஏற்றுக் கொண்டு, தலைமை ஸ்தபதியையே எல்லா வேலையையும் பார்த்துக்கொள்ளும்படி கேட்டுக்கொண்டார். நான் ஆஸ்ரமத்தில் நடந்துகொண்டிருந்த மற்ற வேலைகளை மேற்பார்வை செய்யச் சென்றுவிட்டேன்.

பகவான் பணத்தை ஏற்றுக்கொள்வதில்லை என்பது எல்லோருக்கும் தெரியும். ஆனால், தாயார் கோவில் கட்டப்பட்டுக் கொண்டிருந்தபோது, பகவான் சில நிமிடங்களுக்கு பணத்தை கையாண்டதை நான் பார்த்தேன். மிக நன்றாக வேலை செய்து வந்த ஒரு ஸ்தபதி, அவர்மீது தலைமை ஸ்தபதிக்கு தனிப்பட்ட முறையில் கடுமையான வெறுப்பு இருந்தது என்ற ஒரே காரணத்திற்காக, வேலையிலிருந்து நீக்கப்பட்டார்.

இவர் பகவானிடம் வந்து, தன் கணக்கை முடித்துப் பெற்ற பணத்தை எல்லாம் பகவான் கரங்களில் வைத்துவிட்டு, "நான் மிக நேர்மையாகவே வேலை செய்து வந்தேன், ஆனாலும், இந்த மனிதர் என்னைப் போகச் சொல்லிவிட்டார். தயவு செய்து பகவான் என்னை ஆசிர்வதிக்க வேண்டும்," என்று கேட்டுகொண்டார்.

பகவான் சுமார் பத்து நிமிடம் அவரது கண்களைப் பார்த்தவாறு இருந்து அவரை மௌனமாக ஆசிர்வதித்தார். அதன் முடிவில் பகவான் அந்தப் பணத்தை அவரிடமே ஒப்படைத்தார்.

கர்ப்பக்கிரஹத்தின் சுவர்கள் மேற்கூரையை எட்டிய போது, முன் சுவரில் ஆலயத்தின் பெயரை பெயிண்டில் எழுதுமாறு பகவான் என்னிடம் கூறினார். கர்ப்பக்கிரஹத்தின் நுழைவாயிலின் மேலே பார்த்தால் கல்லிலே செதுக்கப்பட்ட இரண்டு யானைகள் தெரியும். அவற்றின் காலடியில் கல்லில் வடிக்கப்பட்ட ஒரு பதாகை இருக்கும். 'மாத்ருபூதேஸ்வராலயம்' (தாய் வடிவக் கடவுள் ஆலயம்) என்ற முழுப் பெயரும் அந்தப் பதாகையில் செதுக்கப்பட்டிருக்கும். பகவான் இந்தப் பெயரை சமஸ்க்ருத எழுத்துக்களில் எனக்கு எழுதிக் கொடுத்தார். நான் அதைக் கொண்டு ஒரு அச்சு (Stensil) உருவாக்கி, அதை வைத்துப் பதாகையில் அந்த எழுத்துக்களை வண்ணம் தீட்ட வேண்டும் என்பது அவரது கருத்து. பிற்பாடு, ஸ்தபதிகளுள் ஒருவர் நான் வண்ணம் தீட்டிய எழுத்துக்களின் மேலேயே செதுக்கி விடலாம், என்றார்.

நான் பகவானின் எதிரிலேயே அமர்ந்து கவனமாக அந்தப் பெயரை வெட்டிக்கொண்டிருந்தேன். என் கவனமெல்லாம் வேலையின் மீதே இருந்தது, காரணம் மிகச் சிறிய பிழை ஏற்பட்டாலும் நான் தப்பித்துக்கொள்ள முடியாது என்று எனக்குத் தெரியும். நான் வேலை செய்து கொண்டிருந்த நேரம் முழுவதும் பகவான் என்னைக் கவனித்துக் கொண்டே இருந்தார். சுமார் 3 மணி அளவில் பகவான் சிறுநீர் கழிக்க ஹாலை விட்டுச் செல்வது வழக்கம். அன்றும் அவர் அதே நேரத்தில் எழுந்து வாயிற்கதவை நோக்கி நடக்கத் தொடங்கினார். என்னைத் தவிர ஹாலில் இருந்த எல்லோரும் எழுந்து நின்றார்கள். நான் எழுத்தை வெட்டும் முயற்சியின் இடையே இருந்ததனால் எனது கத்தரிக்கோலை காகிதத்திலிருந்து அகற்றி வேலையைக் கெடுத்துக்கொள்ள நான் விரும்பவில்லை.

யாரோ ஒருவர் பின்னாலிருந்து, "பகவான் எழுந்து நிற்கிறார்; ஆனால் இந்த ஆளுக்கு மரியாதை தெரியவில்லையே. அவர் இன்னும் உட்கார்ந்தே இருக்கிறார். வேலையைக் கூட நிறுத்தவில்லை," என முணுமுணுத்தார்.

பகவானும் அந்த மனிதரின் முணுமுணுப்பைக் கேட்டிருக்க வேண்டும்; காரணம் அவர் வெளியே போகும் தன் எண்ணத்தை மாற்றிக்கொண்டார். மாறாக, வந்து என் பக்கத்தில் தரையில் அமர்ந்தார். என் தோள் மீது கையைப் போட்டுக்கொண்டு, நான் அந்த எழுத்தை வெட்டி முடிக்கும் வரை கவனித்துக் கொண்டே இருந்தார். பிறகு, தான் வழக்கப்படி வெளியே போவதை ஒதுக்கி விட்டு மீண்டும் தமது இருக்கையில் அமர்ந்துகொண்டார். அதற்குப் பிறகு என்னுடைய 'அவமரியாதையை'ப் பற்றி எவ்விதக் குற்றச்சாட்டும் எழவில்லை.

வெட்டி முடித்ததும் நான் அந்த எழுத்துக்களை யானைகளின் காலடியில் இருந்த பதாகையில் வண்ணத்தில் தீட்டினேன். நான் அங்கே வேலை செய்துகொண்டிருந்த போது தலைமை ஸ்தபதி என்னைத் தடுக்க முயன்றார். நான் அவருடைய வேலையாட்களின் சோம்பேரித்தனத்தைப் பற்றி அவரிடம் ஏற்கெனவே பேசியிருந்ததால் அவருக்கு என் மீது அவ்வளவாகப் பிரியமில்லை.

அவர் என்னை அழைத்து, "அதை நிறுத்து! அந்த மாதிரியான எழுத்துக்களை எழுதும் தகுதி எனக்கு மட்டும் தான் உண்டு. உன்னால் எப்படி அதை சரிவர செய்ய முடியும்?" என்றார்.

என்னைக் காப்பாற்ற பகவான் வந்தார். நான் அந்த எழுத்துக்களை வண்ணத்தில் தீட்டிக்கொண்டிருந்ததை அவர் அருகில் இருந்தே கவனித்துக் கொண்டிருந்திருக்கிறார்.

"அவர் தானாக அதைச் செய்யவில்லை. நானே செய்யச் சொல்லித் தான் செய்கிறார்" என்று கூறி பகவான் அந்த ஸ்தபதியின் வாயை அடைத்தார்.

பகவானை மீறி தன்னால் எதுவும் செய்ய முடியாது என்று அறிந்த ஸ்தபதி நான் வேலையை செய்து முடிக்க அனுமதித்தார்.

கட்டிட வேலை நிறைவை நெருங்கிக்கொண்டிருந்த போது, ஆலயத்திற்காக பஞ்சலோகத்தில் ஒரு யோகாம்பிகையின் சிலையை வடிக்கும் பணி ஒரு திறமைமிக்க சிற்பியிடம் ஒப்படைக்கப்பட்டது. அது மெழுகு வார்ப்பு முறையில் செய்யப்பட வேண்டியிருந்தது. இந்த முறையில் மெழுகைக்கொண்டு முதலில் ஒரு சிலை செய்யப்படும். அதன் பிறகு, அதை முற்றிலுமாக களிமண்ணால் மூடி, ஒரே ஒரு சிறிய துவாரம் மட்டும் விட்டுவைப்பார்கள். களிமண் காய்ந்ததும், அது நன்கு இறுகும் பொருட்டு உலையில் வைத்து சுடப்படும். இந்த வெப்பத்தால் மெழுகு முழுதும் உருகி முன்பே உண்டாக்கிய துவாரத்தின் வழியாக வெளியேறிவிட பஞ்சலோகத்தை உருக்கி ஊற்றத் தேவையான சுடப்பட்ட களிமண் வார்ப்பு கிடைத்துவிடும்.

உலோகங்களை உருக்கி வார்ப்பில் ஊற்றும் வேலையை நல்ல நேரம் பார்த்துச் செய்தாக வேண்டும். ஆலோசனை கூறிய சோதிடர்கள் ஒரு குறிப்பிட்ட நாளன்று மாலை 8 மணி முதல் 11.30 மணிக்குள் இந்த வேலையைத் தொடங்கி முடித்துவிட வேண்டும் என்று கூறிவிட்டனர். வார்ப்பை உண்டாக்க நல்ல நேரம் பார்க்க வேண்டிய அவசியம் இல்லாததால் அதை முன்கூட்டியே செய்து முடித்தாகிவிட்டது.

ஆஸ்ரம டிஸ்பென்சரிக்கும், ஆல மரங்களுக்கும் இடையில் ஒரு இடத்தில், குறிப்பிட்ட நாளன்று மாலை 8 மணிக்கு சிற்பி தீ மூட்டத் தொடங்கினார். அவர் பல மணி நேரம் கஷ்டப்பட்டும் உலோகங்கள் உருகியபாடில்லை. எனக்கு இந்த வேலையில் எந்த விதத் திறமையும் இல்லாவிட்டாலும், தீயின் வெப்பம் மிக மிக அதிகமாக இருந்ததை என்னாலும் பார்க்க முடிந்தது. அந்த வெப்பத்தைத் தாக்குப் பிடிக்க சிற்பி தன் ஆடையை அடிக்கடி குளிர்ந்த நீரில் நனைத்துக்கொண்டார். அத்துடன் அவர் எப்பொழுதும் ஒரு மிக நீண்ட இடுக்கியைக் கொண்டுதான் தீயுடன் பணியாற்றினார்.

பகவான் தமது வழக்கமான நேரத்தில் தூங்கச் சென்றுவிட்டார். ஆனால், மணி பதினொண்ணரை கழிந்தும் உலோகங்கள் உருகுவதற்கான அறிகுறியே இல்லாமல் இருந்ததால், நான் அவரை எழுப்புவதே நல்லது என்று உணர்ந்தேன். ஹாலுக்குச் சென்று நிலைமையை அவருக்கு விளக்கிக் கூறி நாம் என்ன செய்யலாமென்று கேட்டேன். பகவான் பதிலேதும் கூறவில்லை. மாறாக, வேலை எப்படி நடக்கிறது என்பதைப் பார்க்க அவரே எழுந்து வந்தார். அவர் அந்த உலையிலிருந்து ஒரு பத்தடி தொலைவில் ஒரு ஸ்டூலில் அமர்ந்துகொண்டு அந்த நெருப்பையே உற்று நோக்கிக்கொண்டிருந்தார். இரண்டொரு நிமிடத்தில், அந்த சிற்பி மேற்கொண்டு எதுவும் செய்யாமலேயே அந்த உலோகங்கள் எல்லாம் உருகத் தொடங்கின.

வார்ப்பின் அடியிலிருந்த துவாரத்தின் வழியாக உருகிய உலோகங்கள் ஊற்றப்படுவதை பகவான் கவனித்தார். வேலை சரிவர நிறைவேறியதாக அவருக்கு மனநிறைவு ஏற்பட்டதும் அவர் ஹாலுக்குத் திரும்பிச்சென்று உறங்கினார். மறு நாள் சிற்பி அந்த வார்ப்பை உடைத்து சிலையை சோதனை செய்தார். அந்தச் சிலை எந்தக்குறைபாடும் இல்லாமல் அமைந்துவிட்டதாக அவர் மிகப்பெருமிதத்துடன் தெரிவித்தார்.

1930-களில், நான் ஆஸ்ரமத்தின் கட்டிடப் பணிகள் பலவற்றையும் ஏற்கெனவே முடித்திருந்த போது, எதிர்பாராதவிதமாக என் தந்தையார் என்னைப் பார்க்க வந்திருந்தார். நான் அவரை ஹாலுக்கு அழைத்துச் சென்று பகவானுக்கு அறிமுகம் செய்து வைத்தேன். போகும் வழியில் நான் அவரிடம், "நீங்கள் என்னைப் பெற்றவராதலால் நான் உங்களை பகவானிடம் இட்டுச் செல்கிறேன். தயவு செய்து அவருடைய நல்லாசிகளை வேண்டிய மட்டும் பெற்றுக் கொள்ளுங்கள்," எனக் கூறினேன்.

நான் பகவானின் தீவிர பக்தனாகி விட்டதை அறிந்து என் தந்தையார் மிகவும் மகிழ்ச்சி அடைந்தது தெளிவாகத் தெரிந்தது.

"நீ இளைஞனாக இருந்த போது, நீ துறவி ஆவதை நான் விரும்பவில்லை. ஆனால், இப்படிப்பட்ட ஒரு மகனைப் பெற்றதற்காக நான் மிகவும் மகிழ்ச்சி அடைகிறேன். மார்க்கண்டேயரின் தந்தையைப் போல இப்படிப்பட்ட தவசியைப் பெற்றதற்காக நான் மிகவும் மகிழ்ச்சி அடைகிறேன்," என்றார் அவர்.

மார்க்கண்டேயர் பிறப்பதற்கு முன்பாக, அவருடைய தந்தை ஒரு மகனைப் பெறுவதற்காக பல ஆண்டுகள் தவமிருந்தார். இறுதியாக சிவ பெருமான் அவர் முன் காட்சி அளித்து இந்தக் கேள்வியைக் கேட்டார், "உனக்கு பதினாறு ஆண்டுகள் மட்டுமே வாழும் ஒழுக்கமுள்ள மகனைப் பெற விருப்பமா அல்லது நீண்ட ஆயுளுள்ள ஆனால் மந்த புத்தியும் கெட்ட எண்ணமும் கொண்ட மகன் வேண்டுமா?

மார்க்கண்டேயரின் தந்தை குறுகிய ஆயுளானாலும் பக்தியுள்ள மகனே வேண்டும் என்று தேர்ந்தெடுத்தார்.

நான் பகவானிடம் அவரை அழைத்துச் சென்ற போது, பகவான் நான் ஆஸ்ரமத்தில் செய்த வேலைகளை எல்லாம் அவருக்கு சொல்லத் தொடங்கிவிட்டார்.

"இந்த பெரிய கட்டிடங்கள் எல்லாம் உங்கள் மகன் கட்டியது தான்!"

நான் உடனே அதை மறுத்தேன், "இல்லை! இல்லை! இவை எல்லாம் உங்களுடைய அனுக்கிரஹத்தால் கட்டப்பட்டவை. இது உங்களது லீலைகளின் ஒரு பகுதி. இதில் எதையாவது

நானாக எப்படி செய்திருக்க முடியும்?" என கூறினேன்.

அப்பொழுது என் தந்தையார் ஒரு ஆச்சரியமான கருத்தை வெளியிட்டார், "நீ எங்கே சென்றாலும், அந்த இடம் வளமாக இருக்கும். நான் இதை உன் ஜாதகத்தில் பார்த்திருக்கிறேன். நீ எந்த இடத்தில் வசித்தாலும் அங்கே ஆலயங்களும், கட்டிடங்களும் தோன்றும் ஒரு சிறப்பான அமைப்பு உன் ஜாதகத்தில் உண்டு. அதனால் தான் நான் உன்னை வீட்டோடு வைத்துக் கொள்ள விரும்பினேன். இந்தக் கட்டிடங்கள் எல்லாம் எங்கள் கிராமத்தில் வரவேண்டும் என்று விரும்பினேன். நீ சன்னியாசி ஆகிவிட்டால் வேறெங்கேயாவது போய்விடுவாய் என்று எனக்குத் தெரியும். நீ சன்னியாசி ஆகிவிடாமல் தடுப்பதற்காகவே உன்னை நான் பள்ளிக் கூடத்தில் சேர்க்கவில்லை.' இவனுக்குப் படிக்கத் தெரியாமலே இருந்தால், ஒரு போதும் இவன் சமய நூல்களைப் படிக்கவும் மாட்டான், ஒரு போதும் கடவுள் மீது பக்தி கொள்ளவும் மாட்டான்' என்று நான் எண்ணியிருந்தேன். என் திட்டம் தோற்றது, காரணம் உனக்கு இங்கே வந்து சேர வேண்டும் என்ற விதி இருந்திருக்கிறது. எனக்கு ஒன்றும் வருத்தமில்லை. நடக்க வேண்டியவை நடக்க வேண்டியபடி நடந்திருப்பது பற்றி எனக்கு மகிழ்ச்சியே," என்றார்.

என் தந்தையார் சுமார் ஒரு மாத காலம் தங்கியிருந்தார். அப்போது நாங்கள் ஏறக்குறைய தினந்தோறும் கிரி வலம் செல்வோம். அவரது வருகை நிறைவுற்ற போது, அவரை வழியனுப்பி வைக்க இரயில் நிலையத்துக்கு இட்டுச் சென்றேன். 'இப்பிறப்பில் நாம் மீண்டும் சந்திப்போமா?' கண்களில் நீர் மல்க அவர் என்னிடம் கேட்டார். இதற்கான விடை 'இல்லை' என்பதே என்று என் உள்ளுணர்வு வலுவாக உணர்த்தியது.

ஆனாலும், அவருக்கு ஆறுதலாக இருக்கும் பொருட்டு, "இப்பிறப்பில் நாம் மீண்டும் சந்திப்போம் என்று நினைக்கவில்லை. ஆனால், நீங்கள் ஒரு வேளை மற்றொரு பிறவியெடுத்து என்னிடம் வருவீர்கள். அந்தப் பிறப்பில் நாம் ஒருவரை ஒருவர் நேசிப்போம். இதற்கான எல்லா ஏற்பாடுகளையும் இறைவன் செய்வார்," என்றேன்.

என் உள்ளுணர்வு சரியாகிவிட்டது, நான் என் தந்தையை மீண்டும் ஒருபோதும் சந்திக்கவில்லை.

சில காலம் கழித்து என் தாயாரும் வந்து ஒரு மாதம் தங்கியிருந்தார்கள். நான் என் தாயாரை பகவானுக்கு அறிமுகம் செய்து வைத்தேன். ஏறக்குறைய அனுதினமும் கிரி வலம் செய்தோம். ஒரு மாதத்தின் முடிவில் என் தாயார், பகவானின் தாயார் ஸ்கந்தாஸ்ரமத்தில் அவரைக் கவனித்துக்கொண்டது போலவே, தானும் ஆஸ்ரமத்தில் தங்கி என்னை கவனித்துக்கொள்ள விரும்புவதாகத் தெரிவித்தார். அது அவருக்கு விதிக்கப்படவில்லை என்று என் உள்ளுணர்வு உறுதியாக உணர்த்தியதால், இது பற்றி பகவானுடன் பேசுமாறு கேட்டுக்கொண்டேன். அவர் அவ்வாறு தங்கியிருக்க பகவான் மறுத்து விட்டார். உண்மையில் இது விஷயமாக அவரோடு பேசவே மறுத்துவிட்டார்.

நான் போகவா, இருக்கவா என்று அவர் பகவானைக் கேட்ட போது, பகவான், "போ!" என்று நான்கு முறை சொல்லி மறுக்கும் விதமாக கையை அசைத்து சைகை செய்து அவரது கோரிக்கையை நிராகரித்து விட்டார்.

சில ஆண்டுகளுக்குப் பிறகு என் தந்தையார் இறந்துவிட்டார் என்ற தகவல் அளிக்கும் கடிதம் எனக்குக் கிடைத்தது.

அதை பகவானிடம் காட்டி, "அவர் என்னைப் பெற்றவர் என்பதால் தயவு செய்து அவரை ஆசிர்வதியுங்கள். இந்தப் பிறப்பு இல்லாமல் எப்படி நான் தங்களது சன்னிதானத்திற்கு வந்திருக்க

முடியும்?" என்றேன்.

பகவான் தலையை அசைத்து, "ஆம்!" என்றார். என் தாயார் மரணம் அடைந்த போதும் இதே வேண்டுகோளை வைத்தேன். மீண்டும் இதே பதிலையே பகவானிடமிருந்து பெற்றேன்.

ஆஸ்ரமப் பணியாளர் என்ற தகுதியோடு நான் வாழ்ந்த நாட்களின் முடிவு நெருங்கிக்கொண்டிருந்தது; ஆனாலும், நான் அதை அப்போது உணரவில்லை. கடந்த காலத்தை நினைத்துப் பார்த்தால், என் ஆஸ்ரம நாட்கள் முடிவுக்கு வந்து கொண்டிருந்ததை பகவான் தெரிந்து வைத்திருந்தார் என்பதை உணர்த்திய ஒரு சிறு சம்பவம் மட்டுமே எனக்கு நினைவுக்கு வருகிறது.

நான் கடப்பாறையைக் கொண்டு ஒரு குழியைத் தோண்டிக்கொண்டிருந்த போது, பகவான் வந்து என்னைக் கேட்டார், "இந்த வேலையை நீயாகவே செய்கிறாயா அல்லது சின்னசுவாமி செய்யச் சொன்னாரா?"

சின்னசுவாமி தான் செய்யச் சொன்னார் என்று நான் அவரிடம் கூறினேன்.

"அப்போ, அவன் உனக்கு வேலை கொடுக்கிறான். அவன் ஏன் உனக்கு இது போன்ற வேலை கொடுக்கணும்?"

சிறிது நேரம் கழித்து யோகி ராமையா பகவானிடம், "அண்ணாமலை சுவாமி கடுமையாக உழைக்கிறார். அவருடைய உடல் மிகவும் பலவீனம் அடைந்துவிட்டது. அவருக்கு நீங்கள் கொஞ்சம் ஓய்வு கொடுக்க வேண்டும்" என்றார்.

பகவான் அவர் கூறியதை ஒப்புக் கொண்டார். "ஆம், நாம் அவருக்கு கொஞ்சம் ஓய்வு கொடுக்க வேண்டும். நாம் அவருக்கு விடுதலை கொடுக்க வேண்டும்," என்றார்.

சில நாட்களுக்குப் பிறகு, நான் பகவானுக்குக் காலைக் குளியலின் போது உதவி செய்ய அவரது குளியலறைக்குச் சென்றேன். மாதவ சுவாமியும், நானும் அவருக்கு வழக்கம் போல எண்ணெய்க் குளியல் செய்வித்து உடம்பு பிடித்து விட்டோம்.

குளியல் முடிந்ததும் மாதவ சுவாமி ஒரு கேள்வி கேட்டார்; "பகவான், கஞ்சா லேகியம் சாப்பிடுகிறவர்களுக்கு ஒரு வகையான ஆனந்த அனுபவம் ஏற்படுகிறது. அந்த ஆனந்தம் எப்படி இருக்கும்? அதுவும் சாத்திரங்கள் சொல்லும் ஆனந்தமும் ஒன்றா?"

"கஞ்சா சாப்பிடுவது ஒரு தீய பழக்கம்" என்று பகவான் பதிலளித்தார். பிறகு உரக்கச் சிரித்துக்கொண்டே என்னிடம் வந்து, என்னைக் கட்டிப்பிடித்துக் கொண்டே, "ஆனந்தம்! ஆனந்தம்!" என்று கூவினார். "கஞ்சா எடுத்துக்கொள்பவர்கள் எல்லாம் இப்படித்தான் நடந்து கொள்வார்கள்."

அது ஒன்றும் சிறிய ஆலிங்கனம் இல்லை. சுமார் இரண்டு நிமிட நேரம் பகவான் என்னை இறுக அணைத்துக் கொண்டிருந்தார் என்று மாதவ சுவாமி பிற்பாடு என்னிடம் கூறினார். ஒரு சில வினாடிகளுக்குப் பிறகு நான் உடலுணர்வையும், உலக உணர்வையும் முழுதும் இழந்துவிட்டேன். தொடக்கத்தில் ஒரு மகிழ்ச்சி உணர்வும், ஆனந்தமும் இருந்தது. ஆனால், விரைவிலேயே அது நீங்கி உணர்ச்சியோ, அனுபவமோ இல்லாத ஒரு நிலை ஏற்பட்டது. நான் உணர்வை இழந்து விடவில்லை; என்னைச் சுற்றி என்ன நடக்கிறது என்பது மட்டும் தெரியாமல் இருந்தது. நான் அந்த

நிலையில் ஒரு 15 நிமிடம் இருந்திருப்பேன். எனக்கு வழக்கமான உலக நினைவு திரும்பிய போது, நான் குளியலறையில் தனியாக நின்று கொண்டிருந்தேன். மாதவ சுவாமியும், பகவானும் காலை உணவுக்குச் சென்று நீண்ட நேரம் ஆகிவிட்டிருந்தது. அவர்கள் கதவைத் திறந்து வெளியே சென்றது எனக்குத் தெரியவில்லை. காலை உணவுக்கான மணி அடித்ததும் எனக்குக் கேட்கவில்லை.

இந்த அனுபவம் என் வாழ்க்கையை முழுதும் புரட்டிப் போட்டுவிட்டது. எனக்கு இயல்பு உணர்வு திரும்பியதுமே ஸ்ரீ ரமணாஸ்ரமத்தில் பணிபுரியும் என் வாழ்க்கை முடிவுக்கு வந்துவிட்டது என்று எனக்குத் தெரிந்தது. அது முதல் பெரும்பாலான நேரத்தை தியானத்தில் கழித்துக்கொண்டு ஆஸ்ரமத்திற்கு வெளியே வசிப்பேன் என்றும் தெரிந்தது. முழு நேரமும் ஆஸ்ரமத்திற்காகப் பணியாற்றுபவர்கள் மட்டுமே ஆஸ்ரமத்தில் தங்கலாமென்ற ஒரு விதி இருந்தது. தியானத்தில் நேரத்தைச் செலவிட விரும்புபவர்கள் வேறு எங்கேயாவது தங்கிக்கொள்ள வேண்டும். எனவே, நான் ஆஸ்ரமத்தை விட்டு வெளியேறி என் தேவைகளை நானே பார்த்துக் கொள்ள வேண்டும் என்பது எனக்குத் தெரிந்தது. இருந்தாலும், வேளா வேளைக்குக் கிடைக்கும் உணவையும், தங்கும் அறையையும் இழப்பது என்ற எண்ணம் ஒருபோதும் எனக்கு வருத்தம் தரவில்லை.

எனது இறுதி காலை உணவை ஏற்றுக்கொள்ள காலம் தாழ்த்தி உணவுக் கூடத்திற்குச் சென்றேன். சாப்பிட்டு முடிந்ததுமே, பகவானைப் பார்க்க மலை மேல் சென்றேன். அவர் ஒரு பெரிய பாறை மேல் அமர்ந்திருப்பதைப் பார்த்தேன்.

"நான் ஆஸ்ரமத்தை விட்டு வெளியேற முடிவு செய்து விட்டேன்,". "நான் பலாக்கொத்துக்குச் சென்று தனியாக வாழ்ந்து தியானம் செய்ய விருப்பப்படுகிறேன்," என்றேன்.

பலாக்கொத்து என்பது ஆஸ்ரமத்தை ஒட்டி மேற்கில் அமைந்துள்ள ஒரு இடம். ஆஸ்ரமத்தில் முழு நேரமும் வசிக்க விரும்பாத பகவானின் பக்தர்கள் பலரும் அங்கே தங்கி தியானம் செய்து வந்தார்கள்.

"ஆஹா! ரொம்ப நல்லது! ரொம்ப நல்லது! ரொம்ப நல்லது! என்று உரத்த குரலில் உரைத்தார் பகவான்.

என்னுடைய முடிவுக்கு பகவானின் அங்கீகாரம் கிடைத்துவிட்டது என்பது தெளிவாகியது. பின் அது வேறு எப்படியாக இருக்க முடியும்? நான் இந்த துரித முடிவை எடுக்கக் காரணமான அனுபவத்தை வழங்கியதே பகவான் அல்லவா?

பகவானிடம் அனுமதி பெற்ற பிறகு நான் என் உடைமைகளை மூட்டை கட்டி வைத்து விட்டு, என் அறையைப் பூட்டினேன். என் பொறுப்பில் விடப்பட்டிருந்த மற்ற எல்லா இடங்களையும் பூட்டினேன்.

சாவிக்கொத்தை எடுத்துக் கொண்டு சின்னசுவாமியிடம் சென்று, நான் பலாக்கொத்துக்குப் போய் தங்க முடிவு செய்து விட்டேன். தயவு செய்து இந்த சாவிகளைப் பெற்றுக்கொள்ளுங்கள்," என்றேன்.

சின்னசுவாமி இயல்பாகவே மிகவும் வியப்படைந்தார். "ஏன் வெளியேறுகிறீர்?" என்று அவர் கேட்டார். "இந்தக் கட்டிடங்களை எல்லாம் கட்டியது நீர் தான். இங்கே எவ்வளவோ செய்திருக்கிறீர். இவ்வளவு வேலை செய்த பிறகு, நீர் எப்படிப் போக முடியும்? எப்படி சாப்பிடுவீர்? எங்கே உறங்குவீர்? நீர் உங்களை பார்த்துக்கொள்ள ஒரு வழியும் இல்லாததால், பல கஷ்டங்களை

அனுபவிக்க நேரிடும். போக வேண்டாம். இங்கேயே இரும்," என்றார்.

அவரிடம் நான் என் முடிவை மாற்றிக்கொள்வதாக இல்லை என்றேன். நான் அவரிடம் சாவிகளை ஒப்படைக்க முயற்சி செய்தேன்; ஆனால் அவர் பெற்றுக்கொள்ள மறுத்தார். அவரோடு மீண்டும் விவாதத்தில் இறங்க நான் விரும்பவில்லை. எனவே, அலுவலகத்தில் இருந்த சுப்பிரமணியத்திடம் சாவிக்கொத்தைக் கொடுத்துவிட்டு நான் வெளியேறினேன்.

அது என் வாழ்க்கையில் ஏற்பட்ட ஒரு திடீர் மாற்றம். ஆனந்த அனுபவம் கிடைத்த சில மணி நேரத்தில், நான் பலாக்கொத்தை நோக்கி நடந்து கொண்டிருந்தேன். என்னுடைய பழைய பணிக்கால வாழ்க்கையை எல்லாம் என் பின்னால் விட்டுச்செல்வதை முழுமையாக உணர்ந்தவாறே!

புதிய உணவுக் கூடமும் அதற்கு முன்னால் இருக்கும் சமையல் அறையும். இவற்றை கட்டுவதற்காக முன்னர் இருந்த கட்டிடங்கள் இடிக்கப்பட்டதனால் ஏற்பட்டவை முற்புறத்தில் காணப்படும் இடிபாடுகள். இடது கோடியில் காணப்படும் கட்டிடம் பகவானின் குளியல் அறை. அதற்குப் பின்னால் இருப்பவை அலுவலகம் மற்றும் அலுவலக புத்தகக் கடை.

உணவுக் கூடத்தின் கட்டிட வேலை துவங்குகின்றது. ஸ்கந்தாஸ்ரமத்திற்குச் செல்லும் பாதையை இடது பக்கம் காணலாம். பின்னணியில் காணப்படும் வெண்ணிறச் சுவர் அண்ணாமலை சுவாமியால் கட்டப்பட்ட பாதுகாப்புச் சுவர் (ரிவெட்மெண்ட்).

195

அண்ணாமலை சுவாமி தலையில் துண்டைச் சுற்றிக்கொண்டு உணவுக் கூட வேலையில் ஈடுபட்டுக்கொண்டு இருக்கிறார.

பகவான் சின்னசுவாமியுடன் வேலையை மேற்பார்வை செய்துகொண்டிருக்கிறார்.

கட்டி முடிக்கப்பட்ட உணவுக் கூடம், வாயிலில் பகவான் அமர்ந்திருக்கும் காட்சி. அண்ணாமலை சுவாமி உண்டாக்கிய பெயர் மற்றும் தேதி பொறிக்கப்பட்ட பலகையை தொடுவானத்தில் காணலாம்.

சாட்விக்கின் புதிய வீட்டின் கிரகப்பிரவேசத்தின் போது: பகவான் தனது கைத்தடி, கமண்டலத்துடன் நிழலில் தன் தலை மறைய நிற்கிறார். சூட் அணிந்திருப்பவர் பால் பிரண்டன். கால் சட்டையும், குளிர் கண்ணாடியும் அணிந்திருப்பவர் எஸ். எஸ். கோஹன்.

பலாக்கொத்து

பலாக்கொத்துக்கு குடிபெயர நான் பகவானிடம் அனுமதி கேட்ட போது, அங்கே போய் நான் எப்படி வாழ்வது? அல்லது எப்படி என்னை நானே பராமரித்துக் கொள்வது என்பது பற்றி எனக்கு எந்த ஒரு திட்டமும் இல்லை. இவை எல்லாம் அற்ப விஷயங்கள் என்றும், அவை காலப்போக்கில் தாமாகவே சரியாகிவிடும் என்றும் நான் நினைத்தேன். என்னுடைய முடிவை பகவான் ஏற்றுக்கொண்டது தெளிவாகி விட்டால், அவர் என்னைத் தொடர்ந்து கவனித்துக் கொள்வார் என்ற நம்பிக்கை எனக்கு இருந்தது. அவர் மீது எனக்கிருந்த நம்பிக்கை விரைவிலேயே மெய்ப்பிக்கப்பட்டது. நான் பலாக்கொத்தை நோக்கி நடந்துகொண்டிருந்த போது, 'Talks with Ramana Maharishi' என்ற நூலைத் தொகுத்தவரான முனகல வெங்கடராமய்யா அவர்களை சந்தித்தேன்.

"இப்பொழுது தான் நான் ஆஸ்ரமத்தை விட்டு வெளியேறினேன்" என்று அவரிடம் கூறினேன். "நான் தங்குவதற்கு ஒரு இடம் தேடி பலாக்கொத்துக்குச் சென்றுகொண்டிருக்கிறேன். இப்போது முதல் நான் என் நேரத்தை தியானத்தில் செலவிட முடிவு செய்து விட்டேன்."

இந்தச் செய்தியைக் கேட்ட முனகல வெங்கடராமய்யா வியப்பிலாழ்ந்தார். ஆனால், அதே சமயம் அவருக்கு மிகவும் மகிழ்ச்சி, காரணம் அவரது குடிசையைப் பார்த்துக்கொள்ள அவருக்கு யாராவது ஒருவரின் உதவி தேவைப்பட்டது.

"உடனே புறப்பட்டு வரச்சொல்லி எனக்கு பம்பாயிலிருந்து இன்று ஒரு தந்தி வந்திருக்கிறது. நான் இப்போது ரயில் நிலையத்துக்குத் தான் சென்றுகொண்டிருக்கிறேன். என் குடிசையின் சாவியை எடுத்துக் கொள். நான் திரும்பி வரும் வரை அங்கேயே தங்கியிரு. நீ ஒன்றுமே வாங்கிப்போடத் தேவை இராது. உனக்குத் தேவையானது எல்லாமே அந்த அறையில் ஏற்கெனவே இருக்கிறது. நான் திரும்பி வர சுமார் ஒரு மாதம் ஆகலாம்" என்றார் அவர்.

என்னிடம் சாவியைக் கொடுத்துவிட்டு அவர் விரைவாக ரயில் நிலையத்துக்குப் புறப்பட்டார். அவரது அறையை எனக்குக் காண்பிப்பதற்குக் கூட அவருக்கு நேரமில்லை.

என்னுடைய ஒரு சில உடைமைகளை அந்தக் குடிசைக்குக் கொண்டு செல்ல ஒரு சில நிமிடங்களே பிடித்தன. இன்னும் உணவுப் பிரச்சினை தீர்க்கப்படாமலே இருந்தது. என்னிடம் பணமேதும் இல்லை. ஏதேனும் வருவதற்கான வழிவகையும் தோன்றவில்லை. ஆனாலும், இந்தப் பிரச்சினையில் கவனம் செலுத்த என் மனம் மறுத்தது. நான் இருந்த பரவச நிலையில் எல்லாவற்றையும் பகவான் கவனித்துக்கொள்வார் என்றே நான் நம்பினேன். மீண்டும் என் நம்பிக்கை மெய்ப்பிக்கப்பட்டது. ஒரு சில மணி நேரத்தில் சாட்விக்கின் வேலைக்காரர் ஒரு மண்ணெண்ணெய் அடுப்பையும், ஒரு வேளை சமைப்பதற்கான பதார்த்தங்களையும் எடுத்துக்கொண்டு வந்து சேர்ந்தார். இங்கே வந்து உங்களுக்குத் தேவையான மதிய உணவை சமைத்துக் கொடுக்கும்படி கூறி சாட்விக் என்னை இங்கே அனுப்பி வைத்திருக்கிறார் என்று அவர்

தன் வருகைக்கு விளக்கமளித்தார். சாட்விக் எனக்கு உதவி செய்ய முடிவு செய்தது எனக்குப் பெரிய வியப்பளிக்கவில்லை. நானும் அவரும் பல ஆண்டுகால நண்பர்கள். ஆனாலும், எனக்கு வியப்பளித்தது இந்த உதவியை அவர் செய்ய முன்வந்ததன் சந்தர்ப்ப சூழ்நிலைகள். அன்று காலையில் சாட்விக் பழைய ஹாலில் பகவானுடன் அமர்ந்து தியானம் செய்ய முயன்று கொண்டிருந்தார். அவரது முயற்சி அவ்வளவு வெற்றிகரமாக இல்லை; ஏனென்றால், அவர் கண்களை மூடிய போதெல்லாம் என்னுடைய முகமே அவர் மனக்கண் முன் காட்சியளித்தது. அதிலிருந்து விடுபடுவதற்குப் பல முறை முயன்றும் வெற்றி கிடைக்காததால், அவர் தியானத்தைக் கைவிட்டு ஹாலை விட்டு வெளியேறினார். தம்முடைய அறைக்குத் திரும்பிச் சென்றுகொண்டிருந்த போது (இதெல்லாம் அதற்குப் பிறகு அன்றே அவர் என்னிடம் தெரிவித்தவை) தன்னால் தியானம் செய்ய முடியாததைப் பற்றி அவர் கவலைப் பட்டார். மற்ற பக்தர்களோடு நெருக்கமான நட்பு வைத்துக்கொள்வது நல்லதல்ல, ஏனென்றால் அத்தகைய உறவுகள் தியானத்தில் ஈடுபடமுடியாமல் மனதை தொல்லைக்கு ஆளாக்குகின்றன என்ற முடிவுக்கு அவர் வந்துவிட்டார்.

அவர் தனது அறைக்குத் திரும்பிய போது, அவரது வேலைக்காரர் அவரிடம், "அண்ணாமலை சுவாமி இன்று காலை ஆஸ்ரமத்தை விட்டு வெளியேறி பலாக்கொத்தில் வசிக்கச் சென்றுவிட்டார்" என்றார்.

இந்தச் செய்தியைக் கேட்டு எல்லோரையும் போலவே சாட்விக்கும் ஆச்சரியம் அடைந்தார். ஆனால் அவரது வியப்பு விரைவிலேயே ஒரு வித கவலை தீர்க்கும் ஓய்வுணர்ச்சியாக மாறியது. சில நிமிடங்களுக்கு முன்பு அவர் மனக்கண்ணில் பார்த்துக்கொண்டிருந்த என் உருவங்கள், இதற்கு முன்பு அவர் நினைத்ததைப் போல அவரது தியானத்தை கலைக்கும் விரும்பத் தகாத தடைகள் அல்ல என்ற முடிவுக்கு அவர் வந்தார். மாறாக, அவை எல்லாம் எனக்கு அவர் சில வகையில் உதவி செய்ய வேண்டும் என்ற பகவானின் உட்கருத்தாக அவருக்குப் பட்டது.

அவர் தன் வேலைக்காரருக்கு சில கட்டளைகளை இட்டார். "அண்ணாமலை சுவாமி பகவானுக்கு பல ஆண்டு காலம் சேவை செய்த ஒரு நல்ல பக்தர். அவரை கவனித்துக்கொள்ள வேண்டியது என் பொறுப்பு என்ற உணர்வு எனக்கு எப்படியோ ஏற்பட்டுவிட்டது. சில உணவுப் பொருட்களை அவரது குடிலுக்கு எடுத்துச் சென்று அவருக்கு ஒரு சாப்பாடு சமைத்துக் கொடு. இப்பொழுது காலை மணி 10. ஆஸ்ரமத்தின் மதிய உணவுக்கான மணி 11.30 க்கு அடிக்கும் போது, அண்ணாமலை சுவாமியும் உட்கார்ந்து ஒரு நல்ல சாப்பாடு சாப்பிட வேண்டும் என்று நான் விரும்புகிறேன். அவர் ஆஸ்ரமத்தை விட்டு வெளியேறி விட்டதற்காகவே, அவருக்கு எந்த விதத்திலும் வசதிக் குறைவு ஏற்பட்டுவிடக் கூடாது என்று நான் விரும்புகிறேன்."

நான் எப்படி இருக்கிறேன் என்று பார்ப்பதற்கு சாட்விக் அவர்களே பிறகு வந்தார்.

"பகவானின் கட்டிடத் திட்டங்களை நீர் நிறைவேற்றி வந்ததை நான் பல ஆண்டுகளாகக் கவனித்திருக்கிறேன்," என்றார் அவர். "இனி மேல் ஆஸ்ரமத்தின் ஆதரவு உமக்கு இருக்காது என்பதால், உம்முடைய தேவைகளை எல்லாம் நான் கவனித்துக் கொள்கிறேன். சாப்பாடு தேடி நீர் எங்கும் செல்ல வேண்டிய தேவை இல்லை என்பதை நான் உறுதி செய்கிறேன்."

தன்னுடைய வாக்குறுதியை மெய்ப்பிப்பதற்காக அவர் உடனடியாக ஒரு அடுப்பையும், சமையல் பாத்திரங்களையும், போதுமான உணவுப் பொருட்களையும் அனுப்பி வைத்தார். அடுத்து வந்த வாரங்களில் அவர் என்னைப் பார்க்க வரும்போதெல்லாம் உணவு இருப்பு எவ்வளவு இருக்கிறது என்பதை சோதித்து அறிவார். அவர் எனக்கு ஏதாவது தேவை இருக்கிறதா என்பதை ஒருபோதும் என்னைக் கேட்டு தெரிந்து கொண்டதில்லை; எப்பொழுதும் அவரே பார்த்துத் தெரிந்து

கொள்வார். ஏதேனும் குறிப்பிட்ட ஒரு பொருள் தீர்ந்துகொண்டு வருவதாக அவர் நினைத்தால், அதை மீண்டும் கடையில் வாங்கி எனக்குக் கொண்டுபோய்த் தரும்படி அவரது வேலைகாரருக்கு அறிவுறுத்துவார்.

இந்த ஏற்பாடு மிகவும் வசதியாக இருந்தது; ஏனென்றால், நான் பலாக்கொத்துக்கு குடி பெயர்ந்த சில நாட்களில் பகவானே கூறினார், "யாரிடமும் எதுவும் கேட்காதே. உனக்கு எதை அனுப்ப வேண்டுமென்று கடவுள் முடிவெடுக்கிறாரோ (அது சாத்விக உணவாக இருந்தாலே போதும்) அதைக் கொண்டே நீ வாழ வேண்டும். உன்னைச் சுற்றி எது நடந்தாலும், அதை விட்டு விலகியே இரு. முடிந்தவரை உன் குடிலிலேயே இரு; மற்றவர்களைப் பார்க்கப் போவதில் நேரத்தை வீணடிக்காதே."

நீண்ட காலத்திற்கு முன் வாழ்ந்த இல்லறம் மேற்கொண்டிருந்த பக்தர் குழாமைப் பற்றிய ஒரு வினோதமான கதையை ஒரு முறை என்னிடம் கூறினார். இவர்கள் தங்கள் குடும்பத்துடன் ஒரு நகரில் வசித்தார்கள்; ஆனால் நகரவாசிகளுடன் இவர்களது தொடர்பு மிகக் குறைவே. அவர்கள் உணவு சமைத்து சாப்பிட்டுவிட்டு அருகிலிருந்த ஒரு காட்டிற்குச் சென்று பகலில் பெரும்பாலான நேரம் மரங்களுக்கு அடியில் படுத்திருந்து பொழுதைக் கழித்தனர். சூரியன் மறையும் நேரத்தில் நகரத்தில் இருந்த தங்கள் வீடுகளுக்குத் திரும்புவர். சூரியன் மறைந்தது முதல் விடியும் வரை அவர்கள் பஜனை செய்வார்கள் அல்லது வேறு ஆன்மிக சாதனைகளில் ஈடுபடுவார்கள். வேலை செய்யாமலேயே வாழ்க்கை நடத்துவதற்கு அவர்களிடம் போதிய பணம் இருந்ததால், ஒவ்வொரு நாளும் அவர்களால் இப்படியே வாழ முடிந்தது. இந்த இல்லறத்தார் ஒரு போதும் ஆன்மிகம் அறியாத, உலகியலில் ஈடுபடும் மக்களோடு சேர்ந்ததே இல்லை. மாறாக, அவர்கள் தங்கள் நேரத்தை எல்லாம் கடவுள் சிந்தனையிலும், வழிபாட்டிலுமே செலவிட்டு முற்றிலும் பற்றற்ற முறையில் வாழ்ந்து வந்தனர்.

பகவான் ஒரு போதும் அதி தீவிர பழக்கங்களை ஊக்குவித்ததில்லை; ஆனால், இந்த மக்களைப் பற்றிப் பேசிய போது அவர்களது வாழ்க்கை முறையை அவர் அங்கீகரித்தது தெளிவாகத் தெரிந்தது. உலகியல் ஈடுபாடு மிக்கவர்களுடன் தொடர்பு வைத்துக் கொள்வது சாதனைக்கு ஒரு தடை என்பதை அவர் எனக்குப் புரியவைக்க முயன்றார் என்றே நான் நினைக்கிறேன். 1938-இல் நான் பலாக்கொத்துக்கு குடிபெயர்ந்த போது எதிலும் ஒட்டாத ஏகாந்த வாழ்க்கை வாழ்ந்து அவரது அறிவுரையைப் பின்பற்ற முயன்றேன்.

நான் முனகலரின் குடிலில் சுமார் இரண்டு மாத காலம் வசித்தேன். அவர் பம்பாயிலிருந்து திரும்பி வந்த போது, எனக்கு சில கெஜம் தொலைவிலே இருந்த மற்றொரு குடில் கிட்டியது. அது முதலியார் பாட்டியின் மகனான தம்பிரான் அப்போதுதான் காலி செய்திருந்த குடிலாகும். அந்த அறையை எனக்குத் தருவதில் அவருக்கு மிக்க மகிழ்ச்சி; காரணம், அவர் அதைக் கட்டிக்கொண்டிருந்த போது, நான் அவருக்கு ஒரு சில உதவிகள் செய்திருந்தேன்.

"ஒரு சாதுவுக்குத் தேவையான எல்லாப் பொருட்களும் அகத்தே இருக்கின்றன" என்றார் அவர்." சவியை எடுத்துக் கொள்ளுங்கள். நான் இல்லாத போது அந்த அறையைப் பயன்படுத்திக் கொள்ளுங்கள்."

ஒரு சில மாதங்களுக்குப் பிறகு அவர் திரும்பி வந்த போது தனது அறையை திரும்ப எடுத்துக்கொள்ள அவர் மறுத்துவிட்டார்.

"நான் இந்த அறையை உங்களுக்கு கொடுத்துவிட்டேன். இப்பொழுது அதை நான் ஏன் திரும்ப எடுத்துக்கொள்ள வேண்டும்? இங்கே நிறைய குடிசைகள் இருக்கின்றன. நான் வேறு

எங்கேயாவது சென்று தங்கிக்கொள்கிறேன்" என்றார் அவர்.

அந்த நாட்களில் நான் வைகுண்டவாசன் என்பவரோடு மிக நட்பாக இருந்தேன். அவர் 1940-களில் பகவானின் அணுக்கத் தொண்டர்களுள் ஒருவரானார். அப்போது அவர் பாண்டிச்சேரியில் வசித்து வந்தார். ஆனாலும், ஒரு பெரிய பக்தர்களின் கூட்டத்தோடு என்னை அடிக்கடி வந்து சந்திப்பார். அவர்கள் வரும்போதெல்லாம் அனைவரும் என் குடிசைக்குள்ளேயே தூங்குவார்கள். ஒரு முறை அவர்கள் வந்திருந்த போது கனமாக மழை பிடித்துக்கொண்டது. உள்ளே சமையல் செய்வதற்கே இடமில்லை; காரணம், அந்த அளவுக்கு உள்ளே கூட்டம். மழை பெய்ததால் வெளியே சமையல் செய்யவும் முடியாமல் இருந்தது. இறுதியில் வைகுண்டவாசன் தமது ஆட்களில் சிலரை அனுப்பி நகரத்திலிருந்து எங்களுக்கு உணவு வாங்கிவரச் செய்தார்.

அவர்கள் வெளியே சென்றிருந்த சமயம் அவர் என்னிடம், "இந்த இடம் மிகவும் சிறியது. நாங்கள் இங்கே வரும்போதெல்லாம் உங்களுக்குத் தொந்தரவு தருகிறோம். நீங்கள் ஒரு வகையான தாழ்வாரம் அல்லது வராண்டா கட்டிகொண்டால், எதிர்காலத்தில் நாங்கள் வரும் போது உங்களுக்குத் தொந்தரவில்லாமல் நாங்கள் எல்லோரும் அங்கே தங்கிக்கொள்வோம். செலவைப் பற்றிக் கவலைப்படாதீர்கள்; எல்லாச் செலவையும் நாங்கள் பார்த்துக் கொள்வோம்," என்றார்.

பக்தர்கள் எல்லோரும் அவர்களால் இயன்ற நன்கொடை வழங்கினார்கள். அது ஒரு நல்ல திட்டமாக இருந்ததால், நானும் என் பங்குக்கு ஒரு 50 ரூபாய் கொடுத்தேன். நான் ஆறுமுகம் என்பவருக்கு தகவல் அனுப்பினேன். நான் வேலையில் இருந்த காலத்தில் எனக்கு மிகவும் உதவியாக இருந்த கொத்தனார் அவர். அந்தக் குடிலை அமைக்க அவருடைய உதவியைக் கோரினேன். அவர் உடனடியாக வந்தார். நானும் ஆறுமுகமும் என்ன செய்ய வேண்டும் என்று முடிவு செய்வதற்காக இடத்தைப் பார்வையிட்டுக் கொண்டிருந்த போது, பகவான் எங்களைப் பார்த்துவிட்டு, நாங்கள் என்ன செய்துகொண்டிருக்கிறோம் என்பதை அறிய வந்தார். அவர் பலாக்கொத்துக்குப் பின்புறமாக இருக்கும் ஓடையில் ஓய்வாக நடந்துகொண்டிருந்தார். அவர் எங்களைப் பார்த்ததும், திடீரென்று தான் நடந்துகொண்டிருந்த திசையை மாற்றி எங்களை சந்திக்க வந்தார்.

"நீங்கள் சுவாமிக்கு ஒரு வீடு கட்ட திட்டமிடுகிறீர்களா?" என்று பகவான் ஆறுமுகத்தைக் கேட்டார்.

அது எங்களது திட்டத்தில் இல்லை ஆனாலும் ஆறுமுகம் திடீரென்று தன்னை அறியாமலேயே, "ஆம், நான் வீடு கட்டப்போகிறேன்" என்று பதிலளித்து விட்டார்.

"என்ன வகையான பொருட்களை பயன்படுத்தப் போகிறீர்கள்?" பகவான் கேட்டார்.

"மண்ணாலா அல்லது செங்கல் கொண்டா? ஓட்டு வீடா? அல்லது மாடி வீடா?"

"செங்கல் கொண்டு சுவர் கட்டலாம் என்று நினைக்கிறேன், அதற்கு மேலே மாடி அமைத்து விடலாம்" என ஆறுமுகம் கூறினார்.

இதைக் கேட்க எனக்கு வியப்பாக இருந்தது. பகவான் வருவதற்கு முன்பு ஒரு கீற்றுக் கொட்டகையை விட ஆடம்பரமான எதையும் நாங்கள் விவாதிக்கவே இல்லை. இப்பொழுது பகவான் முன்பாக எனக்கு விலையுயர்ந்த ஒரு வீடு கட்டித் தர ஆறுமுகம் தானே ஒப்புக்கொள்கிறார்!

பகவான் அந்தத் திட்டத்தை அங்கீகரித்தது போலத் தோன்றியது.

"காலப்போக்கில் அது எப்படி நிறைவடைகிறது என்று பார்ப்போம்" அவர் கூறியபடி தான் வந்த வேலையை முடித்துவிட்டு நகர்ந்து சென்று விட்டார்.

நான் ஒரு சிறிய குடிசை கட்டுவதற்குத் தான் திட்டமிட்டிருந்தேன் என்பது தெரிந்தும் நீர் ஏன் இப்படி பெரிய செலவு பிடிக்கும் வாக்குறுதிகளை அளித்தீர் என நான் ஆறுமுகத்தைக் கேட்டேன்.

"எனக்குத் தெரியாது" பதிலளித்தார் ஆறுமுகம். "பகவான் அந்தக் கேள்விகளைக் கேட்ட போது இந்த வார்த்தைகள் தாமாகவே என்னிடமிருந்து வெளிவந்தவை. இப்பொழுது நான் பகவானுக்கு வாக்கு கொடுத்துவிட்டதால், நான் என் வார்த்தைகளைக் காப்பாற்றக் கடமைப் பட்டவனாகி விட்டேன். இந்த வார்த்தைகளை என்னைச் சொல்ல வைத்தவர் பகவான் என்பதால், இந்தக் கட்டிடத்தைக் கட்டியாகவேண்டும் என்பதே பகவானின் விருப்பம். பணத்தைப் பற்றிக் கவலைப்படாதீர்கள். உங்கள் வீட்டைக் கட்டுவதற்கான செலவுக்காக நான் என் சொந்த வீட்டையே விற்க நேர்ந்தாலும் நான் அதைச் செய்வேன்."

விரைவிலேயே இந்தக் கட்டிடத் திட்டம் மங்களகரமாகத் தொடங்கியது. ஆறுமுகம் தன் வாக்குறுதியை அளித்த ஒரே நாளில் எதிர்பாராத விதமாக எனக்கு ரூபாய் நூறு நன்கொடையாகக் கிடைத்தது. இந்தப் பணத்தைக்கொண்டு ஆறுமுகம் 4000 செங்கற்களை வாங்கி, தன்னுடைய வாக்குறுதியை நிறைவேற்றுவதில் தான் தீவிரமாக இருப்பதை பகவானுக்கு உணர்த்துமாறு, அவற்றைக் குஞ்சு சுவாமியின் குடிசைக்கு முன்னால் எல்லோர்க்கும் தெரியும்படி வைத்தார்.

ஆறுமுகம் தன் வீட்டினை விற்கவேண்டிய நிலை ஒருபோதும் ஏற்படவில்லை. பகவானின் கட்டிடத் திட்டங்கள் எல்லாவற்றிலும் நடந்தது போலவே, தேவைப்படும் போதெல்லாம் பணம் தானாகக் கிடைத்தது; வைகுண்டவாசனும் அவரது பாண்டிச்சேரி நண்பர்களும் தொடக்கத்தில் கொடுத்த நன்கொடையால் நாங்கள் வேலையை உடனே தொடங்க முடிந்தது. நாங்கள் ஆறடி ஆழமுள்ள கடைக்கால் தோண்டி பணியைத் தொடங்கினோம். அது ஒரு கடினமான வேலையாய் இருந்தது. ஏனென்றால், அடியில் பாறைகள் நிறைந்திருந்தன. கடைக்காலைத் தோண்டி முடிப்பதற்கு நாங்கள் சுமார் 200 பெரிய கருங்கல் பாறைகளை அப்புறப்படுத்த வேண்டியதாக இருந்தது.

பகவான் தினமும் பலாக்கொத்துக்கு உலவ வரும் ஒரு சமயம், இந்தக் கற்களைப் பார்த்துவிட்டு சிரித்துக்கொண்டே சொன்னார், "உனக்குப் புதையல் கிடைத்துவிட்டது."

அவை எனக்கு விலை மதிப்புள்ளதாகத் தெரியவில்லை, சாதாரண பாறைகளாகத் தான் தோன்றின.

பகவான் மேலும், "உனக்குப் புதையலே கிடைத்திருந்தாலும் அதைக்கொண்டு நீ என்ன செய்து விடுவாய்? அந்தப் புதையலை விற்றுத் தான் உன் கடக்காலுக்கு கற்களை வாங்கியாக வேண்டும். இப்போது இங்கே என்ன நடந்திருக்கிறது பார்த்தாயா? கடவுள் உனக்குக் கற்களை இலவசமாகக் கொடுத்ததோடு, கொண்டு வந்து இறக்கியும் வைத்திருக்கிறார்," என்றார்.

பகவான் என்னுடைய வீட்டை ஒரு ஆஸ்ரமக் கட்டிடமாகவே பாவித்தார். அவர் கட்டிட வேலையைப் பார்க்க தினமும் வருவார். எங்களுக்கு ஆலோசனை வழங்குவார். அடிக்கடி எங்கள் எதிர்காலத் திட்டங்கள் பற்றி விசாரிப்பார். பகவான் காட்டும் ஆர்வத்தைப் பார்த்து ஆறுமுகத்துக்கும் வேலையில் உற்சாகம் மேன்மேலும் அதிகரித்தது.

பகவான் தான் இந்த வேலையைத் தொடங்கி வைத்தார் என அவர் நினைத்ததால், தன்னுடைய சொந்தத் திட்டங்களை அல்லாமல், பகவானுடைய திட்டங்களையே தான் செயல் படுத்தி வருவதாகக் கருதிக்கொண்டார் அவர்.

சுவர்கள் ஜன்னலின் உயரத்தை எட்டிய போது எங்களிடம் இருந்த பணம் யாவும் தீர்ந்துவிட்டது. பணமில்லாமல், செய்வதற்கு எந்த வேலையும் இல்லாமல் இருந்ததால், நான் சாரத்தை அவிழ்த்து விடலாம் என்று முடிவு செய்தேன். நாங்கள் எப்போது வேலையை மீண்டும் தொடங்குவோம் என்று எனக்குத் தெரியவில்லை. பகவான் தனது ஒரு பலாக்கொத்து வருகையின் போது இதைக் கவனித்திருக்க வேண்டும். நான் அன்று அதன் பிறகு ஹாலுக்குச் சென்ற போது, பகவான் உடனே என்னைக் கேட்டார், "ஏன் சாரத்தை எடுக்கிறாய்?"

"எங்களிடம் இருந்த பணம் தீர்ந்துவிட்டது" நான் அவரிடம் கூறினேன்.

பகவான் அவரது அணுக்கத் தொண்டரான கிருஷ்ண சுவாமியைப் பார்த்து, "அண்ணாமலை சுவாமியிடம் பணமில்லை. இவர் சொல்கிறார் தன்னிடம் பணமில்லையாம் என்று!" என்று அழுத்திக் கூறினார்.

இந்த வினோதமான பாணியில் பகவான் உரைத்ததைக் கேட்டதும் (ஏனென்றால் நான் பணமில்லை என்று கூறியதை கிருஷ்ண சுவாமியும் தான் கேட்டுக்கொண்டிருந்தார்) எங்களுடைய பணப்பிரச்சினை எப்படியாவது தீர்ந்து போகும் என்று எனக்குத் தெரிந்துவிட்டது. ஒரு பக்தனின் பிரச்சினையில் பகவான் சிறப்பாக ஆர்வம் காட்டினார் என்றால் (இப்பொழுது செய்ததைப் போல) ஏதோ ஒரு தெய்வீக சக்தி தானாகவே ஒரு தீர்வைக் கொடுக்கும். பகவான் தாமாக எதுவும் செய்யவில்லை. பிரச்சினைகளை தீர்த்துவைக்கப் போவதாக அவர் வாக்களித்ததில்லை; பிரச்சினைகளுக்கு சுமுகமான தீர்வை கொண்டுவந்த எந்த குறிப்பிட்டுச் சொல்லும்படியான நிகழ்வுகளுக்கோ, தற்செயலாக நடந்தது போலத் தோன்றிய சம்பவங்களுக்கோ தானே பொறுப்பு என்பது போல அவர் ஒரு போதும் உரிமை கொண்டாடியதில்லை. ஒரு பக்தர் ஒரு பிரச்சினையை தன்னிடம் கொண்டுவந்தால், ஏதோ ஒரு மர்மமான, தன்னிச்சையான ஆன்ம சக்தியின் வெளிப்பாட்டால் பெரும்பாலும் அந்தப் பிரச்சினை தீர்வு பெறும் என்பதை அவர் தெரிந்து மட்டுமே வைத்திருந்தார்.

மறுநாள் எனக்கு ராமசாமி முதலியாரிடமிருந்து ரூபாய் 200 நன்கொடையாகக் கிடைத்தது. அவர் நான் ஆஸ்ரமத்தில் பணியாற்றி வந்த காலத்தில் என்னிடம் நட்பாகப் பழகிய ஒரு பக்தராவார். அவர் சென்னைக்கும், திருவண்ணாமலைக்கும் இடையிலுள்ள அச்சிறுப்பாக்கத்தில் வசித்துவந்தார். நான் எனக்காக ஒரு வீடு கட்டிக்கொண்டிருப்பதைக் கேள்விப்பட்டு அவர் அந்தப் பணத்தை அனுப்பியதோடு, பிறகு நேரிலும் வந்து வேலையில் உதவி செய்தார். வைகுண்டவாசனும் என்னை வந்து பார்த்ததோடு, உதவி செய்வதற்கும் முன்வந்தார். வேலை ஏற்கெனவே பாதி முடிந்திருந்ததால், நாங்கள் மூவருமாக அதை ஒரு மாதத்திற்குள்ளாகவே நிறைவு செய்துவிட்டோம்.

நாங்கள் கூரை வேலையைத் தொடங்க இருந்த போது பகவான் வந்து ஒரு ஆலோசனையை வழங்கினார்; "விட்டங்களாக பனங்கழிகளைப் பயன்படுத்தினால் நன்றாக இருக்கும், திருச்சுழியில் எங்கள் வீட்டில் அந்தக் கழிதான் பயன்படுத்தப்பட்டிருந்தது."

நாங்கள் அந்தக் குறிப்பை ஏற்றுக்கொண்டோம். சில நாட்கள் கழித்து ராமசாமி முதலியார் அருகிலிருந்த ஒரு கிராமத்திற்குச் சென்று சில பனை மரங்களை வாங்கினார்.

பகவானின் ஆலோசனைப்படியே நான் சில பனை மரங்களை வாங்கியிருப்பது பற்றி பகவானுக்குத் தெரிவித்தேன். பிறகு அவர் தேவைப்படும் விட்டங்களின் அளவுகள் பற்றி விசாரித்தார்.

"விட்டத்தின் அடிப்பகுதியின் அகலம் எவ்வளவு இருக்கும்?" என்று அவர் கேட்டார்.

நான் என்ன பதிலளித்தேன் என்று எனக்குத் துல்லியமாக நினைவில்லை. ஆனால், என் பதிலைக் கேட்ட அவர் 'பேஷ்!' என்று பாராட்டினார்.

"கனம் எவ்வளவு?" பகவான் கேட்டார்.

நான் ஐந்து அங்குல கனம் வைக்கத் திட்டமிட்டு இருப்பதாகக் கூறினேன். பகவான் அக்கறையுடன் சற்று யோசித்தாற் போல் தோன்றியது.

"அது போதுமான அளவு பலமாக இருக்குமா?" பகவான் கேட்டார்.

நான் அது போதுமானதாக இருக்கும் என்று உறுதியளித்த போது, அவர் சிரித்துக்கொண்டே, "பிறகு வேறென்ன வேண்டும் ?" என்றார்.

நான் இந்த உரையாடலை அப்படியே சொல்லக் காரணம், இந்தக் கட்டிடப் பணிகளின் பல்வேறு நிலைகளில் எல்லாம் பகவான் காட்டிய அக்கறையை விளக்குவதற்காகத் தான்.

சில வாரங்களுக்குப் பிறகு நான் ஞாபகமாக ஒரு மாவரைக்கும் அம்மிக்கல் வீட்டில் அமைத்திருக்கிறேனா என்று கேட்டார். நான் ' ஆம்' என்றதும் அவர் "வேறென்ன வேணும்? வேறென்ன வேணும்? வேறென்ன வேணும்?" என்றார். இம்மாதிரியான அவரது வார்த்தைகளை நான் என் வீட்டிற்கான அவரது நல்லாசிகளாக எடுத்துக்கொண்டேன்.

வேறு பிரச்சினைகள் இல்லாமல் வீடு கட்டி முடிக்கப்பட்டது. பெரிய அளவில் திறப்பு விழா நடத்தும் எண்ணம் எனக்கில்லை. சாதாரணமாகச் செல்வது போல், ஹாலுக்குச் சென்று பகவானிடம், "நான் என் வீட்டில் முதன்முதலாக இன்று குடியேறத் திட்டமிட்டிருக்கிறேன். தயவு செய்து என்னை வாழ்த்துங்கள்," என்றேன்.

பகவான் யாரையும் ஒருபோதும் வெளிப்படையாக வாழ்த்துவதில்லை. இப்பொழுது அவர் தம் தலையை மட்டும் ஆட்டி என் திட்டப்படியே செய்துகொள்ளலாம் என்று உணர்த்தினார். முறையான கிரஹப்பிரவேசம் என்று எதுவும் செய்யாமல் நான் பலாக்கொத்தில் இருந்த குரங்குகளுக்கு ஒரு வித்தியாசமான விருந்தளித்தேன். இரண்டு லிட்டர் பொங்கல் தயாரித்து, அருகில் இருந்த குளத்தின் பாறைகளில் குரங்குகள் வந்து அதைச் சாப்பிட்டுக்கொள்ள பரப்பி வைத்துவிட்டு என் புதிய வீட்டிற்குள் பிரவேசித்தேன். இது தான் எனது இறுதி முகவரி மாற்றமாகும். இப்பொழுது நான் இந்த அறையில் ஐம்பது ஆண்டுகளுக்கும் மேலாக வசித்து வருகிறேன்.

அந்த வீட்டில் கிரகப்பிரவேசம் செய்த அன்றே நான் எனது பூசைக்காக பகவானின் ஒரு படத்தை அறையில் வைக்க விரும்பினேன். அருணாசலத்தைப் பின்னணியாககொண்ட பகவானின் ஒரு புகைப்படத்தைக் கண்டேன். பிறகு அருணாசலத்தின் ஒரு சிறிய புகைப்படத்தை எடுத்து அதை வெட்டி பகவானின் புகைப்படத்தின் கீழே சரியாக பகவானின் இதயப்பகுதியில் அது வருமாறு ஒட்டினேன். அதற்குக் கீழே ' மலையை விழுங்கிய மகாதேவன்' என்ற வாக்கியத்தையும்

எழுதினேன். பிறகு அதை எடுத்துக்கொண்டு பகவானின் ஆசிகளைப் பெறுவதற்காக அவரிடம் சென்றென்.

ஃபோட்டோவைப் பார்த்த பகவான் நீ இந்த மலையின் புகைப்படத்தை என்னிடம் கொடுத்திருந்தால் நான் அதை இன்னமும் ஜோராக அதை பொருத்தி ஒட்டியிருப்பேன் என்று கூறினார். பாருங்கள் அண்ணாமலை சுவாமி என்னை மலையை விழுங்கிய மகாதேவன் என்று அழைக்கிறார்.

அந்த சமயத்தில் பகவானின் அருகில் ஒரு புத்தகம் திறந்தவாறு இருந்தது. பகவான் திறந்திருந்த அந்தப் பக்கத்தை என்னிடம் காட்டினார்.ஆச்சரியப்படும் விதமாக அந்தப் பக்கத்தில் எல்லோராலும் அப்பர் என்று புகழ்ந்துரைக்கப்பட்ட திருநாவுக்கரசரின் ஒரு பாடல் காணப்பட்டது. அந்த தேவாரப் பாடலில் அப்பர் அருணாசலத்தின் மீது தனக்கிருந்த அளவுகடந்த பிரேமையின் காரணமாக அந்த அருணாசலக் கடவுளையே விழுங்கிவிட்டதாக எழுதியிருந்தார்.

பகவான் பிறகு திருக்குறளிலிருந்து ஒரு குறளை அந்த ஒரு காகிதத்தில் தனது கைப்பட எழுதி அதைத் தானே அந்த புகைப்படத்தின் மேற்புறம் ஒட்டி தனது ஆசிகளுடன் என்னிடம் கொடுத்தார். அந்தக் குறள்:

நிலையிற் றிரியா தடங்கியான் தோற்றம்
மலையினு மாணப் பெரிது.

அதன் பொருள்: தன் நிலையிலிருந்து வழுவாமல் தன்மயமாக நிற்கும் ஞானியின் மேன்மை மலையை விட மிகப் பெரியது.

நான் பகவான் எனக்கு சுட்டிக் காட்டிய அப்பரின் தேவாரத்தின் நான்கு வரிகளை எழுதி அதை அந்தப் படத்தின் கீழ்ப்புறம் அமையுமாறு வைத்தேன்.

மலையை விழுங்கிய மகாதேவன்

மாலைத்தோன்றும் வளர்மதியை மறைக்காட்டுறையு மணாளனை
ஆலைக்கரும்பின் இன்சாற்றை அண்ணாமலைஎம் அண்ணலை
சோலைத்துருத்தி நகர்மேய சுடரில் திகழும் துளக்கிலியை
மேலைவானோர் பெருமானை விருப்பால் விழுங்கி இட்டேனே.

(திருநாவுக்கரசு சுவாமிகள்)

1942 ஆம் வருடம் முதல் இந்தப் புகைப்படம் அண்ணாமலை சுவாமிகளின் அறையின் சுவரை அலங்கரித்துக் கொண்டுள்ளது. மேற்புறம் காணப்படும் திருகுறளின் இரண்டு வரிகள் பகவான் தன் கையால் எழுதியவை.

வேறு எந்த இடத்தையும் விட, நான் இந்த இடத்தில் வசிப்பதையே பகவான் விரும்பினார் என்பது தெளிவாகவே தெரிந்தது. நான் தம்பிரான் குடிசையில் தங்கியிருந்த போதே (இந்தப் புதிய குடிசை பற்றிய எண்ணம் உதிப்பதற்கு நீண்ட காலம் முன்பே) பிரதக்ஷிண பதையில் ஸ்ரீ ரமணாஸ்ரமத்திலிருந்து சுமார் ஒரு கிலோ மீட்டர் தொலைவில் எனக்கு இரண்டு ஏக்கர் நிலம் வாங்கித் தருவதற்கு ஆறுமுகம் முன்வந்தார். ஆறுமுகம் எனக்கு நிலம் வாங்கித் தருவதோடு, அங்கே எனக்கு ஒரு வீடும் கட்டித் தருவதாக உறுதியளித்தார். பகவான் பலாக்கொத்தில் உலாவிக்கொண்டிருந்த போது, நான் அவரிடம் இந்தக் பரிசைப் பற்றிக் கூறினேன். பகவான் இதை ஏற்றுக்கொள்ளவில்லை என்பது தெளிவாகத் தெரிந்தது. அவர் எனக்கு பதிலளிக்காமல் தமது முகத்தை வேறு பக்கம் திருப்பிக்கொண்டு திடீரென்று என்னைவிட்டு விலகிச் செல்லத் தொடங்கினார்.

என்னுடைய அறை கட்டப்படுவதற்கு முன்பு, நான் வேறொரு இடத்தில் வசிக்க முயற்சித்த மற்றொரு சம்பவமும் உண்டு. மலை மீது ஒரு குகையில் தியானம் செய்யவேண்டும் என்று ஆசைப்பட்டு, ஒரு குகையைக் கண்டுபிடித்து அதில் வசிக்கத் தேவையான வசதிகளைச் செய்தேன். நான் அப்பொழுதும் என் குடிசையில் தான் தங்கி உறங்கி வந்தேன். பகலில் மட்டும் அந்தக் குகைக்குச் சென்றேன். காலை நான்கு மணிக்கெல்லாம் எழுந்து, அன்றைக்குத் தேவையான உணவைத் தயாரித்து எடுத்துக்கொண்டு அந்தக் குகைக்குச் செல்வேன். இப்படி ஒரு வாரம் சென்றிருப்பேன். அது ஒரு வெற்றிகரமான முயற்சியாய் அமையவில்லை; ஏனென்றால், என்னைப் பார்க்க வருபவர்களால் என் தியானம் அடிக்கடி தடைப்பட்டது. ஆண்களும், பெண்களுமாக ஒரு கூட்டம் தினமும் மூன்று முறை வந்து, குகைக்கு வெளியில் உட்கார்ந்துகொண்டு மிகவும் ஆபாசமாகப் பேசிக்கொள்வார்கள். அவர்கள் உணவுக்காக என்னிடம் பிச்சையெடுக்கவும் முயன்றனர்.

நான் தியானிப்பதற்கு எனக்குத் தனிமை தேவை என்பதை அவர்களால் புரிந்துகொள்ள முடியவில்லை. நான் தவம் செய்வதற்குத் தனிமையை விரும்பினேன்; ஆனால், இவர்களோ என்னைத் தொந்தரவு செய்வதை தங்கள் பொழுதுபோக்காக ஆக்கிக்கொள்ள விரும்பினார்கள்.

இறுதியாக நான் பகவானிடம் சென்று நடந்ததைக் கூறினேன். எனக்கு ஏற்பட்ட தொந்தரவுகளை எல்லாம் விளக்கிய பிறகு, என்னை நானே எவ்வாறு இப்படிப்பட்ட சூழலில் சிக்க வைத்துக்கொண்டேன் என்பதையும் விளக்கினேன்.

"ஏகாந்தமாக வசிக்க வேண்டும் என்ற விருப்பம் எனக்கு இருக்கிறது. எந்த முயற்சியும் இல்லாமல் எனக்கு உணவு கிடைக்க வேண்டும் என்ற விருப்பமும் எனக்கு இருக்கிறது. உலகத்தை அறவே காணாமல், கண்களை மூடிக்கொண்டு எப்போதும் தியானித்துக்கொண்டே இருக்க வேண்டும் என்ற விருப்பமும் எனக்கு இருக்கிறது. இப்படிப்பட்ட ஆசைகள் என்னிடம் அடிக்கடி முளைக்கின்றன. இது நல்லதா, கெட்டதா?"

"இப்படிப்பட்ட ஆசைகள் உனக்கு வந்தால் அவற்றை நிறைவேற்றிக்கொள்ள நீ இன்னொரு பிறவி எடுக்க வேண்டி வரும்" என பகவான் பதிலளித்தார். "நீ எங்கே வசித்தால் என்ன? உன் மனதை எப்போதும் ஆன்மாவில் வைத்திரு. ஆன்மாவைத் தவிர்த்து வேறு தனிமையான இடம் எதுவுமில்லை. எங்கெல்லாம் மனம் செயல்படுமோ அங்கே எப்பொழுதும் சந்தடி தான் இருக்கும்".

"நீ தியானிக்கும் போது கண்களை மூட வேண்டும் என்ற அவசியம் இல்லை. உன் மனக்கண்ணை மட்டும் மூடினாலே போதும். மனதில் இல்லாத எந்த உலகமும் உனக்கு வெளியே இல்லை.

"ஆன்மிக வாழ்க்கை நடத்தும் ஒருவன் இது போன்ற திட்டங்களைத் தீட்டமாட்டான். ஏன்

தெரியுமா? நம்மை உலகிற்கு அனுப்பி வைக்கும் முன்பே, நமக்கு என்ன நடக்கும் என்பதை இறைவன் ஏற்கெனவே முடிவு செய்து விட்டார்."

நான் இதை எதிர்பார்த்திருக்க வேண்டும். ஏனென்றால், பல ஆண்டுகளுக்கு முன்னேயே என்னை அவர் மனப்பாடம் செய்யச் சொல்லியிருந்த **'சிவானந்த லஹரி'** யின் பன்னிரண்டு பாக்களில் ஒன்றில் இது அடங்கியிருந்தது.

ஒரு குகையிலோ, வீட்டிலோ, வெட்ட வெளியிலோ, காட்டிலோ, மலையுச்சியிலோ, நீரில் நின்று கொண்டோ, சூழ்ந்திருக்கும் தீயின் இடையிலோ ஒருவர் தவம் புரியலாம்; அதனால் என்ன பயன்? சிவசம்போ! இடைவிடாது உன் திருவடியில் மனம் பதிந்த நிலையன்றோ உண்மையான யோகம்! இந்த நிலையை அடைந்தவனே உண்மையான யோகி. அவன் மட்டுமே மெய்யின்பம் அனுபவிப்பவன்.

1930-களில் 'A Search in Secret India' என்ற நூலின் ஆசிரியரான பால் பிரண்டன் அவர்களை ஆஸ்ரமத்தில் நான் அடிக்கடி பார்த்திருக்கிறேன். நான் பலாக்கொத்துக்கு இடம் பெயர்ந்த பிறகு, நாங்கள் ஒருவரை ஒருவர் நன்றாக புரிந்து கொள்ள முடிந்தது. அதற்குப் பெரிதும் காரணமான ஒரு கருத்து வேறுபாடு பற்றி பின்னர் விளக்குகிறேன். மேல் நாட்டில் பதிப்பிக்கப்பட்ட பகவானைப் பற்றி பால் பிரண்டன் எழுதிய புத்தகம் புதிய பக்தர்கள் பலரை ஆஸ்ரமத்திற்கு வரவழைத்தது. 1939-இல் நான் பலாக்கொத்தில் வசித்து வந்த போது, சின்னசுவாமி அவரை ஆஸ்ரமத்திற்குள் நுழையவிடாமல் தடுக்க முயற்சி செய்தார்.

"நீர் இனிமேல் பகவானை தரிசிக்க வரக்கூடாது. எதிர்காலத்தில் பகவானைப் பற்றி எதுவும் எழுதக் கூடாது. நீர் பகவானிடம் எந்தக் கேள்வியும் கேட்கக் கூடாது," என்று அவரிடம் கூறிவிட்டார்.

சின்னசுவாமிக்கு அவர் மேல் எரிச்சல்; காரணம், தன்னிடம் பகவானைப் பற்றி எழுதுவதற்கு அவர் அனுமதி கேட்கவுமில்லை, அந்த புத்தகத்தினால் வந்த லாபத்தில் எதுவும் ஆஸ்ரமத்திற்குத் தரவுமில்லை.

பிரண்டன் பகவானிடம் முறையிட்டார்; "நான் உலக நன்மைக்காக உங்களைப்பற்றி எழுதுகிறேன். என்னை இப்படித் தடுப்பது சரியா?"

பகவான் இது போன்ற விவகாரங்களில் வழக்கமாக செய்வது போல சின்னசுவாமியையே ஆதரித்தார்.

"நீர் சின்னசுவாமியைக் கேட்டால், அவரும் 'நான் உலகுக்கு நன்மை செய்கிறேன்' என்பார். நீர் உலகுக்கு நன்மை செய்வதாகக் கூறுகிறீர். நான் என்ன சொல்வது?" என்றார் பகவான்.

அதன் பிறகு பகவான் எதுவும் கூறாமல் மௌனமானார். பகவான் தலையிட மறுத்ததால் ஊக்கம் பெற்ற சின்னசுவாமி, "நான் உம்மைப் போய்விடும்படி சொன்னேன். நீர் போகாவிட்டால் நான் போலீசை வரவழைப்பேன்," என்றார் பிரண்டனிடம்.

அண்ணாமலை சுவாமி இந்த உரையாடல்களை நேரில் கண்ட சாட்சி ஆவார். பிரண்டனை வெளியேற்றியது பற்றிய மற்றொரு சுவாரசியமான பதிவு 'Talks with Ramana Maharishi' நூலின் கையெழுத்துப் பிரதியில் காணப்படுகிறது. பால் பிரண்டனின் இறுதி வருகை பற்றிய பின் வரும் ஆறு பதிவுகள் அந்நூல் அச்சேறும் முன்பாக நீக்கப்பட்டு விட்டன.

1. உரையாடல் 638, அநேகமாக தேதி 02.03.1939; ஹாலில் ஒருவரிடம் பகவான் கூறினார், "ஒரு அமெரிக்கப் பல்கலைக் கழகம் பிரண்டனுக்கு டாக்டர் பட்டம் (Ph.D) கொடுத்துள்ளது. இப்பொழுது அவர் டாக்டர் பிரண்டன், விரைவில் அவர் இங்கு வருவார்."

2. தேதி 07.03.1939; அதிகாலை ரயிலில் டாக்டர் பிரண்டன் திருவண்ணாமலை வந்தடைந்தார். சுமார் 8.30 மணி அளவில் ஆஸ்ரமத்திற்கு வந்தார். அவர் காண்பதற்கு நலமானவராக இருக்கிறார், ஆனால் தான் காணப்படுவது போல் அவ்வளவு நலமாக இல்லை என்கிறார். ஆஸ்ரம வளாகத்தில் ஒரு இனம் புரியாத அமைதி நிலவுகிறது, ஏன்? அவருக்கு இந்த முறை இருந்த வரவேற்புக்கும், கடந்த முறை இருந்த வரவேற்புக்கும் இடையே நிறைய வேறுபாடு இருந்தது. அப்போது அவரை ஒரு தெய்வமாகப் பார்த்தார்கள்; இப்பொழுது யாருக்கும் அவரோடு பேசத் துணிவில்லை. அப்பொழுது அவருக்கு சேவை செய்ய ஒவ்வொருவரும் போட்டி போட்டுக்கொண்டு முன்வந்தார்கள், ஆனால், இப்பொழுது ஒருவரும் அவரை நெருங்குவதற்கு தயாராக இல்லை. அவர் எப்போதும் போலவே நன்றாகத் தான் இருந்தார். அவர் காலை 9.45 அளவில் ஹாலிலிருந்து வெளியேறினார்.

3. தேதி 11.03.1939: 'டாக்டர் பிரண்டன் இரண்டு நேர்த்தியான கைத்தடிகளையும், ஒரு அழகான பேனாவையும் மற்றவர்கள் பகவானுக்குக் கொடுத்தனுப்பிய பரிசுகளாகக் கொண்டு வந்தார். அனைவரும் அவற்றைப் பாராட்டினார்கள்.'

4. உரையாடல் 649 "...ஆன்மா பிரம்மத்திலிருந்து வேறுபட்டதல்ல" என்ற பகவானின் கூற்றோடு இந்த உரையாடல் முடிவடைகிறது. அதன் பிறகு முனகல வெங்கடராமையா எழுதுகிறார்; 'உரையாடலின் இந்த கட்டத்தில் சர்வாதிகாரிக்கும் Dr. பால் பிரண்டனுக்கும் இடையில் ஏற்பட்ட சலசலப்பால், இந்தச் சுவையான உரையாடல் திடீரென முடிவுக்கு வந்தது.'

5. தேதி 19.03.1939: 'Dr. பிரண்டன் நேற்றிரவு திடீரென்று வெளியேறினார்.'

6. தேதி 21.03.1939: 'V.G. சாஸ்திரி அவர்களுக்கு Dr. பிரண்டன் எழுதியிருந்த கடிதத்தில்' இனிமேல் ஆஸ்ரமத்தையோ அல்லது ஸ்ரீ ரமண மகரிஷியையோ பற்றி நான் யாரிடமும் பேசவோ, எழுதவோ போவதில்லை என்றும், ஸ்ரீ மகரிஷிகளை இதயத்தில் தரிசிப்பதோடு நிறைவடைவேன் என்றும் எழுதியிருந்தார்.
   பகவான் கூறினார், 'மகா சக்தியின் திருவிளையாடல் Dr. பிரண்டனை இந்த இடத்தை விட்டு வெளியேறுமாறு செய்திருக்கிறது. அந்த சக்தி அனுமதித்ததற்கு மேலாக ஒரு கணம் கூட அவரால் இங்கு தங்கியிருக்க இயலவில்லை; அதே சக்தி மீண்டும் இழுக்கும் போது அவரால் இங்கிருந்து விலகியிருக்கவும் முடியாது.' பகவானின் வாழ்நாளில் மீண்டும் பிரண்டன் ஒருபோதும் ஆஸ்ரமத்திற்கு வரவில்லை.

பிரண்டன் வெளியேறி நகரத்தில் கணபதி சாஸ்திரி என்னும் பக்தரோடு தங்கினார். இந்த சாஸ்திரி பிரண்டனிடம் ஆஸ்ரமத்திலிருந்து என்னையும் வெளியேற்றி விட்டார்கள் என்று தவறாகக் கூறிவிட்டார். தன்னைப் போலவே சின்னசுவாமியின் கோபத்திற்கு இரையானவர் என்று நினைத்து இரக்கப்பட்டு பிரண்டன் எனக்கு ஒரு வேட்டியையும், ஒரு மூட்டை அரிசியையும் கொண்டு வந்து கொடுத்தார்.

அவற்றைக் கொடுக்கும் போது அவர், "நீர் ஆஸ்ரமத்தை விட்டு வெளியேறியதில் எனக்கு மிகவும் கவலை. உமக்கு என்ன தேவைப்பட்டாலும் நான் தரத் தயாராக இருக்கிறேன். உமக்கு ஏதாவது தேவைப்பட்டால் எனக்கு ஒரு சீட்டு மட்டும் எழுதி அனுப்புங்கள்," என்றார்.

நானாகவே தான் ஆஸ்ரமத்தை விட்டு வெளியேறினேன் என்று அவருக்கு நான் முன்பே விளக்கிக்

கூறியிருந்தும் எனக்கு உதவ வேண்டும் என்ற அவரது விருப்பம் எவ்விதத்திலும் குறையவில்லை.

கணபதி சாஸ்திரிக்கும் ஆஸ்ரமத்தில் தடை விதிக்கப்பட்டது. ஏனென்றால், அவர் பிரண்டனுக்கு உதவி செய்து வருவது சின்னசுவாமியின் காதுக்கு எட்டிவிட்டது. கணபதி சாஸ்திரியும் முன்பு பிரண்டன் செய்தது போலவே, பகவானிடம் வந்து இந்த முடிவு பற்றி புகார் செய்தார்.

"சின்னசுவாமி என்னை ஆஸ்ரமத்திற்கு வர வேண்டாம் என்று கூறிவிட்டார். பகவான் பிள்ளையார் போல சிலையாய் உட்கார்ந்திருக்கிறீர்கள். நான் நீண்ட காலமாக ஆஸ்ரமத்திற்கு சேவை செய்து வருபவன். நான் ஆஸ்ரமத்திற்கு மூன்று அலமாரி நிரம்பப் புத்தகங்களையும் நன்கொடையாக வழங்கியிருக்கிறேன். என்னை ஏன் ஆஸ்ரமத்திற்கு வரக்கூடாது என்கிறார் என்று சின்னசுவாமியை பகவான் கேட்க மாட்டீர்களா?" என்று அவர் கேட்டர்.

இந்த சமயத்தில் பகவான் பதிலே கூறவில்லை.

சின்னசுவாமியின் இப்படிப்பட்ட தடைகள் நிரந்தரமாக நீடித்ததில்லை. மன்னிப்பு கேட்டுவிட்டு எதிர்காலத்தில் சின்னசுவாமியின் விருப்பப்படி நடந்து கொள்வதாக உறுதி கூறுவதே பொதுவாக மீண்டும் ஆஸ்ரமத்திற்குள் நுழைய அனுமதி பெற போதுமானது. வெளியேற்றுவதையும், வெளியேற்றப்படுவார்கள் என்ற அச்சுறுத்தலையும் சின்னசுவாமி பணியாளர்களையும், பக்தர்களையும் கட்டுப்பாட்டில் வைக்க பயன்படுத்தி வந்தார். பொதுவாக பகவான் அவரை ஆதரித்து வந்தார், காரணம், ஆஸ்ரம நிர்வாகத்தோடு பக்தர்கள் வாக்குவாதம் வைத்துக் கொள்வதை அவர் ஏற்றுக்கொண்டதில்லை. சின்னசுவாமியிடம் அல்லது பொதுவாக ஆஸ்ரம நிர்வாகத்திடம் குற்றம் கண்டுபிடிக்கும் யாருக்கும் பகவானுடைய வழக்கமான பதில் "வந்த வேலையைப் பார்," என்பதாகவே இருந்தது.

சின்னசுவாமியின் கைகளில் தாங்கள் நடத்தப்படும் விதம் பற்றி குறை கூறுவதற்கு பல பக்தர்களுக்கும் நல்ல காரணங்கள் இருந்தன ஆனாலும், பகவான் எப்பொழுதும் அவர்கள் தங்களது அதிருப்தியை வெளிப்படுத்துவதை தடுத்தார்.

வருகை தருவோரில் தமிழ் அறிந்த சிலரின் நலனுக்காக இந்த விவரங்களை அண்ணாமலை சுவாமிகளின் அணுக்கத் தொண்டர் மொழி பெயர்த்துக் கொண்டிருந்த போது, அண்ணாமலை சுவாமி வாசிப்பதில் குறுக்கிட்டு கீழ்கண்ட கருத்துக்களைத் தெரிவித்தார்.

"சின்னசுவாமி தவறானவர் என்று நீர் நினைத்துக் கொள்ளக் கூடாது. அவர் அவரது கடமையைச் செய்தார். பகவான் இந்த ஆஸ்ரமத்தைத் தானே நடத்தியிருக்க முடியாது. காரணம், அவருக்கு மனம் என்று ஒன்று இல்லை, ஆஸ்ரமத்தை நடத்துவதில் நாட்டமுமில்லை. இந்தப் பொறுப்பை ஏற்று நடத்த வேறொருவர் வேண்டும். சின்னசுவாமி தான் பொறுத்தமான மனிதர், ஏனென்றால் அவர் நாணயமானவர், நம்பிக்கைக்குரியவர், கடின உழைப்பாளி. பகவான் தம்முடைய சக்தியை சின்னசுவாமியிடம் செலுத்தியிருந்தார். அந்த சக்தியே ஆஸ்ரம விவகாரங்களை எல்லாம் அவர் தன் கட்டுப்பாட்டில் எடுத்துக்கொள்ளும் சக்தியைக் கொடுத்தது. அவர் பகவான் அருளால் பகவானின் பணியைச் செய்துகொண்டிருந்தார். அவ்வப்போது அவர் சர்வாதிகாரியாகவும், இரக்கமில்லாதவராகவும் நடந்துகொள்ள வேண்டியதாக இருந்தது. காரணம், ஆஸ்ரமத்தின் நிர்வாகத்தில் தலையிடுவதற்கு பலர் முயன்றுகொண்டிருந்தனர். பகவானையே ஒரு கட்டுப்பாட்டிற்குள் கொண்டு வந்து அவர் என்ன செய்ய வேண்டும் என்று கட்டளையிடுவதற்குக் கூட முயற்சித்தவர்கள் இருந்தார்கள். விசித்திரமாகத்

தோன்றினாலும், பல வழிகளில் பகவானும், சின்னசுவாமியும் ஒரு நாணயத்தின் இரு பக்கங்கள் போன்றிருந்தார்கள். பகவான் ஆஸ்ரமத்தின் மையமாகிய சலனமற்ற, மோனமாகிய சிவம் என்றால், அந்த சிவத்திடமிருந்து வரும் சக்தியைக் கொண்டு அவரை சுற்றி நிகழும் செயல்பாடுகளை நிர்வகிக்கும் சக்தியாக சின்னசுவாமி விளங்கினார்."

நான் அண்ணாமலை சுவாமியோடு நடத்திய உரையாடல்கள் எல்லாவற்றிலுமே சின்னசுவாமி மீதோ அல்லது வேறு யார் மீதோ அவருக்கு எவ்விதக் கசப்புணர்வும் இல்லை என்பது தெளிவாகத் தெரிந்தது. அவர் எப்பொழுதும் தம்முடைய சரித்திரத்தை எவ்வித வெறுப்புமின்றி உள்ளது உள்ளவாறு கூறினார். தமது இளமைக் காலத்தின் கொந்தளிப்பான சம்பவங்கள் பற்றி அவர் நினைவு கூறும் போதும் ஏதாவது உணர்ச்சி வெளிப்பட்டது என்றால், அது ஒரு வகையான வறட்டுப் புன்னகையுடன் கூடிய நகைச்சுவை உணர்வாகவே இருந்தது.

பல சந்தர்ப்பங்களில் அவர் என்னிடம், "நான் என் முழு சரித்திரத்தையும் உம்மிடம் கூறுவேன்; ஆனால், அதை வைத்து எவருக்கும் எதிராக பிரச்சாரம் செய்யத் தொடங்காதீர்" என்று கூறுவார். "உம்மால் முடிந்தவாறு உள்ளது உள்ளபடி எழுத வேண்டும். யாரைப் பற்றியும் தீய சிந்தனைகளை வைத்துக்கொள்வது நல்லதல்ல. உண்மையானவற்றைச் சொல்வதோடு நிறுத்திக்கொள்க!."

இந்த வழிகாட்டு நெறிகளை நான் இந்த நூலைத் தயாரித்து வந்த காலம் முழுவதும் மனதில் கொண்டேன். இதன் இறுதிப் படிவத்தை படித்துப்பார்த்த அண்ணாமலை சுவாமிகள், அவருடைய சரித்திரத்தை நான் எடுத்துரைத்திருக்கின்ற விதமும், 1920-களிலும், 1930-களிலும், 1940-களிலும் ஸ்ரீ ரமணாஸ்ரமத்தில் இருந்த சூழ்நிலைகளை மிகவும் தத்ரூபமாக நான் வடித்திருந்த பாணியும் தனக்கு மகிழ்ச்சி அளிப்பதாக என்னிடம் தெரிவித்தார்.

பலாக்கொத்தில் நான் சில மாதங்கள் தங்கியிருந்த பிறகு, என் மனம் மேன்மேலும் அமைதியடையத் தொடங்கியிருப்பதை கவனித்தேன். நான் பணியில் இருந்த காலத்தில் என் மனம் எப்பொழுதும் கட்டிடங்கள் பற்றிய விஷயங்களையே சிந்தித்துக் கொண்டிருந்தது. ஒவ்வொரு நாளும் அன்றைய வேலையை முடித்த பிறகும் கூட மனம் தனது இடைவிடாத செயல்பாடுகளைத் தொடர்ந்தது. செய்ய வேண்டிய வேலை முடிந்து நீண்ட நேரத்துக்குப்பிறகும், திட்டங்கள், பிரச்சினைகள், அவற்றிற்கான தீர்வுகளைப் பற்றிய எண்ண ஓட்டங்கள் என்று இவை என் மனத்தை ஆக்கிரமித்த வண்ணம் இருந்தன. அத்தகைய சூழலில் தியானம் செய்வது கடினமாக இருந்தது.

"நீ உடல் அல்ல; நீ மனமல்ல; தூய உணர்வே, ஆன்மாவே நீ. எங்கும் நிறைந்தவன் நீ. எப்பொழுதும் வேலை செய்துகொண்டிருக்கும் போது கூட, நீ இதை உணர்ந்தவாறே இரு!" என்று பகவான் என்னிடம் கூறியிருந்தார்.

நான் வேலை செய்துகொண்டிருந்த போது, இந்த உபதேசத்தைக் கடைபிடிக்க மிகவும் கடினமாக முயற்சி செய்தேன்; ஆனால், பெரிய அளவில் எவ்வித வெற்றியும் கிடைத்ததாகச் சொல்ல முடியவில்லை.

நான் பலாக்கொத்துக்கு இடம் பெயர்ந்த பிறகு, பகவானுடைய போதனைகளைக் கடைபிடிப்பது மிகவும் எளிதாக இருக்கக் கண்டேன். என் மனம் மிகவும் அமைதி அடைந்தது; என் உடலிலும் மாற்றங்கள் தெரிந்தன. நான் ரமணாஸ்ரமத்தில் பணியாற்றிக்கொண்டிருந்த காலத்தில் என் உடலில் வெப்பம் மிகவும் அதிகமாக இருக்கும். சுண்ணாம்பை உபயோகித்துக் கொண்டு வேலை

செய்வது என் உடலில் சூட்டை மிகுதியாக்கியது. போதாக்குறைக்கு, நான் பெரும்பாலான நேரத்தை வெய்யிலில் கழித்தது இந்தப் பிரச்சினையை மேலும் மோசமடையச் செய்தது. பலாக்கொத்தில் சில மாதங்கள் தியானத்தில் கழித்த பிறகு என் மனம் முன்பை விட அமைதியான, சலனமற்ற நிலையை அடைந்தது, அத்துடன் ஓர் அற்புதமான குளிர்ச்சி என் உடலெங்கும் பரவியது. நாளடைவில், பல்லாண்டுகாலப் பயிற்சியின் பிறகு இந்த இரு நிலைகளும் நிரந்தரமாகி விட்டன.

பகவான் தினசரி பலாக்கொத்துக்கு நடையாக வரும் போது அடிக்கடி என்னைப் பார்க்க வருவார். ஒரு முறை நான் எனக்கான உணவை சமைத்துக் கொண்டிருந்த போது, அவர் என்னிடம் வந்து நான் என்ன சமைத்துக் கொண்டிருக்கிறேன் என்று கேட்டார்.

"வெறும் சோறும், சாம்பாரும்" என்று நான் பதிலுரைத்த போது, அவர் மிகவும் மகிழ்ச்சி அடைந்தார்.

"ரொம்ப நல்லது!" சந்தோஷமாக உரைத்தார் பகவான், "எளிமையான வாழ்க்கையே சிறந்தது."

இன்னொரு முறை அவர் என்னைப்பார்க்க வந்திருந்த போது, நான் பச்சை இருவாட்சி மர இலைகளைக் கொண்டு சட்னி செய்து கொள்ள வேண்டும் என்று கூறினார். இந்த மரத்தின் பூக்களும், இலைகளும் உடலுக்கு மிகவும் நன்மை பயக்கும் என்று அவர் பலமுறை கூறியிருந்தார். இதற்குப் பிறகு மற்றொரு முறை அவர் என்னிடம் வந்த போது, நான் செய்திருந்த சட்னியை அவருக்குக் கொடுத்தேன். அது முக்கியமாக. அவரது ஆலோசனையைப் பின்பற்றி அதை நான் தயாரித்து முறையாக உணவோடு ஏற்றுக்கொண்டு வருகிறேன் என்பதைக் காட்டுவதற்காக எனலாம். அவர் அதில் சிறிதை எடுத்துக்கொண்டு, மீண்டும் அதை தனக்குத் தருவதை வழக்கமாக்கிக்கொள்ள வேண்டாம் என்று அறிவுறுத்தினார்.

"இது உன்னுடைய நலனுக்கு, எனக்கல்ல. எனக்கு ஆஸ்ரமத்தில் நிறைய சாப்பாடு இருக்கிறது. இந்த ஆலோசனை உனக்கு மட்டும் தான் பொருந்தும்," என்றார் அவர்.

என் புதிய இல்லத்தில் நான் மூன்று முறை பகவானுக்கு உணவளிக்கும் வாய்ப்பைப்பெற்றேன். இரண்டு முறை சோறும், ஒரு முறை இந்த சட்னியும் கொடுத்தேன்.

பலாக்கொத்தில் வசித்து வந்த ஒரு சாதுக்களில் ஒருவர், என் வீட்டில் பகவான் உண்பதைப் பார்த்துவிட்டு, நகைச்சுவையாக, "பகவானுக்கு ஆஸ்ரமச் சாப்பாடு போதவில்லை போலும், அது தான், அண்ணாமலை சுவாமிகளிடம் வந்து மண்டபப்படி வாங்கிக் கொள்கிறார்" என்றார்.

திருவண்ணாமலையின் பிரதான கோவிலின் தலைமைத் தெய்வமான அருணாசலேஸ்வரரை அவ்வப்போது கிரி பிரதக்ஷிணமாக ஊர்வலத்தில் அழைத்து வரும் போது, குறிப்பிட்ட இடத்தில் அந்த ஊர்வலத்தை நிறுத்தி பக்தர்கள் இறைவனுக்கு நைவேத்யம் அளிப்பார்கள். இப்படிப் படைக்கப்படும் உணவை மண்டபப்படி என்பார்கள்.

நான் எப்போதாவது பகவானுக்கு பலாக்கொத்தில் அதிகமாக விளையும் பழங்களை கொடுப்பேன். ஒரு முறை அவருக்கு நான் சில விளாம்பழங்களையும் மற்றொரு சமயம் என் அறைக்கு வெளியே வளர்ந்த இலந்தைப் பழங்களையும் கொடுத்தேன். அதற்கு பிறகு சுமார் ஒரு வாரம் கழித்து நான் பகவானை தரிசிக்க ஹாலுக்குச் சென்று அவருக்கு சாஷ்டாங்க நமஸ்காரம் செய்த பின், பகவான் கூறினார், "வட இந்தியாவிலிருந்து மிகவும் இனிப்பான இலந்தைப் பழங்கள் இப்பொழுது தான் பார்சலில் ஆஸ்ரமத்திற்கு வந்தன."

பகவான் எனக்கு ஒரு பழத்தைக் கொடுத்து விட்டு நகைச்சுவையாக, "போன வாரம் நீ எனக்கு புளிப்பான இலந்தை கொடுத்தாய். இன்று உனக்கு இனிப்பான பழமாக திருப்பித் தருகிறேன்" என்றார்.

பகவான் சாப்பிட்டுக்கொண்டே, அந்த பிரசாதத்தைத் தம் திருக்கரங்களாலேயே எனக்குக் கொடுத்தார். இது மிகவும் வழக்கத்துக்கு மாறானது; அவர் ஹாலில் அமர்ந்திருக்க, பிரசாதத்தை எப்பொழுதும் தொண்டர்களே பகிர்ந்தளிப்பார்கள், பகவானே கொடுப்பதில்லை.

சிறப்பு நிகழ்ச்சிகள் தவிர்த்து எனக்கு ஆஸ்ரமத்தில் உணவருந்த அனுமதி இல்லாதிருந்த போதிலும், பகவான் சில சமயம் எனக்கு உணவுக் கூடத்திலிருந்து உணவளிப்பார். ஒரு சமயம் நான் ஆஸ்ரமத்தின் பின் புறத்து கேட் வழியாக நடந்து சென்றுகொண்டிருந்தேன்; அப்போது பகவானும், சுப்பிரமணியமும் வைத்திய சாலை அருகில் நின்றுகொண்டிருப்பதைப் பார்த்தேன். எனக்கு சிறிது உணவு கொண்டு வருமாறு பகவான் சுப்பிரமணியத்திடம் கூறினார்.

"அண்ணாமலை சுவாமி இங்கே இருந்த போது அவர் அவியலை அதிகம் விரும்பிச் சாப்பிடுவார். இன்றைக்கு நம் தேவைக்கு மேலாக நிறைய அவியல் சமைத்திருக்கிறார்கள். சமையல் கூடத்துக்குப் போய் ஒரு தட்டில் கொஞ்சம் அவியல் கொண்டு வா. அதை அவருக்கு இங்கேயே கொடுப்போம்," என்றார் அவர்.

சுப்பிரமணியம் அவியல் கொண்டு வந்ததும், பகவானே எனக்கு அதைப் பரிமாறினார். அவர் என் பக்கத்திலேயே நின்று கொண்டு என் உணவின் மீது டார்ச் லைட் வெளிச்சத்தைக் காட்டிக்கொண்டு இருந்தார்.

"நிலா வெளிச்சமே எனக்குப் போதும்" என்று கூறி அவரை நான் தடுக்க முயன்றேன்; ஆனாலும், அவர் அதைக் கண்டுகொள்ளவில்லை. நான் கடைசிக் கவளத்தை விழுங்கும் வரை அவர் விளக்கு வெளிச்சத்தைக் காட்டிக்கொண்டே இருந்தார்.

பலாக்கொத்தில் நன் வந்து தங்கிய நான்காவது வருடத்தில் பகவான் உணவில் கட்டுப்பாட்டைக் கடைபிடிக்கும்படி எனக்கு ஆலோசனை கூறினார்.

"தினமும் நீ ஒரு தேங்காயும், ஒரு பிடி மணிலாக் கொட்டையும், ஒரு மாம்பழமும், ஒரு சிறு துண்டு வெல்லமும் மட்டுமே சாப்பிட வேண்டும். புதிதாய் விளைந்த மாம்பழங்கள் கிடைக்காவிட்டால், உலர்ந்த பழங்களை நீ சாப்பிடலாம்," என்றார்.

இந்த உணவுக் கட்டுப்பாடு என் உடலைத் தூய்மை படுத்தி, மனம் ஆன்மாவில் நிலைத்திருக்க உதவும் என்று அவர் எனக்குக் கூறினார்.

"தொடக்கத்தில் வயிற்றுப் போக்கு ஏற்படலாம், எச்சரித்தவாறே மேலும் கூறினார். "ஆனால் நீ பயப்பட வேண்டாம், ஒரு சில நாட்களில் அந்தப் பிரச்சினை சரியாகிவிடும்"

அதே சமயம் நான் மௌனமாக இருக்க வேண்டும் என்றும், முடிந்த அளவுக்கு தியானம் செய்ய வேண்டும் என்றும் எனக்குக் கூறினார். மௌனமாக இருக்க வேண்டும் என்ற அறிவுரை மிகவும் வழக்கத்துக்கு மாறாக இருந்தது. சாதாரணமாக யாரும் மௌன விரதம் இருப்பதை பகவான் ஊக்குவிப்பதில்லை. "உங்கள் நாக்கை விட, மனதைக் கட்டுப்படுத்துவதே மிகவும் முக்கியம். மனதை சலனமில்லாமல் வைத்திருக்க முடியாத போது, மௌனமாக இருப்பதில் என்ன பயன்?" என்பார் பகவான்.

இந்தப் புதிய உணவு முறையை மேற்கொள்ளத் தொடங்கிய சில வாரங்களிலேயே நான் மிகவும் மெலிந்து போனேன்; என் எலும்புகள் துருத்திக்கொண்டு வெளியே தெரியத் தொடங்கிவிட்டன.

"நீங்கள் சாப்பிடுவதில்லையா? பசிக்கிறதா? உங்களுக்குப் பணம் வேண்டுமா?" என்றெல்லாம் ஜனங்கள் என்னை கேட்பார்கள்.

இம்மாதிரியான பேச்சுக்களைத் தவிர்ப்பதற்காக நான் முழு உடம்பையும் போர்த்திக் கொண்டிருந்தேன். இரவில் மட்டும் பகவானை தரிசிக்கச் செல்வேன். ஒரு வாளித் தண்ணீரைக் கூட தூக்க முடியாத அளவுக்கு நான் பலவீனன் ஆனேன். என் நிலைமையை மறைப்பதற்காக பகலில் நான் என் அறையில் அடைந்து கிடந்தேன். ஜனங்களின் சந்திப்பைத் தவிர்ப்பது அவ்வளவு சிரமமாயில்லை. நான் மௌனத்தில் இருப்பது அவர்களுக்குத் தெரிந்ததும் அவர்கள் என்னைத் தனிமையில் இருக்க விட்டுவிட்டு விலகினார்கள்.

"நான் ஆன்மா; நானே எல்லாம்" எனும் எண்ணத்தை தியானிப்பதில் நான் என் பெரும்பாலான நேரத்தைச் செலவிட்டேன். தியானத்தின் போது ஒரு விதமான சக்தி என் தலை வரை எழும்பிச் செல்வதை நான் அடிக்கடி உணர்ந்தேன். அது குண்டலினியா அல்லது வேறு ஏதாவது சக்தியா என்பது எனக்குத் தெரியவில்லை. அது எதுவானாலும், அது தானாகவே வந்தது. அதை வரவழைக்க நான் ஒரு போதும் முயற்சி செய்யவில்லை. அதை எவ்விதத்திலும் கட்டுப்படுத்தவும் நான் முயலவில்லை. இந்தத் தியானமும், மௌனமும், உணவுக் கட்டுப்பாடும் சேர்ந்து சுவையான ஒரு பக்க விளைவை ஏற்படுத்தின. என் நெற்றி மிகவும் பளபளப்பானது. வெளிப்படையாகவே என் முகத் தோற்றம் மிகுந்த பொலிவும், ஒளியும் பெற்றது. இவற்றைக் கவனித்த பலரும் இது பற்றி கருத்துரைக்கலாயினர்.

நான் சுமார் ஓராண்டு காலம் இப்படி வாழ்ந்தேன். அதன் பிறகு, திடீரென்று எதிர்பாராத விதமாக, ஒரு நாள் ஹாலில் நாங்கள் அமர்ந்திருந்த போது, பகவான் என் பக்கம் திரும்பி, "இனி மேல் உனக்கு உணவுக் கட்டுப்பாடு வேண்டாம், நீ இயல்பாக உண்ணலாம், பேசவும் தொடங்கலாம்" என்றார்.

இந்தச் சிறப்பு சாதனைக்கு என்னை என் அவர் தேர்ந்தெடுத்தார் என்று எனக்குத் தெரியவில்லை; பிற்பாடு அவர் ஏன் தன் அறிவுரைகளை விலக்கிக் கொண்டார் என்பதும் எனக்குப் புரியவில்லை. இவை எல்லாமே வழக்கத்துக்கு மாறாகவே இருந்தன. இம்மாதிரி வாழும்படி பக்தர் ஒருவருக்கு பகவான் அறிவுறுத்தியதாக வேறு ஏதாவது நிகழ்வை என்னால் நினைவு கூற முடியவில்லை.

நான் பலாக்கொத்தில் வசிக்கத் தொடங்கிய ஆரம்ப ஆண்டுகளில், பகவானை தரிசிக்க நான் முறையாக ஹாலுக்கு வரும் பழக்கம் உண்டு. பொதுவாக காலையில் ஒரு முறையும், மாலையில் ஒரு முறையும் நான் செல்வது வழக்கம். பல ஆண்டுகள் இவ்வாறு நான் வாழ்ந்த பிறகு 1942 - இல் பகவான் என்னை ஓய்வு வாழ்க்கையிலிருந்து மீண்டும் வெளியே கொண்டு வந்தார்.

அவர் என் அறைக்கு வந்து "இப்போதெல்லாம் உன்னைப் பார்ப்பதே அரிதாக இருக்கிறது. என் கூட வா" என்று கூறினார்.

நாங்கள் ஆஸ்ரமத்தின் பின்புற வாயில் வழியாக உள்ளே நுழைந்து கொண்டிருந்த போது, பகவான் கூறினார், "ஒரு சிறிய வைத்திய சாலை கட்டுவதற்கு திட்டமிட்டுக் கொண்டிருக்கிறார்கள். இங்கே நீ ஒரு பெரிய ஆஸ்பத்திரி கட்ட வேண்டும்," என்றார்.

பகவானே அந்த கட்டிடத்தை 'வைத்திய சாலை' என்றழைத்தார். வைத்திய சாலை என்ற

சொல் வழக்கமாக 'ஹாஸ்பிட்டல்' என்றே மொழிபெயர்க்கப் படுகிறது. இந்த கட்டிடத்தில் அளவில் சிறியனவாக மூன்று அறைகள் மட்டுமே இருந்ததால் இதை 'ஹாஸ்பிட்டல்' என்பது பொருந்தாது. பகவானுடைய புற்று நோய் அறுவை சிகிச்சை இந்த ஆஸ்பத்திரியில் தான் நடைபெற்றது என்றாலும் பொதுவாக இது ஒரு வெளி நோயாளிகளுக்கான (Out Patient) க்ளினிக் ஆக அல்லது ஒரு டிஸ்பென்சரி என்ற அளவில் தான் செயல்படுகிறது.

இப்பொழுது வைத்திய சாலை இருக்கும் இடத்தைச் சுற்றிக் காட்டிய அவர், நுழைவாயில் எங்கே அமைய வேண்டும் என்பதைத் தம் கையால் சைகை செய்து உணர்த்தினார். பகவான் சில சமயங்களில் எனக்கு முறையான திட்டங்களைத் தராமல், சுருக்கமான குறிப்புகளையே கொடுப்பார் என்பதை நான் முன்பே தெரிவித்திருக்கிறேன். அதற்கு இது ஒரு சிறந்த எடுத்துக்காட்டு. இடத்தைச் சுட்டிக் காட்டியதைத் தவிர அவரது ஆரம்ப கட்ட அறிவுறுத்தல் ஒரு தெளிவில்லாத சைகையாகவே இருந்தது.

போவதற்கு முன்பு, எனக்கு மிகவும் பழக்கமான, தமது வழக்கமான கட்டுப்பாட்டையும் விதித்துவிட்டுச் சென்றார்; "இப்படி அறிவுறுத்தியது நான் தான் என்று யாரிடமும் சொல்லாதே. வேலையைத் தொடங்கி நீயே உன் சொந்த அதிகாரத்தின்படி செய்வதாக காண்பித்துக் கொள்!"

இந்த வார்த்தைகளைக் கேட்டதுமே சின்னசுவாமியுடன் மற்றொரு போர் மூண்டு என் சுகமான வாழ்க்கை சிதறிவிடப் போகிறது என்று எனக்கு வெட்ட வெளிச்சமாகிவிட்டது.

பகவான் சுட்டிக் காட்டிய இடத்தில் இரண்டு பலா மரங்களும், ஒரு மா மரமும் இருந்தன. என் முதல் வேலை அவற்றை வெட்ட வேண்டியதாக இருந்தது. கடைக்கால் அமைக்கத் திட்டமிடுவதற்காக, அந்த இடத்தை நான் சோதித்துக் கொண்டிருந்த போது, பலாக்கொத்தில் எனக்கு அவ்வப்போது சிறு சிறு உதவிகளைச் செய்து வந்த ஒருவர் நான் என்ன செய்கிறேன் என்று பார்ப்பதற்காக அங்கு வந்தார். அவர் ஒரு நம்பிக்கைக்குரிய பணியாளர் என்று எனக்குத் தெரிந்த காரணத்தால், உடனடியாக அந்த மரங்களை வெட்டுவதற்கு எனக்கு உதவியாக அவரை அமர்த்திக்கொண்டேன். குறுக்கீடுகளும், கேள்விகளும் இல்லாமலே அந்த வேலையைத் தொடங்கிவிட்டோம். ஏனென்றால் ஆஸ்ரமத்தில் அப்போது எல்லோரும் மதிய உணவை முடித்துக் கொண்டு உறங்கிக் கொண்டிருந்தார்கள். மரங்களை வெட்டிச் சாய்த்த பிறகு தான், என்ன நடக்கிறது என்று பார்க்க சின்னசுவாமி அங்கு வந்தார்.

எனது செயல்பாடுகளைப் பற்றி அவர் வழக்கமாக என்ன கேள்விகளைக் கேட்பார் என்று எனக்குத் தெரிந்திருந்ததால் நான் இயன்ற அளவுக்கு புத்திசாலித்தனமாக, "நீங்கள் ஒரு சின்ன ஆஸ்பத்திரி கட்டப் போவதாகக் கேள்விப்பட்டேன். ஒரு பெரிய ஆஸ்பத்திரி தேவைப்படும் என்று நான் நினைத்த காரணத்தால் உங்களுக்கு அதைக் கட்டித் தருவதற்காக நான் வந்திருக்கிறேன்," என்றேன்.

பகவானே என்னிடம் நேரில் சொல்லாமல் நான் இப்படி ஒரு கட்டிட வேலையைத் தொடங்க மாட்டேன் என்பது சின்னசுவாமிக்கு ஏனோ புலப்படவில்லை.

அவர் என்னை நோக்கிக் சத்தமிட்டார், "நீர் இப்போது ஒரு ஆஸ்ரம பணியாளர் இல்லை. ஆஸ்ரமத்தை விட்டு வெளியேறி பலாக்கொத்துக்குச் சென்றுவிட்டீர்! நீர் ஏன் திரும்பி வந்து எங்களுக்குத் தொல்லை கொடுக்கிறீர்? எங்களுடைய மரங்களை இப்படி வெட்டிச் சாய்ப்பதற்கு உங்களுக்கு என்ன அதிகாரம் இருக்கிறது? நகரத்தில் உள்ள ஒருவர் ஆஸ்பத்திரிக்கான வரைபடத்தை ஏற்கெனவே தயாரித்து விட்டார். நீர் ஏன் தலையிடுகிறீர்?"

தன்னுடைய வாதத்திற்கு பலம் சேர்க்க அவர் ராமசாமி பிள்ளையை நகரத்துக்கு அனுப்பி திட்டங்களை வரைந்தவரை வரவழைத்தார்.

சின்னசுவாமி போட்ட கூச்சலும், மரங்களை வெட்டும் சத்தமும் சேர்ந்து இருபது, முப்பது பேரை அங்கே கூட்டிவிட்டது. அவர்களில் பலரும் நான் ஏன் அந்த மரங்களை வெட்டினேன் என்று தெரிந்துகொள்ள விரும்பினார்கள். சின்னசுவாமி தமது சொந்த திட்டத்தின்படி அப்படிச் செய்திருந்தால் அவர்களெல்லாம் அங்கே அப்படி கூடியிருக்க மாட்டார்கள்.

"நான் இங்கே ஒரு பெரிய ஆஸ்பத்திரி கட்டப் போகிறேன். அதற்கு இடம் உண்டாக்க இந்த மரங்களை வெட்ட வேண்டியதாக இருந்தது," என நான் மீண்டும் விளக்கினேன்

நான் முடிந்த அளவுக்கு நம்பத் தகுந்த மாதிரி பேச முயற்சி செய்தேன்; ஆனாலும் என் வாதத்தில் ஒரு பெரிய பொத்தல் இருந்தது எல்லோருக்கும் தெளிவாகத் தெரிந்தது. யாரும் எனக்கு மரங்களை வெட்ட அனுமதி கொடுக்காதிருந்த பட்சத்தில், அவற்றை வெட்ட எனக்கு எந்த அதிகாரமும் இல்லை.

நான் என்னுடைய அதிகாரத்தின் பேரில்தான் நடந்து கொண்டிருப்பதாகவும், அதை விடுவதாக இல்லை என்றும் இறுதியில் முடிவெடுத்த சின்னசுவாமி என்னைப் பார்த்து கர்ஜித்தார், "இப்படி எனக்கு அடங்காமல் நடந்துகொள்ள உமக்கு எவ்வளவு துணிச்சல்? உமக்கு இங்கே என்ன அதிகாரம்? நான் யாரென்று உமக்குத் தெரியுமா?"

முடிந்த அளவுக்கு அமைதியாகவே நான் பதிலளித்தேன், "நீர் யாரென்பது உமக்குத் தெரியாது; நான் யாரென்று எனக்கும் தெரியாது, அதனால் தான் நாம் இப்படி சண்டை போட்டுக் கொண்டிருக்கிறோம்."

வேடிக்கை பார்க்கக் கூடியிருந்த கூட்டம் சின்னசுவாமிக்கு ஆதரவாகவே இருந்தது முக்கியமான காரணம், என் நடவடிக்கைகளுக்கான எந்த வித திருப்திகரமான விளக்கத்தையும் என்னால் கொடுக்க முடியாமல் இருந்தது. இந்த வாக்குவாதத்தில் சிலர் சண்டையில் சேர்ந்து கொண்டு சின்னசுவாமியின் பக்கம் பேசத் தொடங்கினார்கள்.

"நீர் ஏன் இப்படி நடந்து கொள்கிறீர்? எங்கள் மரங்களை ஏன் வெட்டுகிறீர்? ஆஸ்ரமத்திற்கு ஏன் திரும்பி வந்தீர்? பலாக்கொத்துக்குத் திரும்பிப் போம்!" அந்த விவகாரம் முழுவதுமே ஒரு கேவலமான களேபரமாக மாறிக்கொண்டிருந்தது. நான் தோல்வியை ஒப்புக் கொண்டது போல் பாவித்து, விலகிச் சென்று ஒரு மூலையில் நின்றுகொண்டேன். அந்த கணத்தில் பகவான் அங்கே நுழையத் தீர்மானித்தார். ஹாலின் ஜன்னல் வழியாக அவர் எங்களை எல்லாம் பார்த்துக் கொண்டிருந்ததை நான் கவனித்தேன். அவருடைய ஜன்னலிலிருந்து சுமார் முப்பது கெஜ தூரத்துக்குள்ளாகவே நடந்து கொண்டிருந்த வாக்குவாதத்தைப் பற்றி அவருக்கு நன்றாகவே தெரிந்திருந்தும், அது ஏறக்குறைய ஒரு முடிவுக்கு வரும் வரை அவர் தலையிட விரும்பவில்லை.

பகவான் என்னிடம் வந்து தமது தலையை என் தலைக்கருகில் வைத்துக் கொண்டு, "இவர்கள் என்ன சொல்கிறார்கள்," என்று கிசுகிசுத்தார்.

"'இங்கே வர உனக்கு என்ன அதிகாரம் இருக்கிறது? இந்த மரங்களை ஏன் வெட்டுகிறாய்?' என்று கேட்கிறார்கள்" என பதிலுக்கு நான் கிசுகிசுத்தேன்.

பகவான் பெருமூச்சு விட்டு, "அவங்க இஷ்டம்! அவங்க இஷ்டம்! அவங்க இஷ்டம் ! நீ

பலாக்கொத்துக்கு போகலாம்," என்றார்.

நான் வெளியேறிய சிறிது நேரத்துக்குப் பிறகு, இந்த கூச்சலால் ஈர்க்கப்பட்ட ஒரு புதிய பக்தர் வந்து கூட்டத்தில் இருந்த ஒருவரிடம் என்ன நடந்து கொண்டிருந்தது என்று கேட்டார்.

அதற்கு நபர், "யாரோ ஒரு அண்ணாமலை சுவாமியாம். அவர் இங்கே வேலை செய்து கொண்டிருந்தாராம். அவர் இங்கே ஒரு ஆஸ்பத்திரி கட்ட திட்டமிட்டு இருக்கிறாராம். பெரிய ஆஸ்பத்திரி கட்டுவெதற்கெல்லாம் எங்களால் முடியாது. ஏனென்றால் எங்களிடம் இருக்கும் பணம் போதாது. எனவே, நாங்கள் அவரை அனுப்பி வைத்து விட்டோம்; மேலும், அவருக்கு இங்கே எந்த அதிகாரமும் கிடையாது, அடுத்தது எங்களிடம் பணப்பற்றாக் குறையும் உண்டு."

அந்த புதிய பக்தர், "உங்களுக்கு ஒரு பெரிய ஆஸ்பத்திரி வேண்டுமென்றால், அதற்குத் தேவையான எல்லாப் பணத்தையும் என்னால் தர முடியும். பணம் ஒரு தடையாக இருக்க அனுமதிக்காதீர்கள். அண்ணாமலை சுவாமியின் திட்டப்படி நீங்கள் ஒரு பெரிய ஆஸ்பத்திரி கட்ட விரும்பினால், எல்லாவற்றுக்கும் நானே பணம் தருகிறேன்," என்றார்.

ஆஸ்ரமத்திற்கு இது ஒரு பெரிய ஊக்கத் தொகையாக இருந்தது. பழைய திட்டம் கைவிடப்பட்டது. புதிய கட்டிடத்தை மேற்பார்வை செய்யுமாறு சின்னசுவாமியே என்னை நேரில் கேட்டுக்கொண்டார். பகவானின் போக்கும், வழிமுறைகளும் உண்மையிலேயே மர்மமானவை.

நான் ஆஸ்ரமத்திற்கு மீண்டும் இடம் பெயரவில்லை. வேலை நடந்து கொண்டிருந்த வரை நான் அங்கேயே உணவு எடுத்துக் கொண்டேன்; ஆனால், நாள்தோறும் இரவு பலாக்கொத்துக்குத் திரும்பி விடுவேன். ஆரம்பத்தில் நான் எனது உணவை சமைப்பதைத் தொடர்ந்து வந்தேன், ஆனால் பகவான் விரைவிலேயே அதற்கு ஒரு முடிவு கட்டினார்.

"நீ எங்களுக்காக இங்கே வேலை செய்யும் போது, ஏன் பலாக்கொத்தில் உணவு சமைக்கிறாய்? இங்கேயே வந்து வேளா வேளைக்குச் சாப்பிட்டுக் கொள். அது தான் உனக்கு இன்னும் வசதியாக இருக்கும்," என்றார்.

மற்ற கட்டிடங்களின் மீது செலுத்திய கவனத்தை விட பகவான் ஆஸ்பத்திரி கட்டிடத்தின் மீது சிறப்பு கவனம் செலுத்தினார். மேற்பார்வைப் பணி எதுவும் இல்லாத போது கூட, அவர் அங்கே வந்து செய்து முடித்திருந்த ஒவ்வொரு வேலையையும் கவனமாகப் பார்வையிடுவார். அங்கே ஒரு வேலையும் நடக்காவிட்டாலும் அல்லது சிறிய வேலையே நடந்தாலும், ஆர்வத்தை ஊட்டும் வகையில் அங்கே எதுவும் நடக்காதிருந்தாலும் கூட, அவர் அந்த இடத்துக்கு வந்து நீண்ட நேரம் அமர்ந்திருப்பார். இந்த சந்தர்ப்பங்களில் அடிக்கடி அவர் என்னைப் பார்த்து அவர் ஹாலில் பக்தர்களுக்கு நேரடியாக தம் கண்களில் அருள் பொங்கும் பார்வையைப் பாய்ச்சி அற்புத தரிசனம் கொடுப்பாரே, அது போலவே எனக்கும் அப்பேர்ப்பட்ட தரிசனத்தை வழங்குவார்.

பெரிய தடங்கல்கள் எதுவும் இல்லாமல் கட்டிடப் பணி நிறைவடைந்தது. உணவுக் கூடத்தில் செய்தது போலவே, கடைசி வேலை நுழைவாயிலில் பெயரைப் பதிப்பதாக இருந்தது. மீண்டும் பகவான் எழுத்துக்களை ஒரு காகிதத்தில் எழுதி அதை பிரதியெடுத்து சுவரில் பதிக்குமாறு என்னிடம் சொன்னார். நான் ஒரு விதமான சாரம் அமைத்து அதன் மீது வேலை செய்வதற்காக அமர்ந்தேன். அப்போது சின்னசுவாமி வந்து சாரத்தின் கழிகளைப் பிடித்து உலுக்கத் தொடங்கினார்.

"எந்த சாதாரண கொத்தனாரும் இந்த வேலையைச் செய்யலாம். மோர்வி கெஸ்ட் ஹவுஸில் சில

கட்டிட வேலைகள் நடக்கின்றன. போய் அந்த வேலையை மேற்பார்வை செய்யும்," என்று கூறினார்.

மோர்வி கெஸ்ட் ஹவுஸ் என்பது ஆஸ்ரமத்தின் பிரதான காம்பவுண்டுக்கு எதிரில் சாலையின் மறு பக்கத்தில் அமைந்துள்ள ஒரு கட்டிடம். அப்போது அது கட்டப்பட்டு வந்தது. இப்பொழுது அது ஆஸ்ரமத்திற்கு வருகை தரும் பக்தர்களுக்கு தங்கும் இடமாகப் பயன்படுகிறது.

பகவான் எனக்கு குறிப்பாக இந்த வேலையை செய்ய கட்டளையிட்டு இருந்ததால் சின்னசுவாமி சொன்ன வேலையை செய்ய நான் மறுத்தேன்.

"அது கொஞ்ச நேரம் பொறுக்கட்டும்" என்றேன் நான். ஆஸ்ரமப் பணியாளர் என்ற முறையில் என் தலைவிதிக்கும், இந்த ஆஸ்பத்திரியின் தலைவிதிக்கும் ஒரு இணைப்பு இருக்கிறது. நான் இந்த வேலையை முடித்ததும் பலாக்கொத்துக்குத் திரும்பிச் சென்று அங்கேயே தங்கிவிடுவேன்."

இதையெல்லாம் பகவான் குறுக்கிடாமலும், கருத்துரைக்காமலும் தொலைவிலிருந்து கவனித்துக் கொண்டிருந்தார். என் கணிப்பு உண்மையாகிவிட்டது. ஆஸ்பத்திரி நுழைவாயிலின் மேலே 'வைத்திய சாலை' என்று எழுதியது தான் நான் ஆஸ்ரமத்திற்காக செய்த கட்டிட வேலைகளிலே இறுதி வேலையாக இருந்தது.

முந்திய அத்தியாயத்தில் அண்ணாமலை சுவாமி தாயார் கோவில் வேலையை மேற்பார்வை செய்தது 1940-களில் நிகழ்ந்தது என்று நினைத்ததாகக் கூறியிருந்தேன். கோவில் பணி இந்த காலகட்டத்தில் நடந்து இருக்கும் என்றும் அது ஆஸ்பத்திரி வேலை முடிவதற்கு முன்பே நிறைவடைந்தது என்றும் நான் நினைக்கிறேன். ஆஸ்பத்திரி திட்டம் 1942-இல் தொடங்கியது; ஆனால், இறுதியாக அது எப்போது கட்டி முடிக்கப்பட்டது என்பதை என்னால் உறுதிப் படுத்த முடியவில்லை. 'வைத்திய சாலை' என்ற பெயரைத் தாங்கிய வளைவு முக்கிய கட்டிடப் பணி நிறைவெய்தி நீண்ட நாட்களுக்குப் பிறகே அண்ணாமலை சுவாமிகளால் சேர்க்கப் பட்டிருக்கலாம். ஆஸ்ரம உணவுக் கூடத்தில் இப்போது காணப்படும் ஆஸ்பத்திரி திறப்பு விழா புகைப்படம் ஒன்றில், இந்த வளைவு காணப்படவில்லை.

ஆஸ்பத்திரி கட்டிடம் கட்டப்பட்டு வந்த காலமெல்லாம், நான் சின்னசுவாமியின் வெளிப்படையான விரோதத்தைப் பொறுத்துக்கொள்ள வேண்டியதாக இருந்தது. சில சமயங்களில் அதை அவர் மறைப்பதற்குக் கூட கவலைப்படவில்லை.

நான் ஒரு சமயம் ஹாலுக்குச் செல்லும் வழியில் அவரைக் கடந்து சென்ற போது அவருக்குப் பக்கத்தில் இருந்தவர்களிடம் மிகவும் உரத்த குரலில், "யாராவது புண்ணியம் வேண்டுமென்றால் அண்ணாமலை சுவாமி போல இருக்க வேண்டும். பகவான் அவருக்குப் பல வேலைகளைக் கொடுக்கிறார். அதனால் அவர் பகவானோடு மிக நெருக்கமாக இருக்கிறார். அவருடைய பொருள் தேவைகளை எல்லாம் சாட்விக் பார்த்துக் கொள்கிறார். அதனால் எங்களைப் போன்றவர்களைப் பற்றி அவர் இனி ஏன் கவலைப் பட வேண்டும்?" என்று கூறினார்.

அதே பழைய கதை தான்; என்னிடம் அவர் அதிகாரம் செலுத்த முடியாத காரணத்தால் அவருக்கு என் மேல் எரிச்சல். என்னைப் பொறுத்தவரை, அந்த கால கட்டத்தில் பணியாற்றுவதற்கு ஆஸ்ரம சூழ்நிலை மிகவும் அடக்குமுறை கொண்டதாக இருந்தது. ஆஸ்பத்திரி வேலை நிறைவுற்றதும் மீண்டும் பலாக்கொத்துக்குத் தப்பிச் சென்றதில் எனக்கு மிகவும் மகிழ்ச்சி.

ஆஸ்பத்திரி வேலை முடிவடைந்து சில மாதங்களுக்குப் பிறகு ஆஸ்ரமப் பணியாளராக என் காலம் ஒரு முடிவுக்கு வந்துவிட்டதை பகவான் உறுதிப்படுத்தினார்.

நான் மாலை நேர தரிசனத்திற்கு ஹாலில் அமர்ந்திருந்த போது பகவான் என் பக்கம் திரும்பி, "நீர் ஒரு சுதந்திர மனிதர்! நீர் ஒரு சுதந்திர மனிதர்! நீர் ஒரு சுதந்திர மனிதர்! உம்முடைய கர்மா எல்லாம் தீர்ந்தது. இப்போது முதல் யாரும் அது அரசனோ, தேவனோ அசுரனோ அல்லது ஒரு மனிதனோ, யாரும் உமக்கு கட்டளை பிறப்பித்து எதையும் செய்யும்படி சொல்ல மாட்டார்கள்," எனக் கூறினார்.

பகவான் இந்த வார்த்தைகளைக் கூறிய போது, எனக்குள் மிகுந்த வலிமையும், அமைதியும் உண்டானது. வேலை செய்வதற்காக நான் மீண்டும் ஆஸ்ரமத்திற்கு வரவேண்டியதாக இருக்காது என்பதை அறிந்து ஒரு விடுதலை உணர்வு எனக்கு ஏற்பட்டது.

1940-களின் மத்தியில் பகவான் நடப்பதற்கு சிரமப்படத் தொடங்கிய போது, அவர் நாள்தோறும் உலாவச் செல்லும் பாதையை நானும் ஆறுமுகமும் நிரவிச் சுத்தப் படுத்தினோம். அந்தப் பாதை ஆஸ்ரமம் வழியாக பலாக்கொத்துக்குச் சென்று மலைச் சரிவின் அடிவாரம் வழியாக ஆஸ்ரமத்திற்கே சென்றடைந்தது. பாதையை மென்மையாக்க மேலே மண்ணைக் கொட்டி மிருதுவான மணலால் மூடினோம். சரிவில் ஒரு பகுதி விட்டுப்போயிருந்ததால், பகவான் ஏறும்போது பிடித்துக்கொள்ள ஏதுவாகஒரு உயரமான கல்லை நட்டோம். அவ்வப்போது அந்தப் பாதையை பராமரிக்க வேண்டியதாக இருந்தது; ஏனென்றால், மலைச் சரிவில் மேலே ஏறி வரும் ஆட்டு மந்தைகள், முட்செடிகளின் கிளைகளை பாதையில் போட்டுச் சென்றன. ஒரு நாள் நான் அந்தப் பாதையில் நடந்து கொண்டிருந்த போது பல முட்கள் கிடந்ததைக் கண்டேன். அருகில் இருந்த ஒரு மரக்கிளையைக் கொண்டு அந்தப் பாதையைச் சுத்தப் படுத்தினேன்.

அன்றிரவு தரிசனத்திற்காக நான் ஹாலுக்குச் சென்றிருந்த போது பகவான், "அந்தப் பாதையைச் சுத்தம் செய்தது யார்?" என்று என்னைக் கேட்டார்.

"நான் தான் அதைச் சுத்தம் செய்வது என்று முடிவு செய்தேன், காரணம் நான் உலாவச் சென்ற போது சில முட்களை அங்கே கண்டேன்."

"நீ செய்து முடித்துவிட்ட அந்த வேலையைப் பற்றி ஏன் மீண்டும் சிந்தித்துக் கொண்டிருக்கிறாய்?" பகவான் என்னைப் பார்த்து சற்று கடுமையாகவே கேட்டார்.

பகவான் என்ன சொல்ல வருகிறார் என்பது எனக்கு உடனே புரிந்துவிட்டது. பகவானுக்காக நான் இந்த சேவையை செய்தேன் என்று நான் நினைத்துக் கொள்ளக் கூடாது என்பது அவர்தம் உட்கருத்து. நான் என்னை அறியாமலேயே இந்த நினைப்பில் திளைத்துக் கொண்டு இருந்திருக்கிறேன். பகவான் என் எண்ண ஓட்டத்தைப் பார்த்து விட்டிருக்க வேண்டும்.

"உங்களுக்கு என் மனதைப் பார்க்க முடிகிறது. 'நான் இதைச் செய்தேன்' என்று நினைத்துக் கொண்டிருந்ததை நான் உணரவில்லை. பகவான் முட்களை மிதித்து விடக்கூடாது என்று நான் விரும்பியதால் அந்தப் பாதையைச் சுத்தம் செய்தேன்," என்றேன்.

"செய்து முடித்த வேலையை நீ திரும்பிப் பார்க்காமல் இருந்தால், உனக்கு நிறைய நன்மைகள் உண்டு" என்று பகவான் பதிலளித்தார்.

நான் தெரிந்தே அந்த வேலையைப் பற்றிய சிந்தனையில் இருந்ததாக பகவான் இன்னும்

சொல்வது போல் தோன்றியதால் நான் மீண்டும் அவரிடம், "'நான் அந்த வேலையைச் செய்தேன்' என்று நான் தெரிந்தே நினைத்துக் கொள்ளவில்லை என்பது பகவானுக்குத் தெரியும்," என்றேன்.

பின்பு நான் தாயுமானவரின் இப்பாடலை எடுத்துச் சொன்னேன், "இறைவா! என் மனம் நீ அறிவாய், என் செயல்களையும் நீ அறிவாய், பின்னும் நீ உன்னைவிட்டு என்னைத் துரத்துவாய் எனில், நான் எண்ணற்ற இன்னல்களுக்கு ஆளாவேன்."

நான் எடுத்துரைத்த பாடலைக் கேட்டு புன்முறுவல் பூத்த பகவான் இதைப்பற்றி மேலும் பேசவில்லை.

'நானே செய்பவன்' என்ற கருத்தின் மீதுள்ள பற்றில் இருக்கும் ஆபத்தைப்பற்றி பகவான் எனக்குப் பலமுறை எச்சரிக்கை கொடுத்திருக்கிறார். 'அருணாசல புராணம்' புகழ்கின்ற திருவண்ணாமலையின் அரசனான வல்லாள மகாராஜனின் கதையை பகவான் ஒரு முறை எனக்குக் கூறினார்.

திருவண்ணாமலையில் பெரிய கோவிலின் உயர்ந்த கோபுரம் ஒன்றைக் கட்டியவன் இந்த மன்னவன். அதைக் கட்டி முடித்த பிறகு, "இந்த மாபெரும் கோபுரத்தை நான் கட்டிவிட்டேன்" என்ற வலுவான எண்ணம் அவனுக்கு இருந்து வந்தது. முக்கியமான திருவிழா நாட்களில் இந்த ஆலயத்தின் உற்சவ மூர்த்தியான அருணாசலேஸ்வரரை கோவிலில் இருந்து வெளியே கொண்டு வந்து ஊர்வலமாக எடுத்துச் செல்வது வழக்கம். மன்னனுக்கு தன்னுடைய சாதனையின் காரணமாக ஏற்பட்டிருந்த தற்பெருமையை முன்னிட்டு, அருணாசலேஸ்வரர் அவன் கட்டி முடித்திருந்த கோபுரத்தின் வழியாக நுழைந்து செல்ல மறுத்து விட்டார். தொடர்ந்து ஒன்பது நாட்களுக்கு ஆலயத்தை விட்டு வெளியேற இறைவன் ஒரு மாற்றுப்பாதையைத் தேர்ந்தெடுத்துக் கொண்டார். இறுதி நாளான பத்தாவது நாள் மகாராஜா தனது தவற்றை உணர்ந்து அடக்கம் உடையவன் ஆனான். அவன் இறைவன் முன்னால் விழுந்து அழுது புலம்பி, ஒரு நாளாவது அந்தக் கோபுரத்தைப் பயன்படுத்திக் கொள்ளுமாறு அருணாசலேஸ்வரரை மன்றாடிக் கேட்டுக் கொண்டான். மகாராஜனின் ஆணவம் அடங்கிவிட்டதைக் கண்ட இறைவனும் அவனது வேண்டுகோளை ஏற்றுக் கொண்டார்.

1940-களின் தொடக்கத்தில், ஸ்கந்தாஸ்ரமப் பாதையின் கீழ்ப்பகுதியில் இருந்த படிக்கட்டுகளில் ஏறுவதற்கு பகவானுக்கு மிகவும் கடினமாக ஆகிக்கொண்டிருப்பதைப் பார்த்தேன். மலை மீது உலாவச் செல்லும் போது பெரும்பாலும் இந்த வழியையே அவர் பயன் படுத்துவார். எனவே, ஏறும் போதும், இறங்கும் போதும் அவர் பிடித்துக் கொண்டு ஏறுவதற்கும், இறங்குவதற்கும் ஏதுவாக, உலோகத்தால் ஆன ஒரு கைப்பிடிச் சட்டம் அமைப்பது நலமாக இருக்கும் என்று நான் நினைத்தேன். என்னுடைய திட்டத்தை பகவானுக்குத் தெரிவித்து, அதற்கான செலவு முழுவதையும் நானே ஏற்றுக்கொண்டு அந்த வேலையையும் நானே செய்கிறேன் என்று கூறினேன்.

பகவான் என் திட்டத்தை ஏற்றுக் கொள்ள மறுத்து விட்டார். "அது தேவையில்லை" என்றார் அவர். பிறகு, "உன்னிடம் பணம் ஏதாவது பாக்கியிருந்தால், பலாக்கொத்தில் மேலும் கட்டிடங்கள் கட்ட செலவிடு." என்றும் கூறினார்.

1940-களில் பகவானின் ஆரோக்கியம் குன்றி வருவதைக் காண பகவானைத் தவிர எல்லோருக்கும் கவலையாக இருந்தது. தமது உடல் நலக் குறைபாடு பற்றிக் கவலைப் படுவதாகக் காட்டிக்கொள்வோரிடம், அவர்கள் தம்மை உடலாக பார்க்கும் தவறைச் செய்வதாக மென்மையாகக் கண்டிப்பார். பகவானின் அன்றாட பலாக்கொத்து வருகையின் போது ஒரு நாள்

இந்த அவரது மனப்பாங்கின் ஓர் சுவையான எடுத்துக்காட்டை நான் கண்ணுற்றேன். அப்போது பகவானுக்கு மோசமான செரிமானக் கோளாறு இருந்து வந்தது. அதனால் அவர் மிகக் குறைந்த அளவிலேயே உணவருந்த இயன்ற காரணத்தால், மிகவும் பலவீனம் அடைந்து விட்டார். அவரது நடை இடறுவதும், தடுமாறுவதுமாக இருந்ததைக் கொண்டே அவர் எவ்வளவு பலவீனமாக இருந்தார் என்பதை எளிதாகவே சொல்ல முடிந்தது. பகவான் பலாக்கொத்துக்குள் நுழைந்த போது, ஒரு பக்தரும், மிகப் பெரிய வேதாந்தப் புலமை பெற்றவருமாக இருந்த ஜகதீச சாஸ்திரி என்பவர் அவரை அணுகி, பகவானை இப்படிப்பட்ட நிலையில் பார்ப்பது தனக்கு எவ்வளவு கவலை அளிக்கிறது என்பதைக் கூறினார்.

பகவான் சிறிது நேரம் இந்த அனுதாபக் கருத்துக்களைக் கேட்டுவிட்டு "காஞ்சிபுரம் சங்கராச்சாரியார் உங்களுக்கு 'வேதாந்த ரத்ன பூஷணம்' என்ற பட்டத்தைக் கொடுத்திருக்கிறார். இவ்வளவு வேதாந்த ஞானத்தையும் வைத்துக் கொண்டு இன்னும் இந்த உடம்பு தான் பகவான் என்று எப்படி உங்களால் எடுத்துக் கொள்ள முடிகிறது? இந்த உடல் தானா பகவான்?" என்று கேட்டார்.

நான் ஆறு ஆண்டு காலம் பலாக்கொத்தில் வசித்த பிறகு, எனக்கு அளித்து வரும் ஆதரவை நிறுத்திக் கொள்ள வைக்கும் முயற்சியாக சின்னசுவாமி சாட்விக்கிற்கு நிறைய அழுத்தம் கொடுத்தார். அந்த நேரத்தில் சாட்விக் எனக்கு உணவு அனுப்புவதை நிறுத்தி இருந்தார். அவர் மாதம் தோறும் எனக்கு ரூபாய் 50 மட்டுமே கொடுப்பது வழக்கம். இது பழைய ஏற்பாட்டை விடச் சிறப்பாக இருந்தது. ஏனென்றால், அது என் எல்லாத் தேவைகளுக்கும் ஆகும் செலவை விட அதிகமாகவே இருந்தது. சின்னசுவாமி சாட்விக்கை நேரடியாக அணுகாமல், நாராயண ஐயர் என்பவரை தூதுவராக வைத்துக் கொண்டார். ஒரு தகவலை சாட்விக்கிடம் சேர்ப்பிக்கும் படி நாராயண ஐயர் அறிவுறுத்தப்பட்டார்.

அது என்ன என்றால், "அண்ணாமலை சுவாமியை ஆதரிப்பதை நீங்கள் நிறுத்திக் கொள்ள வேண்டும். மற்ற பக்தர்களுக்கு இது ஒரு தவறான முன்மாதிரியாக இருக்கிறது. ஆஸ்ரமத்தில் பணியாற்றும் பக்தர்கள் எல்லோரும் இப்படி ஒரு பணக்கார பக்தரோடு தங்களை இணைத்துக்கொண்டு வெளியேறி விட்டால், பகவானுக்கு சேவை செய்யவோ, ஆஸ்ரமத்தைக் கவனிக்கவோ ஆஸ்ரமத்தில் யாரும் எஞ்சியிருக்க மாட்டார்கள்."

தொடக்கத்தில் சாட்விக் இந்தக் கட்டளையைக் கண்டுகொள்ளவில்லை. தொடர்ந்து எனக்கு ஆதரவு அளித்து வந்தார். ஆனால் சின்னசுவாமி மீண்டும் மீண்டும் இது போன்ற செய்திகளை அனுப்பி வைத்த போது, அவர் அதற்கு ஏதாவதொரு பதில் அளித்தாக வேண்டியிருந்தது. அவர் தான் ஒரு இருதலைக் கொள்ளி எறும்பின் நிலைக்குத் தள்ளப்பட்டிருப்பதாகக் கண்டார். எனக்கு உதவி செய்வதை தொடர விரும்பிய அவர், அதே சமயத்தில் சின்னசுவாமியையும் எதிர்த்துக் கொள்ள விரும்பவில்லை. தன் விருப்பத்திற்கு மாறாகச் சென்ற பல பக்தர்களை சின்னசுவாமி அடிக்கடி ஆஸ்ரமத்திலிருந்து விலக்கி வைத்துள்ளார் என்பதை தமது நீண்ட கால ஆஸ்ரம வாழ்க்கை அனுபவத்திலிருந்து அவர் அறிந்திருந்தார். இது போன்ற விவகாரங்களில் பகவான் ஒரு போதும் சின்னசுவாமியின் முடிவை மீறுவதில்லை என்பதால், தொடர்ந்து எனக்கு உதவி செய்து வந்தால், தானும் ஆஸ்ரமத்திலிருந்து வெளியேற்றப்படலாம் என்பது அவருக்குத் தெரிந்தது. இந்த விஷயத்தில் பகவான் மட்டுமே தனக்கு முறையான ஆலோசனை வழங்க முடியும் என்று மிகச் சரியாக முடிவு செய்தார் சாட்விக். பகவான் மலை மீது உலாவிக் கொண்டிருந்த போது, சாட்விக் அவருக்கு தனது சூழ்நிலையை விளக்கிக் கூறினார்.

"நான் பல ஆண்டுகளாக அண்ணாமலை சுவாமிக்கு ஆதரவு அளித்து வருகிறேன். அவருக்கு உதவுவதை நிறுத்திக்கொள்ள வேண்டும் என்று சின்னசுவாமி இப்போது எனக்கு அடிக்கடி செய்தி

அனுப்பிக்கொண்டிருக்கிறார். நான் தொடர்ந்து உதவி செய்யட்டுமா அல்லது நிறுத்திக் கொள்ள வேண்டுமா?" என கேட்டார்.

பகவான் பதிலளித்தார், "நீர் யார் அண்ணாமலை சுவாமிக்கு உதவி செய்ய?"

நிறுத்திக்கொள்ள வேண்டும் என்று பகவான் உணர்த்திய பின்னும், சாட்விக் எனக்கு உதவியளிப்பதை நிறுத்துவதற்கு தயங்கிக்கொண்டே இருந்தார். பகவானுடைய கட்டளையைப் பின்பற்றுவதே தன் கடமை என்பதை இறுதியாக அவர் உணரும் வரை அவர் மேலும் சில வாரங்களுக்கு உதவியைத் தொடர்ந்தார்.

நிச்சயமாகவே இது எனக்கு மிகவும் கவலை தரும் நேரமாகவே இருந்தது. சின்னசுவாமியின் கட்டளையைப் பற்றி சாட்விக் எனக்குக் கூறியிருந்ததால், எந்த நேரத்திலும் நான் பெற்று வந்த உதவி நிறுத்தப்படலாம் என்பது எனக்குத் தெரிந்தது. பகவான் மீது எனக்குக் கூடுதல் நம்பிக்கை இருந்திருந்தால், அவர் எப்போதும் என்னைக் கைவிட மாட்டார் என்பது எனக்குத் தெரிந்திருக்கும். ஆனால், மலை மேல் நிகழ்ந்த ஒரு சம்பவம் தான் என் அச்சங்களை நீக்கியது எனலாம். ஒரு பௌர்ணமி இரவில் நான் அருணாசலத்தில் கீழ்மட்ட சரிவுகளில் நடந்து கொண்டே, சாட்விக் தமது ஆதரவை நிறுத்தி விட்டால் என்ன நடக்குமோ என்று யோசித்துக் கொண்டிருந்தேன்.

திடீரென்று ஒரு உரத்த குரல் ஒரு பாறைக்குப் பின்னால் இருந்து வந்தது; "குழந்தாய் கவலைப்படாதே! குழந்தாய் கவலைப்படாதே! குழந்தாய் கவலைப்படாதே!"

நான் அந்தப் பகுதியையே முழுமையாக அலசிப் பார்த்தும் கூப்பிடும் தூரத்தில் யாருமே தென்படவில்லை. இறுதியாக பகவானே தான் என்னுடன் இப்படிப் பேசியிருக்கிறார் என்ற முடிவுக்கு வந்தேன். அந்தக் குரல் அவருடையதாக இல்லாவிட்டாலும், சொற்றொடரை மும்முறை திரும்பத் திரும்பக் கூறும் பாணி அவருக்கே உரித்தாக இருந்தது.

இந்தக் காலகட்டத்தில் ஒரு சமயம், பகவானிடமிருந்து இந்த உறுதிமொழியைப் பெறுவதற்கு முன்பாக, சாட்விக் ஏற்றிருந்த சுமையிலிருந்து அவரை விடுவிக்க முடிவு செய்து, என் உணவைப் பிச்சையெடுத்துக்கொள்வது என்று முடிவு செய்தேன்.

'வேறு யாரையும் சார்ந்து இல்லாமல், நகரத்துக்குள்ளே சென்று பிச்சையெடுத்துக்கொள்வோம்' என்று சிந்திக்கலானேன்.

இது என் வாழ்க்கை முறையில் பெரியதொரு மாற்றத்தைக் கொண்டுவரும் என்பதால், அதற்கு நான் முதலில் பகவானின் அனுமதியைப் பெறவேண்டும் என்று எனக்குத் தெரிந்திருந்தது. நான் எதற்காகவும் பிச்சையெடுக்கக் கூடாது என்று இதற்கு முன்பு அவர் என்னிடம் கூறியிருந்தார். ஆனால், இப்பொழுது சாட்விக்கை மேலும் சங்கடத்தில் ஆழ்த்தாமல் இருப்பதற்காக அவர் அனுமதி அளிப்பார் என்று நினைத்தேன். ஒரு நாள் மாலை நான் ஹாலில் உட்கார்ந்திருந்த போது பகவானிடம் சூழ்நிலையை விளக்கி பிச்சையெடுக்கச் செல்வதற்கு அனுமதி வேண்டினேன். ஒரு பதினைந்து நிமிடங்கள் பகவான் மௌனமாக இருந்தார்.

முடிவில் நான் வெளியேறுவதற்கு எழுந்து நின்றேன். பகவானின் நீண்ட மௌனம் அவர் எனக்கு அனுமதி வழங்கப் போவதில்லை என்பதையே சுட்டிக் காட்டியது என்பது எனக்குத் தெரிந்தது. எதிர்பாராத விதமாக, பகவான் என்னை மீண்டும் உட்காரும்படி கூறினார்.

"நீ நீண்ட நேரம் உட்கார்ந்திருந்து விட்டாய். இப்பொழுது ஏன் நின்றுகொண்டு இருக்கிறாய்?"

என்றார் அவர்.

நான் உட்கார்ந்தேன். ஒரு சில நிமிடங்களுக்குப் பிறகு, என் அறையைக் கட்டுவதற்கும், பகவான் வரும் பாதையை சுத்தம் செய்வதற்கும் எனக்கு உதவியாக இருந்த ஆறுமுகம் ஹாலுக்குள் வந்தார். அவர் கதவுக்கு வெளியே ஒரு பெரிய அரிசிப் பையை வைத்து விட்டு வந்ததை நான் கவனித்தேன்.

"இந்த அரிசி எதற்கு?" என்று நான் கேட்டதற்கு, "உங்களுக்குத் தான் கொண்டு வந்தேன். திடீரென்று உங்களுக்கு ஏதாவது கொடுக்க வேண்டும் என்று எனக்குத் தோன்றியது," என்று அவர் பதிலளித்தார்.

சரியான நேரத்தில் ஆறுமுகம் தோன்றியது என்னுடைய வேண்டுகோளுக்கு பகவான் அளித்தவிடை என்பதை உணர்ந்தேன். நான் யாரிடமும் எதுவும் கேட்கக் கூடாது, பக்தர்கள் தாமாக முன்வந்து தருவதையே நான் சார்ந்திருக்க வேண்டும்.

ஆறுமுகம் எனக்கு ஆதரவாக இருப்பதைக் கேள்விப்பட்டதும் சின்னசுவாமி மிகவும் அதிருப்தி அடைந்தார், தொடர்ந்து எனக்கு உணவுப் பொருள் அளித்து வந்தால் அவர் ஆஸ்ரமத்திற்குள் அனுமதிக்கப் படமாட்டார் என்று அவரிடம் கூறினார். இது ஒரு மோசமான அச்சுறுத்தலாக இருந்தது. ஏனென்றால், ஒரு பக்தராக இருந்த ஆறுமுகம் ஆஸ்ரமத்தில் கட்டிட வேலைகள் செய்தே தன் வருவாயில் பெரும் பகுதியை ஈட்டி வந்தார். இந்தக் கட்டளையைக் கேட்டு ஆறுமுகம் அதிர்ந்து போனார்.

"நான் என்ன தவறு செய்தேன்?" என்று அவர் பகவானைக் கேட்டார். "நான் அண்ணாமலை சுவாமிக்கு உதவி தானே செய்தேன். ஒரு சக பக்தருக்கு உதவி செய்ததற்காக ஆஸ்ரமத்திலிருந்து என்னை வெளியேற்றுவது சரியா?"

நான் முன்பு கூறியது போல், சின்னசுவாமி பணியாளர்களை நீக்கும் போதோ அல்லது பக்தர்களை ஆஸ்ரமத்திலிருந்து வெளியேற்றும் போதோ பகவான் ஒரு பொழுதும் தலையிட்டதில்லை.

அவர் ஆறுமுகத்திடம், "நீ இது பற்றி சின்னசுவாமியிடம் பேச வேண்டும், இந்த விவகாரங்களில் தலையிடுவது என் வேலையல்ல," எனக் கூறினார்.

இதற்கு முன்பு சாட்விக் செய்தது போலவே, ஆறுமுகமும் தயக்கத்தோடு சின்னசுவாமியின் ஆணைக்கு அடிபணிந்தார்.

பணத்தைப் பற்றிய கவலையும், ஆஸ்ரமத்திலிருந்து வெளியேற்றப்படும் அச்சுறுத்தலும் எல்லாம் பகவானின் லீலைகளே. அவர் பக்தர்களுக்கு சோதனைகளையும், கஷ்டங்களையும் கொடுத்தாலும், தன்னை நம்பியவர்களை அவர் ஒருபோதும் கைவிட்டதில்லை. சாட்விக் தம் உதவிகளை முழுமையாக நிறுத்திக்கொண்ட போது எனக்கு இவையெல்லாம் தெளிவாகப் புரிந்தன. மறு நாளே, ஒரு அதிசயம் என்று சொல்லத் தக்க ஒரு சூழ்நிலையில் எனக்கு மூன்று ரூபாய்கள் கிடைத்தன. திருவண்ணாமலைக்கு வட கிழக்கே முப்பது மைல் தொலைவிலுள்ள வந்தவாசிக்கு அருகிலுள்ள தெள்ளார் கிராமத்தில் அதிவீரராகவன் என்ற ஒரு பக்தர் வசித்து வந்தார். சில நாட்களாக அவருக்கு ரமணாஸ்ரம சாதுக்களில் ஒருவருக்கு கொஞ்சம் பணம் அனுப்ப வேண்டும் என்ற ஒரு தூண்டுதல் இருந்து வந்திருக்கிறது. மனதில் இன்னாருக்குக் கொடுப்பது என்று தெரியாத நிலையில் அது ஒரு தெளிவில்லாத உணர்வாகவே இருந்தது. ஒரு

நாள் இரவில் கனவில், 'அண்ணாமலை சுவாமி,பலாக்கொத்து' என்று எழுதப்பட்ட ஒரு துண்டு காகிதத்தை அவர் கண்டார். எனவே, மறு நாளே அவர் எனக்கு இந்த மூன்று ரூபாய்களை அனுப்பி வைத்தார். அதை எனக்கு நேரடியாக அனுப்பாமல், அதே கிராமத்தில் வசித்து வந்த ஜெயராம் முதலியார் மூலமாக எனக்கு அனுப்பி வைத்தார். நான் அந்த முதலியாருக்கு எழுதிய நன்றிக் கடிதத்தில், எனக்கு இருந்த ஒரே வருவாய் ஆதாரம் தடைப்பட்ட அதேநாளில், எனக்கு அந்தப் பணம் கிடைத்தது என்று தெரிவித்தேன்.

சுமார் ஒரு வாரம் கழித்து இந்த கிராமத்திலிருந்து ஒரு பக்தர்கள் குழு வந்து என்னுடைய எல்லாத் தேவைகளையும் தாங்களே பார்த்துக்கொள்ள விரும்புவதாகத் தெரிவித்தார்கள். அதன் பிறகு பல ஆண்டு காலம் அவர்கள் எனக்குப் போதிய பணம் கொடுத்து ஆதரித்து வந்தார்கள். பகவானின் அருளுக்கு இது ஒரு சிறந்த எடுத்துக்காட்டு அல்லவா? நான் முதலில் பகவானிடம் வந்த போது, என்னுடைய தேவைகளை எல்லாம் ரமணாஸ்ரமம் பார்த்துக் கொண்டது. நான் பலாக்கொத்துக்கு இடம் மாறிய முதல் நாளே சாட்விக் பொறுப்பேற்று ஆறு ஆண்டுகளுக்கு மேலாக என் தேவைகளை கவனித்துக் கொண்டார். சாட்விக் தமது ஆதரவை நிறுத்திக்கொண்ட மறு நாள் பகவான் என்னைக் கவனித்துக் கொள்ள இந்த கிராமவாசிகளை அனுப்பி வைத்தார். எப்போதும், எதையும், யாரிடமும் கேட்காதே என்றே பகவான் எனக்குக் கூறியிருந்தார். நான் பட்டினி கிடக்க அவர் ஒருபோதும் அனுமதித்திருக்க மாட்டார் என்பதால் என் வாழ்நாளெல்லாம் பொருளுதவியைப் பெறவேண்டும் என்ற விதி எனக்கு இருப்பதாக அவருக்குத் தெரிந்திருக்க வேண்டும்.

பகவானுடனான வாழ்க்கை எனக்கு நம்பிக்கை, பணிவு மற்றும் சரணாகதி இவற்றின் மதிப்பை கற்றுக் கொடுத்தது. நான் பகவானின் சொற்களுக்குக் கீழ்படிந்து நடந்து கொண்ட போது அல்லது அவர் என்னுடைய ஆன்மிக மற்றும் லௌகிக தேவைகளை கவனித்துக் கொள்வார் என்ற முழுமையான நம்பிக்கை இருந்த போது, எல்லாமே சிறப்பாக நடந்தேறியது. என் தலைவிதியை நானே நிர்ணயித்துக் கொள்ள முயன்ற போது (நான் குகையில் வசிக்கச் சென்றது மற்றும் போளூருக்கு ஓடிப்போனது) விவகாரங்கள் மோசமான வழியிலேயே சென்றன. முழுமையான சரணாகதியின் மதிப்பையும், தேவையையும் வாழ்க்கைப் பாடங்கள் எனக்குக் கற்றுக் கொடுத்தன. ஒருவர் பகவானிடம் முழுமையாக சரணடைந்தால், மற்றவற்றை எல்லாம் புறக்கணித்து விட்டு அவருடைய சொற்படி வாழ்ந்தால், எதிர்காலத்துக்காக திட்டம் இடுவதை நிறுத்திவிடும் அளவுக்கு பகவான் மீது போதுமான நம்பிக்கை இருந்தால், பகவான் எல்லாம் வல்லவர் என்று நம்பி தனது ஐயப்பாடுகளையும், கவலைகளையும் ஒருவரால் தூக்கியெறிய முடிந்தால்; அப்பொழுது தான் பகவான் அவரது ஆன்மிகத் தேவைகளும், லௌகிகத் தேவைகளும் எப்பொழுதும் நிறைவேறும் வகையில் அவரது சூழ்நிலைகளை சரியான முறையில் மாற்றி உருவாக்கி வைப்பார்.

நான் ஒவ்வொரு நாளும் மாலையில் பகவானைப் பார்க்கச் செல்வது வழக்கம் என்று முன்பே கூறியிருக்கிறேன். வழக்கமாக மாலை 9 மணிக்கும் 10 மணிக்கும் இடையில் நான் சென்று அவரது போதனைகளைக் கேட்டு, அவரது அருள் நிறைவான மௌனத்திலிருந்து எனக்கு இயன்றதை ஈர்த்துக் கொள்வேன். இந்த நேரத்தில் எனக்கு ஒரு சலுகை கிடைக்கும். பகவான் தமது பாதங்களில் குத்தியிருந்த முட்களை எடுத்து விடுமாறு என்னைக் கேட்பார். அவர் இந்த வேலையை எனக்குக் கொடுக்கக் காரணம், வழக்கமான தொண்டர்களை விட நான் அந்த வேலையைச் சிறப்பாகச் செய்வேன் என்பதால். பகவான் ஒருபோதும் செருப்பு அணிந்ததில்லை ஆதலால் அடிக்கடி அவரது பாதங்களில் முட்கள் குத்திக்கொள்ளும். நான் அந்த முட்களை எடுத்துக் கொண்டிருக்கும் போது, பகவான் மிகுந்த அக்கறையோடு, "முட்களைப் பார்க்கும் அளவுக்கு உனக்கு கண் பார்வை நன்றாக இருக்கிறதா? நீ என்ன செய்கிறாய் என்பதை உன்னால் நன்றாக பார்க்க முடிகிறதா?" எனக் கேட்பார்.

ஒரு முறை அவர் என்னை, "நீ பிடுங்குவது புதிய முட்களையா அல்லது பழைய முட்களையா?" என்று கேட்டார்.

இந்தக் கேள்விக்கு பதிலளிப்பது கடினமாக இருந்தது. முட்கள் அவரது பாதங்களில் அவருக்குத் தெரியாமலேயே பல நாட்களுக்கு அல்லது பல வாரங்களுக்குக் கூட இருக்கும்.

இந்த இரவு நேர வருகைகள் எனக்கு ஒரு சிறப்பான நேரமாக இருந்தன. நான் பகவானைப் பார்க்கச் சென்றபோதெல்லாம் அவர் என்னோடு எப்பொழுதும் மிகுந்த அன்போடும் பரிவோடும் பேசுவார். துரதிர்ஷ்ட வசமாக, என் வாழ்க்கையின் இந்தக் காலகட்டமும் ஒரு முடிவுக்கு வரப்போவதை நான் விரைவிலேயே தெரிந்து கொண்டேன்.

சில நாட்களுக்குப் பிறகு, நான் ஹாலுக்குள் நுழைந்த போது பகவான் தம் தலையையும், முகத்தையும் வேட்டியால் மூடிக்கொண்டு என்னைப் பார்க்க மறுத்தார். அடுத்த இரண்டு இரவுகளும் அவர் இது போலவே நடந்து கொண்டார். இது வழக்கத்துக்கு மிகவும் மாறாக இருந்தது. நான் ஹாலுக்குள் நுழையும் போதெல்லாம் நட்பு முறையிலான ஒரு சில வார்த்தைகளைக் கூறி என்னை வரவேற்பது அவரது வழக்கம்.

மூன்றாம் நாள் நானே அவரைக் கேட்டுவிட்டேன், "நான் ஹாலுக்குள் வரும் போது ஒவ்வொரு முறையும் ஒரு முஸ்லிம் பெண்ணைப்போல் பகவான் முகத்தை மறைத்துக் கொள்வது ஏன்? நான் இனிமேல் இங்கே வரக் கூடாது என்று அர்த்தமா?"

பகவான் சற்று மறைமுகமாகப் பதில் அளித்தார்; "நான் சிவனே என்றிருக்கிறேன். நீ ஏன் என்னிடம் பேசுகிறாய்?"

நான் அது முதல் அவரைப் பார்க்க வரக் கூடாது என்று பகவான் குறிப்பால் உணர்த்துவதாக நான் எடுத்துக் கொண்டேன். நான் ஹாலுக்கு வெளியே வந்து ஒரு மரத்தடியில் நின்று கொண்டேன். சிறிது நேரம் கழித்து பகவான் என்னை மீண்டும் ஹாலுக்குள் அழைத்தார். அப்பொழுது அங்கே யாரும் இல்லாமல் இருந்ததைக் கவனித்தேன்.

"நீ கடவுளை நம்பாத நாத்திகவாதியா?" என்று பகவான் கேட்டார். நான் மிகவும் திகைத்துப் போய் பதில் கூற முடியாமல் நின்றேன்.

இறுதியாக பகவானே தொடர்ந்தார், "ஒருவர் கடவுளை நம்பாவிட்டால், நிறைய பாவங்களைச் செய்து கஷ்டப்படுவார். ஆனால், நீ ஒரு பக்குவப்பட்ட பக்தன். மனம் பக்குவப்பட்டு விட்டால், அந்தப் பக்குவப்பட்ட நிலையில், தான் வேறு, கடவுள் வேறு என்று ஒருவர் நினைத்தால், கடவுளை நம்பாத நாத்திகவாதியின் அதே நிலைக்குத் தான் தள்ளப்படுவார்."

"நீ ஒரு பக்குவப்பட்ட சாதகன். இனிமேல் நீ இங்கு வரவேண்டியதில்லை. பலாக்கொத்திலிருந்தே உன் தியானத்தைச் செய்து வா. கடவுள் வேறு, நீ வேறு என்ற எண்ணத்தை அழித்து விடுவதற்கு முயற்சி செய்," என்றார்.

நான் ஆஸ்ரமத்தை விட்டு வெளியேறினேன். மீண்டும் அங்கு நான் திரும்பிச் செல்லவில்லை. ஆஸ்ரமத்தின் நுழைவாயிலிலிருந்து என் அறை சுமார் 200 கெஜ தூரத்தில் தான் இருக்கிறது. என்றாலும், 1942-களின் அந்த துரதிர்ஷ்டமான நாளுக்குப் பிறகு நான் ஆஸ்ரமத்திற்குச் சென்றதே இல்லை.

சுமார் இருபது நாள் கழித்து, பகவான் பலாக்கொத்தில் உலாவிக்கொண்டிருந்த போது, என்னிடம் வந்து சிரித்துக் கொண்டே, "நான் உன்னை தரிசிக்க வந்திருக்கிறேன்" என்றார். அவர் நகைச்சுவையாகத் தான் இப்படிப் பேசுகிறார் என்பது தெரிந்தும், பகவான் இப்படிப் பேசியதைக் கேட்டு நான் மிகவும் அதிர்ச்சியடைந்தேன்.

நான் விளக்கம் கேட்ட போது அவர் கூறினார், "நீ நான் சொன்னபடி நடந்து கொண்டாய். நான் சொல்லிக் கொடுத்தது போல எளிமையாகவும், அடக்கமாகவும் வாழ்கிறாய். இது மிகப் பெரிய காரியமல்லவா?"

இனிமேல் ஆஸ்ரமத்திற்கு வர வேண்டாம் என்று பகவான் எனக்குச் சொல்லியிருந்தாலும், அவர் பலாக்கொத்துக்கு வரும் போது அவரோடு பேசுவதற்கு எனக்கு சுதந்திரம் உண்டு என்றே நான் அப்போதும் நினைத்துக் கொண்டிருந்தேன். அதன் பிற்பாடு வெகு விரைவிலேயே, மலை மீது உலாவிக் கொண்டிருந்த அவரை நான் பார்க்கச் சென்ற போது, பகவான் என்னுடைய இந்த என் அனுமானம் தவறு என்பதை நிரூபித்துவிட்டார்.

அவர் என்னைப் பார்த்து, "'என்னை விட உனக்கு சுகம்!' என்று மூன்று முறை சொல்லி. நீ கொடுக்க வேண்டியிருந்ததை நீயும் கொடுத்து விட்டாய். நான் கொடுக்க வேண்டியிருந்ததை நானும் கொடுத்து விட்டேன். நீ ஏன் இன்னமும் என்னிடம் வருகிறாய்?" என்றார்.

இவையே அவர் என்னிடம் பேசிய கடைசி வார்த்தைகள். அவருடைய அறிவுரைப்படி நான் அவரை மீண்டும் எப்போதுமே நெருங்கவில்லை. அப்பொழுதும் அவர் பலாக்கொத்துக்கு வரும் போது அவரது தரிசனம் எனக்குக் கிடைத்து வந்தது. ஆனால், நாங்கள் மீண்டும் ஒருவருக்கொருவர் பேசிக்கொள்ளவில்லை. நாங்கள் எதிர்பாராமல் சந்திக்க நேர்ந்தாலும் அவர் என்னைப் பார்க்காதது போலவே கடந்து சென்று விடுவார்.

பகவான் ஒரு முறை என்னிடம் கூறியிருந்தார், "குருவின் உருவின் மீது பற்று வைக்காதே; அது அழிந்து போகும். அவரது கால்களைப் பிடிக்காதே; அவரது தொண்டர்கள் தடுத்து விடுவார்கள். உண்மையான பகவான் உன்னுடையதேயான ஆன்மாவாக உன் இதயத்திலேயே இருக்கிறார். இது தான் உண்மையில் நான்."

தனிப்பட்ட முறையிலான எங்கள் தொடர்பை துண்டித்துக் கொண்டதன் மூலம், பகவான் தம் உண்மையான சொரூபத்தை நான் உணரும்படி செய்ய முயற்சித்தார். ஆன்மாவோடு ஒரு பெயரையோ, வடிவையோ இணைக்கக் கூடாது என்றும், அதை எந்த விதத்திலும் ஒரு தனிப்பட்ட வியக்தியாக கருதக் கூடாது என்றும் பகவான் எனக்கு அடிக்கடி கூறியிருந்தார்.

ஆஸ்ரமத்தில் நவராத்திரி விழா கொண்டாடப்பட்ட சமயம் ஒரு முறை, விழாவை முன்னிட்டு அலங்காரம் செய்யப்பட்டிருந்த தேவியின் விக்கிரஹத்தை நாங்கள் பார்வையிட்டுக் கொண்டிருந்த போது பகவான் என்னை எச்சரித்தார், "இந்த உருவத்தை உண்மை என்று நம்பாதே. கடவுளுக்கு எந்த விதமான உருவமும் இருப்பதாக நம்பிவிடாதே. ஆன்மா எங்கும் நிறைந்தது. அது எந்த ஒரு வடிவுக்குள்ளும், அது ஒரு தெய்வத்தின் வடிவாகவே இருந்தாலும், அடங்கியிருப்பதாக நினைத்து விடாதே."

பகவான் என் மீது தம் அருளைப் பொழிந்தார், அதற்குப் பிறகு எங்கள் இடையிலான தனிப்பட்ட உறவைத் துண்டித்துக் கொண்டார். அன்பாலும், பக்தியாலும் ஆன பிணைப்பு பிரிக்கப்படவில்லை, அது மனதளவோடு, இதயத்தளவோடு நின்று கொண்டது, அவ்வளவுதான்.

1940-களின் இறுதியில் பகவான் மிகவும் நோய்வாய்ப்பட்டிருந்த போது, எனக்கு அவரைப் போய்ப் பார்க்கவேண்டுமென்ற ஆசை மிகுதியாக இருந்தது. ஆனாலும் அதில் நான் வீழ்ந்துவிடவில்லை, ஏனெனில், பகவானின் முன்னிலையை விட்டு நான் விலகியிருக்க வேண்டும் என்றே அவர் எனக்கு அறிவுறுத்தி இருந்தார்.

பகவான் எனக்கு என்ன அறிவுரை கூறியிருந்தார் என்பதை அறியாத சிலர் நான் விலகியிருந்து அவருக்கு அவமரியாதை செய்வதாக நினைத்துக் கொண்டார்கள். ஒரு பக்தர் பகவானிடமே இதைப் பற்றிக் கேட்டுவிட்டார்.

"அண்ணாமலை சுவாமி பகவானுக்கு நீண்ட காலம் சேவை செய்தவர்," அவர் தொடர்ந்தார் "ஆனால், பகவான் மிகவும் நோய்வாய்ப்பட்டிருக்கும் இத்தருணத்தில் பகவானைப் பார்க்க அவர் வருவதில்லை." அவர் தன் நன் நடத்தையைபறை சாற்றிகொள்ள விரும்பியதைக் கண்டுகொண்ட பகவான், "ஒரு தொந்தரவும் கொடுக்காத ஆசாமி அவர் தான்" என்று குறிப்பிட்டார்.

மேலும் அவர் "நீங்கள் இங்கே இருக்கிறீர்களே தவிர, உங்கள் மனங்கள் வேறு எங்கோ இருக்கின்றன. அவர் எங்கோ இருந்தாலும், அவர் மனம் இங்கேயே இருக்கிறது."

பகவானின் அணுக்கத் தொண்டரான ரங்கசுவாமி அன்றே இது பற்றி எனக்குத் தெரியப்படுத்தினார். நான் இடைவிடாது அவரைப் பற்றி நினைத்துக் கவலைப்பட்டுக்கொண்டு இருப்பதை பகவான் தெளிவாக உணர்ந்திருப்பதைக் கேட்டது எனக்கு ஆறுதலாக இருந்தது.

பகவானின் வாழ்க்கையின் இறுதி ஆண்டின் போது நான் இடைவிடாத கடுமையான வயிற்று வலியால் அவதிப்பட்டேன். பகவானுக்கு சிகிச்சையளிக்க வந்த மருத்துவர்கள் சிலர் எனக்கும் சிகிச்சை அளித்தார்கள். ஆனால், அவர்கள் யாராலும் என் வலியைப் போக்க முடியவில்லை.

கஞ்சியைத் தவிர, அதுவும் குறைந்த அளவில் மட்டுமே; வேறு எதையும் என்னால் உட்கொள்ள முடியவில்லை. கஞ்சியையோ அல்லது வேறு வகை உணவையோ சற்று கூடுதலாக ஏற்றுக்கொள்ள முயற்சித்தால், என் வயிற்று வலி தாங்க முடியாததாகி விடும். பகவானின் இறுதி நாட்களின் போது வலி மிகவும் மோசமடைந்து விட்டது.

அந்த கடுமையான வலியில் 'பகவானுக்கு முன்பு நான் இந்த உடலை விட்டுவிட வேண்டும். இதற்கு மேல் என்னால் இந்த வலியைத் தாங்கிக்கொள்ள முடியாது' என்று நான் எண்ணியது எனக்கு நினைவிருக்கிறது.

இறுதியாக நான் பகவானிடம் பிரார்த்திக்க முடிவுசெய்தேன் - என்னுடைய ஆரோக்கியத்துக்காக அல்ல, என் மரணத்துக்காக. அச்சமயத்தில் என் அறையின் மேல் தளத்திற்குச் செல்ல சில படிகள் அமைக்கப்பட்டிருந்தன. நான் மிகுந்த வேதனையோடும், மெதுவாகவும் அப்படிகளில் ஏறி பகவான் இருந்த திசையை நோக்கினேன்.

"பகவானே, நீங்கள் சமாதி அடைவதற்கு முன்பாக நான் சமாதி அடைய அனுக்கிரஹம் பண்ணுங்கள்," என்று வேண்டிக்கொண்டேன். அந்தக் கணத்தில் நான் வானத்தில் ஒரு பெரிய ஜோதியைக் கண்டேன்; பகவான் மஹாசமாதி அடைந்து விட்டதை அந்த ஜோதி உணர்த்தியது. அந்த ஜோதியை பலரும் பார்த்தனர். பெரும்பாலானோர் அது ஒரு வால் நட்சத்திரம் போல் இருந்ததாகக் குறிப்பிட்டுள்ளனர். எனக்கு அது வேறு விதமாகத் தோற்றமளித்தது. அந்த ஜோதி நடுவானில் சுமார் 20 அடி உயரமும், ஒண்ணரை அடி அகலமும் உள்ள ஒரு ஒளித்தூண் போலத்

தோற்றமளித்தது. சுமார் இரண்டுநிமிட நேரம் காட்சியளித்த அந்த ஜோதி மெதுவாக ஆஸ்ரமத்தை நோக்கி கீழே இறங்கியது. சில நிமிடங்களுக்குப் பிறகு, ஒரு சாது வந்து பகவான் மஹாசமாதி ஆகி விட்டார் என்று எனக்குத் தெரிவித்தார். அவர் அந்தச் செய்தியைக் கூறிய அதே கணத்தில் என் கடும் வயிற்று வலி சட்டென்று மறைந்தது, மீண்டும் வரவேயில்லை.

பகவானின் உடல் மறுநாள் அடக்கம் செய்யப்பட்டது. பலாக்கொத்தில் எனக்கருகில் வசித்து வந்த சுவாமி சத்யானந்தா அடக்கம் செய்யும் பணிக்கு உதவி புரிந்தார். மாலை 8.30 அளவில் பலாக்கொத்துக்கு திரும்பி வந்த அவர் உடல் முழுவதும் விபூதியாக இருந்தது. அதைக் கண்டதும், ஏன் அப்படி ஆயிற்று என்று நான் அவரைக் கேட்டேன்.

"நான் பகவானின் திருமேனியை சமாதிக் குழிக்குள் அமர்த்தினேன். பக்தர்கள் அங்கே நிறைய விபூதியைப் போட்டு வைத்திருந்ததால், இப்படி என் உடல் முழுவதும் விபூதியாகிவிட்டது. எனக்குக் குளிக்கக் கொஞ்சம் தண்ணீர் தருகிறீர்களா?" என்றார் அவர்.

நான் அவருக்குத் தண்ணீர் தரும் முன், அந்த விபூதியை என் உடலில் பூசிக்கொள்ளும் முயற்சியாக அவரை ஆரத் தழுவிக்கொண்டேன். அது பகவான் உடலைத் தொட்ட விபூதியானதால் நான் அதை பகவானின் இறுதிப் பிரசாதமாகக் கருதினேன்.

அன்று மாலை எனக்கு இரு வேறு வடிவிலான பிரசாதங்களும் கிடைத்தன. என்னிடம் பணி செய்த ஒரு பெண்பிள்ளை பகவானின் உடம்பைக் குளிப்பாட்டிய நீரை ஒரு பாத்திரத்தில் பிடித்து எனக்குக் கொண்டு வந்து கொடுத்தாள். நான் அதை மிக்க மகிழ்ச்சியோடு பருகினேன். சற்று மன நலம் குன்றியவளாகக் கருதப்பட்ட ஒரு பெண், பகவானின் திருமேனியை அலங்கரித்த பூ மாலைகளுள் ஒன்றை என்னிடம் கொண்டுவந்து கொடுத்தாள். எத்தனையோ பேர் அவருக்கு மாலை அணிவிக்க விரும்பினர். (தான் வாழ்ந்த காலம் வரை அவர் ஒருபோதும் அனுமதித்திராத ஒரு விஷயம்) ஒவ்வொரு மாலையையும், அடுத்த மாலையை அணிவிக்க ஏதுவாக, எடுக்க வேண்டியதாக இருந்தது. அந்த மாலையில் இருந்த சில மலர்களை நான் சாப்பிட்டேன்.

இந்தத் தீர்த்தமும், பூக்களும் மட்டுமே பகவானின் உடலோடு நான் வைத்துக்கொண்ட கடைசித் தொடர்பாக இருந்தது. அடுத்து வந்த ஆண்டுகளில் நான் உண்மையான பகவானோடு, இதயத்தில் நித்தியமாக வாசம் செய்யும் பகவானோடு தொடர்பில் இருந்துவர முயற்சி செய்தேன்.

ஓம் நமோ பகவதே ஸ்ரீ ரமணாய

சுபம் சுபம் சுபம்

பலாக்கொத்திலிருந்து ஒரு முழுமையான காட்சி. குளத்தின் தொலைவில் காணப்படுவது முதலில் நரசிம்ம சுவாமி வசித்திருந்த, பின்னர் பால் பிரண்டனால் உபயோகப்படுத்தப்பட்ட சிறிய வீடு.

1940 களில் பலாக்கொத்து குளம். பாறையின் மீது நின்றுகொண்டு இருப்பவர் டாக்டர் மீஸ் எனும் டச்சு நாட்டைச் சேர்ந்த பக்தர்.

பழைய ஹாலின் முற்புறம் இருக்கும் முற்றத்தின் குறுக்காக பகவான் நடந்துகொண்டிருக்கிறார். படிகளின் இடப்பாகம் காணப்படும் கூரை வேயப்பட்ட கட்டிடம் இருக்கும் இடம் பிற்பாடு மருத்துவ சாலை கட்ட உபயோகமாகியது.

மருத்துவ சாலையின் திறப்பு விழா. இதன் வளைவு நுழைவாயில் (படத்தில் காணப்படவில்லை) அண்ணாமலை சுவாமியின் இறுதியான கட்டிடப் பணியாய் அமைந்தது.

பகவானும், அவரோடு வசிக்க வந்த அவருடைய அன்னை அழகம்மாளும். வெகு விரைவில் அன்னை தன் மகனின் தீவிர பக்தை ஆனார்.

அன்னையின் ஆலயத்தின் கும்பாபிஷேகத்திற்கான ஏற்பாடுகள். முன்னால் காணப்படும் பாலி தீர்த்தத்திற்கு இட்டுச் செல்லும் படிகள் தாம் பகவான் அண்ணாமலை சுவாமியை நேரம் கடந்து உழைத்து நிறைவேற்றச் சொன்னது.

இடது புறத்தில் இருப்பவர் ஆறுமுகம், பகவானின் அறிவுறுத்தலின்படி அண்ணாமலை சுவாமி தனது கட்டிடத்தை கட்ட உதவி செய்த பக்தர். இந்த புகைப்படம் 1941-இல் போஸ் வளாகத்தில் எடுக்கப்பட்டது.

பகவான் தனது சோஃபாவில் சாய்ந்து அமர்ந்துகொண்டிருக்கும் காட்சி. எதிரில் அவர் உபயோகித்துக்கொண்டிருந்த கரிக் குமுட்டி.

கீழே: அண்ணாமலை சுவாமி, பகவானின் உதவியால் கட்டிய அறைக்கு வெளியே அமர்ந்துகொண்டிருக்கிறார்.

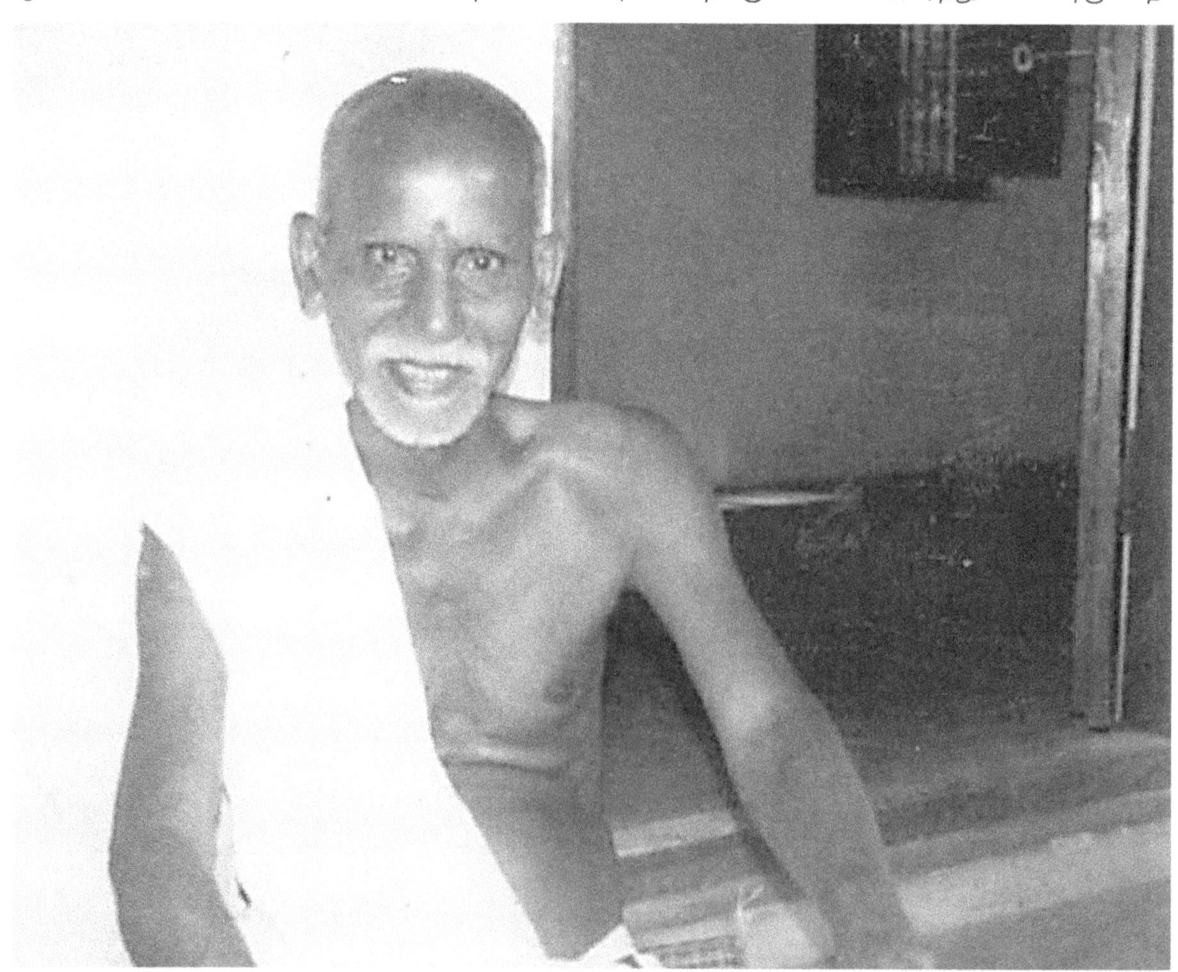

பிற்கால வாழ்க்கை

சுந்தரம் சுவாமிகளின் குறிப்பு

(இருபது ஆண்டுகளுக்கும் மேலாக அண்ணாமலை சுவாமிகளின் அணுக்கத் தொண்டராக இருந்து சேவை செய்த சீடர்)

பகவானின் மகா நிர்வாணத்திற்குப் பிறகு அவர் அறிவுரைப்படியே அவர் அறிவுறுத்திய அதே முறையில் அதே இடத்திலேயே தங்கியிருந்து ஸ்ரீ அண்ணாமலை சுவாமிகள் தமது சாதனையைத் தொடர்ந்து வந்தார். இந்தச் சாதனையின் உச்ச கட்டத்தில் அவருக்கு ஆத்ம தரிசனம் கிடைத்தது.

21 ஆண்டுகளாக ஸ்ரீ அண்ணாமலை சுவாமிகளின் அணுக்கத் தொண்டராக சேவை புரிந்த சுந்தரம் சுவாமி அந்த நாட்களின் வாழ்க்கையை நினைவு கூர்ந்தார். பகவான் தமது உடலை விட்டுப் பிரிந்த பிறகு பகவான் அறிவுறுத்திய படியே ஆத்ம விசாரப் பயிற்சி முறையை ஸ்ரீ அண்ணாமலை சுவாமிகள் மிகத் தீவிரமாக சாதனை செய்தார்.

"நான் பலாக்கொத்துக்குச் சென்ற பிறகு பகவானுடைய போதனையை பயிற்சி செய்வது மிக எளிதாக இருக்கக் கண்டேன். பலாக்கொத்தில் சில மாதங்கள் பயிற்சி செய்த பிறகு என் மனம் முன்பை விட அமைதி அடைந்து சலனமற்று இருந்தது. ஒரு அற்புதமான குளிர்ச்சி என் உடம்பெங்கும் பரவியது. காலப்போக்கில், பல ஆண்டுகாலப் பயிற்சிக்குப் பிறகு இந்த இரு நிலைகளும் நிரந்தரம் அடைந்தன," என்று அவரே கூறியுள்ளார்.

பல ஆண்டுகளுக்குப் பிறகு அவரது அனுபவம் பற்றிய ஒரு பக்தரின் கேள்விக்கு அவர் பதிலளித்தார்.

பக்தர்: நான் சுவாமியை அவரது சொந்த அனுபவம் பற்றிக் கேட்க விரும்புகிறேன். அந்த அனுபவம் ஞானத்தின் அதிர்வெடி போன்ற ஒரே அனுபவமாக இருந்ததா? அல்லது அது ஒரு நுட்பமான முறையில் படிப்படியாக நிகழ்ந்ததா?

ஸ்ரீ அண்ணாமலை சுவாமி: தொடர்ச்சியான சாதனை மூலமாக படிப்படியாக ஆன்மாவில் நிலை பெற்றதே என் அனுபவமாக இருந்தது. அது ஒரு படிப்படியான செயல் முறையாகவே இருந்தது.

ஜம்பது ஆண்டுகாலம் பகவான் அருளால் கட்டப்பட்ட அதே அறையில் தான் ஸ்ரீ அண்ணாமலை சுவாமி வசித்து வந்தார். அவர் ஒரு போதும் அந்த அறையை விட்டுச் சென்றதில்லை. இதுவே ஒரு

மிகப் பெரிய சாதனை. அவருக்கு மிகவும் வயதாகி கண் பார்வை மங்கிய போது மருத்துவர் கேடராக்ட் அறுவை சிகிச்சை செய்ய வேண்டும் என்றும், பாண்டிச்சேரி அரவிந்த் கண் மருத்துவ மனையில் அந்த அறுவைச் சிகிச்சை செய்யப்படுகின்றது என்றும் பரிந்துரைத்தார்.

'அப்படியானால் எனக்கு ஞானக்கண்ணே போதும்' என்று கூறி அண்ணாமலை சுவாமிகள் பெலாக்கொத்தை விட்டுச் செல்ல மறுத்து விட்டார். பிற்பாடு, திருவண்ணாமலையைச் சேர்ந்த டாக்டர் பன்னீர் செல்வம் சுவாமியைப் பார்க்க வந்தார். அவர் சுவாமி வசித்த அறையின் பக்கத்து அறையில் அந்த அறுவைச் சிகிச்சையைச் செய்ய ஏற்பாடு செய்தார். ஸ்ரீ அண்ணாமலை சுவாமிகள் இறுதி வரை எப்படி பகவானின் வழிகாட்டுதல்களை எழுத்துப் பிசகாமல் கடைபிடித்தார் என்பதற்கு இது மற்றுமொரு எடுத்துக்காட்டு.

அவர் குருவினிடம் சரணடைந்த விதம் அப்படிப்பட்டதாக இருந்தது. அருகில் இருந்த பகுதிகளில் இருந்து வந்து அவரை அவ்வப்போது தரிசித்துச் சென்ற ஒரு சில பக்தர்களைத் தவிர்த்து, பெரும்பாலான அந்த ஆண்டுகளில் அவர் வெளி உலகிற்கு அறியப்படாதவராகவே இருந்தார். ஆன்மாவின் பேரின்பத்தில் தன்னை ஆழ்த்தியவாறு அவர் ஆண்டுகளைக் கழித்தார்.

ஸ்ரீ அண்ணாமலை சுவாமிகளுடன் நான் இருந்த ஆண்டுகள்

இளமையிலிருந்தே நான் சாதுக்களை சந்திப்பதிலும், அவர்களது தேவைகளை கவனித்துக் கொள்வதிலும் நாட்டம் உடையவனாக இருந்தேன். கோயில்களுக்கும், புனிதத் தலங்களுக்கும் செல்வதில் எனக்குப் பெரு மகிழ்ச்சி. என் இளம்பருவ நாட்களில் இருந்தே ஒரு குருவை அடைந்து ஆன்மிகத்தில் முன்னேற வேண்டும் என்ற ஆன்ம தாகம் எனக்கு வலுவாகவே இருந்தது. 1974-ஆம் ஆண்டு நான் மேற்கொண்டிருந்த பயணங்களின் போது "அருணாச்சல மகிமை" என்ற ஒரு தொடர் கட்டுரையை ஒரு பத்திரிகையில் படிக்க நேர்ந்தது. அதில் பகவான் ஸ்ரீ ரமண மகரிஷி, ஸ்ரீ சேஷாத்திரி சுவாமிகள், ஸ்ரீ அண்ணாமலை சுவாமிகள் மற்றும் பல மகான்களைப் பற்றி எழுதப் பட்டிருந்தது.

அதில் ஸ்ரீ அண்ணாமலை சுவாமி என்ற ஒரு ஞானி திருவண்ணாமலையில் தனியாக வாழ்ந்து வருவதாகக் கூறப்பட்டிருந்தது. வாழ்ந்துகொண்டிருக்கின்ற ஒரு ஞானியின் தரிசனம் பெறுவது எவ்வளவு அரிது என்பது எனக்குத் தெரிந்திருந்தது. அவரைச் சென்று சந்தித்தாக வேண்டும் என்ற உந்துதல் எனக்கு உடனடியாக உதித்தது.

அப்பொழுது எனக்கு வயது 23. பிரம்மச்சாரியாக இருந்த நான் சேலத்தில் தமிழ்நாடு அரசு ஊழியராகப் பணிபுரிந்துகொண்டு இருந்தேன். வெகு விரைவிலேயே நானும் ஒரு நண்பரும் திருவண்ணாமலைக்குச் சென்று ஸ்ரீ அண்ணாமலை சுவாமிகளை சந்தித்தோம்.

தனியாக வாழ்ந்து வந்த அவருக்கு அப்போது வயது 69. சுவாமி பல்வேறு ஆன்மிக உபதேசங்கள் குறித்து எங்களோடு மூன்று மணி நேரம் உரையாடினார். என் எதிர்கால வாழ்க்கையில் இந்த சுவாமியோடு, அவருக்கு சேவை செய்துகொண்டு கழிப்பதே என் விதி என்று அன்று எனக்கு ஒரு வலுவான உணர்ச்சி தோன்றியது. தன்னை அடிக்கடி வந்து தரிசிக்குமாறு அவர் எங்களிடம் கூறினார். நானும் ஏறக்குறைய மாதந்தோறும் அப்படியே செய்தேன். ஒவ்வொரு சந்திப்பும் எங்களிடையே நெருக்கத்தை வளர்த்தது. நான் அவருக்குப் பல்வேறு பணிகளில் உதவியாக இருந்தேன்.

அவர் அறவே வெளியில் பயணிக்காததால், மின் கட்டணம் செலுத்துவது போன்ற அடிப்படை பணிகளுக்குக் கூட உதவி தேவைப்பட்டது. இவ்வாறாக சுமார் இரண்டு ஆண்டுகள் கழிந்தன.

1976 பிப்ரவரி 12 ஆம் தேதி ஶ்ரீ அண்ணாமலை சுவாமிகளிடமிருந்து எனக்கு ஒரு கடிதம் கிடைத்தது. அது அவர் கைப்பட தமிழில் எழுதப்பட்டிருந்தது. அதன் உள்ளடக்கத்தை நான் அப்படியே நினைவில் வைத்திருக்கிறேன். இது தான் அந்தக் கடிதம்:

"*வேலையை ராஜினாமா செய்துவிட்டு எனக்கு சேவை செய்வதற்காக உடனே புறப்பட்டு வரவும். இப்படிக்கு அண்ணாமலை சுவாமி.*"

இந்தக் கடிதத்தைப் பார்த்ததும் எனக்கு மட்டற்ற மகிழ்ச்சி. என்னுடைய வேலை, பொருளாதாரம் முதலியன பற்றி எனக்கு எந்தக் கவலையும் இருக்கவில்லை. நான் அலுவலகத்தை விட்டு வெளியேறி நேரே அருகில் இருந்த சிவாலயமான சுகவனேஸ்வர் ஆலயத்திற்குச் சென்றேன். அங்கே நான் எனது ராஜினாமா கடிதத்தை எழுதினேன். அதில் ஆன்ம ஞானம் அடையப் பாடுபட வேண்டும் என்ற என் ஆசையையும், நான் என் குருவைக் கண்டுபிடித்துவிட்டதையும், அதன் விளைவாக பணியில் இருந்து விலகிக்கொள்கிறேன் என்றும் எழுதியிருந்தேன்.

கடிதத்தை அஞ்சலில் சேர்த்துவிட்டு என் சிறிய வாடகை அறையைக் காலி செய்து விட்டு ஶ்ரீ அண்ணாமலை சுவாமிகளின் திருவடியில் என் புதிய வாழ்க்கையைத் தொடங்க அன்றே திருவண்ணாமலைக்குப் புறப்பட்டேன்.

ஶ்ரீ அண்ணாமலை சுவாமிகளின் அறைக்குள் நான் நுழைந்து அவரது திருவடிகளில் நெடுஞ்சாண்கிடையாக விழுந்து வணங்கிய போது, அவர் என்னை வரவேற்று, "இந்தக் கணம் வரையிலான உன் வாழ்க்கையை ஒரு கனவாக எண்ணி மறந்து விடு" என்று கூறினார்.

நான் அவரது சொற்களை ஏற்றுக்கொண்டு அப்படியே வாழ்ந்து வருகிறேன். உடனடியாக என்னை நானே குரு சேவையில் மூழ்கடிக்கத் தொடங்கி சுவாமியின் தேவைகளைக் கவனித்துக்கொண்டேன்.

அடிப்படைத் தேவைகளான பொருட்களை வாங்கி வந்தேன், சமைத்தேன், சுத்தம் செய்தேன், வெளி வேலைகளையும் கவனித்துக் கொண்டேன், மற்றும் இது போன்ற பிற பணிகளையும் செய்தேன். அந்த நாட்களில் ஒரே ஒரு வசிப்பறையும், ஒரு சிறிய சமையல் அறையும் மட்டுமே இருந்தன. அருகில் இருந்த கிராமங்களில் இருந்து சில பக்தர்கள் மாதம் ஒரு முறை போல வருகை தந்து சுவாமியுடன் சில நாட்களை கழிப்பார்கள். வீட்டிற்குத் தேவையான அரிசி, பருப்பு போன்ற உணவுப் பொருட்களை அவர்கள் கொண்டு வருவார்கள்.

எட்டு முதல் பத்தாண்டு காலம் சாட்விக் எப்படி தன்னை ஆதரித்து வந்தார் என்றும், அது முடிவுக்கு வந்த சூழ்நிலைகளையும் ஶ்ரீ அண்ணாமலை சுவாமி எனக்கு விளக்கிக் கூறினார். பகவானின் அருள் எப்பொழுதும் எவ்வாறு தன்னுடைய தேவைகளைத் தொடர்ந்து நிறைவேற்றி வந்தது என்பதையும் அவர் எனக்குக் கூறினார். சாட்விக் அவர்களின் ஆதரவு முடிவுக்கு வந்ததுமே, திருவண்ணாமலையில் இருந்து 75 கிலோமீட்டர் தொலைவில் இருந்த தெள்ளார் கிராமத்து பக்தர்களிடம் இருந்து அவருக்கு உதவி கிடைக்கத் தொடங்கியது. ஜெயராம் முதலியார், குப்புசாமி ஆச்சாரி மற்றும் ஆதிவீரராகவன் ஆகியோரிடம் இருந்து முறையாக ஆதரவு கிடைத்தது. ஶ்ரீ அண்ணாமலை சுவாமிகள் அவர்களை (பிரம்மா, விஷ்ணு, சிவன் ஆகிய) மும்மூர்த்திகள் என்பார். அவர்கள் வரும்போதெல்லாம் அரிசி, பருப்பு முதலிய உணவுப் பொருட்களைக் கொண்டு வருவார்கள். நன்கொடைகள் சிறிது சிறிதாகச் சேரச் சேர ஒரு சிறிய சமையல் அறையைக் கட்டினோம். 1982 முதல் சில மேல் நாட்டு பக்தர்கள் ஶ்ரீ அண்ணாமலை சுவாமிகளைப் பற்றித் தெரிந்துகொண்டு அவரைப் பார்ப்பதற்கு வரத் தொடங்கினார்கள்.

ஜப்பானியரான மீராவையும், ஆங்கிலேயரான டேவிட் காட்மன் அவர்களையும் கனடாவைச் சேர்ந்த பார்மர் அவர்களையும் இன்னும் சிலரையும் என்னால் நினைவு கூற முடிகிறது. ஸ்ரீ அண்ணாமலை சுவாமிகள் அவர்களுக்கெல்லாம் உதவுவதற்கு முடிவு செய்தார். நாள் தோறும் மாலை 3.30 முதல் 5 மணி வரை சத்சங்கங்கள் நடத்தினார். சுவாமி அவர்களோடு பேசும் போது நான் அவர்களுக்கு மொழிபெயர்ப்பாளராக இருந்தேன். சுவாமியின் போதனைகளும், அறிவுரைகளும் முற்றிலும் அவர் பகவானிடம் கற்றுக்கொண்டதை அடிப்படையாகக் கொண்டனவாகவே இருந்தன. 'நான் யார்?', யோக வாசிஷ்டம், ரிபு கீதை, கைவல்ய நவநீதம், அஷ்டாவக்ர கீதை ஆகிய நூல்களைப் பின்பற்றுமாறு அவர் பக்தர்களிடம் கூறுவார்.

"இந்த உடம்பே நான் என்னும் கருத்து, உங்களை அதனுடன் அடையாளப்படுத்திக்கொள்வது மட்டுமே உங்கள் ஆன்மாவை நீங்கள் உணர விடாமல் தடுத்துக்கொண்டிருக்கிறது.

ஆழ்ந்த உறக்கத்தில் இப்படி அடையாளப்படுத்திக்கொள்வது முற்றிலும் நீங்கி விடுகிறது. ஆனாலும் நீங்கள் மறைந்துவிடுவதில்லை. இதுவே உங்களுடைய சொரூபம் (மெய்யான இயல்பு) நீங்கள் விழித்து எழுந்த உடனேயே இந்த உடம்பும், மனமுமே நான் என்ற அடையாளத்தை எடுத்துக்கொள்கிறீர்கள்.

எனவே இந்த அடையாளத்தை விட்டுவிட்டு, ஒரு 45 நிமிடங்களுக்கு அமைதியாக அமர்ந்திருங்கள். அதன் பிறகு இந்தப் பயிற்சி பற்றி உங்களுக்கு ஏதாவது சந்தேகம் இருந்தால் என்னைக் கேளுங்கள். வேறு எதையும் என்னிடம் கேட்காதீர்கள். போய் வேறு யாரிடமாவது கேளுங்கள்," இவ்வாறு அவர் அடிக்கடி கூறுவார்.

அதன் பிறகு எல்லோரையும் வாழ்த்தி விட்டு அவர்களுக்கு தேனீர் வழங்குவார்.

மேற்கத்திய பக்தர்களின் எண்ணிக்கை அதிகரித்ததோடு கூடுதல் நிதியும் கிடைத்தது. சுவாமியின் வசிப்பறை, சிறிய சமையல் அறையோடு கூட, நாங்கள் ஒரு சத்சங்க ஹால், சுவாமி உணவருந்துவதற்கான ஒரு சிறிய அறை மற்றும் அதனினும் சிறிய ஒரு ஸ்டோர் ரூம் ஆகியவற்றைக் கட்டினோம். அந்த ஸ்டோர் ரூமில் சுவாமி பாத்திரங்களை வரிசையாக வைத்திருப்பார். அவற்றில் அரிசி, பருப்பு மற்றும் சமையலுக்குத் தேவைப்படும் பிற பொருட்களையும் வைத்திருப்பார். சுவாமி புறத்தோற்றத்தில் வழக்கமான செயல்பாடுகளை நடத்துவதாகக் காணப்பட்டாலும், அகத்தில் அவர் எப்பொழுதும் தியானத்திலேயே - இடையறாத விழிப்போடும், இடையறாத உள்ளச் சம நிலையோடும் - இருந்து வந்தது போலவே தோன்றியது. அப்படிப்பட்ட ஒரு ஞானிக்கு இத்தனை ஆண்டு காலம் சேவை செய்தது ஒரு பெரும் குருவருளே ஆகும்.

அண்ணாமலை சுவாமியுடன் சுந்தரம் சுவாமி

காலை 5.30 மணிக்கு நான் சுவாமிக்கு அவரது அதி காலை குடிநீரை வழங்குவேன். சுவாமியின் வயிற்றுக்குப் பால் அவ்வளவாக ஒத்துக்கொள்ளாததால் ஒரு ஸ்பூன் ஹார்லிக்ஸ், ஒரு ஸ்பூன் காம்ப்ளான் மற்றும் ஒரு ஸ்பூன் தேன் ஆகியவற்றை நீரில் கரைத்து வழங்குவேன். அவர் தொடர்ந்து தியானபரமான மனநிலையிலேயே இருப்பார். காலையில் சுமார் 8.30 மணியளவில் ஒரு மணி நேரம் மலைப்பக்கம் உலாவி வரச் செல்வார். அவர் திரும்பி வரும் போது, காலைச் சிற்றுண்டி தயாராக இருக்கும். அவர் தமது அறையில் சிறிது நேரம் அமர்ந்திருப்பார். பிறகு சிறிது நேரம் தோட்டத்தில் களைச் செடிகளைப் பிடுங்குவதிலும், பகவானுக்குப் பூப்பறிப்பதிலும் செலவிடுவார். அந்தத் தோட்டம் அவரே உருவாக்கியதே ஆகும். அதன் பிறகு அவர் தன்னைத் தரிசிக்க வந்த பக்தர்களைப் பார்த்து அவர்களுக்கு பகவானின் உபதேசங்களை எடுத்துரைப்பார். மாலை 3.00 மணியளவில் சத்சங்கம் நடத்துவார். பிறகு மாலை 6.00 மணியளவில் மாலை நேர உலா சென்று வருவார். திரும்பி வந்து உட்காருவார் அல்லது நடப்பார்- எப்பொழுதும் தியானபரமான மனநிலையில் திளைப்பார்.

8 மணிக்குப் பிறகு அவர் சமாதி ஆலயத்திற்கு வெளியே உட்கார்ந்துகொண்டு எங்களை ரிபுகீதை அல்லது ரமண பாதமாலை இவற்றிலிருந்து பாடல்களைப் பாடச் சொல்வார். பஜனை முடிந்த பிறகு பக்தர்களுக்கு ஏதேனும் சந்தேகங்கள் இருந்தால் அவற்றை தீர்த்து வைப்பார். இதைத் தொடர்ந்து இரவு உணவு கிடைக்கும். இரவு 11 மணியளவில் சுவாமி ஓய்வெடுக்கச் செல்வார். அவர் தமது படுக்கையின் மேல் சாய்ந்தவாறு இரவெல்லாம் இருப்பார். அதைத் தூக்கம் என்று என்னால் சொல்ல முடியாது.

சமாதி ஆலயமும், பூஜை மேடையும்

1985 ஆம் ஆண்டு ஸ்ரீ அண்ணாமலை சுவாமி தமது அறைக்கு அருகிலேயே தமது சமாதி ஆலயத்தைக் கட்டி அங்கே ஒரு சிவலிங்கத்தைப் பிரதிஷ்டை செய்தார். அதற்கு நாள் தோறும் பூஜை செய்யப்பட்டது. அவருடைய மகாசமாதிக்குப் பிறகு அவருடைய திருமேனி இந்த ஆலயத்தில் அடக்கம் செய்யப்பட்டது. மேலும், அவர் அறிவுறுத்தியபடியே அவர் குறிப்பிட்டிருந்த இடத்தில் ஸ்ரீ பகவானின் படமும் வைக்கப்பட்டது. ஆண்டு தோறும் நவம்பர் மாதம் 9-ஆம் தேதி (சுவாமியின் மகாசமாதி தினம்) இந்த சமாதி ஆலயத்தில் ஆராதனை செய்யப்பட்டு வருகின்றது.

இறுதி சில ஆண்டுகள்

1993- 95 ஆண்டுகளில் ஸ்ரீ அண்ணாமலை சுவாமிகளை தரிசிக்க வருவோரின் குறிப்பாக, இந்திய மற்றும் அயல் நாட்டு ஞானிகளின் எண்ணிக்கை அதிகரித்தது. ஓஷோவின் மெய் ஞானம் பெற்ற சீடர்களான ஸ்ரீ சமதர்ஷி மற்றும் ஸ்ரீ பூர்ணானந்தர் ஆகியோர் தரிசனத்திற்கு வந்திருந்தனர். சாந்தி மலை அறக்கட்டளையின் குருவும் ஒரு ஜெர்மானிய ஞானியுமான ஹ்யூகோ மேயர் தமது மனைவியோடு தரிசனத்திற்கு வந்தார். மேரியோ மெந்தெஸ் என்ற மற்றொரு மேல்நாட்டு ஞானியும் ஸ்ரீ அண்ணாமலை சுவாமிகளை பார்ப்பதற்கு வந்து அவரது நல்லாசிகளைப் பெற்றுக்கொண்டனர். நான் இந்த நிகழ்வுகளை எல்லாம் தெளிவாக நினைவில் வைத்திருக்கிறேன்; ஏனென்றால், அவர்களது உரையாடல்களை எல்லாம் தமிழிலும், ஆங்கிலத்திலும் மாறி, மாறி நான் மொழிபெயர்க்க வேண்டியிருந்தது.

1994-ஆம் ஆண்டு ஒரு நாள் காலை 9 மணி அளவில் விசிறி சுவாமி என்றழைக்கப்படும் ஸ்ரீ யோகி ராம்சுரத்குமார் அவர்கள் தமது சீடர்களுடன் வந்தார். ஸ்ரீ அண்ணாமலை சுவாமிகள் அப்பொழுது உலாவச் சென்றிருந்தார். அவர் திரும்பி வந்த பிறகு அவர்களோடு சிறிது நேரம் செலவிட்டார். அது ஒரு தெய்வீக நிகழ்வாக இருந்தது.

இது ஸ்ரீ அண்ணாமலை சுவாமிகள் சமாதி அடைவதற்கு சில மாதங்கள் முன்பு நிகழ்ந்த நிகழ்வாகும். சுவாமி வெகு அரிதாகவே நள்ளிரவில் என்னை எழுப்புவார். ஆனால் அன்றிரவு அவர் என்னை அழைத்தது தெளிவாக என் காதில் விழுந்தது. நான் விழித்தெழுந்து அவரிடம் சென்றேன். அவர் தம் படுக்கையில் நிமிர்ந்து உட்கார்ந்திருந்தார்.

அவர், "ஒளி வீசும் உடல்களோடு 6 தேவர்கள் என்னைப் பார்க்க வந்திருக்கிறார்கள். நான் சமாதி அடைவதற்கு முன்பாக என்னை வாழ்த்துவதற்கு அவர்கள் மாலைகளை வைத்துக்கொண்டு நிற்கிறார்கள். அவர்கள் சில நிமிடங்களாக இங்கே காத்துக்கொண்டிருக்கிறார்கள். நீயும் அதைப் பார்க்கவேண்டும் என்று நான் விரும்புகிறேன்," எனக் கூறினார்.

நான் சுற்று முற்றும் என்னால் இயன்றவரை உற்று, உற்றுப் பார்த்தும் என்னால் யாரையும் பார்க்க முடியவில்லை. அவர்கள் எங்கே இருக்கிறார்கள்? என்று நான் மீண்டும் சுவாமியைக் கேட்டேன்.

"அவர்கள் இங்கே தான் இருக்கிறார்கள். மூன்று பேர் இந்தப் பக்கம், மீதி மூன்று பேர் அந்தப் பக்கம் இருக்கிறார்கள்," என்றார்.

என்னால் முடிந்தவரை உற்றுப் பார்த்தும், எனது பார்வையை ஒருமுகப் படுத்த முயன்றும் என்னால் அவர்களைப் பார்க்க முடியவில்லை. அதன் பிறகு சுவாமி என்னை உட்காரச் சொன்னார். நானும் உட்கார்ந்துகொண்டு என் மனதைச் சலனமற்று இருக்கும்படி செய்ய முயற்சித்தேன். இப்படியே சுமார் 10 நிமிடங்கள் கடந்தன. பிறகு ஸ்ரீ அண்ணாமலை சுவாமி

எழுந்து நின்றுகொண்டு என்னிடம் கூறினார், "இப்பொழுது அவர்கள் சென்று விட்டார்கள். நீ எழுந்திருக்கலாம். என்னுடைய சீடனுக்கும் அவர்களது தரிசனம் கிடைத்தால் நன்றாக இருக்கும் என்று நினைத்தேன். பரவாயில்லை, உனது இப்போதைய பக்குவத்தில் உன்னால் அவர்களைப் பார்க்க முடியவில்லை. அவர்கள் தங்க நிறம் கொண்ட ஒளி உடலைப் பெற்றிருந்தார்கள். ஆனால் அவர்களுடைய சந்நிதானத்திற்கு வந்து நீ உட்கார்ந்திருந்ததே ஒரு மகத்தான அருளாசியாகும். அதுவே போதும்."

மகாசமாதி

அது 1995-ஆம் ஆண்டு நிகழ்ந்தது. அந்தச் சமயம் சிறிது காலமாக அவருக்கு இருந்து வந்த ஆஸ்த்துமா பிரச்சினை குளிர்கால மாதங்களில் மோசமடைந்தது. அவரது பொதுவான உடல் நலம் குன்றிக்கொண்டே வந்து அந்த 89 வயது உடம்பு மிக மிக பலவீனமடைந்தது. எனவே, இரவில் அவருக்கு ஏதேனும் உதவி தேவைப்படலாம் என்பதால், அவருக்கு அருகில் நாங்கள் விழித்திருப்பதே நல்லது என்று நினைத்தோம். நானும் கேப்ரியல் பேஸ்லர் என்ற மற்றொரு பக்தரும் (அவர் தான் பின்னாளில் 'Living by the words of Bhagavan' என்ற நூலை பிரெஞ்சு மொழியில் மொழிபெயர்த்தவர்.) இரவில் சுவாமிக்கு அருகில் முறை வைத்து விழித்திருப்பது என்று முடிவு செய்தோம். நாங்கள் முறை வைத்து ஒரு மணி நேரம் உறங்குவதும், அடுத்த ஒரு மணி நேரம் சுவாமியோடு விழித்திருப்பதுமாக கழித்தோம்.

முதல் நாள் மாலை (நவம்பர் 8ஆம் தேதி) கேப்ரியல் சுவாமியிடம் ஒரு கேள்வி கேட்டார், "கடந்த 25 நாட்களாக உங்களது உடல் தீவிரமான வேதனையை அனுபவித்து வருவதை நான் பார்க்கிறேன். அது உங்களுக்குத் தொந்தரவாக இல்லையா? உள்ளே உங்களுக்கு எப்படி உணர்வாகிறது?"

ஸ்ரீ அண்ணாமலை சுவாமி நீண்ட நேரமாக படுத்தபடி இருந்தவர், இந்தக் கேள்வியைக் கேட்டதும், படுக்கையில் எழுந்து உட்கார்ந்தார். பிறகு அவர் பட்டினத்தார் பாடல் ஒன்றை மேற்கோள் காட்டி பதில் அளித்தார். அப்பாடல் பின் வருமாறு:

"எத்தொழிலைச் செய்தாலும் ஏதவத்தைப் பட்டாலும்

முத்தர் மனமிருக்கும் மோனத்தே."

[ஒரு ஜீவன் முக்தரின் உடல் எந்த வேலையில் ஈடுபட்டிருந்தாலும், எவ்வளவு துன்பத்தை அனுபவித்துக்கொண்டிருந்தாலும் அவரது மனநிலை மோனத்திலேயே இருக்கும்.]

சுவாமி இந்தப் பாடலைப் பாடியதோடு அழகான ஒரு விளக்கத்தையும் அளித்தார்:

"ஒரு கடலில் உங்களுக்கு ஏராளமான அலைகள் தெரியலாம். ஆனால், அடி ஆழத்தில் அங்கே எப்பொழுதும் அமைதியே இருக்கும். அதைப் போலவே, உள்ளே எந்தத் துன்பமும் இல்லை." பிறகு அவர் கேப்ரியேலுக்கு இதை மொழிபெயர்த்துச் சொல்லுமாறு என்னிடம் கூறினார்.

மறு நாள் (நவம்பர் 9, 1995) பெரிதும் மோனத்திலேயே கழிந்தது. இரவில் வழக்கம் போல நாங்கள் முறை வைத்து சுவாமிகளைக் கவனித்துக் கொண்டோம். (நவம்பர் 9) அதிகாலை சுமார் 4.30 மணிக்கு நான் உறங்கச் செல்ல, கேப்ரியேல் சுவாமியின் அருகில் தனது ஒரு மணி நேரப் பணியைத் தொடங்கினார். ஆனால், விரைவிலேயே அவர், "சுந்தரம், சுந்தரம்" என்று கூவி என்னை எழுப்பினார்.

நான் எழுந்து ஸ்ரீ அண்ணாமலை சுவாமிகளைப் பார்த்தேன். அவர் எதையோ சுட்டிக் காட்டினார். அவர் தனக்கு அருகில் இருந்த ஒரு நாற்காலியைச் சுட்டி காட்டிக்கொண்டிருந்தார். அந்த நாற்காலியில் அவர் உட்கார விரும்புவதாகச் தெரிந்தது. அவரை பக்குவமாக எழுப்பி அந்த நாற்காலியில் உட்கார வைக்க நாங்கள் மெதுவாக உதவினோம். நான் நாற்காலிக்குப் பின்னால் நின்றுகொண்டு சுவாமியின் தலையையும் மார்பையும் தாங்கிக்கொள்ள, கேப்ரியேல் அவருக்கு முன்னால் இருந்தார். சில நிமிடங்கள் மௌனத்தில் கழிந்தது. நவம்பர் 9, 1995 அன்று, அதிகாலை சுமார் 4.45 க்கு ஸ்ரீ அண்ணாமலை சுவாமிகள் மகா சமாதி அடைந்தார்.

கடைசி மூச்சு உள்ள வரை அவர் தன்னுணர்வை இழக்காமலே இருந்தார். ஒரு உயர்ந்த ஜீவன் முக்தர் தமது உலகியல் உடலை விட்டு வெளியேறி பரப்பிரம்மத்தில் இரண்டறக் கலந்து விட்டார்.

டாக்டர் அழகப்பனை அழைத்தோம். அவர் உறுதி செய்த பிறகு, பக்தர்களுக்கு தந்தி வாயிலாக செய்தி அனுப்பப்பட்டது. அபிஷேகம் உள்ளிட்ட இறுதிச் சடங்குகளை நாங்கள் செய்தோம். அவரது திறந்த கண்கள் ஒளியும், அருளும் நிறைந்து விளங்கியதை நான் இன்னும் நினைவில் வைத்திருக்கிறேன். ஸ்ரீ அண்ணாமலை சுவாமிகளின் திருமேனியை தரிசிக்க வந்த பக்தர்களும் அவர் கண்களில் இருந்த அந்த ஒளியையும், அருளையும் உணர்ந்தனர். சுவாமிகள் மகாசமாதி அடைந்த போது அவருக்கு அருகில் இருக்கக் கிடைத்த வாய்ப்பு ஒரு பெரும் பேறு எனலாம். ஸ்ரீ அண்ணாமலை சுவாமிகள் அறிவுரைப்படி 10 ஆண்டுகளுக்கு முன் 1985 இல் ஆசிரமத்திலேயே அவரது பக்தர்களால் கட்டப்பட்ட சமாதி ஆலயத்தில் அவரது திருமேனியை அமர வைத்திருந்தோம். அந்த சமாதி ஆலயத்தில் முறையாக பூஜை நடத்தப்பட்டு வருகிறது. ஸ்ரீ அண்ணாமலை சுவாமிகளின் ஆஸ்ரமத்தில் இன்னும் அவரது சாந்நித்யம் எப்பொழுதும் உணரப்படுகிறது. உடலை உதிர்த்து விட்டாலும் அவர் எங்கும் இருந்து வருகிறார்.

அண்ணாமலை சுவாமிகளிடம் எனது இறுதி வேண்டுகோள்

ஸ்ரீ அண்ணாமலை சுவாமிகளின் இறுதி நாட்களின் போது நான் சுவாமியிடம் என்னுடைய ஆன்மிகப் பயணம் எப்படியாகும் என்று கேட்டேன். என்னுடைய ஆன்மாவுக்கு யார் விடுதலை அளிப்பார்கள் என்று நான் அவரைக் கேட்டேன்.

'கவலைப்படத் தேவையில்லை. மற்றொரு ஞானி வருவார்; அவர் உன்னை கவனித்துக்கொள்வார்', சுவாமி பதிலளித்தார்.

ஸ்ரீ அண்ணாமலை சுவாமிகளின் மகாசமாதிக்குப் பிறகு நான் துக்கத்தில் ஆழ்ந்தேன். என் குருவுக்கு நான் 21 ஆண்டுகாலமாக செய்து வந்த சேவை ஒரு முடிவுக்கு வந்தது. அந்த நேரத்தில் அண்ணாமலை சுவாமி டிரஸ்டின் நிர்வாகியாக இருந்து அதன் நடவடிக்கைகளையும் நிர்வகித்து வந்தேன். இந்தப் பணிகளை நான் மேலும் 8 ஆண்டுகள் தொடர்ந்தேன். அப்பொழுது தான் (2000 ஆம் ஆண்டில்) 'Final Talks' புத்தகம் வெளியிடப்பட்டது.

இவ்வளவு நடவடிக்கைகளில் ஈடுபட்டிருந்தும் என் மனதில் அமைதி இல்லை. நீண்ட ஆலோசனைக்குப் பிறகு எல்லாவற்றையும் பகவானுக்கு அர்ப்பணமாக ஸ்ரீ ரமணாஸ்ரமத்திடம் ஒப்படைத்துவிட்டு இமய மலைக்கு யாத்திரை மேற்கொள்ள முடிவு செய்தேன். திருவண்ணாமலையை விட்டு வெளியேறினேன். ஆறாண்டு காலம் இமயமலைப் பகுதிகளில் சுற்றித் திரிந்தேன். அங்கும் எனக்குப் பல ஞானிகளைச் சந்திக்கும் திருவருள் கிடைத்தது.

இருந்தாலும், ஆறாண்டுகளுக்குப் பிறகு என் இதயம் இன்னும் திருவண்ணாமலையிலேயே இருப்பதை உணர்ந்தேன். என்வே 2006 ஆம் ஆண்டு திரும்பி வந்தேன். அடுத்த நான்காண்டு காலம்

தனிமையில் வாழ்ந்து நாள்தோறும் அண்ணாமலையை வலம் வந்தேன். அதே கிரிவலப் பாதையில் தான் 2010 ஆம் ஆண்டு நான் பகவானின் பக்தரும் ஞானியுமான ஸ்ரீ மகாபிரபுவை சந்தித்தேன். ஸ்ரீ மகாபிரபு கருணையோடு என்னைத் தனது சீடனாக ஏற்றுக்கொண்டு, ஸ்ரீ அண்ணாமலை சுவாமிகள் தமது இறுதி நாட்களில் கூறியது போலவே, அன்று முதல் எனக்கு வழிகாட்டியாக இருந்து வருகிறார். அவருடைய நல்லாசியோடு நான் மீண்டும் ஸ்ரீ அண்ணாமலை சுவாமிக்கு சேவை செய்யும் பணியை மேற்கொண்டுள்ளேன்.

2010 ஆம் ஆண்டு, டிசம்பர் 23 ஆம் நாள் ஸ்ரீ பகவானின் ஜெயந்தி அன்று ஸ்ரீ அண்ணாமலை சுவாமி ஆஸ்ரம டிரஸ்டில் முன்பு இருந்த அறங்காவலர்களையும் சேர்த்துக்கொண்டு 'ஸ்ரீ சத்குரு அண்ணாமலை சுவாமிகள் மெமோரியல் டிரஸ்ட்' (Sri Satguru Annamalai Swamigal Memorial Trust) என்று ஒரு டிரஸ்டை நாங்கள் உருவாக்கினோம்.

சில மாதங்களுக்குப் பிறகு, ஜூன் 15, 2011 அன்று நாங்கள் 'ஸ்ரீ சத்குரு அண்ணாமலை சுவாமிகள் ஸ்பிரிச்சுவல் டிரஸ்ட்' (Sri Satguru Annamalai Swamigal Spiritual Trust) என்று மற்றுமொரு டிரஸ்டை நிறுவினோம். நான் இது நாள் வரை இந்த இரு டிரஸ்டுகளுக்கும் தலைமை தாங்கி நடத்தி வருகிறேன். அது முதல் ஸ்ரீ அண்ணாமலை சுவாமிகளின் பல்வேறு நூல்களையும், ஒலி/ஒளி வட்டுக்களையும் (DVD) பல மொழிகளில் வெளியிட்டு வருகிறோம். நாங்கள் ஸ்ரீ அண்ணாமலை சுவாமிகள் மற்றும் பகவான் ஸ்ரீ ரமண மகரிஷிகள் ஆகியோரின் புகழையும், பெருமையையும், உபதேசங்களையும் வெளிப்படுத்துகின்ற அழகிய வலைதளம் ஒன்றையும் உருவாக்கியுள்ளோம். - www.sriannamalaiswami.org

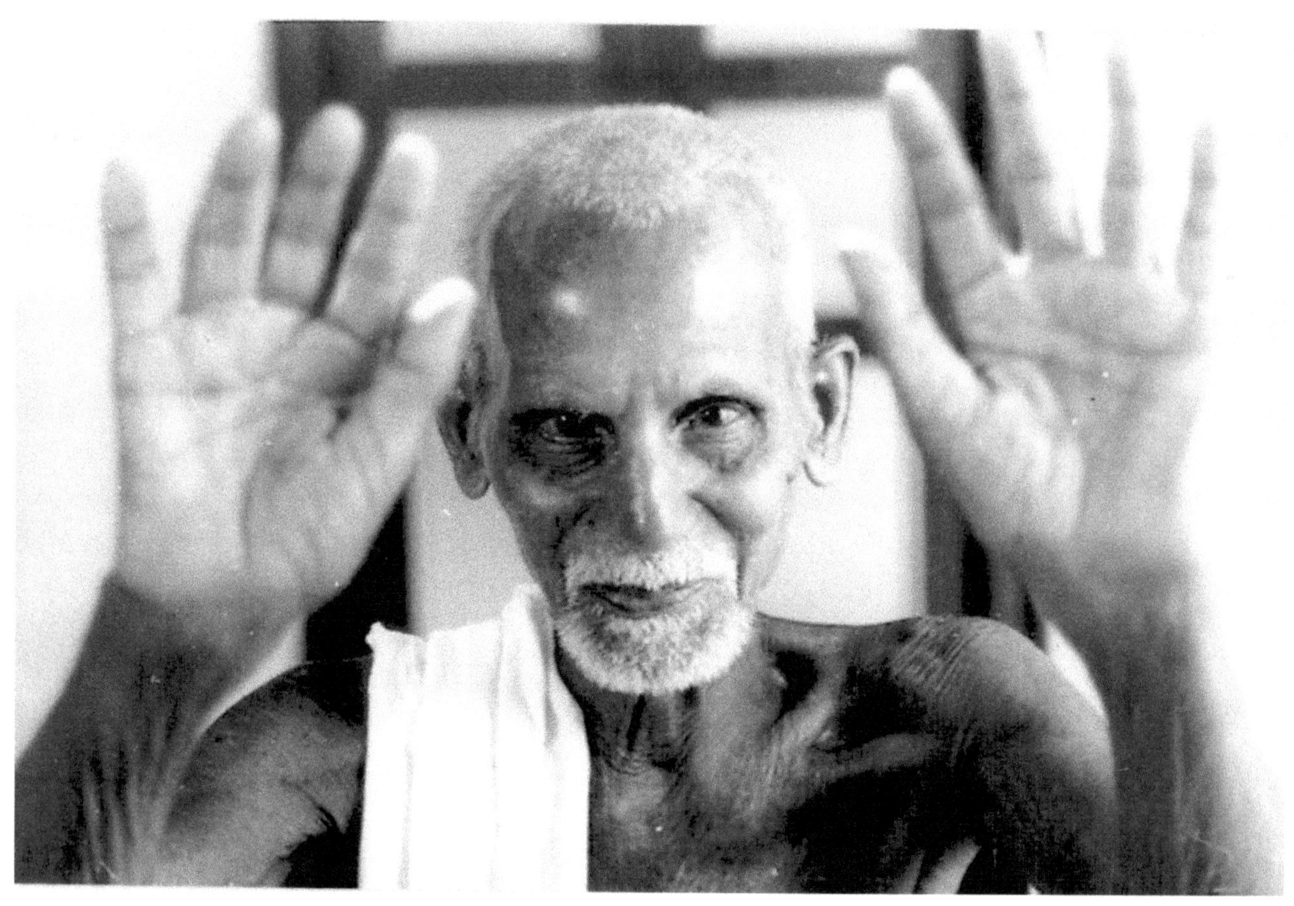

சில பக்தர்கள் தங்களை ஆசிர்வதிக்கும்படி அண்ணாமலை சுவாமியை வேண்ட, அந்த அற்புதமான தருணம் சுவாமியின் ஒளிவீசும் புன்னகையுடன் அழகாக படம் பிடிக்கப்பட்டது.

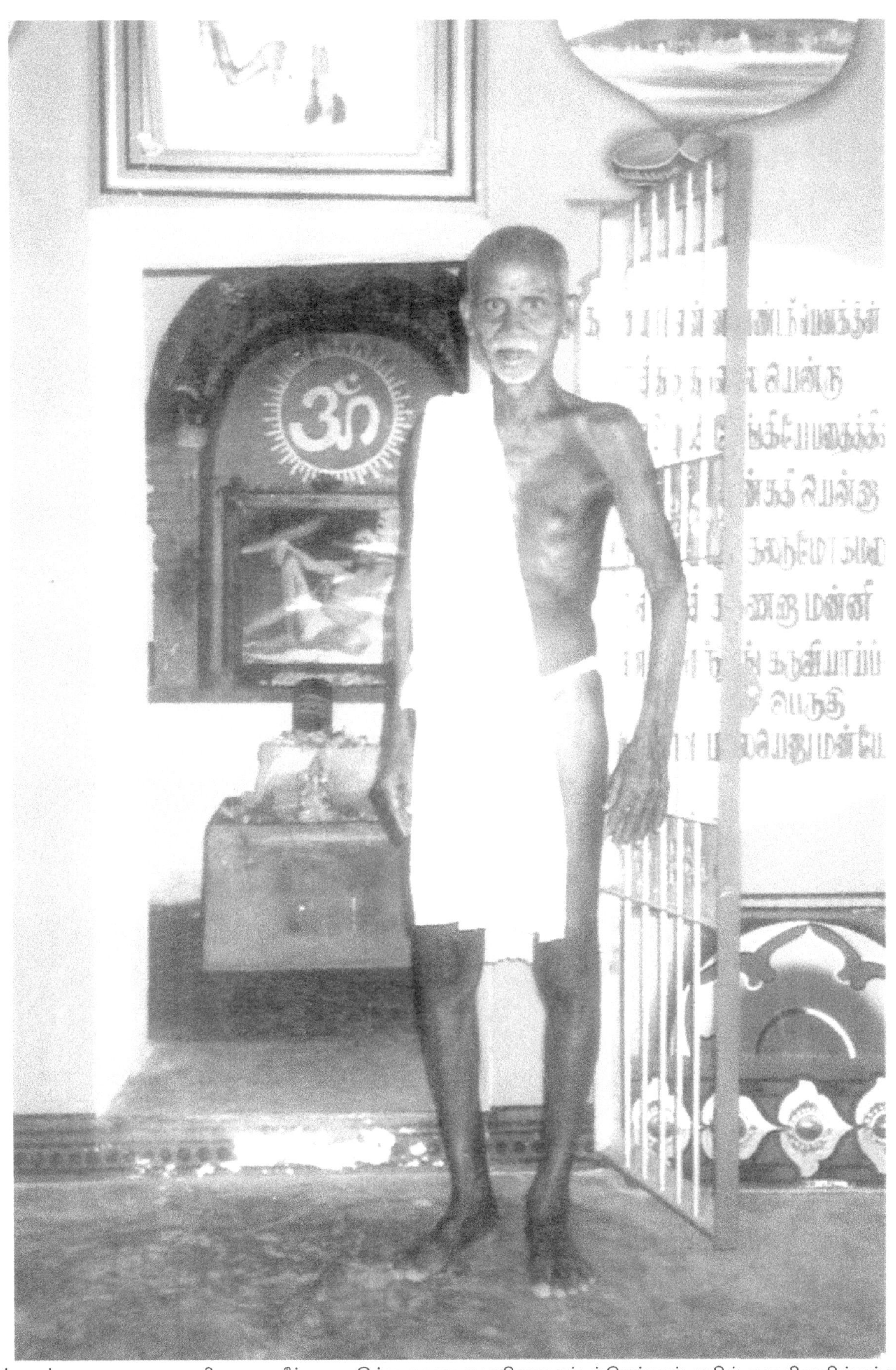

1985-இல் அண்ணாமலை சுவாமி தனது வீட்டை அடுத்து தனது சமாதியை கட்டச் செய்தார். அதில் ஒரு சிவலிங்கத்தை அவர் பிரதிஷ்டை செய்தார், தினமும் அதற்குப் பூசை நடத்தப்பட்டு வந்தது. அவருடைய மகாசமாதிக்குப் பின்னர் அவருடைய தெய்வீக சரீரம் இந்த ஆலயத்தில் அடக்கம் செய்யப்பட்டது. சுவாமி தன்னுடைய சமாதிக் கோவிலில் நின்றுகொண்டிருக்கும் ஒரு புகைப்படம் இது.

243

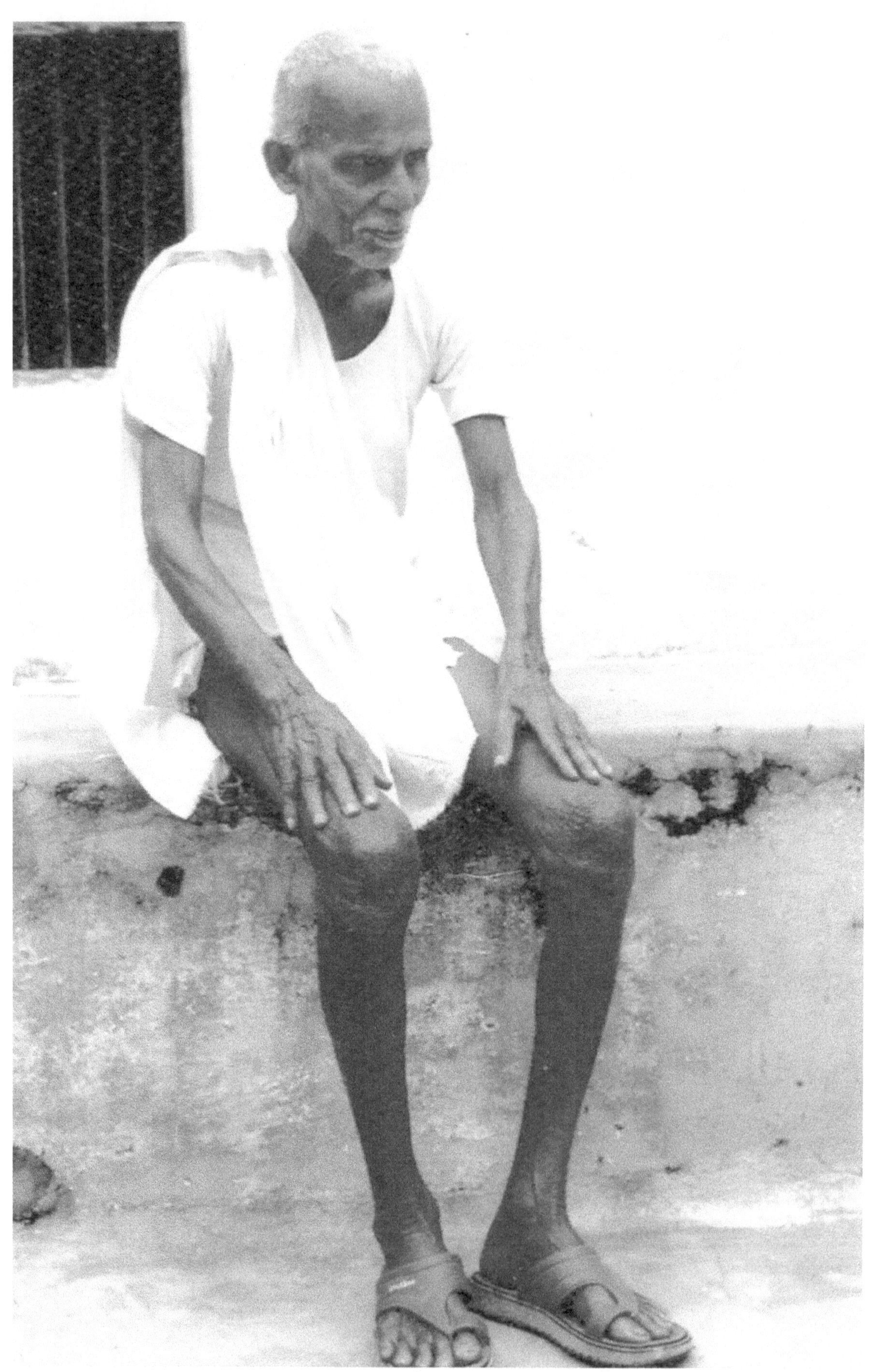

அண்ணாமலை சுவாமி தனது அறைக்கு வெளியேயுள்ள திண்ணையில் அமர்ந்து கொண்டிருக்கிறார். அவர் அங்கே தமது பக்தர்களுக்கும், அத்மஞானம் தேடி வருகை தருவோருக்கும் சத்சங்கம் நடத்துவது வழக்கம்.

தமது வசிக்கும் அறையில் அண்ணாமலை சுவாமி. பகவான் அவருக்காக கட்டிய இந்த வீட்டில் தான் ஒரு முறை கூட வெளியே தங்காமல் அவர் 57 வருடங்கள் வசித்தார.

டேவிட் காட்மனும், சுந்தரம் சுவாமியும் (அண்ணாமலை சுவாமியின் சீடரும் பராமரிப்பாளராகவும் இருந்தவர்) அண்ணாமலை சுவாமியுடன் அமர்ந்திருக்கின்றனர். ஒரு பக்தரால் வரையப்பட்ட சுவாமியின் உருவப்படம் பின்னணியில்.

1995 ஆம் வருடத்தில் அண்ணாமலை சுவாமியின் ஜெயந்தி விழாவின் போது அவருக்கு செய்யப்பட்ட பூசை முடிந்த பின்னர் எடுக்கப்பட்ட புகைப்படம். அவர் அப்போது தான் பக்தர்களுக்கு விபூதி கொடுத்து முடித்திருந்தார் என்பதை அவருடைய இடது கரத்தில் இருக்கும் விபூதிப் பெட்டியையும் வலக்கரத்தில் படிந்திருக்கும் விபூதியையும் காணும் போது அறியலாம். அந்த வருடத்தில் தான் அவரது கண் பார்வையை மேம்படுத்த கேடராக்ட் ஆபரேஷன் செய்யப்பட்டிருந்தது. அறுவை சிகிச்சைக்காக வீட்டை விட்டு மருத்துவ சாலைக்கு வர அவரை அழைத்த போது பகவானின் அறிவுறுத்தலின் படி அவர் வெளியே வர மறுத்துவிட்டுக, "எனக்கு ஞானப்பார்வையே போதும்," எனக் கூறினார். அதன் பிறகு, பன்னீர் செல்வம் என்ற ஒரு கண் மருத்துவர் சுவாமியின் இல்லத்திலேயே அறுவை சிகிச்சை செய்ய ஒப்புக்கொண்டார்.

1995 ஆம் வருடம் நவம்பர் மாதம் 9 ஆம் தேதி விடியற் காலை சுமார் 4.45 மணியளவில் ஸ்ரீ சத்குரு அண்ணாமலை சுவாமிகள் மகாசமாதி அடைந்தார். தனது இறுதி மூச்சு வரை சுவாமிகள் முழு நினைவுடன் இருந்தார். ஒரு மிகப் பெரும் ஜீவன் முக்தர் பிரம்மனோடு இரண்டறக் கலக்க தனது பூத உடலை நீத்து விட்டார். இந்தப் புகைப்படம் 1995 ஆம் வருடம் நவம்பர் மாதம் 9 ஆம் தேதியன்று எடுக்கப்பட்டது.

ஸ்ரீ மகாபிரபு அவர்களின் அறிமுகம்

பக்தி மிக்க சீடர் ஒருவரால் சுருக்கமாக எழுதப்பட்டது

அறிமுகம்

ஸ்ரீ மகாபிரபு பகவான் ரமணர் அருளால் 2003 இல் ஆன்ம விடுதலை பெற்ற ஒரு பிரம்ம ஞானி. 2006 ஆம் ஆண்டு முதல் அவர் ஸ்ரீ அண்ணாமலை சுவாமிகள் ஸ்பிரிச்சுவல் டிரஸ்டில் தொடர்ந்து சத்சங்கங்கள் நடத்தி வருகிறார். கீழே கொடுக்கப்பட்டிருப்பது அவரைப் பற்றிய ஒரு சுருக்கமான அறிமுகம்.

தென் தமிழ்நாட்டின் ஒரு மிகவும் எளிய குடும்பத்தில் பிறந்தவர் தான் வெங்கடேசன் (ஸ்ரீ மகாபிரபுவின் இயற்பெயர்). அவரது பதின்ம வயதுகள் வரை அவரது இளமையை ஆக்கிரமித்த ஒரு மிக வலிமையான ஆசை இருந்தது – அது தான் பிறப்பிற்கு முன்பு, இறப்பிற்குப் பின்பு நான் யார் என்கிற உண்மையைத் தெரிந்துகொள்ள வேண்டும் என்ற ஆசை. தன்னைச் சுற்றிலும் நிகழும் மரணங்களை எல்லாம் பார்த்தும், தன்னுடைய மரணமும் நிச்சயம் நிகழப் போவது தான் என்பதை உணர்ந்தும் பல பிறவிகளாக பரிணாமம் அடைந்து தனக்குள் கனன்று கொண்டிருந்த தடுக்க முடியாத உந்துதலாக இந்த ஆசை வலுவடைந்தது. அந்த ஒருமுகப்பட்ட முனைப்பு தான் அவரை 1993 ஆம் ஆண்டு திருவண்ணாமலைக்கு இழுத்து வந்தது.

முதன்முறையாக அவர் ஸ்ரீ ரமணாஸ்ரமத்தில் நுழைந்தவுடன் அவர் அங்கே விரிவாக எழுதப்பட்டிருந்த பகவானின் சிறு வயதில் அவருக்கு ஏற்பட்ட அந்த இறப்பு அனுபவத்தை படித்தார். அதே கணத்தில் அவர் தனது எல்லாக் கேள்விகளுக்கும் விடை தரக்கூடிய சரியான இடத்திற்குத்தான் வந்திருப்பதாக உணர்ந்தார். அவர் அண்ணாமலையார் மற்றும் பகவான் ரமண மகரிஷியின் நேர்மையான பக்தராக இருந்த காரணத்தால் சுத்த அருள் மாத்திரத்தாலே ரமணாஸ்ரமத்திற்கருகில் இருந்த ஸ்ரீ அண்ணாமலை சுவாமிகள் ஆஸ்ரமத்திற்கு ஈர்க்கப்பட்டார். அவர் அங்கே தொடர்ந்து நடந்து வந்த பல வித பாராயண நிகழ்ச்சிகளிலும் மாதம் தோறும் நடந்து வந்த அண்ணாமலை சுவாமிகளின் சுவாதி பூசைகளிலும் கலந்துகொண்டார்.

அருணாசல மலையின் காடுகளிலும், பகவான் மற்றும் அண்ணாமலை சுவாமிகளின் சமாதிகளிலும் தியானம் செய்வதில் தனது மிகுதியான நேரத்தை செலவழித்து வந்தார் அவர். பகவானும், அண்ணாமலை சுவாமிகளும் போதித்து வந்த ஆன்ம விசார மார்கத்தை விடா முயற்சியுடன் பயிற்சி செய்தும் வந்தார்.

அடுத்த 10 ஆண்டு காலம் பகவான் ஸ்ரீ ரமண மகரிஷிகளும், ஸ்ரீ அண்ணாமலை சுவாமிகளும் அவருக்கு வழிகாட்ட, எண்ணற்ற தடைகளுக்கும், சோதனைகளுக்கும் இடையில் அவர் கடுமையாகச் சாதனைகளைச் செய்தார். அதற்கு உறுதுணையாக இருந்தது அவரது பக்தி, பகவானின் மீது அவருக்கு இருந்த நம்பிக்கை மற்றும் உண்மையை அறிந்துகொள்ள அவருக்கு இருந்த தணியாத ஆர்வம். 2003 ஆம் ஆண்டு ஜனவரித் திங்கள் முதல் நாள் அப்பேர் நிகழ்வு நிகழ்ந்தது; பேரண்டத்தின் பேராற்றலில் தன் தனித்தன்மை கரைய ஸ்ரீ மகாபிரபு பிறப்பெடுத்தார்.

அடுத்த 45 நாட்கள் அவர் சொற்களால் வருணிக்க முடியாத அந்த நிலையில் திளைத்தவாறு மௌனமாக இருந்தார். அடுத்த 3 வருடங்கள் அவர் அதே அனுபவ நிலையில் தனிமையில் கழித்தார். அவரது சக சாதகர்கள் அவரது வாழ்க்கை முறையில் ஒரு பெரும் மாற்றத்தை மட்டுமல்ல, அவரிடம் ஒரு தெய்வீக அமைதியை உணரத் தொடங்கினார்கள். அவர்கள் அவரிடம் கேள்விகளைப் பொழிய அவரிடம் இருந்து வந்த பதில்களில் அது வரை கிடைத்திராத உள்ளத் தெளிவைப் பெற்றார்கள்.

2006 ஆம் ஆண்டு புத்தரிடமிருந்து அவருக்கு ஒரு தெய்வீக சக்தி கிடைத்தது. அவருக்கு மெய்யொளி கிடைத்த இந்த அனுபவத்தை சத்தியத்தைத் தேடும் அனைவரோடும் பகிர்ந்துகொள்ளும்படி அவருக்கு அறிவுறுத்தப் பட்டது. புத்தருடைய வழிகாட்டுதல்படி மகாபிரபு 2006 ஆம் ஆண்டு திருவண்ணாமலையின் புறநகர் பகுதியில் இருக்கும் பாலியப்பட்டில் சத்சங்கங்களை நடத்தத் தொடங்கினார் அண்ணாமலை சுவாமிகளின் சீடர்களும், அண்ணாமலை சுவாமிகளின் அணுக்கத் தொண்டராக 21 வருடம் பணி புரிந்து வந்த திரு சுந்தரம் சுவாமியும் அந்த சத்சங்கங்களில் கலந்துகொண்டு வந்தனர். அண்ணாமலை சுவாமிகள் தனது மகாசமாதிக்கு முன் சுந்தரம் சுவாமிக்கு மெய்விளக்கம் அளிக்க வேறொரு மெய்விளக்கம் பெற்ற வாழும் ஞானி வருவார் என்று கூறியிருந்தார். சுந்தரம் சுவாமியும், மற்ற டிரஸ்டிகளும் அண்ணாமலை சுவாமிகள் முன்பு கணித்துரைத்த மகான் திரு மகாபிரபு என்று உணர்ந்துகொண்டு இன்று வரை அவரது வழிகாட்டுதலின் படி தங்களது ஆன்மிக சாதனைகளைத் தொடர்ந்து வருகின்றனர்.

தமிழ் நாட்டிலிருந்தும், வெளி நாடுகளிலிருந்தும் மெய்விளக்கத்தில் ஆர்வம் கொண்ட அன்பர்கள் திரு மகாபிரபுவின் சத்சங்கங்களில் கலந்துகொள்ளத் தொடங்கினார்கள். அவர்களில் நேர்மை, அர்ப்பணிப்பு மற்றும் இந்தப் பிறவியிலேயே மெய்விளக்கம் பெற வேண்டும் என்ற உறுதி உள்ளவர்களுக்கு மட்டுமே தனது வழிகாட்டுதல்களை அளித்து வருகிறார் மகாபிரபு. அவரது சத்சங்கங்கள், தியானப் பயிற்சிகள் தொடர்ந்து திருவண்ணாமலையின் புற நகர்ப் பகுதியான பாலியப்பட்டில் நிகழ்ந்து வருகின்றன.

சத்சங்கம்

ஸ்ரீ மகாபிரபு அவர்களுடன் சத்சங்கத்தில் இருப்பது என்பது ஞானத்தின் அடி ஆழத்திற்கு மூழ்குகின்ற, அதே சமயத்தில் பக்தியின் உச்சத்தில் அன்பையன்றி வேறில்லாத இனிமையான நறுமணமார்ந்த ஒரு ஆற்றலிலும், திளைப்பதாக இருக்கும்.

அந்த உடம்பாகிய கட்டமைப்பின் வழியாக அந்த உன்னத பேராற்றலே பேசவும், செயல்படவும் செய்வதால் சம்பிரதாயமான விதிகளோ, முறைகளோ, பயிற்சிகளோ, கால அட்டவணையோ கூட அவர் வைத்துக்கொள்வதில்லை. என்றாலும், பகலுக்குப் பின்னர் இரவும், இரவுக்குப் பின்னர் பகலும் தொடர்வது போல சத்சங்கமும் நிச்சயம் நிகழ்கிறது.

நாம் அவருடன் தியானத்தில் கலந்துகொள்ளும் போதோ அல்லது அவரது பக்திப் பாடல்களில் நம்மை நாமே உருக்கிக்கொள்வதின் போதோ மேலும் பகவான் ரமண மகரிஷிகள், ராமகிருஷ்ண பரமஹம்ஸர், ஆதி சங்கரர், புத்தர், பாரதியார், ஓஷோ, சாது ஓம், ஆவுடை அக்கால் மற்றும் வள்ளலார் முதலிய மிகப் பெரும் ஞானிகளின் பொன்மொழிகளை செவிமடுக்கும் போதோ, அல்லது ஸ்ரீ மகாபிரபுவின் திருவாய் வழியாக தன்னியல்பாக, அழகாகப் பெருக்கெடுக்கும் ஞான மொழிகளில் கட்டுண்டு சும்மா அமர்ந்திருக்கும் போதோ பல மணி நேரங்கள் சில நிமிடங்களைப் போலக் கடந்து சென்று விடும். எந்தக் காலத்திலும் எந்த நூலும், எந்த ஆசிரியரும் வழங்க முடியாத தெளிவையும், அதே சமயத்தில், நாம் முன்கொண்ட நமது கொள்கைகளை எல்லாம் தவிடுபொடியாக்கிவிடும் அவரது திருவாய் மொழிகள்.

ஸ்ரீ மகாபிரபுவைப் போன்ற ஒரு பிரம்ம ஞானியால் மட்டுமே இது சாத்தியமாகும். எந்தக் கேள்விக்கும் பதிலளிக்காமல் விடுவதில்லை; என்றாலும் அவர் கேள்வி கேட்பவன் காணாமற் போவதே நமக்குத் தேவை என்பதை நினைவூட்டத் தவறுவதில்லை.

"தியானம் எப்பொழுதும் நிகழ்ந்த வண்ணமாகவே இருக்கிறது," என்கிறார். "தியானம் செய்ய

விரும்புகிறவன் தான் கரைந்து போக வேண்டும். நாம் தேடும் அனுபவம் எப்பொழுதுமே இருப்பது தான், அது இனிமேல் அடையப்பட வேண்டிய ஒன்றல்ல. அனுபவிப்பதற்கு 'நீங்கள்' இல்லாமல் போகும் போது தான் அது நிகழும்."

ஸ்ரீ மகாபிரபுவுடனான சத்சங்கமே சந்தேகத்திற்கு இடமின்றி திருவண்ணாமலையில் மட்டுமல்ல, இந்த உலகத்திலேயே உன்னதமான பரம ரகசியம்.

முழுமை

ஸ்ரீ மகாபிரபுவின் சன்னிதானத்தில் இருந்துகொண்டு அவரது நடவடிக்கைகளை உற்று நோக்கினாலே அப்பழுக்கற்ற முழுமையின் ஒரு சிறிய கண்ணோட்டம் நமக்குக் கிடைக்கும். அவரது ஒவ்வொரு அசைவும், ஒவ்வொரு சைகையும், ஒவ்வொரு செயலும் எவ்வித சின்னஞ்சிறு சலனம் கூட இல்லாமல் ஆழ்ந்த அமைதியிலிருந்தும், முழுமையான இருப்பு நிலையிலிருந்தும் உதிப்பதாக இருக்கும்; அது அவர் சந்தையில் இருந்தாலும் சரி, சத்சங்கத்தில் இருந்தாலும் சரி.

அவருக்கு அருகில் இருக்கும் நம் செயல்பாடுகளோ அதற்கு நேர்மாறாகவே இருக்கும். அகத்தே உள்ள கொந்தளிப்பின் வெளிப்பாடாக அவசரப்படுவோம். அவருக்கு அது தெரியும். அவர் உங்களைப் பார்க்காவிட்டாலும் கூட, அவரது கண்காணிப்பில் இருந்து எதுவும் தப்ப முடியாது. "விழிப்போடு, விழிப்போடு, உணர்வின் தொடர்போடு" என்பனவே அவரிடமிருந்து அடிக்கடி நம் செவியில் விழும் சொற்களாகும்.

தனிச்சிறப்பு வாய்ந்த அணுகுமுறை

சரித்திரத்தைப் பின் நோக்கிப் புரட்டிப் பார்த்தால், பல்வேறு கால கட்டங்களில் உயர் தனிப் பேராற்றல் எப்படியெல்லாம் பிரம்ம ஞானிகளாக தன்னை வெளிப்படுத்திக்கொள்கிறது என்பது புலப்படும். மெய்ஞானம் பெற்ற பிறகு அவர்களின் ஒவ்வொருவருடைய வாழ்க்கையும் மிகவும் வேறுபட்டதாக இருக்கும். சிலர் மௌனமாகவே இருப்பார்கள்; சிலர் தம்மைச் சந்திக்க வருவோருக்குக் கலங்கரை விளக்கமாகத் திகழ்வார்கள்; மற்றும் பிறர் தங்களது மெய்யொளியை வெகு தொலைவிற்கு பரப்பிய வண்ணம் இருப்பார்கள்.

ஸ்ரீ மகாபிரபுவின் தனிச்சிறப்பு யாதெனில் அவர் உண்மையான தேடுதல் உள்ள ஒருவரை தமது சீடராக ஏற்றுக்கொண்டதுமே, அவர் தன்னை அந்த சீடரின் நிலைக்குத் தாழ்த்திக்கொண்டு, ஒவ்வொரு நாளும், அவரது பயணத்தின் ஒவ்வொரு அடியிலும் தளர்வின்றி தேடலில் உள்ள அந்த சாதகரோடு இணைந்து செயலாற்றுவார்.

"இந்தப் பிறப்பிலேயே சீடர் ஞானம் அடைவதை உறுதிப்படுத்துவதற்காகவே நான் பாடுபடுகிறேன்" என்று கூட அவர் கூறுவதுண்டு. அந்த அளவுக்கு அவரிடம் அன்பும், கருணையும் உண்டு.

ஸ்ரீ மகாபிரபு இடைவிடாமல் சீடர்களுக்கு சேவை செய்யவும், சத்சங்கத்தில் தம்மோடு கலந்துகொள்ளவும் வாய்ப்புகளை உண்டாக்குவார். சத்சங்கம் மற்றும் சேவை, வகுப்பறைக் கல்வி மற்றும் வெளி உலக நடைமுறைப் பயிற்சி, இத்துடன் ஆசிரியருடனான அணுக்கத் தொடர்பு ஆகிய இவையே காலப்போக்கில் அகந்தையின் பிடிமானத்தை வலுவிழக்கச் செய்கிறது. இடைவிடாமல் மீண்டும், மீண்டும் நிகழும் இந்தத் தேய்மானம் காரணமாக இறுதியில் அது சரணடைகிறது.

"நீங்கள் முழுமையாக சரணடைந்த பிறகே சத்தியம் உங்களுக்குள்ளே நுழையும்," என்பார் ஸ்ரீ மகாபிரபு.

"புலி வாயில் அகப்பட்டது எப்படி மீள முடியாதோ, அது போலவே குருவின் அருட்பார்வையில் பட்டவர்கள் இரட்சிக்கப் படுவரேயன்றி கைவிடப்படார்," என்று பகவான் ஸ்ரீ ரமண மகரிஷி கூறியுள்ளார். இங்கே புலி ஸ்ரீ மகாபிரபு!

www.SriMahaprabu.org

நூல் பட்டியல்

ஆதாரங்கள் மூன்று பகுதிகளாக அமைக்கப்பட்டுள்ளன: புத்தகங்கள், இதழ்கள், கையெழுத்துப் பிரதிகள். இந்த நூல் பட்டியலானது உரையில் மேற்கோள் காட்டப்பட்டிருக்கும் நூலாசிரியர்களின் புத்தகங்களையும், அண்ணாமலை சுவாமியின் வாய்மொழிகளை உறுதிப் படுத்துவதாகவோ அல்லது அதற்கு மாறாகவோ காணப்படும் செய்திகள் அடங்கிய புத்தகங்களையும் உள்ளடக்கியது. எங்கெல்லாம் அவை கிடைக்கப் பெற்றனவோ நான் அவற்றின் சம்ஸ்க்ருத அல்லது தமிழ் மூலத்தை தவிர்த்து ஆங்கில மொழிபெயர்ப்பை கொடுத்துள்ளேன். (இந்தப் புத்தகம் தமிழில் மொழிபெயர்க்கப்பட்டிருப்பதால் முடிந்த வரை தமிழ் மூலத்தில் உள்ள செய்யுள்களை மூல வடிவேலேயே கொடுத்திருக்கிறோம் - ஆசிரியர்)

புத்தகங்கள்

அக்ஷரமணமாலை: அருணாசல –சிவா – டி எம் பி மகாதேவன், பதிப்பகம்-சங்கர விஹார், சென்னை, 1978

All is One: ' Who' எழுதிய எல்லாம் ஒன்றே என்ற புத்தகத்தின் மொழிபெயர்ப்பு. பதிப்பு- கொலொம்போ, ஸ்ரீலங்கா, 1950. *அருணாசல புராணம்* (தமிழ்) – ஆறுமுக நாவலர், பதிப்பு- ராமசுவாமி முதலியார் அண்ட் சன்ஸ், சென்னை 1930

அருணாசல மஹாத்மியம்: கந்த புராணத்தில் 3 ஆம் பாகம் -ஜி வி தகாரே – பதிப்பு மோதிலால் பனாரஸிதாஸ், டெல்லி 1993

Be as you are: தொகுப்பு: டேவிட் காட்மன், பதிப்பு – ருட்லெட்ஜ் அண்ட் கேகன் பால், லண்டன், 1985

The collected works of Ramana Maharishi: தொகுப்பு: ஆர்தர் ஆஸ்பார்ன், பதிப்பு- ஸ்ரீ ரமணாஸ்ரமம். திருவண்ணாமலை, 1979. *உபதேச சாரம், உள்ளது நாற்பது, உள்ளது நாற்பது அனுபந்தம், ஆத்ம வித்யா கீர்த்தனம், விசார மணி மாலை, அக்ஷரமணமாலை, தேவிகாலோத்தரம், நான் யார்?* இவற்றின் மொழிபெயர்ப்புகளை அடக்கியது.

Day by day with Bhagavan. ஏ. தேவராஜ முதலியார், பதிப்பு- ஸ்ரீ ரமணாஸ்ரமம், திருவண்ணாமலை, 1977

எல்லாம் ஒன்றே: வைய்யை ஆர். சுப்பிரமணியம், பதிப்பு- பின்னலூர் ராமலிங்கம் பிள்ளை, 1935. *அருணாசல ஸ்துதி பஞ்சகம்:* ஸ்ரீ ரமண மகரிஷி, பதிப்பு – ஸ்ரீ ரமணாஸ்ரமம், திருவண்ணாமலை, 1971

குரு ரமணா: எஸ். எஸ். கோஹன், பதிப்பு - ஸ்ரீ ரமணாஸ்ரமம், திருவண்ணாமலை, 1950

குரு வாசக கோவை: முருகனார், (ஆங்கில மொ பெ): கே. சுவாமிநாதன் -*Garland of Guru's sayings,* பதிப்பு- ஸ்ரீ ரமணாஸ்ரமம், திருவண்ணாமலை 1990

கைவல்ய நவநீதம்: தாண்டவராய சுவாமி. பதிப்பு – ஸ்ரீ ரமணாஸ்ரமம், திருவண்ணாமலை 1981

My recollections of Bhagavan Sri Ramana: ஏ. தேவராஜ முதலியார், பதிப்பு- ஸ்ரீ ரமணாஸ்ரமம், திருவண்ணாமலை, 1992

No mind- I am the Self: டேவிட் காட்மன்,பதிப்பு- ஸ்ரீ லக்ஷ்மண ஆஸ்ரம், ஆந்திர பிரதேசம் 524412, இந்தியா 1986

பட்டினத்தார் திருப்பாடற்திரட்டு (தமிழ்): பட்டினத்தார், பதிப்பு- ரத்தின நாயகர் அண்ட் சன்ஸ், சென்னை 1979

Psalms of Saiva Saint: Thayumaanavar, Luzak, லண்டன், 1925

ரமண தரிசனம்: சாது நடனானந்தா, பதிப்பு -ஸ்ரீ ரமணாஸ்ரமம், திருவண்ணாமலை 1975

Ramana Maharishi and the Path of Self Knowledge: ஆர்தர் ஆஸ்பார்ன், பதிப்பு- ரைடர் அண்ட் கோ, லண்டன் 1957

ரமண மகரிஷியின் நிஜ ஸ்வரூபம் (தமிழ்): பெருமாள்சாமி, இதன் ஒரு பிரதி கூட கிடைக்காததால் பதிப்பக விவரங்கள் கிடைக்கவில்லை. இருந்தாலும் ஏறக்குறைய 1933 இல் இது பதிப்பிக்கப்பட்டிருக்கலாம்.

Revelation: லக்ஷ்மண சர்மா, பதிப்பு- ரமணாஸ்ரமம், திருவண்ணாமலை 1991

ரிபு கீதா: மொ.பெ: எச். ராமமூர்த்தி, பதிப்பு- S.A.T, P.O.Box 8080, 1834, Ocean Street, South Cruz, CA. 95061, USA

A sadhu's remininscences: சாது அருணாசலா (மேஜர் சாட்விக்) பதிப்பு- ஸ்ரீ ரமணாஸ்ரமம், திருவண்ணாமலை,1976

சிவபோக சாரம் (தமிழ்): நூலாசிரியர் யார் என்று தெரியவில்லை. பதிப்பு- மெட்ராஸ் ரிப்பன் பிரெஸ், 87, தம்புச்செட்டி தெரு, சென்னை, 1923

சிவானந்தலஹரி: சிவனைக்குறித்து சங்கரர் பாடிய பாடல்கள், மொ.பெ: டி.எம்.பி மஹாதேவன், பதிப்பு- கனேஷ் அண்ட் கோ, சென்னை, 1963

Subramaniya Bharati, Chosen Poems and Prose: சுப்பிரமணிய பாரதி, சுருக்கி வெளியிட்டவர் கே. சுவாமிநாதன், பதிப்பு- அகில இந்திய சுப்பிரமணிய பாரதி நூற்றாண்டு விழா கமிட்டி, புது டெல்லி. 1984

சூத சம்ஹிதா (சம்ஸ்கிருதத்தில்): நூலாசிரியர் தெரியவில்லை, பதிப்பு- ஆனந்த ஆஸ்ரம், 1893

ஸ்வரூப சாரம் (தமிழ்): ஸ்வரூபாநந்த சுவாமி, பதிப்பு- சிடி பிரிண்டிங் வொர்க்ஸ், சென்னை, மார்ச் 14, 1971

தேவாரம்(தமிழ்): திருஞானசம்பந்தரின் பாடல்கள், மொ.பெ: டி.வி.கோபால் ஐயர் மற்றும் ஃப்ரான்ஸுவா க்ரொஸ், பதிப்பு- Institut Francais d'Indologie, பாண்டிச்சேரி 1984

திருக்குறள்: திருவள்ளுவர், மொ.பெ: G.U.Pope, W.H.Drew, john Laarus, F.W.Ellis, pub. By South India Saiva siddhaanta works Publishing Society, Madras 1970

திருவாசகம்: மாணிக்கவாசகர், மொ.பெ: G.U.Pope, Pub. Oxford University Press 1900

உபதேச சாரஹ் (உபதேச சாரம்): ஸ்ரீ ரமண மகரிஷி, மொ.பெ: ஸ்ரீ விஸ்வநாத சுவாமி, பதிப்பு- ஸ்ரீ ரமண க்ஷேத்ரா, கண்வாஸ்ரம டிரஸ்ட், கேரளா, 1985

உபதேச உந்தியார்: ஸ்ரீ ரமண மகரிஷி, மொ.பெ: ஸ்ரீ சாது ஓம் மற்றும் மைக்கேல் ஜேம்ஸ், பதிப்பு- ஸ்ரீ ரமண க்ஷேத்ரா, திருவண்ணாமலை, 1986

வைராக்கிய சதகம்: பர்த்ருஹரி, பதிப்பு- அத்வைத ஆஸ்ரம், அல்மோரா,1950

Who am I?: ஸ்ரீ ரமண மகரிஷி, மொ.பெ: டி.எம்.பி. மஹாதேவன், பதிப்பு- ஸ்ரீ ரமணாஸ்ரமம், திருவண்ணாமலை, 1976

இதழ்கள்

அருணாசல ரமணா: பதிப்பு- எம் ஆர். நாகேஸ்வர ராவ், குடிவாடா, 521301, ஆந்திர பிரதேசம்

கல்கி தீபாவளி மலர்: பதிப்பு- பரதன் பதிப்பகம், 47, ஜவஹர்லால் நேரு தெரு, ஈக்காடுதாங்கல், சென்னை 600097

The Mountain Path: பதிப்பு- ஸ்ரீ ரமணாஸ்ரமம், திருவண்ணாமலை

கையெழுத்துப் பிரதிகள்

பிரண்டனின் கையெழுத்துப் பிரதிகள்: ஸ்ரீ ரமணாஸ்ரமம் காப்பகம். இதைத்தவிர எஞ்சியிருக்கும் ஒரே ஒரு நகல் மைக்கேல் ஜேம்ஸ் என்பவரிடம் இருக்கிறது, முகவரி-ஸ்ரீ சாது ஓம் காம்பௌண்ட், ஸ்ரீ ரமணாஸ்ரமம் P.O, திருவண்ணாமலை 606603

எச்சம்மாள்: எப்படி பகவான் எச்சம்மாள் தனக்கு உணவு கொண்டுவருவதை சின்னசுவாமி நிறுத்த முயன்றதைத் தடுத்தார் (அத்தியாயம் 3) என்பதைப் பற்றிய விவரமும், ஒரு கிளியின் சமாதியை ஸ்ரீ பகவான் மலை மேல் அமைத்த கதையும் (அத்தியாயம் 4) இந்த இரண்டும் பதிப்பிக்கப்படாத, பட்டியல் இடப்படாத எச்சம்மாளைப் பற்றிய 'பாதிக்கப்பட்டவர்கள்' என்ற ஒரு கட்டுரையிலிருந்து வந்தவை. இவற்றை நான் ரமணாஸ்ரமத்தின் காப்பகத்தில் கண்டெடுத்தேன். எழுதியவர் கிருஷ்ண பிக்ஷூ

Reminiscences of G.L.N: ஜாக்கி என்ற நாய் எப்படி இறந்தது என்ற கதையும் (அத்தியாயம் 4) சத்திய நாராயண ராவ் இறந்த விவரமும்(அத்தியாயம் 4)   ' Reminiscence of G.L.N, of Griddaluru Family, Nellore' என்ற ஒரு பதிப்பிக்கப்படாத பிரதியில் காணலாம். இதை கிரித்தலூரு குடும்பத்தினர் 1987 இல் ஸ்ரீ வி.கணேசன், ஸ்ரீ ரமணாஸ்ரமத்திற்கு அனுப்பியிருந்தனர்

Talks with Sri Ramana Maharishi: மூல கையெழுத்துப் பிரதி- பாகம் 3, ஸ்ரீ ரமணாஸ்ரம காப்பகம், திருவண்ணாமலை, பட்டியல் எண். 1222

பெருமாள்சாமி தொடுத்த நீதிமன்ற வழக்கில் ஸ்ரீ ரமண மகரிஷியின் பதில்கள் எழுதப்பட்ட பிரதி: ஸ்ரீ ரமணாஸ்ரமத்தின் வக்கீல் திரு டி.பி.ராமசந்திர ஐயர் கைப்பட எழுதிய மூலப் பிரதி திருவண்ணாமலை ஸ்ரீ ரமணாஸ்ரமத்தின் தலைவரிடம் இருக்கின்றது.

வெளியீடுகள்

ஸ்ரீ சத்குரு அண்ணாமலை சுவாமிகள் ஸ்பிரிச்சுவல் டிரஸ்ட்

தமிழில்

மலரும் நினைவுகள்
ஸ்ரீ பகவானும் அடியேனும்
கடைசி வார்த்தைகள்

தெலுங்கில்

Bhagavan Adugujadalalo
Annamalai Swami Anthima Sambashanamulu

ஆங்கிலம் மற்றும் பிற மொழிகளில்

Nectar Drops: The Diary of Sri Annamalai Swamigal
Gotas de Néctar (Nectar Drops – Spanish)
Perles de Nectar (Nectar Drops – French)
Nektar Tropfen (Nectar Drops – German)
Living by the Words of Bhagavan
Leben nach den Worten Bhagavans – (Living by the Words of Bhagavan - German)
Viviendo según las Palabras de Bhagavan (Living by the Words of Bhagavan – Spanish)
Annamalai Swami – Final Talks
Annamalai Swami - Letzte_Gespräche (Final Talks – German)
Annamalai Swami - Últimas Conversaciones (Final Talks – Spanish)

ஸீடி மற்றும் டிவிடி களில்

Ribhu Gita chanting in Tamil by Sri Annamalai Swami
Video interview of Sri Annamalai Swami - Jim Lemkin
Video interview of Sri Annamalai Swami - Madhukar Thompson
Video talk of Sri Annamalai Swami - Meera
Video interview of Sri Annamalai Swami - Arunachala Ashrama

இணையதளம்

ஸ்ரீ அண்ணாமலை சுவாமிகளுக்கென்றே அர்ப்பணிக்கப்பட்ட ஒரு இணையதளம்:
www.SriAnnamalaiSwami.org